കൊസാക്കുകൾ

kosakkukal
novel
•
original title
the cossacks
•
leo tolstoy
•
translation
satheesan narakkode
•
first edition
march 2012
•
second edition
august 2020
•
typesetting & published
chintha publishers, thiruvananthapuram
•

•
cover
abdul azeez
•

Distribution
DESHABHIMANI BOOK HOUSE
H O Thiruvananthapuram 695035
phone: 0471-2303026, 6063026
Email: chinthapublishers@gmail.com
Website: www.chinthapublishers.com

Branch
Head Office Kunnukuzhi • Statue Thiruvananthapuram • KSRTC Bus Station Alappuzha • KSRTC Bus Station Ernakulam • Machingal Lane Thrissur • IG Road Kozhikode • Mavoor Road Kozhikode • NGO Union Building Kannur • Central Bus Terminal Complex Thavakkara Kannur

CR - 2261 / 5333
ISBN - 978-81-26207-89-3

കൊസാക്കുകൾ
(നോവൽ)

ലിയോ ടോൾസ്റ്റോയ്

പരിഭാഷ:
സതീശൻ നരക്കോട്

ചിന്ത പബ്ലിഷേഴ്സ്
തിരുവനന്തപുരം-695 035

സതീശൻ നരക്കോട്

1974 ൽ കോഴിക്കോട് ജില്ലയിലെ മേപ്പയൂരിൽ ജനനം. പിതാവ്: ശങ്കരൻ. മാതാവ്: ദേവി. ഇംഗ്ലീഷ് സാഹിത്യത്തിൽ ബിരുദാനന്തര ബിരുദവും ബി എഡും. ഹൈദരാബാദ് ഇ എഫ് എൽ യു വിൽനിന്നും റീജിയണൽ ഇൻസ്റ്റിറ്റ്യൂട്ട് ഓഫ് ഇംഗ്ലീഷിൽനിന്നും ഇംഗ്ലീഷ് ടീച്ചിങ്ങിൽ സർട്ടിഫിക്കറ്റ് കോഴ്സ് പാസായി. മേപ്പയൂർ ഗവ. വൊക്കേഷണൽ ഹയർ സെക്കണ്ടറി സ്കൂൾ അധ്യാപകനായിരുന്നു. ഇപ്പോൾ ഇംഗ്ലീഷ് അധ്യാപക പരിശീലകനായി പ്രവർത്തിക്കുന്നു.

ഭാര്യ	:	സജിഷ
മകൾ	:	പുണ്യ
വിലാസം	:	വടക്കേപ്പുറമ്പിൽ കീഴരിയൂർ പി ഒ കൊയിലാണ്ടി കോഴിക്കോട്
ഫോൺ	:	9497648288

ലിയോടോൾസ്റ്റോയ് 1828–1910

ഒന്ന്

മോസ്കോ നഗരം ശാന്തമാണ്. മഞ്ഞുമൂടിയ തെരുവിൽനിന്ന് വണ്ടിച്ചക്രങ്ങളുടെ ദുർബലമായ ശബ്ദംപോലും കേൾക്കാനുണ്ടായിരുന്നില്ല. തെരുവുവിളക്കുകൾ കണ്ണുചിമ്മിക്കഴിഞ്ഞു. ജനലിലൂടെ പുറത്തേക്കൊഴുകിയ വെളിച്ചവും നിലച്ചിരുന്നു. പള്ളിമേടയിൽനിന്നുള്ള മണിയൊച്ച പ്രഭാതത്തെ വിളിച്ചോതി. തെരുവ് ശൂന്യമാണ്. ഇടവേളകളിൽ രാത്രിവണ്ടിക്കാരന്റെ ഹിമവണ്ടി ഒരു മൂലയിൽനിന്നും മറ്റൊരു മൂലയിലേക്ക് നീങ്ങുന്നതും അടുത്ത യാത്രയ്ക്കായി കാത്തിരിക്കുന്നതും കാണാം. വൃദ്ധയായ ഒരു സ്ത്രീ പള്ളിയെ ലക്ഷ്യമാക്കി നടന്നുപോയി. പള്ളിക്കടുത്തായി മെഴുകുതിരിയുടെ ചുവന്ന വെളിച്ചത്തിൽ പ്രതിമകൾ തിളങ്ങുന്നുണ്ടായിരുന്നു. ഒരു ശീതകാലരാത്രിയിലെ സുദീർഘമായ ഉറക്കത്തിനുശേഷം തൊഴിലാളികൾ ഉറക്കമെഴുന്നേറ്റ് ജോലിക്കായി പോയിത്തുടങ്ങിയിരുന്നു. പക്ഷേ, നഗരത്തിലെ പ്രഭുക്കന്മാരും കുലീനന്മാരും അപ്പോഴും തലേദിവസത്തെ ആഘോഷത്തിന്റെ ആലസ്യത്തിലായിരുന്നു.

ഷവർ ലിയേഴ്സ് റസ്റ്റോറന്റിനകത്തെ വെളിച്ചം ജനൽകടന്ന് ഷട്ടറിനുള്ളിലൂടെ പുറത്തേക്ക് ഒഴുകിപ്പരന്നു. അതിന്റെ കവാടത്തിൽ ഒരു ഹിമവണ്ടിയും ഒരു വാടകവണ്ടിയും ചവിട്ടുപടിക്ക് പുറംതിരിഞ്ഞ് അടുത്തടുത്തായി നിർത്തിയിട്ടിരുന്നു. പോസ്റ്റിങ് സ്റ്റേഷനിലെ മൂന്ന് കുതിരകൾ വലിക്കുന്ന ഒരു വണ്ടിയും അവിടെത്തന്നെ നിൽപ്പുണ്ട്. അസഹനീയമായ തണുപ്പിൽനിന്നും രക്ഷനേടാൻ ഒരു ചുമട്ടുകാരൻ തെരുവിനോട് ചേർന്നുള്ള ഒരു വീട്ടിൽ അഭയംതേടി.

'ഈ ഒച്ചപ്പാടിന്റെയും വഴക്കിന്റെയുമൊക്കെ കാര്യമെന്താണ്?' ഹാളിലുണ്ടായിരുന്ന, ക്ഷീണിച്ച് എല്ലുംതോലുമായ പരിചാരകൻ ചിന്തിച്ചു.

“ഞാൻ ഡ്യൂട്ടിയിലായിരിക്കുമ്പോഴൊക്കെ ഇങ്ങനെയാണ്.” അടുത്തമുറിയിൽ ഭക്ഷണത്തിന്റെ അവശിഷ്ടങ്ങൾ നിറഞ്ഞ മേശയ്ക്ക് ചുറ്റുമിരുന്ന് സംസാരിക്കുന്ന മൂന്ന് ചെറുപ്പക്കാരുടെ ശബ്ദം ഉയർന്നു കേട്ടു. ഒന്നാമന് ഉയരം കുറഞ്ഞ്, മെലിഞ്ഞ ദേഹപ്രകൃതിയായിരുന്നു. വൃത്തിയായി വസ്ത്രം ധരിച്ച അയാൾ യാത്രയാവുന്ന തന്റെ സുഹൃത്തിനെ നോക്കിക്കൊണ്ടിരുന്നു. ഉയരം കൂടിയ രണ്ടാമൻ സോഫയിൽക്കിടന്ന് കൈയിലുണ്ടായിരുന്ന താക്കോൽക്കൂട്ടങ്ങൾ തിരിച്ചും മറിച്ചും നോക്കുകയായിരുന്നു. അയാളുടെയരികിൽ ഒഴിഞ്ഞ മദ്യക്കുപ്പികൾ വച്ചിരുന്നു. മൂന്നാമൻ മുറിയിൽ അങ്ങോട്ടുമിങ്ങോട്ടും നടക്കുകയായിരുന്നു. രോമക്കുപ്പായം ധരിച്ചിരുന്ന അയാൾ ഇടയ്ക്കിടെ നിൽക്കുകയും കൈയിലുണ്ടായിരുന്ന ആൽമണ്ട് പൊട്ടിക്കാൻ ശ്രമിക്കുകയും ചെയ്യുന്നുണ്ടായിരുന്നു. അയാൾ ഇടയ്ക്ക് വെറുതെ ചിരിക്കുകയും ചെയ്തുകൊണ്ടിരുന്നു. വളരെ ഊഷ്മളമായി സംസാരിച്ചുകൊണ്ടിരുന്ന അയാളുടെ മുഖത്തും കണ്ണുകളിലും തിളക്കം കാണപ്പെട്ടു. പക്ഷേ, അയാളുടെ ചലനം കാണുമ്പോൾ ഹൃദയത്തിലുള്ളത് മുഴുവൻ പ്രകടിപ്പിക്കാൻ കഴിയാത്തത് പോലെ തോന്നി. “ഞാനെല്ലാം തുറന്ന് പറയുകയാണ്. ഞാൻ സ്വയം ന്യായീകരിക്കുന്നില്ല. അതിന്റെ കാര്യവുമില്ല. പക്ഷേ ഞാൻ സ്വയം മനസിലാക്കുന്നതുപോലെ നിങ്ങളും എന്നെ മനസിലാക്കണമെന്നാണ് എന്റെ ആഗ്രഹം. ഞാനവളോട് മോശമായി പെരുമാറിയെന്നാണ് നിങ്ങൾ പറയുന്നത്.” ദയാർദ്രമായ കണ്ണുകളോടെ നോക്കുന്ന സുഹൃത്തിനോട് അയാൾ പറഞ്ഞു.

“നിന്നെ കുറ്റപ്പെടുത്തുകതന്നെ വേണം” രണ്ടാമൻ പറഞ്ഞു. അയാൾ കൂടുതൽ ക്ഷീണിച്ചിരുന്നു.

“നിങ്ങളെന്താണ് ഇങ്ങനെയൊക്കെ പറയുന്നതെന്ന് എനിക്കറിയാം. സ്നേഹിക്കുക എന്നതുപോലെ തന്നെ സന്തോഷപ്രദമാണ് സ്നേഹിക്കപ്പെടുക എന്നതും. ഒരാൾക്ക് സ്നേഹം ലഭിച്ചാൽ ജീവിതകാലം മുഴുവൻ ജീവിക്കാൻ അത് മതിയാവും.” ഒരു ദീർഘയാത്രയ്ക്ക് ഒരുങ്ങിനിന്ന അയാൾ പറഞ്ഞു.

“ശരിയാണ്. അത് മതിയാവും.” ഒന്നാമൻ പറഞ്ഞു.

“പക്ഷേ എന്തുകൊണ്ടാണ് അങ്ങനെ സംഭവിക്കാത്തത്? എന്തുകൊണ്ട് ഉള്ളുതുറന്ന് സ്നേഹിക്കാൻ കഴിയുന്നില്ല. എന്തുകൊണ്ട് സ്നേഹം ഉണ്ടാവുന്നില്ല..... സ്നേഹിക്കപ്പെടാതെപോവുന്നത് ഒരു നിർഭാഗ്യം തന്നെയാണ്. ഒന്നിനെക്കുറിച്ചോർത്ത് ദുഃഖിക്കുന്നതും നിർഭാഗ്യമാണ്. കാരണം, നമുക്ക് നൽകാൻ കഴിയാത്തത് ഒരിക്കലും നമുക്ക് കൊടുക്കാനാവില്ലല്ലോ!” തന്റെ കൈ തലയ്ക്ക് നേരെ ഉയർത്തി അയാൾ പറഞ്ഞു: “ദൈവമേ... ഇതൊക്കെ തലതിരിഞ്ഞുപോവാതെ നല്ല രീതിയിൽ നടന്നെങ്കിൽ! നമ്മൾ വിചാരിക്കുമ്പോലെയല്ലാതെ അതിന്റേതായ രീതിയിൽ സംഭവിച്ചെങ്കിൽ! നിങ്ങളും എന്തുകൊണ്ടാണ് ഞാനവളുടെ പ്രണയം കവർന്നെടുത്തു എന്ന് പറയുന്നത്? അത് നിങ്ങൾക്ക് നിഷേധിക്കാനാവില്ല. അങ്ങനെ ചിന്തിക്കാൻ കാരണങ്ങളുണ്ടായേക്കാം. പക്ഷേ,

നിങ്ങൾക്കറിയാമോ ജീവിതത്തിലെ എല്ലാ തിരക്കുകളുടെയും അങ്കലാപ്പുകളുടെയും ഇടയിൽ അതിനും ഞാൻ സമയം കണ്ടെത്തി. ജീവിതത്തിൽ ചെയ്തുപോയ ഒരുപാട് കാര്യങ്ങളിൽ ഇതു മാത്രമാണ് എനിക്ക് പശ്ചാത്തപിക്കാൻ കഴിയാത്തത്. ഞാനൊരിക്കലും അവളോട് കളവ് പറഞ്ഞിട്ടില്ല. ഞാൻ യഥാർഥത്തിൽ അവളെ പ്രണയിക്കുകയായിരുന്നു. പിന്നീടാണ് ഞാൻ തിരിച്ചറിഞ്ഞത്, അത് ഉള്ളിന്റെ ഉള്ളിൽ നിന്നല്ലാതെ ഉണ്ടായ ഒരു വികാരമാണെന്ന്. പ്രണയത്തിന്റെ വഴി അതായിരുന്നില്ല. അതുകൊണ്ട് അതെനിക്ക് മുന്നോട്ടു കൊണ്ടുപോവാൻ കഴിഞ്ഞില്ല. പക്ഷേ അവൾക്കതിന് കഴിഞ്ഞു. തെറ്റ് എന്റെ ഭാഗത്താണോ? ഞാനെന്തായിരുന്നു ചെയ്യേണ്ടിയിരുന്നത്?" അയാൾ ദീർഘമായി നിശ്വസിച്ചു.

"എല്ലാം പറഞ്ഞു കഴിഞ്ഞോ?" ഉറക്കച്ചടവ് മാറ്റാൻ ഒരു സിഗരറ്റ് കത്തിച്ചുകൊണ്ട് സോഫയിലിരുന്നയാൾ ചോദിച്ചു. "കാര്യമിത്രയേ ഉള്ളൂ, നീയിതുവരെ പ്രണയിച്ചിട്ടില്ല. പ്രണയമെങ്ങനെയെന്ന് അറിയുകയുമില്ല."

തന്റെ രോമക്കുപ്പായം നേരെയാക്കി അയാൾ മറുപടി പറയാൻ ശ്രമിച്ചു. പക്ഷേ അയാൾക്കുള്ളത് മുഴുവൻ പ്രകടിപ്പിക്കാൻ വാക്കുകൾക്ക് കഴിയുന്നുണ്ടായിരുന്നില്ല.

"ഒരിക്കലും സ്നേഹിച്ചിട്ടില്ല!...... അതെ, ശരിയാണ്. ഞാൻ ഒരിക്കലും സ്നേഹിച്ചിട്ടില്ല. പക്ഷേ, അതിനുള്ള ആഗ്രഹം എന്നിലുണ്ട്. ആ ആഗ്രഹത്തേക്കാൾ ശക്തമല്ല മറ്റൊന്നും. പൂർണമായ ഒരു പ്രണയം എപ്പോഴെങ്കിലുമുണ്ടാവുമോ? അപൂർണമായ ചിലതാണ് നിലനിൽക്കുന്നത്. ശരി.... ശരി..... ഇങ്ങനെ സംസാരിച്ചുകൊണ്ടിരിക്കുന്നതിൽ അർഥമില്ല. ഞാനിങ്ങനെ വെറുതെ ബഹളം കൂട്ടുന്നു! എല്ലാം കഴിഞ്ഞില്ലേ? നിങ്ങൾ പറഞ്ഞത് ശരിയാണ്. ഞാനൊരു പുതിയ ജീവിതം ആരംഭിക്കുകയാണെന്ന് എനിക്കിപ്പോൾ തോന്നുന്നു."

"എന്നിട്ട് പുതിയ ജീവിതവും ഇങ്ങനെതന്നെ നശിപ്പിക്കും." സോഫയിൽ കിടക്കുന്നയാൾ പറഞ്ഞു. പക്ഷേ, അയാൾ ശ്രദ്ധിക്കുന്നുണ്ടായിരുന്നില്ല.

"എനിക്ക് സങ്കടമുണ്ട്. പക്ഷേ പോകുന്നതിൽ സന്തോഷവും. ദുഃഖം എന്തുകൊണ്ടെന്ന് എനിക്കറിയില്ല." അയാൾ പറഞ്ഞു.

തന്റെ കഥ തനിക്ക് ഇഷ്ടമാവുന്നതുപോലെ മറ്റുള്ളവർക്ക് രസിക്കില്ല എന്ന യാഥാർഥ്യം മനസിലാക്കിക്കൊണ്ടു തന്നെ അയാൾ സംസാരിച്ചുകൊണ്ടിരുന്നു. ആത്മീയോന്മാദത്തിന്റെ സമയത്തെന്നപോലെ ഒരു മനുഷ്യൻ വേറെ ഒരിക്കലും അഹംഭാവിയാകുന്നില്ല. ഇത്തരം സമയങ്ങളിൽ തന്നെക്കാൾ മഹാന്മാരായവർ ആരുമില്ല എന്ന് അയാൾ ചിന്തിക്കുന്നു.

"ഡിമിട്രി ആൻഡ്രെയിച്ച്..... വണ്ടിക്കാരനിനിയും നിങ്ങളെ കാത്ത് ഇങ്ങനെയിരിക്കില്ല". രോമക്കോട്ടും തലപ്പാവുമണിഞ്ഞ പരിചാരകൻ പറഞ്ഞു. കുതിരകൾ പന്ത്രണ്ടുമണി മുതൽ കാത്തു നിൽക്കുകയാണ് ഇപ്പോൾ സമയം നാലായി.

ഡിമിട്രി ആൻഡ്രെയിച്ച് തന്റെ പരിചാരകൻ വന്യൂഷയെ നോക്കി.

അവന്റെ തലപ്പാവും ബൂട്ടും ഉറക്കച്ചടവുള്ള കണ്ണുകളും തന്റെ യജമാനനെ ദുരിതങ്ങളും ജോലിത്തിരക്കുകളും നിറഞ്ഞ ഒരു ജീവിതത്തിലേക്ക് വിളിക്കുന്നതായി തോന്നി. "ശരി! ഗുഡ് ബൈ" അയാൾ തന്റെ കോട്ട് നേരെയാക്കിക്കൊണ്ട് മുറിയിലുള്ളവരോട് പറഞ്ഞു.

വണ്ടിക്കാരന്റെ ദേഷ്യം കുറയ്ക്കാനായി അയാൾ തന്റെ തൊപ്പി ധരിച്ച് പുറപ്പെടാനായി മുറിയുടെ നടുവിലേക്ക് വന്നുനിന്നു. അയാളുടെ സുഹൃത്തുക്കൾ അയാളെ മൂന്നു തവണ ചുംബിച്ചു. പിന്നീട് ഷാംപയിൻ നിറച്ച ഗ്ലാസ് കാലിയാക്കി. തന്റെ സുഹൃത്തിന്റെ കൈപിടിച്ച് അയാൾ പറഞ്ഞു: "ശരിയാണ്....... ഞാൻ നിന്നോട് എല്ലാം തുറന്ന് പറഞ്ഞിരിക്കണം. കാരണം എന്റെ ഏറ്റവും അടുത്ത സുഹൃത്താണ് നീ. നിന്നെ ഞാൻ വളരെക്കൂടുതൽ ഇഷ്ടപ്പെടുന്നു. എനിക്കറിയാം നിനക്കവളെ ഇഷ്ടമാണ്. ശരിയല്ലേ?"

"അതെ". ചിരിച്ചുകൊണ്ട് സുഹൃത്ത് പറഞ്ഞു.

"ഒരുപക്ഷേ...."

"പ്ലീസ് സാർ. മെഴുകുതിരികൾ അണയ്ക്കാൻ എന്നോട് കൽപ്പിച്ചിരിക്കുകയാണ്." ഉറക്കച്ചടവുള്ള കണ്ണുകളോടെ ഒരു പരിചാരകൻ പറഞ്ഞു. സംഭാഷണത്തിന്റെ അന്ത്യഭാഗം ശ്രദ്ധിച്ചുകൊണ്ടിരുന്ന പരിചാരകൻ ഇവർ എന്താണ് ഒരേ കാര്യത്തെക്കുറിച്ച് തന്നെ പറഞ്ഞുകൊണ്ടിരിക്കുന്നത് എന്ന് അത്ഭുതപ്പെടുകയായിരുന്നു.

"ആരുടെ പേരിലാണ് ബില്ല് തയാറാക്കേണ്ടത്?........ നിങ്ങളുടെ പേരിലാണോ, സാർ?" ഉയരം കൂടിയ മനുഷ്യനെ നോക്കി പരിചാരകൻ ചോദിച്ചു.

"എന്റെ പേരിൽ തന്നെ. എത്രയാണ് ബില്ല്?"

"ഇരുപത്തിയാറ് റൂബിൾ."

അൽപ്പനിമിഷം ആലോചിച്ചതിനുശേഷം അയാൾ ബില്ല് കീശയിലിട്ടു.

അപ്പോൾ മറ്റു രണ്ടുപേരും സംസാരിച്ചുകൊണ്ടിരിക്കുകയായിരുന്നു.

"ഗുഡ്ബൈ.... നിങ്ങളൊരു വളരെ നല്ല സുഹൃത്ത് തന്നെയാണ്. ചെറിയ മനുഷ്യൻ സ്നേഹാർദ്രമായ കണ്ണുകളോടെ പറഞ്ഞു.

രണ്ടുപേരുടെയും കണ്ണുകൾ നിറഞ്ഞു തുളുമ്പുന്നുണ്ടായിരുന്നു. അവർ പോർദ്വീപിലേക്ക് ഇറങ്ങിനടന്നു.

"ഓ... അതിനിടയ്ക്ക് ഞാൻ മറന്നു..... ഷെവർലിയറുടെ ബില്ല് അടച്ചിട്ട് എത്രയെന്ന് എന്നെ അറിയിക്കാമോ? അയാൾ ചോദിച്ചു.

"അതെ" തന്റെ നീളമുള്ള കൈയിൽ ഗ്ലൗസ് ധരിച്ചുകൊണ്ട് സുഹൃത്ത് പറഞ്ഞു. "എനിക്ക് നിങ്ങളോട് അസൂയ തോന്നുന്നു."

"ഇനിയും കാണാം." അയാൾ തന്റെ വണ്ടിയിൽ കയറി കോട്ട് പുതച്ചുകൊണ്ട് പറഞ്ഞു. തന്റെ സുഹൃത്തിനുവേണ്ടി വണ്ടിയിൽ അൽപ്പസ്ഥലം അയാൾ ഒഴിച്ചിട്ടിരുന്നു. അയാളുടെ ശബ്ദം വിറയ്ക്കുന്നുണ്ടായിരുന്നു.

"ഗുഡ്ബൈ മിത്യ! ഈശ്വരൻ നിന്നെ സഹായിക്കട്ടെ!" വണ്ടിക്കു പുറത്തുണ്ടായിരുന്ന സുഹൃത്തിനോട് നീളം കൂടിയ മനുഷ്യൻ പറഞ്ഞു. പക്ഷേ, മറ്റെയാൾ എത്രയും പെട്ടെന്ന് അവിടെനിന്നും പോകണമെന്ന്

ആഗ്രഹമുള്ളതിനാൽ അയാൾ വാചകം പൂർണമാക്കിയില്ല.

അവർ ഒരുനിമിഷം നിശ്ശബ്ദരായിരുന്നു. "ഗുഡ്ബൈ." പിന്നീട് ഉറക്കെ ഒരു ശബ്ദം. "റെഡി" വണ്ടിക്കാരൻ കുതിരകളെ തന്റെ ചാട്ട കൊണ്ട് തൊട്ടു.

"ഹായ്! എലൈസർ!"ഒരാൾ ഉറക്കെ വിളിച്ചുപറഞ്ഞു. കടിഞ്ഞാൺ വലിച്ചുകൊണ്ടും നാവുകൊണ്ട് ശബ്ദമുണ്ടാക്കിയും വണ്ടിക്കാരൻ കുതിരകളെ മുന്നോട്ടു പായിച്ചു.

"ആ ഒലെനിൻ! വളരെ നല്ലൊരു മനുഷ്യൻ" സുഹൃത്തുക്കളിലൊരാൾ പറഞ്ഞു: കൗക്കാസസിസ് പോവുക എന്നത് നല്ലൊരു ആശയമാണ്. ഒരു ലൂഡറ്റ് ആവുക എന്നതും നല്ലതു തന്നെ. പക്ഷേ, ഞാനൊരിക്കലും അങ്ങനെ ആവില്ല.... നാളെ നിങ്ങൾ ക്ലബ്ബിൽ വരുന്നുണ്ടോ?"

"ഉണ്ട്."

അവർ പിരിഞ്ഞു.

ഒലെനിന് ചൂട് അനുഭവപ്പെടുന്നുണ്ടായിരുന്നു. അദ്ദേഹത്തിന്റെ രോമക്കോട്ടിന് നല്ല ചൂടുണ്ടായിരുന്നു. അയാൾ വണ്ടിയിൽ ഇരുന്ന് കോട്ട് അഴിച്ചു. ക്ഷീണിക്കാത്ത മൂന്നു കുതിരകൾ ഇരുട്ട് കട്ടപിടിച്ച ഒരു തെരുവിൽനിന്നും മറ്റൊരു തെരുവിലേക്ക് ഇതുവരെ കാണാത്ത വീടുകളുടെ മുന്നിലൂടെ വണ്ടിയും വലിച്ച് ഓടിക്കൊണ്ടിരുന്നു. ദീർഘയാത്രക്കാർ മാത്രമേ ആ തെരുവുകളിലൂടെ പോവാറുള്ളൂ എന്ന് ഒലെനിന് തോന്നി. അയാൾക്ക് ചുറ്റും എല്ലാം നിശ്ശബ്ദവും ഇരുണ്ടതും ആയിരുന്നു. പക്ഷേ, അയാളുടെ ഹൃദയം സ്നേഹവും പശ്ചാത്താപവും സന്തോഷത്തിന്റെ കണ്ണുനീർത്തുള്ളികളുംകൊണ്ട് നിറഞ്ഞതായിരുന്നു.

രണ്ട്

"**എ**നിക്കവരെ വളരെയിഷ്ടമാണ്...... നല്ല മനുഷ്യർ..... വളരെ നല്ലവർ" അയാൾ പറഞ്ഞുകൊണ്ടേയിരുന്നു. അയാൾ കരച്ചിലിന്റെ വക്കത്തായിരുന്നു. പക്ഷേ എന്തിനയാൾ കരയണം? നല്ല പരിചയക്കാർ എന്നതിൽ കവിഞ്ഞ് അയാൾക്ക് ആരാണവർ? ഇടയ്ക്കിടയ്ക്ക് അയാൾ ചുറ്റുമുള്ള വീടുകൾ വീക്ഷിച്ചുകൊണ്ടിരുന്നു. എന്ത് ശ്രദ്ധയോടെയാണ് ഈ വീടുകളൊക്കെ നിർമിച്ചിരിക്കുന്നത്!!....... വണ്ടിയിൽ കുറച്ചപ്പുറത്തായി വന്യൂഷയും പോസ്റ്റ്ബോയും ഇരുന്ന് വണ്ടിയുടെ കുലുക്കത്തിനനുസരിച്ച് ആടിയുറങ്ങുന്നുണ്ടായിരുന്നു. വീണ്ടും അയാൾ സ്വയം പറഞ്ഞു "നല്ല മനുഷ്യർ..... ഞാനവരെ വല്ലാതെ ഇഷ്ടപ്പെടുന്നു..... അടുപ്പം എങ്ങനെയാണ് മനുഷ്യനെ കീഴടക്കിക്കളയുന്നത്?" താൻ എന്തുകൊണ്ടിങ്ങനെയൊക്കെ ചിന്തിക്കുന്നു എന്നും അയാൾ ആലോചിച്ചു. "താൻ മദ്യപിച്ചിട്ടുണ്ടോ?" രണ്ടുകുപ്പി വൈൻ അയാൾ കുടിച്ച് തീർത്തിട്ടുണ്ടായിരുന്നു. പക്ഷേ ചിന്തകൾ മദ്യത്തിന്റെ ലഹരിയിലുള്ളതായിരുന്നില്ല. പിരിയുന്ന സമയത്ത് അവർ പറഞ്ഞ സൗഹൃദം തുളുമ്പുന്ന എല്ലാ വാക്കു

കളും അയാൾ ഓർത്തു. ഹസ്തദാനം, നോട്ടങ്ങൾ, അർഥഗർഭമായ നിശ്ശ ബ്ദത, 'ഗുഡ്ബൈ മിത്യ' എല്ലാം അയാളുടെ മനസിലൂടെ കടന്നുപോയി. താൻ മനഃപൂർവം നടത്തിയ കുറ്റസമ്മതം അയാൾ ഓർത്തു. ഇതെല്ലാം അദ്ദേഹത്തിന്റെ മനസിനെ വല്ലാതെ സ്പർശിച്ചിരുന്നു.

സുഹൃത്തുക്കളും ബന്ധുക്കളും മാത്രമല്ല അയാളെ അംഗീകരിക്കാത്തവരും കുമ്പസാരത്തിനും മരണത്തിനും മുമ്പ് എന്നപോലെ അയാളെ അംഗീകരിക്കാൻ തയാറായിരുന്നു; മാപ്പ് കൊടുക്കാനും. കൗക്കാസസിൽ നിന്നും ചിലപ്പോൾ താൻ തിരിച്ചുവരികയുണ്ടാവില്ല. അയാൾ ചിന്തിച്ചു. താൻ തന്റെ സുഹൃത്തുക്കളെയും മറ്റ് ചിലരെയും സ്നേഹിച്ചിരുന്നു എന്ന തിരിച്ചറിവ് അയാൾക്ക് അപ്പോഴാണ് ഉണ്ടായത്. അയാൾക്ക് വല്ലായ്മ തോന്നി. പക്ഷേ അയാളുടെ മനസിനെ ഉത്തേജിപ്പിച്ച് ഉന്മാദാവസ്ഥയിലെത്തിച്ചത് സുഹൃത്തുക്കളോടുള്ള സ്നേഹമായിരുന്നില്ല. അവരുടെ വായിൽനിന്നും ഒഴുകിയ അർഥശൂന്യമായ വാക്കുകളോ ഏതെങ്കിലും സ്ത്രീയോടുള്ള പ്രണയമോ ആയിരുന്നില്ല. സത്യത്തിൽ അയാൾ ഒരിക്കലും ആത്മാർഥമായി പ്രണയിച്ചിട്ടില്ല. തന്നോടു തന്നെയുള്ള സ്നേഹവും മനസ്സ് മുഴുവൻ നിറഞ്ഞ നന്മയെക്കുറിച്ചുള്ള ചിന്തയുമാണ് അയാളെ തേങ്ങിക്കരയിപ്പിക്കുകയും പരസ്പരബന്ധമില്ലാതെ സംസാരിപ്പിക്കുകയും ചെയ്യിപ്പിച്ചത്.

യൂണിവേഴ്സിറ്റി വിദ്യാഭ്യാസം പൂർത്തിയാക്കാത്ത അയാൾ ഒരിടത്തും സ്ഥിരമായി ഒരു ജോലിയും ചെയ്തിരുന്നില്ല (പേരിനു മാത്രം ചില ഗവൺമെന്റ് ജോലികൾ അയാൾ നോക്കിയിരുന്നു). ഒരു ജോലിയും നോക്കാതെ 25 വർഷം ജീവിച്ച ഒരാൾ. മോസ്കോ സമൂഹത്തിൽ 'അൻജൂണേ ഹോമ്മേ' എന്ന് വിളിക്കപ്പെടാവുന്ന ഒരാൾ. പതിനാലാം വയസിൽ സ്വന്തമായി ജീവിക്കാൻ തുടങ്ങിയ അയാൾക്ക് ചെറുപ്രായത്തിലേ രക്ഷിതാക്കളെ നഷ്ടപ്പെട്ടിരുന്നു. ധനികരായ മറ്റ് റഷ്യൻ യുവാക്കളെപ്പോലെ ഭൗതികമോ ധാർമികമോ ആയ ഒന്നും ജീവിതത്തിൽ അയാൾക്ക് പ്രതിബന്ധമായില്ല. ഇഷ്ടംപോലെയുള്ള ജീവിതം. വേലിക്കെട്ടുകളില്ല, പരിമിതികളില്ല, ബന്ധുക്കളില്ല, മതമില്ല, പ്രത്യേകമായ ആവശ്യങ്ങളൊന്നുമില്ല, ഒന്നിലും വിശ്വാസമില്ല, ഒന്നും അംഗീകരിച്ചുമില്ല. എന്നാൽ ഒരിക്കലും അയാൾ ജീവിതത്തിലെടുക്കേണ്ട തീരുമാനങ്ങൾ ഒറ്റയ്ക്ക് എടുത്തിരുന്നില്ല. പകരം കാര്യങ്ങളെ അതിന്റെ വഴിക്ക് വിട്ടുകൊണ്ട് ജീവിക്കുകയായിരുന്നു. പ്രണയം എന്നൊന്നില്ല എന്ന തിരിച്ചറിവിൽ എത്തിച്ചേർന്നെങ്കിലും സുന്ദരികളായ സ്ത്രീകളുടെ സാന്നിധ്യം അയാളുടെ ഹൃദയത്തെ തരളിതമാക്കി. സ്ഥാനമാനങ്ങൾ അർഥശൂന്യമെന്ന് തിരിച്ചറിഞ്ഞെങ്കിലും ഒരു സുഹൃദ്സംഗമത്തിൽവച്ച് സേർജിയ രാജകുമാരൻ അടുത്തുവന്ന് സംസാരിച്ചപ്പോൾ അയാൾ പൂത്തുവിടർന്നു. പക്ഷേ തന്റെ സ്വാതന്ത്ര്യത്തിന് അതിർവരമ്പുകൾ സൃഷ്ടിക്കാത്ത കാര്യങ്ങൾ മാത്രമേ അയാൾ ആസ്വദിച്ചിരുന്നുള്ളൂ. സാമൂഹ്യജീവിതവും സിവിൽ സർവീസും കൃഷിയും സംഗീതവുമെല്ലാം അയാൾ ആസ്വദി

ച്ചത് അതുകൊണ്ടായിരുന്നു. ഇതിനൊക്കെയായി ജീവിതം സമർപ്പിക്കുവാൻ ഒരിക്കൽ അയാൾ തയാറായിരുന്നു. തനിക്ക് വിശ്വാസമില്ലാത്ത പ്രണയത്തിനുപോലും തന്റെ ജീവിതം നൽകാൻ അയാൾ ഒരുമ്പെട്ടു. മനുഷ്യന് ഒരിക്കൽ മാത്രം പ്രാപ്തമാവുന്ന യുവത്വത്തിന്റെ ഊർജസ്വലതയിൽ അയാൾ വിശ്വസിച്ചു. സ്വയം സൃഷ്ടിക്കാൻ മനുഷ്യനെ പര്യാപ്തമാക്കുന്ന ശക്തി, താനിഷ്ടപ്പെടുന്ന എന്തിലും — കലയിലും, ശാസ്ത്രത്തിലും പ്രണയത്തിലും — മറ്റ് എന്ത് കാര്യത്തിലായാലും — പ്രപഞ്ചത്തെ സൃഷ്ടിക്കുന്ന ശക്തി, ചില ആളുകൾക്ക് ഈയൊരു തിരിച്ചറിവില്ല എന്നത് സത്യമാണ്. അവർ ജീവിതത്തിലേക്ക് പ്രവേശിക്കുമ്പോൾ ആദ്യം കാണുന്ന നുകത്തിൽ കഴുത്ത് വച്ചുകൊടുക്കും. ജീവിതകാലം മുഴുവൻ അതിന് ഇരയാവുകയും ചെയ്യും. പക്ഷേ ഒലെനിൻ ആഗ്രഹിക്കുവാനും പ്രവർത്തിക്കുവാനും മുഴുവനായും പരിവർത്തനപ്പെടുത്തുവാനുമുള്ള യുവത്വത്തിന്റെ ശക്തിയിൽ വിശ്വസിച്ചു. ഈയൊരു യാഥാർഥ്യം അയാൾ മനസിൽ സൂക്ഷിക്കുകയും അതിൽ സന്തോഷിക്കുകയും അഭിമാനംകൊള്ളുകയും ചെയ്തു. അതുവരെ അയാൾ സ്വയം മാത്രമേ സ്നേഹിച്ചിരുന്നുള്ളൂ. തന്നെക്കുറിച്ച് മാത്രം ചിന്തിച്ച അയാൾക്ക് മറ്റ് കാര്യങ്ങളെ തിരിച്ചറിയാൻ വിഷമിക്കേണ്ടിയിരുന്നു. മോസ്കോ വിടുമ്പോൾ അയാൾ സന്തോഷിച്ചു. ഭൂതകാലത്തിന്റെ തെറ്റുകൾ ഓർത്തുകൊണ്ട് അയാൾ പറഞ്ഞു: “കഴിഞ്ഞതൊക്കെ ആകസ്മികവും അപ്രധാനവുമാണ്.” ഇതുവരെ അയാൾ ജീവിക്കാൻ ശ്രമിക്കുകയായിരുന്നു. പക്ഷേ മോസ്കോ വിടുമ്പോൾ അയാൾ പുതിയ ഒരു ജീവിതം ആരംഭിക്കുകയാണ് — തെറ്റുകളും പ്രശ്നങ്ങളുമില്ലാത്ത സന്തോഷകരമായ ഒരു ജീവിതം.

സുദീർഘമായ എല്ലാ യാത്രകളുടെയും ഒരു പ്രത്യേകതയാണ്, യാത്രയുടെ രണ്ടു മൂന്ന് ഘട്ടങ്ങൾ കഴിയുമ്പോൾ ഉപേക്ഷിച്ച പ്രദേശത്തെക്കുറിച്ചുള്ള ഓർമകൾ മനസിൽ ചേക്കേറുക എന്നത്. പക്ഷേ യാത്രയുടെ തുടക്കത്തിൽ എത്തിച്ചേരാൻ പോകുന്ന സ്ഥലത്തിന്റെ ദൃശ്യങ്ങൾ വായുവിൽ കൊട്ടാരം തീർക്കും. ഒലെനിന്റെ കാര്യവും വ്യത്യസ്തമായിരുന്നില്ല.

നഗരം വിട്ടുകഴിഞ്ഞപ്പോൾ അയാൾ മഞ്ഞുമൂടിയ പാടങ്ങളിലേക്ക് നോക്കിയിരുന്നു. മഞ്ഞുവിരിച്ച പാടത്ത് ഒറ്റയ്ക്കിരിക്കുന്നത് അയാൾ സങ്കൽപ്പിച്ച് ആസ്വദിച്ചു. തണുപ്പേറിയപ്പോൾ രോമക്കോട്ട് പുതച്ച് അയാൾ വണ്ടിയിൽ കിടന്നു. പിന്നീട് പതിയെ മയക്കത്തിലേക്ക് വഴുതിവീണു. സുഹൃത്തുക്കളോടുള്ള വിടപറച്ചിൽ അയാളെ ആഴത്തിൽ സ്പർശിച്ചിരുന്നു. അവർ സംസാരിച്ച ധനികയായ പെൺകുട്ടിയെക്കുറിച്ചുള്ള ചിന്ത അയാളെ അലോസരപ്പെടുത്തി.

‘അവൾ എന്നെ സ്നേഹിക്കുന്നു എന്ന് അറിഞ്ഞതിനുശേഷവും എങ്ങനെയാണ് അയാൾക്ക് അവളെ സ്നേഹിക്കാൻ കഴിയുക?’ സംശയത്തിന്റെ കരിനിഴലുകൾ അവന്റെ മനസിനെ മൂടി. ‘കഴിഞ്ഞ കാര്യങ്ങൾ വിശകലനം ചെയ്യുമ്പോൾ ഓരോ മനുഷ്യരും പലപ്പോഴും സത്യസന്ധരല്ലാതായിത്തീരുന്നു.’ താൻ എങ്ങനെ ഒരിക്കലും പ്രണയിക്കാതിരുന്നു

എന്ന ലക്ഷ്യം അയാളെ മഥിച്ചുകൊണ്ടിരുന്നു. 'എല്ലാവരും പറയുന്നു ഞാനൊരിക്കലും പ്രണയിച്ചിട്ടില്ല എന്ന്. എന്റെ ധാർമിക ധാർഷ്ട്യസ്വഭാവമായിരിക്കുമോ അതിന് കാരണം?' തന്റെ അമിതാവേശങ്ങളും മതിഭ്രമവുമെല്ലാം അയാളുടെ മനസിലൂടെ കടന്നുപോയി. സമൂഹത്തിലേക്കുള്ള തന്റെ പ്രവേശം, തയ്യൽവേലയിൽ വ്യാപൃതയായി തുണികൾക്ക് മുകളിലൂടെ പാറിപ്പറക്കുന്ന മനോഹരമായ വിരലുകളോട് കൂടിയ തന്റെ സുഹൃത്തിന്റെ പെങ്ങൾ, അവളോടൊപ്പം ഒരു മേശയക്ക് ഇരുവശവുമായി ചില വഴിച്ച സായന്തനങ്ങൾ, അവളുമായുള്ള സംഭാഷണങ്ങൾ ഓർമിപ്പിക്കുന്ന അവളുടെ മനോഹരമായ മുഖത്തിന്റെ കീഴ്ഭാഗം, പൊതുവായ വിലക്ഷണത, തടസങ്ങൾ, മാമൂലുകളോടുള്ള നിരന്തരമായ സമരങ്ങൾ. ചില ശബ്ദങ്ങൾ എല്ലായ്പ്പോഴും പിറുപിറുത്തു. 'ഇതല്ല, ഇതല്ല'. ആ നൃത്തവിരുന്ന്, ആ മസൂർക്കായിൽ തന്നോടൊപ്പം നൃത്തംചെയ്ത സുന്ദരിയായ ഡി.......... ആ രാത്രി ഞാൻ എത്ര സന്തോഷവാനായിരുന്നു. പിറ്റേ ദിവസം ഉറക്കമുണരുമ്പോൾ അനുഭവിച്ച സ്വാതന്ത്ര്യം എത്ര വേദനിപ്പിച്ചു. 'പ്രണയം എന്റെ കൈകളേയും കാലുകളേയും ബന്ധിപ്പിക്കാത്തത് എന്തുകൊണ്ടാണ്' അയാൾ ചിന്തിച്ചു. 'പ്രണയം എന്നൊന്നില്ല. ആ അയൽക്കാരൻ എപ്പോഴും പറയാറുള്ളതുപോലെ, അവൾ ഡബ്രോവിനോടും മാർഷലിനോടും പറഞ്ഞപോലെ, അവൾ നക്ഷത്രങ്ങളെ സ്നേഹിച്ചിരുന്നു, എന്നത് സ്നേഹമേയല്ല.' നാട്ടിലെ കൃഷിയും ജോലിയും അവന്റെ മനസിലേക്ക് കയറിവന്നു. അവിടേയും സന്തോഷത്തിന്റെ ഒരംശംപോലുമുണ്ടായിരുന്നില്ല. തന്റെ വേർപാടിനെക്കുറിച്ച് അവർ ഒരുപാടുകാലം സംസാരിക്കുമോ? പക്ഷേ 'അവർ' ആരാണെന്നതിനെക്കുറിച്ച് അയാൾക്ക് നിശ്ചയമുണ്ടായിരുന്നില്ല. വേദനകൊണ്ട് മനസിനെ പുളയിച്ച മറ്റൊരു സംഭവം അയാളുടെ മനസിലേക്ക് കയറിവന്നു. അത് ടെയ്‌ലർ എം കാപ്പിലെയെക്കുറിച്ചുള്ളതായിരുന്നു. അറുനൂറ്റി എഴുപത്തിയെട്ട് റൂബിൾ കാപ്പിലെക്ക് അയാൾ കടപ്പെട്ടിരിക്കുന്നു. ഒരുവർഷംകൂടി കാത്തിരിക്കാൻ അയാൾ അഭ്യർഥിച്ചതും ടെലറുടെ മുഖത്ത് മിന്നിമറിഞ്ഞ ആശ്ചര്യവും നീരസവും അയാളുടെ മനസിലേക്ക് കടന്നുവന്നു. 'ഓ! എന്റെ ദൈവമേ, ദൈവമേ!' ദുസ്സഹമായ ചിന്തകളെ അകറ്റാൻ അയാൾ വീണ്ടും വീണ്ടും വിളിച്ചു. 'എല്ലാറ്റിനുമുപരിയായി അവൾ എന്നെ സ്നേഹിച്ചു.' യാത്രയയപ്പിൽ അവർ സംസാരിച്ച പെൺകുട്ടിയെക്കുറിച്ച് അയാൾ ഓർത്തു. അവളെ താൻ വിവാഹം കഴിച്ചിരുന്നെങ്കിൽ ഇന്ന് താൻ ഒന്നുമില്ലാത്തവനായേനെ, താൻ വാസിലേവിന് കടക്കാരനായതുപോലെ. 'അവളെ പിരിഞ്ഞതിനുശേഷം ഇന്നലെ രാത്രി വാസിലേവിനോടൊപ്പം ക്ലാസിൽവച്ച് കളിയിലേർപ്പെട്ടത് അയാളോർത്തു. മറ്റൊരു ഊഴത്തിനുവേണ്ടിയുള്ള തന്റെ നാണംകെട്ട അഭ്യർഥനയും മറ്റുള്ളവരുടെ നിരസിക്കലും. 'തന്റെ ഒരുവർഷത്തെ സമ്പാദ്യം..... എല്ലാം ആ പിശാചുക്കൾ കൊണ്ടുപോയി.' എന്നിട്ടും അവൻ തന്റെ കടങ്ങളെക്കുറിച്ച്, തിരിച്ചുകൊ

ടുക്കേണ്ടുന്ന ദിവസങ്ങളെക്കുറിച്ച്, തിരിച്ചുകൊടുക്കാനാവുന്ന ദിനങ്ങളെക്കുറിച്ച് കണക്കുകൂട്ടാൻ തുടങ്ങി. 'താൻ മെറേലിനതും അതുപോലെ തന്നെ ഷെവലിയറിനും കടപ്പെട്ടിരിക്കുന്നു.' കടങ്ങളുടെ കെണിയിലകപ്പെട്ട രാത്രി അവന്റെ മനസിലൂടെ കടന്നുപോയി. അത് പീറ്റേഴ്സ്ബർഗിലെ ഒരുകൂട്ടം ആളുകൾ സംഘടിപ്പിച്ച ഒരു പന്തയമായിരുന്നു. ഷേഷ്ക ബി– പ്രിൻസ് ഡി......, പിന്നെ ആ ഗർവനായ വയസൻ...... എങ്ങനെയാണ് ആളുകൾക്ക് ഇങ്ങനെ ആഡംബരന്മാരാവാൻ കഴിയുന്നത്. എന്ത് അർഥത്തിലാണ് അവർ അവരുടേതായ ഒരു ഗ്രൂപ്പ് രൂപീകരിക്കുന്നത്. അവർ ചക്രവർത്തിയുടെ സ്റ്റാഫിൽ ഉൾപ്പെട്ടത് കൊണ്ടായിരിക്കുമോ? മറ്റുള്ളവർ വിഡ്ഢികളാണെന്നാണ് അവരുടെ ധാരണ. പക്ഷേ അവരുടെ സൗഹൃദം ആവശ്യമില്ലെന്ന് താൻ അവർക്ക് കാണിച്ചുകൊടുത്തു. അതേ സമയം തന്നെ താൻ സാർ ചക്രവർത്തിയുടെ ഒരു കേണലും രഹസ്യം സൂക്ഷിപ്പുകാരനുമായ ഷേഷ്ക ബി–യുമായി പരിചയത്തിലാണെന്ന് കാണിച്ചുകൊണ്ട് ആൻഡ്രേസിനെ വിസ്മയിപ്പിക്കുകയും ചെയ്തു. താൻ ജിപ്സികൾക്ക് ഒരു പുതിയ പാട്ട് പഠിപ്പിച്ചുകൊടുത്തു. അത് എല്ലാവരും ശ്രദ്ധിക്കുകയും ചെയ്തു. താനൊരുപാട് വിഡ്ഢിത്തങ്ങൾ ചെയ്തെങ്കിലും താനൊരു നല്ലവനായിരിക്കുകയും ചെയ്തിട്ടുണ്ട്.'

നേരം വെളുക്കുമ്പോഴേക്കും അയാൾ മൂന്നാമത്തെ കേന്ദ്രത്തിൽ എത്തിയിരുന്നു. ചായ കഴിച്ചതിന് ശേഷം അയാൾ വന്യൂഷയുടെ കെട്ടുകളും പെട്ടികളും എടുത്തു വയ്ക്കാൻ സഹായിച്ചു. തന്റെ ലഗേജ് എവിടെയാണെന്നും തന്റെ കൈവശം എത്ര പണമുണ്ടെന്നും അവ എവിടെയാണുള്ളതെന്നും തന്റെ പാസ്പോർട്ട് എവിടെയാണെന്നും ചുങ്കം പിരിക്കുന്നേടത്ത് ഹാജരാക്കേണ്ട കടലാസുകൾ എവിടെയാണെന്നും കൃത്യമായി ഓർമയുള്ളതുകൊണ്ട് ഈ യാത്ര അയാൾക്ക് ഒരു ഉല്ലാസയാത്രയായി അനുഭവപ്പെട്ടു. രാവിലെയും ഉച്ചയ്ക്കുമെല്ലാം താൻ എത്ര കിലോമീറ്റർ സഞ്ചരിച്ചു എന്ന് അയാൾ കണക്ക് കൂട്ടിക്കൊണ്ടിരുന്നു. അടുത്ത ഘട്ടത്തിലേക്ക് എത്ര ദൂരം? അടുത്ത പട്ടണത്തിലേക്ക് എത്ര ദൂരം, അടുത്ത ഭക്ഷണപ്പുരയിലേക്ക് എത്ര ദൂരം? ചായ കഴിക്കാൻ ഇനി എത്ര ദൂരം സ്റ്റാവ്രോപോളിലേക്ക് ഇനിയെത്ര ദൂരം? മൊത്തം യാത്രയുടെ എത്ര ഭാഗം പൂർത്തിയായി? അയാൾ കണക്കുകൂട്ടിക്കൊണ്ടേയിരുന്നു. തന്റെ കൈയിൽ എത്ര പണമുണ്ട്? കടങ്ങൾ വീട്ടിക്കഴിഞ്ഞാൽ ബാക്കിയെത്ര? തന്റെ വരുമാനത്തിന്റെ എത്രഭാഗം ദിവസവും ചെലവഴിക്കുന്നു? ചായ കഴിഞ്ഞശേഷം അയാൾ ചിന്തിച്ചു 'സ്റ്റാവ്രോപോളിലേക്ക് യാത്രയുടെ പതിനൊന്നിൽ ഏഴുഭാഗം ഇനിയും ബാക്കിയാവുന്നു, കടങ്ങൾ വീട്ടാൻ ഇനിയും എഴുമാസത്തെ സമ്പാദ്യം കൂടി വേണ്ടിവരും.' അയാൾ ശരീരം മുഴുവൻ പുതച്ചുമൂടി വണ്ടിക്കുള്ളിൽ കിടന്ന്, സാവധാനം കണ്ണുകളടച്ചു. അയാളുടെ സ്വപ്നങ്ങൾ ഭാവിയെക്കുറിച്ചുള്ളതായിരുന്നില്ല. മറിച്ച് എല്ലാം കൗക്കാസസിനെ ചുറ്റിപ്പറ്റിയായിരുന്നു. അയാളുടെ സ്വപ്നങ്ങളെല്ലാം

അമാലെറ്റ്* ബെക്സിന്റെയും, സെർക്കേഷ്യൻ സ്ത്രീകളുടെയും കുന്നുകളുടെയും പാറക്കൂട്ടങ്ങളുടേയും കൂറ്റൻ തിരമാലകളുടെയും ചിത്രങ്ങൾ കൊണ്ട് നിറഞ്ഞതായിരുന്നു. അതുതന്നെ അവ്യക്തവും മങ്ങിയതുമായിരുന്നു. പക്ഷേ, പ്രശസ്തിയോടുള്ള പ്രണയവും മരണത്തിന്റെ അപായങ്ങളും ഭാവികാലത്തോടുള്ള താൽപ്പര്യത്തിന് അലങ്കാരമായി. ഇപ്പോൾ മുൻപില്ലാത്ത ധൈര്യത്തോടുകൂടിയും എല്ലാവരേയും അത്ഭുതപ്പെടുത്തുന്ന ശക്തിയോടുകൂടിയും ഒരുകൂട്ടം ഹിൽസ്മെന്നിനെ അയാൾ അതിശയിപ്പിച്ചിരിക്കുന്നു. ഇപ്പോൾ അയാളും അവരിലൊരാളായി. റഷ്യക്കാരിൽനിന്നും വ്യത്യസ്തനായി സ്വാതന്ത്ര്യം അനുഭവിക്കുന്നു. തിട്ടമായ എന്തെങ്കിലുമൊന്ന് മനസിൽ നിരൂപിക്കുമ്പോൾ ആദ്യംതന്നെ മോസ്കോ അയാളുടെ മനസിലേക്ക് കടന്നുവരുന്നു. ഷേഷ്ക റഷ്യക്കാരോട് പോരടിക്കുന്നു, അല്ലെങ്കിൽ ഹിൽസ്മെൻ അയാളോട്. കീഴടക്കിയവന്റെ വിജയത്തിൽ വിചിത്രമായ രീതിയിൽ ടെയ്‌ലർ കപേല വരെ പങ്കെടുക്കുന്നു. ഇതിനിടയ്ക്കുതന്നെ അയാൾ തന്റെ മുൻപത്തെ മാനക്കേടുകളെക്കുറിച്ച്, ചാപല്യങ്ങളെക്കുറിച്ച്, തെറ്റുകളെക്കുറിച്ച് ചിന്തിച്ചു. അയാളുടെ ഓർമകളെല്ലാം തന്നെ ശരിയായിരുന്നു. ഈ കുന്നുകളിലും വെള്ളച്ചാട്ടങ്ങളിലും കർക്കേഷ്യൻസിനിടയിലും അപകടങ്ങൾക്കിടയിലും ഇത്തരമൊന്ന് ഇനിയും സംഭവിക്കില്ല എന്നത് വളരെ വ്യക്തമായിരുന്നു. കുമ്പസാരങ്ങൾക്ക് ശേഷം അതിനൊക്കെത്തന്നെ ഒരറുതിയായിരുന്നു. ഇതിനെക്കാളെല്ലാം മധുരമുള്ള മറ്റൊരു കാഴ്ച ആ ചെറുപ്പക്കാരന്റെ ഭാവിയെക്കുറിച്ചുള്ള സകല ചിന്തകളെയും മാറ്റിമറിച്ചുകളഞ്ഞിരുന്നു—ഒരു സ്ത്രീ. മനോഹരമായ കുന്നുകൾക്കിടയിൽ ഒരു കാർക്കേഷ്യൻ അടിമയായി അവൾ പ്രത്യക്ഷപ്പെട്ടു. നീണ്ട, മെടഞ്ഞിട്ടമുടിയും, കീഴടക്കുന്ന കണ്ണുകളുമായി അയാളുടെ ഭാവനയെ അവൾ കീഴടക്കി. കുന്നുകൾക്കിടയിലെ അവളുടെ കുടിൽ അയാളുടെ മനസ്സ് പിടിച്ചെടുത്തു. കുടിലിന്റെ വാതിൽപ്പടിയിൽ തന്നെയും കാത്തു നിൽക്കുന്ന അവൾ, ക്ഷീണിച്ച് പൊടിയിലും വിയർപ്പിലും കുതിർന്ന് വിജയശ്രീലാളിതനായി അവൾക്കുവേണ്ടി തിരിച്ചെത്തുന്ന അയാൾ. അയാൾ അവളുടെ ചുംബനങ്ങളെക്കുറിച്ചും ചുമലുകളെക്കുറിച്ചും മധുരതരമായ ശബ്ദത്തെക്കുറിച്ചും ബോധവാനായിരുന്നു. അവൾക്ക് മാന്ത്രികസൗന്ദര്യമാണ്. പക്ഷേ, അത് വന്യവും പരുക്കനുമായ നിരക്ഷരതയുടേതാണ്. അവൾ തന്ത്രശാലിയും അനുഗൃഹീതയും ആവശ്യമുള്ള അറിവിനെ പെട്ടെന്നു തന്നെ സ്വാംശീകരിക്കാൻ കഴിയുന്നവളും ആണ്. എന്തുകൊണ്ട് ആവില്ല? അവൾക്ക് അനായാസം വിദേശഭാഷകൾ പഠിക്കാനാവും. ഫ്രഞ്ച് കൃതികൾ വായിക്കാനും മനഃസിലാക്കാനുമാവും. ഉദാഹരണമായി നോട്രേ–ഡാം–ഡി–പാരീസ് അവളെ ആഹ്ലാദിപ്പിക്കും തീർച്ച. അവൾക്ക് ഫ്രഞ്ച് സംസാരി

---

* *അമാലെറ്റ് ബെക്സ് – ബെസ്റ്റുഷേവ് മാർട്ടിൻസ്കിയുടെ നാടകത്തിലെ ഒരു കഥാപാത്രം.*

ക്കാനാവും. ഒരു സ്വീകരണമുറിയിൽ ഒരു ഉന്നതകുലജാതയെക്കാൾ മാന മായി പെരുമാറാൻ അവൾക്ക് കഴിയും. അവൾക്ക് മനോഹരമായും വികാ രതീവ്രതയോടെയും പാട്ട് പാടാനാകും..... 'ഛെ! എന്തൊരു വിഡ്ഢിത്തം' അയാൾ സ്വയംപറഞ്ഞു. അപ്പോഴേക്കും അവർ മറ്റൊരു കേന്ദ്രത്തിൽ എത്തിയിരുന്നു. അവിടെ അയാൾക്ക് തന്റെ വണ്ടി മാറിക്കയറേണ്ടതുണ്ട്. അതുപോലെതന്നെ, തന്നെ ഇവിടംവരെയെത്തിച്ചയാൾക്ക് കൂലിയും നൽകണം. എന്നാൽ വീണ്ടും ആ വിഡ്ഢിത്തം അയാളുടെ മനസിലേക്ക് കയറിവന്നു. സുന്ദരിയായ കാർക്കേഷ്യൻ, വിസ്മയം, എയ്ഡ്-ഡി-ക്യാമ്പ് ആയി റഷ്യയിലേക്കുള്ള തന്റെ തിരിച്ചുവരവ്, പിന്നെ സുന്ദരി യായ ഒരു ഭാര്യ, എല്ലാം അയാളുടെ ഭാവനയിൽ തത്തിക്കളിച്ചു. 'പക്ഷേ സ്നേഹം എന്നൊന്നില്ല.' അയാൾ സ്വയം പറഞ്ഞു. 'പ്രശസ്തി വിഡ്ഢി ത്തമാണ്. പക്ഷേ ആ അറുനൂറ്റി എഴുപത്തെട്ട് റൂബിൾ? ...... പിന്നെ ഒരു ജീവിതകാലത്ത് വേണ്ടതിനേക്കാൾ ഘനം നേടിത്തരാൻ കഴിയുന്ന കീഴ ടക്കപ്പെട്ട ആ ഭൂമി? ആ ധനം മുഴുവൻ താൻ തന്നെ കൈവശംവെക്കു ന്നത് എന്തായാലും ശരിയല്ല. താനത് വിതരണം ചെയ്യണം. പക്ഷെ ആർക്ക്? അറുനൂറ്റി എഴുപത്തെട്ട് റൂബിൾസ് കപ്പേലയ്ക്ക് കൊടുക്കണം ബാക്കി പിന്നീട് ആലോചിക്കാം.' അവ്യക്തതയുടെ മേഘങ്ങൾ അദ്ദേ ഹത്തിന്റെ മനസിനെ മൂടി. വനൂഷയുടെ ശബ്ദവും വണ്ടിയുടെ ചല നവും അദ്ദേഹത്തിന്റെ ഉറക്കത്തെ തടസപ്പെടുത്തി.

അടുത്തഘട്ടത്തിൽ അലസമായി അദ്ദേഹം മറ്റൊരു വണ്ടിയിൽ തന്റെ യാത്ര തുടർന്നു. അടുത്ത പ്രഭാതത്തിലും കാര്യമായ മാറ്റങ്ങ ളൊന്നും ഉണ്ടായില്ല. ഒരേപോലെയുള്ള കേന്ദ്രങ്ങൾ ചായ, കുതിരക ളുടെ ചലനങ്ങൾ, ഇടയ്ക്ക് സംഭവിക്കുന്ന വന്യൂഷയുമായുള്ള ചെറു സംഭാഷണങ്ങൾ, മുൻപത്തേതുപോലെ തന്നെയുള്ള അവ്യക്തമായ സ്വപ്നങ്ങൾ, രാത്രിയുറക്കം..... എല്ലാം ഒരേപോലെ.

മൂന്ന്

സെൻട്രൽ റഷ്യയിൽനിന്ന് അകലേക്ക് യാത്രയാവുന്നതിനനുസ രിച്ച് തന്റെ ചിന്തകളെ ഒലെനിൻ പിറകിലേക്ക് തള്ളിക്കൊണ്ടിരുന്നു. കൗക്കാസസിനടുത്തെത്തുമ്പോൾ അദ്ദേഹത്തിന്റെ ഹൃദയം തരളമായി ക്കൊണ്ടിരുന്നു. 'ഞാനിനി നല്ലതിന് വേണ്ടിയായിരിക്കും ജീവിക്കുക', ഈ കാണുന്ന ജനത ഒരു ജനതയേ അല്ല, ഇവരിലാർക്കും എന്നെ അറി യില്ല. മാത്രമല്ല ഞാൻ ജീവിച്ച മോസ്കോ സമൂഹത്തിൽ കടന്നുവരാനോ എന്റെ ഭൂതകാലം കണ്ടെത്താനോ ഇവർക്കാർക്കും തന്നെ കഴിയില്ല. ആ സമൂഹത്തിലെ ഒരാൾക്കുപോലും അറിയില്ല ഞാൻ അവിടെ എങ്ങനെ ജീവിച്ചിരുന്നു എന്ന്. റോഡിൽക്കണ്ട പരുക്കൻ ആളുകളിൽ നിന്ന് പുതിയ ഒരു സ്വാതന്ത്ര്യത്തിന്റെ അനുഭൂതി അയാളിലേക്ക് സംക്ര മിച്ചു. സംസ്കാരത്തിന്റെ ചിഹ്നങ്ങൾ കുറഞ്ഞതും കൂടുതൽ പരുക്കന്മാരു

മായ ആളുകളിൽ നിന്ന് കൂടുതൽ സ്വാതന്ത്ര്യം അയാൾ അനുഭവിച്ചു. അദ്ദേഹത്തിനു കടന്നുപോകാനുണ്ടായിരുന്ന സ്റ്റാവ്രോപോൾ അദ്ദേഹത്തെ അലോസരപ്പെടുത്തി. ഫ്രഞ്ച് ഭാഷയിൽ എഴുതിയ ചൂണ്ടുപലകകൾ വാഹനങ്ങളിൽ ഇരിക്കുന്ന സ്ത്രീകൾ, ചന്തകളിൽ നിർത്തിയിട്ട വാഹനങ്ങൾ, ഭൗലിവാർഡിൽനിന്ന് യാത്രക്കാരെ തുറിച്ചുനോക്കുന്ന, നീളൻ രോമക്കുപ്പായവും തൊപ്പിയും ധരിച്ച മാന്യൻ, എല്ലാം അയാളെ അലോസരപ്പെടുത്തുന്നു. 'ചിലപ്പോൾ ഈ ആളുകൾക്ക് എന്റെ ചില പരിചയക്കാരെ അറിയുമായിരിക്കും' അയാൾ ചിന്തിച്ചു. ക്ലബ്, ടെയ്‌ലർ, കാർഡ്സ്.... എല്ലാം അയാളുടെ മനസിലേക്ക് കടന്നുവന്നു. പക്ഷേ, സ്റ്റാവ്രോപോളിന് ശേഷം എല്ലാം സംതൃപ്തി നൽകുന്നതായിരുന്നു. വന്യവും മനോഹരവും യുദ്ധതുല്യവും. ഒലെനിൻ കൂടുതൽ കൂടുതൽ സന്തോഷവാനായി. എല്ലാ കൊസാക്കുകളും പോസ്റ്റ്ബോക്സും പോസ്റ്റ് സ്റ്റേഷൻമാസ്റ്റർമാരും വളരെ സരളരായി കാണപ്പെട്ടു. തങ്ങളുടെ വർഗത്തെക്കുറിച്ച് ചിന്തിക്കാതെ അവർ അയാളോട് സംസാരിച്ചു. എല്ലാവരും മനുഷ്യൻ എന്ന ഏകജാതിയിലുള്ളവരാണെന്ന ഭാവത്തിൽ അയാളോട് സൗഹൃദത്തോടെ പെരുമാറി.

ഡോൺകൊസാക്സ് പ്രവിശ്യയിൽ എത്തിയപ്പോൾ അയാൾ യാത്ര കുതിരവണ്ടിയിലാക്കി. സ്റ്റാവ്രോപോളിന് ശേഷം ചൂടുകാലാവസ്ഥയായതിനാൽ അദ്ദേഹം രോമക്കുപ്പായം ധരിക്കാതെയാണ് യാത്ര ചെയ്തത്. അത് വസന്തകാലമായിരുന്നു. ഒലെനിന് അപ്രതീക്ഷിതവും സന്തോഷം നൽകുന്നതുമായ ഒരു വസന്തകാലം. രാത്രികാലങ്ങളിൽ കൊസാക്ക് വില്ലേജുകൾ വിട്ടുപോകാൻ അയാൾക്ക് പറ്റുമായിരുന്നില്ല. വന്യൂഷയ്ക്ക് ചില അസൗകര്യങ്ങൾ അനുഭവപ്പെട്ടുതുടങ്ങിയിരുന്നു. അതുകൊണ്ട് അവർ ഒരു നിറതോക്ക് വണ്ടിയിൽ കരുതിയിരുന്നു. ഒലെനിൻ അപ്പോഴും സന്തോഷവാനായിരുന്നു. ഒരു പോസ്റ്റ്സ്റ്റേഷനിൽ എത്തിയപ്പോൾ സ്റ്റേഷൻമാസ്റ്റർ ഈയിടെ റോഡിൽ നടന്ന ഒരു ഭീകരമായ കൊലപാതകത്തെക്കുറിച്ച് അവരോട് പറഞ്ഞു. അവർ ആയുധധാരികളായ ആളുകളെ കാണാൻ തുടങ്ങി. 'ഇവിടെയാണ് അത് തുടങ്ങുന്നത്' ഒലെനിൻ മനസിൽ പറഞ്ഞു. പലപ്പോഴും പറഞ്ഞ കേട്ടിട്ടുള്ള മഞ്ഞുമലകൾ കാണാൻ അദ്ദേഹം പ്രതീക്ഷയോടെയിരുന്നു. ഒരിക്കൽ, ഒരു വൈകുന്നേരം, വണ്ടിക്കാരൻ തന്റെ കൈയിലുണ്ടായിരുന്ന വടി ചൂണ്ടിക്കൊണ്ട് മഞ്ഞുമൂടിയ മലനിരകൾ കാണിച്ചുതന്നു. ഒലെനിൻ വളരെ ആകാംക്ഷയോടെ നോക്കി. പക്ഷേ, അവ മഞ്ഞുമൂടിയതിനാൽ ദൃശ്യമായിരുന്നില്ല. ചാരവും വെളുപ്പും കലർന്ന ചില ദൃശ്യങ്ങൾ അയാൾക്ക് ആസ്വദിക്കാനായി. പക്ഷേ, മഞ്ഞുമലകൾ അയാൾക്ക് ഒരുപോലെ അനുഭവപ്പെട്ടു. തനിക്ക് പറഞ്ഞുതന്നിട്ടുള്ള മഞ്ഞുമലകളുടെ പ്രത്യേകമായ സൗന്ദര്യം അയാൾ ഓർത്തു. ബെക്കിന്റെ സംഗീതത്തെയും തനിക്ക് വിശ്വാസമില്ലാത്ത സ്ത്രീകളുടെ സൗന്ദര്യത്തെയുംകുറിച്ച് അയാൾ ഓർത്തു. അതുകൊണ്ട് കുന്നുകളുടെ ഭാഗത്തേക്കുള്ള നോട്ടം അയാൾ പിൻവലിച്ചു. പിറ്റേന്ന് രാവിലെ, ശുദ്ധവായുവിന്റെ തഴുകലേറ്റ് ഉണർന്ന അയാൾ വലതുഭാഗ

ത്തേക്ക് നോക്കി. പ്രഭാതം ശാന്തവും വ്യക്തവുമായിരുന്നു. ആദ്യത്തെ നോട്ടത്തിൽ തന്നെ തന്റെ വളരെയടുത്തായി ആകാശംമുട്ടെ നിൽക്കുന്ന കുന്നിൻനിരകളെ അദ്ദേഹം കണ്ടു. കുന്നിന്റെയും ആകാശത്തിന്റെയും തന്റെയും തമ്മിലുള്ള ദൂരം തിരിച്ചറിഞ്ഞുകഴിഞ്ഞപ്പോൾ, ആ അനന്തസൗന്ദര്യം അനുഭവിച്ചുകഴിഞ്ഞപ്പോൾ അയാൾക്ക് അതൊരു സ്വപ്നമാണോ യാഥാർഥ്യമാണോ എന്ന് സംശയമുണ്ടായി. സ്വയം ഉണർത്താനായി അദ്ദേഹം തല ഒന്ന് കുടഞ്ഞു. പക്ഷേ, കുന്ന് അവിടെത്തന്നെയുണ്ടായിരുന്നു.

"അതെന്താണ്! അതെന്താണ്!" അയാൾ ഡ്രൈവറോട് ചോദിച്ചു.
"കുന്നുകൾ' ഡ്രൈവർ നിസ്സംഗഭാവത്തിൽ പറഞ്ഞു.

"ഞാനും ഇത് കാണാൻ ഒരുപാട് നാളായി ആഗ്രഹിക്കുന്നു" വന്യൂഷ പറഞ്ഞു.

മൂന്നു കുതിരകളെ പൂട്ടിയ വണ്ടിയുടെ വേഗത, കുന്നുകൾ ചക്രവാളത്തിന് സമാന്തരമായി ഓടുന്ന ഒരനുഭവമുണ്ടാക്കിയ അവയുടെ റോസ് നിറമുള്ള മുകൾഭാഗം ഉദയസൂര്യന്റെ കിരണങ്ങൾ തട്ടി തിളങ്ങുന്നുണ്ടായിരുന്നു. ആദ്യം ഒലെനിൻ ആ ദൃശ്യത്തിൽ അത്ഭുതപ്പെട്ട് മതിമറക്കുകയായിരുന്നു, പിന്നീട് അത് സന്തോഷമായി മാറി: പിന്നീട് കറുത്ത മറ്റ് കുന്നുകളിൽനിന്നും ഉയർന്നു നിൽക്കാതെ, സമതലത്തിന് സമാന്തരമായി ദൂരത്തേക്ക് തെന്നിമാറി നിൽക്കുന്ന മഞ്ഞ് മലകളെ സൂക്ഷ്മമായി നിരീക്ഷിച്ചപ്പോൾ, അതിന്റെ സൗന്ദര്യത്തിൽ അയാൾ ആകൃഷ്ടനായിമാറി. അതിനുശേഷം അയാൾ കണ്ടതും ചിന്തിച്ചതും അനുഭവിച്ചതും നേടിയതുമല്ലാം പുതിയ രൂപത്തിലും പർവതനിരകൾപോലെ രാജകീയവുമായിരുന്നു. മോസ്കോ അവശിഷ്ടങ്ങളായ ലജ്ജ, കൗക്കാസസിനെക്കുറിച്ചുള്ള നിസ്സാരമായ സ്വപ്നങ്ങൾ, പശ്ചാത്താപം, എല്ലാം അയാളിൽനിന്ന് അപ്രത്യക്ഷമായി. അവയൊന്നും പിന്നീട് അയാളിൽ തിരിച്ചുവന്നില്ല. 'ഇപ്പോൾ അത് തുടങ്ങി' ദൂരെ റോഡ് ദൃശ്യമായി. കൊസാക്ക് ഗ്രാമം ജനങ്ങൾ എല്ലാം ഗൗരവമുള്ളതായിരുന്നു. അയാൾ തന്നിലേക്കുതന്നെ നോക്കി; പിന്നീട് മലനിരകളെക്കുറിച്ച് ചിന്തിച്ചു...... രണ്ട് കൊസാക്കുകൾ കടന്നുപോയി, ഉറയിലിരുന്ന അവരുടെ തോക്കുകൾ താളാത്മകമായി ചലിച്ചുകൊണ്ടിരുന്നു. അവരുടെ കുതിരകളുടെ വെളുത്ത നഗ്നപാദങ്ങൾ ദ്രുതമായി ചലിച്ചുകൊണ്ടിരുന്നു...... ടെറക്കിനപ്പുറത്ത് ഒരു ടാർട്ടാർ ഗ്രാമത്തിൽനിന്നും പുകയുയർന്നുകൊണ്ടിരുന്നു. പുല്ലുകൾക്കപ്പുറത്ത് ടെറക്കിൻ മുകളിൽ സൂര്യൻ ഉദിച്ച് തിളങ്ങിക്കൊണ്ടിരുന്നു. ഗ്രാമത്തിൽ നിന്നും വന്ന ഒരു വാഗണും സുന്ദരിയായ ഒരു യുവതിയും കടന്നുപോയി. അബ്രെക്ക്സ്* സൈ്വരവിഹാരം നടത്തുന്നിടം. പക്ഷേ, താൻ നിർഭയനായി ഇതിലൂടെ യാത്രചെയ്യുന്നു. തന്റെ കൈവശം തോക്കുണ്ട്, തനിക്ക് ശക്തിയുണ്ട്, യുവത്വമുണ്ട്, തനിക്ക് പിറകിൽ കുന്നുകളും.

---

* *അബ്രെക്ക്സ്: റഷ്യൻ തീരങ്ങളിലേക്ക് കടന്ന് കൊള്ളയടിക്കുന്ന ചെചൽസ്.*

നാല്

ഏകദേശം അൻപത് മൈലുകളോളം വ്യാപിച്ചു കിടക്കുന്ന ടെറക്ക് ലൈനിൽ ഭൂപ്രദേശങ്ങളും നിവാസികളുമെല്ലാം ഒരുപോലെ കാണപ്പെട്ടു. കൊസാക്കുകളെ ഗിരിവർഗക്കാരിൽനിന്നും വേർതിരിക്കുന്ന ടെറക്ക് താഴ്ന്നു കിടക്കുന്ന വലതുവശത്തെ തീരത്ത് ചാരനിറത്തിലുള്ള മണ്ണ് നിക്ഷേപിക്കുകയും ഉയർന്നുകിടക്കുന്ന ഇടതു വശത്തെ തീരത്തുനിന്നും മണ്ണും ഓക്ക് മരങ്ങളെത്തന്നെയും ഒഴുക്കിക്കൊണ്ട് പോറുകയും ചെയ്യുന്നു. ടെറക്കിന്റെ വലതുവശത്താണ് ടാർട്ടാറുകളുടെ ഗ്രാമങ്ങൾ സ്ഥിതിചെയ്യുന്നത്. ഇടതുഭാഗത്ത് നദിയിൽനിന്നും അരമൈൽ മാറി അഞ്ചും ആറും മൈലുകൾ ഇടവിട്ടുമാണ് കൊസാക്ക് ഗ്രാമങ്ങൾ സ്ഥിതി ചെയ്യുന്നത്. ഈ ഗ്രാമങ്ങളിൽ ഭൂരിഭാഗവും മുൻപ് നദിയുടെ തീരത്തുതന്നെയായിരുന്നു സ്ഥിതിചെയ്തിരുന്നത്. ടെറക്ക് മലനിരകളിൽനിന്നും വടക്കോട്ട് മാറിയൊഴുകാൻ തുടങ്ങിയപ്പോൾ തീരത്ത് തലയുയർത്തി നിന്നിരുന്ന ഗ്രാമങ്ങൾ ശോഷിച്ച് ശോഷിച്ച് ഇപ്പോൾ അവ അവശിഷ്ടങ്ങൾ മാത്രമായി മാറിയ കാട്ടുവള്ളികളും കുറ്റിച്ചെടികളും മാത്രം. ഇപ്പോൾ ഇവിടെ ആരും താമസിക്കുന്നില്ല. മാനുകളുടെയും ചെന്നായ്ക്കളുടെയും ഈ പ്രദേശത്തെ സ്നേഹിക്കാൻ പഠിച്ച മറ്റ് ജീവികളുടെയും കാലടിപ്പാടുകൾ മാത്രം. ഒരു ഗ്രാമത്തിൽനിന്നും മറ്റൊന്നിലേക്ക് കാട്ടിലൂടെ വെട്ടിയുണ്ടാക്കിയ പാത കാണാം. പാതയോരത്തായി കൊസാക്കുകളും നിയമപാലകരുടെ കാവൽമാടങ്ങളും കാണാം. ഇവിടെ എഴുന്നൂറ് അടി വീതിയിലുള്ള ഫലഭൂയിഷ്ഠമായ ഭൂമി. കൊസാക്കുകൾക്ക് സ്വന്തം. ഇതിന്റെ വടക്കേ അതിർത്തി നോഗേയുടേതോ മോസ്ഡോക്കിക്കിന്റെയോ മണൽത്തിട്ടകളാണ്. ഇത് നീളുന്നത് ട്രഷ്മെൻ, ആസ്ട്രാകാൻ, കിർഗിസ്-കെയ്സാട്ട്സ്ക്‌വരേയും. തെക്കുഭാഗം ടെറക്കിന് അപ്പുറത്ത് ചെചെനിയൻ നദിവരെയും കോച്ച്കലോവ് റെയ്ഞ്ച്, ബ്ലാക്ക് മൗണ്ടെയ്ൻസ്, അവസാനം തിട്ടപ്പെടുത്താൻ കഴിയാത്ത, കാണാൻ മാത്രം കഴിയുന്ന മഞ്ഞുമലകൾവരെയും. ഈ ഫലഭൂയിഷ്ഠമായ, വൃക്ഷലതാദികൾകൊണ്ട് സമ്പന്നമായ പ്രദേശത്താണ് ഗ്രഹൻഡ് കൊസാക്സ് എന്നറിയപ്പെടുന്ന ഓൾഡ് ബിലീവേഴ്സ് ആയ റഷ്യൻ വംശജർ ജീവിച്ചിരുന്നത്.

വർഷങ്ങൾക്ക് മുൻപ് ഇവരുടെ ഓൾഡ് ബിലീവർ പിതാമഹന്മാർ റഷ്യയിൽനിന്ന് പലായനംചെയ്ത് ടെറക്കിനിപ്പുറത്ത് ചെചെനിയയുടെ ആദ്യത്തെ മലനിരയായ ഗ്രെബനിൽ താമസമാക്കി. റഷ്യൻഭാഷയും സംസ്കാരവും പരിശുദ്ധി നഷ്ടപ്പെടാതെ കാത്തുസൂക്ഷിച്ചുകൊണ്ടുതന്നെ ഇവർ ചെചെനിയൻ സ്ത്രീകളെ വിവാഹം ചെയ്യുകയും അവരുടെ രീതികളും ആചാരങ്ങളും സ്വീകരിക്കുകയുംചെയ്തു. ഇപ്പോഴും അവർ വിശ്വസിച്ചിരുന്നത്, സാർ ഇവാൻ ദ ടെറിബിൾ ടെറക്കിൽ വരികയും നദിയുടെ ഈ ഭാഗം അവർക്ക് കൊടുക്കുകയും റഷ്യക്കാരുമായി

സൗഹൃദം സ്ഥാപിക്കുകയും അതേസമയം അവരുടെ വിശ്വാസപ്രമാണങ്ങളിൽ ഒരിക്കലും കൈകടത്തുകയോ മറ്റ് വിശ്വാസങ്ങൾ അടിച്ചേൽപ്പിക്കുകയോ ചെയ്യരുതെന്ന് നിഷ്കർഷിക്കുകയും ചെയ്തു എന്നാണ്. ഇപ്പോഴും കൊസാക്ക് കുടുംബങ്ങൾ ചെചെനിയയുമായി ബന്ധം പുലർത്തുന്നു. സൗഹൃദം സ്ഥാപിക്കുന്നു. റഷ്യൻ സ്വാധീനത്തിന്റെ അപകടമായി കാണാവുന്നത് തിരഞ്ഞെടുപ്പുകളിലെ ഇടപെടൽ, പള്ളിമണികൾ പിടിച്ചെടുക്കൽ, പിന്നെ ഗ്രാമത്തിലൂടെ മാർച്ചുചെയ്തു പോവുന്ന പട്ടാളം എന്നിവയാണ്. ഒരു കൊസാക്ക് തന്റെ കുടിലിനെ പുകയിലപ്പുകയാൽ മലീമസമാക്കിയവനോടുള്ളതിനെക്കാൾ കുറഞ്ഞ വിദ്വേഷമേ ഒരു ഗിരിവർഗക്കാരനായ സിജിറ്റിനോട്,* അയാൾ തന്റെ സഹോദരനെ വധിച്ചവനായാൽപ്പോലും, കാണിക്കാൻപാടുള്ളൂ. കൊസാക്കിന്റെ സംഹിതയനുസരിച്ച് ഒരാൾ ഗിരിവർഗക്കാരനായ ശത്രുവിനെ സ്നേഹിക്കുകയും, തന്റെ കണ്ണിൽ വിദേശിയും വിധ്വംസകനുമായി ഒരു പട്ടാളക്കാരനെ വെറുക്കുകയും വേണം. കൊസാക്കിന്റെ കാഴ്ചപ്പാടിൽ ഒരു റഷ്യൻ കൃഷിക്കാരൻ ഒരു വിദേശിയും അപരിഷ്കൃതനും നികൃഷ്ടനും അവജ്ഞയോടെ കൊസാക്കുകാർ 'വൂൾ ബീറ്റേഴ്സ് എന്ന് വിളിക്കുന്ന ഉക്രേനിയൻ കുടിയേറ്റക്കാരനു തുല്യനും തൊഴിൽ തേടിവന്ന വഴിവാണിഭക്കാർക്ക് സമാനനും ആണ്. 'നന്നായി വസ്ത്രം ധരിച്ചവൻ' എന്നാൽ കാർക്കാഷ്യക്കാരനെപ്പോലെ വസ്ത്രം ധരിച്ചവൻ എന്നാണ്. നല്ല ആയുധങ്ങൾ അവർക്ക് കിട്ടിയത് അവരിൽനിന്നാണ്. നല്ല കുതിരകളെ അവർ വാങ്ങിക്കുകയും മോഷ്ടിക്കുകയും ചെയ്യുന്നതും അവരിൽ നിന്നുതന്നെ. ഒരു ചെറുപ്പക്കാരനായ കൊസാക്ക് എപ്പോഴും ടാർട്ടാറിനെക്കുറിച്ചുള്ള തന്റെ അറിവ് പ്രദർശിപ്പിക്കാൻ വെമ്പൽകൊള്ളുന്നു. മദ്യപിക്കുമ്പോഴാണെങ്കിൽ തന്റെ സുഹൃത്തിനോടുപോലും. ഇങ്ങനെയൊക്കെയാണെങ്കിലും ഈ ചെറിയ ക്രിസ്ത്യൻ സമൂഹം അർധപരിഷ്കൃതരായ മുഹമ്മദീയന്മാരാലും പട്ടാളക്കാരാലും ചുറ്റപ്പെട്ട്, സ്വയം പരിഷ്കൃതരെന്ന് അവകാശപ്പെട്ട്, തങ്ങളും മനുഷ്യരാണെന്ന് മാത്രം അവകാശപ്പെട്ട് ഭൂമിയുടെ ഈ ചെറിയ മൂലയിൽ താമസിച്ചുപോന്നു. കൊസാക്കുകൾ തങ്ങളുടെ സമയം നായാടലിനും മത്സ്യബന്ധനത്തിനും പ്രതിരോധത്തിനും മറ്റ് ജോലികൾക്കുമായി ചെലവഴിച്ചു. അവർ എപ്പോഴും ഗ്രാമത്തിനുപുറത്ത് ജോലി ചെയ്തു. 'ഗ്രാമത്തിലായിരിക്കുക' എന്നാൽ 'അവധി ആഘോഷിക്കുക' എന്നാണുദ്ദേശിക്കുന്നത്. അവർക്കുവേണ്ട വീഞ്ഞ് അവർ തന്നെയാണ് നിർമിക്കുന്നത്. എന്നാൽ മദ്യപാനം മതനിഷേധംപോലെയുള്ള ആചാരമായിരുന്നില്ല. സ്ത്രീകളെ തങ്ങളുടെ ക്ഷേമത്തിനുവേണ്ടിയുള്ള ഉപകരണങ്ങളായിട്ടാണ് കൊസാക്കുകൾ കണ്ടിരുന്നത്. സ്വയം ആഹ്ലാദം കണ്ടെത്താൻ അവിവാഹിതകൾക്കേ അവകാ

* *സിജിറ്റ് (dzighit) ഇന്ത്യാക്കാരനിലെ ഒരു ധീരന് തുല്യമാണ് ചെചനിയക്കാർക്ക് ഒരു സിജിറ്റ്*

ശമുണ്ടായിരുന്നുള്ളൂ. വിവാഹിതയായ ഒരു സ്ത്രീ യുവത്വം മുതൽ വൃദ്ധയാകുന്നത് വരെ തന്റെ ഭർത്താവിന് വേണ്ടി ജോലി ചെയ്യണമായിരുന്നു. ഭാര്യ എന്നാൽ കീഴടങ്ങേണ്ടവളും ജോലി ചെയ്യേണ്ടവളുമായിരുന്നു. ഇതുകൊണ്ടുതന്നെ സ്ത്രീകൾ മാനസികമായും ശാരീരികമായും ശക്തി പ്രാപിച്ചു. കൊസാക്കിലെ സ്ത്രീകൾ ഇതുകൊണ്ടുതന്നെ പാശ്ചാത്യ രാജ്യങ്ങളിലുള്ളതിലേക്കാൾ കുടുംബത്തിൽ സ്വാധീനമുള്ളവരും പ്രാധാന്യമുള്ളവരുമായിത്തീർന്നു. പൊതുജീവിതത്തിൽ നിന്ന് ഒഴിവാക്കി നിർത്തിയതിനാലും പുരുഷന്മാർ ചെയ്യേണ്ടുന്ന ഭാരിച്ച ജോലികൾ ചെയ്യാൻ നിർബന്ധിക്കപ്പെട്ടതിനാലും കുടുംബത്തിൽ അവരുടെ പ്രാധാന്യവും ശക്തിയും വർധിച്ചുവന്നു. അപരിചിതരുടെ മുന്നിൽ ഭാര്യയോട് സ്നേഹപൂർവമായും ആവശ്യമില്ലാതെയും സംസാരിക്കുന്നത് അനുചിതമായി കണക്കാക്കിയ കൊസാക്കുകാർ, സ്വകാര്യതയിൽ അവളുടെ ഉൽകൃഷ്ടത അംഗീകരിച്ചിരുന്നു. ഓരോ കൊസാക്കുകാരന്റെയും വീടും സമ്പത്തും തറവാടും രൂപപ്പെടുന്നതും സംരക്ഷിക്കപ്പെടുന്നതും അയാളുടെ ഭാര്യയുടെ കഠിനമായ ജോലിയിലൂടെയും ശ്രദ്ധയിലൂടെയുമാണ്. തൊഴിലെടുക്കേണ്ടത് സ്ത്രീയുടെയോ നോഗേയ് തൊഴിലാളിയുടെയൊ കടമയാണെന്ന രീതിയിൽ തൊഴിലിനെ തരംതാഴ്ത്തിയെങ്കിലും താൻ ഉപയോഗിക്കുന്നതോ തന്റേതെന്ന് വിളിക്കുന്നതോ ആയ എല്ലാം ഇവരുടെ കഠിനാധ്വാനത്തിന്റേതാണെന്നും താൻ അടിമയായി കണക്കാക്കുന്ന സ്ത്രീ (അമ്മയോ ഭാര്യയോ) യുടെ ശക്തിയാണെന്നും ഓരോ കൊസാക്കുകാരനും തിരിച്ചറിഞ്ഞിരുന്നു. പുരുഷൻ ചെയ്യുന്ന ജോലികൾ സ്ഥിരമായി ചെയ്യുന്നതുകൊണ്ടും തന്റെ മുതുകിൽ വന്നുവീഴുന്ന ഉത്തരവാദിത്വങ്ങൾകൊണ്ടും ഓരോ ഗ്രബൻസ്കൻ സ്ത്രീയിലും ഒരു പ്രത്യേക തരം പുരുഷസ്വഭാവം വളർന്നുവന്നിരുന്നു. അവർ കായികക്ഷമതയും വിവേകവും ദൃഢതയുമുള്ളവരായിത്തീർന്നു. സ്ത്രീകൾ പുരുഷന്മാരേക്കാൾ ബുദ്ധിയുള്ളവരും സൗന്ദര്യമുള്ളവരുമായിത്തീർന്നു. കാർക്കാഷ്യൻ രൂപത്തിലുള്ള മുഖവും വടക്കൻ സ്ത്രീയുടെ ശരീരവുമായിരുന്നു എന്നതാണ് ഗ്രബൻസ്കൻ സ്ത്രീകളുടെ സൗന്ദര്യത്തിന്റെ ഒരു സവിശേഷത. കൊസാകൻ സ്ത്രീകൾ ധരിച്ചിരുന്നത് കാർക്കാഷ്യൻ വസ്ത്രമായിരുന്നു. ടാർട്ടാർ മേൽക്കുപ്പായം, ബെഷ്മെറ്റ്,* മൃദുലമായ ചെരിപ്പുകൾ–പക്ഷേ അവർ റഷ്യൻ സ്റ്റൈലിൽ തൂവാല തലയിൽകെട്ടിയിരുന്നു. ഉത്സാഹം, വൃത്തി, വസ്ത്രധാരണത്തിലും, കുടിലുകൾ ഒരുക്കിവെക്കുന്നതിനുള്ള മാന്യത തുടങ്ങിയവ അവരുടെ ആചാരവും ആവശ്യവുമായിരുന്നു. പുരുഷന്മാരുമായുള്ള ബന്ധത്തിൽ പ്രത്യേകിച്ച് അവിവാഹിതകൾ പൂർണ സ്വാതന്ത്ര്യം അനുഭവിച്ചിരുന്നു.

---

* *ബെഷ്മെറ്റ്: നീളൻ കൈകളോട് കൂടിയ ഒരു ടാർട്ടർ വസ്ത്രം*

ഗ്രബൻസ് കസാക്കിന്റെ ഹൃദയം എന്ന് വിശേഷിപ്പിക്കാവുന്നത് നൊവോംലിൻസ് എന്ന ഗ്രാമമായിരുന്നു. മറ്റുള്ള പ്രദേശങ്ങളെ അപേക്ഷിച്ച് ഈ ഗ്രാമം പഴയ ഗ്രെബൻസ് ജനതയുടെ ആചാരങ്ങൾ പാലിച്ചുപോന്നു. ഇവിടത്തെ സ്ത്രീകളുടെ സൗന്ദര്യം കൗക്കാസസിലുടനീളം കാലങ്ങളായി പുകൾപെറ്റതായിരുന്നു. പഴത്തോട്ടങ്ങളും തണ്ണിമത്തനും മുന്തിരികൃഷിയുമായിരുന്നു കൊസാക്കുകാരുടെ ജീവിതോപാധി. കൂടാതെ മത്സ്യബന്ധനം നായാട്ട് ചോളംകൃഷി തുടങ്ങിയവയും ഇവർ നടത്തിയിരുന്നു. കൊടുംകാട്ടിൽനിന്നും വേർതിരിച്ച ടെറക്കിൽനിന്നും ഏകദേശം രണ്ടരമൈൽ അകലെയായിരുന്നു നൊവോംലിൻസ് സ്ഥിതി ചെയ്തിരുന്നത്. ഗ്രാമത്തിലൂടെ കടന്നുപോകുന്ന റോഡിന്റെ ഒരുവശം നദിയും മറുവശം മുന്തിരിത്തോട്ടവും മറ്റ് കൃഷിയിടങ്ങളുമായിരുന്നു. അതിനപ്പുറത്തായി നോഗീ പുൽമേടുകൾ. ഗ്രാമം മൺത്തിട്ടകൾകൊണ്ടും മുൾച്ചെടികൾകൊണ്ടും ചുറ്റപ്പെട്ടതായിരുന്നു. ഗ്രാമത്തിലേക്ക് കടക്കാൻ രണ്ടുവലിയ തൂണുകളിൽ ഉറപ്പിച്ച കവാടങ്ങൾ ഉണ്ടായിരുന്നു. കവാടത്തിന്റെ ഇരുവശങ്ങളിലായി വർഷങ്ങളായി ഉപയോഗിക്കാത്ത പീരങ്കികൾ ഉറപ്പിച്ചിരുന്നു. കവാടത്തിനടുത്തായി ചിലപ്പോൾ യൂണിഫോമിലുള്ള ഒരു കൊസാക്ക് കാവൽ പട്ടാളക്കാരൻ നിന്നിരുന്നു. ചിലപ്പോൾ അയാൾ അതിലൂടെ കടന്നുപോവുന്ന ഒരു ഉദ്യോഗസ്ഥനെ സല്യൂട്ട്ചെയ്തിരുന്നു. കവാടത്തിന്റെ മേൽക്കൂരയുടെ അടിയിൽ വെളുത്ത പലകയിൽ കറുത്ത അക്ഷരത്തിൽ 'ഹൗസ് നമ്പർ: 266. പുരുഷന്മാർ 897, സ്ത്രീകൾ 1012' എന്നെഴുതിയിരുന്നു. കൊസാക്കിലെ വീടുകൾ തറയിൽനിന്നും രണ്ടര അടി ഉയരത്തിൽ തൂണുകളിലായിരുന്നു നിർമിച്ചിരുന്നത്. അവ വളരെ ശ്രദ്ധാപൂർവം പുല്ല് മേഞ്ഞതായിരുന്നു. പുതിയതല്ലെങ്കിലും അവ വൃത്തിയുള്ളതായിരുന്നു. വീടുകൾ തമ്മിൽ ആവശ്യത്തിനുള്ള അകലമുണ്ടായിരുന്നു. പല വീടുകളുടെയും ജനലുകൾക്ക് മുന്നിലായും അടുക്കളത്തോട്ടങ്ങൾക്ക് പുറകിലായും പോപ്ലാർ മരങ്ങളും അക്കേഷ്യയും പച്ച പിടിച്ചുനിന്നിരുന്നു. വീടിന്റെ മുകൾവശം ഇവയുടെ സുഗന്ധമുള്ള വെളുത്ത പൂക്കളാൽ അലങ്കൃതമായിരുന്നു. ഇവയ്ക്കു പുറമേ മഞ്ഞപ്പൂക്കളുള്ള സൂര്യകാന്തിയും വള്ളികളും മുന്തിരിയും വളർന്നിരുന്നു. നാൽക്കവലയിൽ മൂന്ന് കടകൾ ഉണ്ടായിരുന്നു. അവിടെ വസ്ത്രങ്ങളും സൂര്യകാന്തിയും കുമ്പളവിത്തുകളും പയറുകളും ബ്രഡ്ഡും വിൽപ്പനയ്ക്ക് വച്ചിരുന്നു. റജിമെന്റൽ കമാന്ററുടെ വീട് മറ്റു വീടുകൾക്കുള്ളതിനെക്കാൾ വലിയ മതിലുകൾകൊണ്ട് ചുറ്റപ്പെട്ടിരുന്നു. വാരാന്ത്യങ്ങളിൽ നാൽക്കവലകളിൽ ആളുകളാരും തന്നെ ഉണ്ടാകുമായിരുന്നില്ല. പ്രത്യേകിച്ചും വേനൽക്കാലങ്ങളിൽ. ചെറുപ്പക്കാർ സൈനിക ജോലികളിലും പ്രായമായവർ മത്സ്യബന്ധനത്തിലും കൃഷിയിടങ്ങളിൽ സ്ത്രീകളെ സഹായിക്കുന്നതിലും വ്യാപൃതരായിരിക്കും. വളരെ പ്രായമായവരും രോഗികളും കുട്ടികളും മാത്രം വീടുകളിൽ അവശേഷിക്കും.

അഞ്ച്

ഒരു മനോഹരമായ വൈകുന്നേരം കൗക്കാസസിലാണ് അത് സംഭവിച്ചത്. സൂര്യൻ പർവതങ്ങൾക്കപ്പുറം മറഞ്ഞുപോയെങ്കിലും അവിടെ വെളിച്ചം അവശേഷിച്ചു. അസ്തമയ സൂര്യന്റെ പൊൻവെളിച്ചം പർവതത്തെ പ്രശോഭിപ്പിച്ചു. അന്തരീക്ഷം നിശ്ചലമെങ്കിലും ശബ്ദമുഖരിതമായിരുന്നു. പർവതനിരകളുടെ നിഴലുകൾ പുൽമേടുകളിൽ മൈലുകളോളം പരന്നുകിടന്നു. പുൽമേടുകളും നദിയുടെ മറുവശവും റോഡുമെല്ലാം വിജനമായി കിടന്നു. വല്ലപ്പോഴും കുന്നിൻമുകളിലേക്ക് പോകുന്ന ഒരാൾ പ്രത്യക്ഷപ്പെട്ടാൽ കാവൽഭടന്മാരായ കൊസാക്കുകളും ഗ്രാമീണരായ ചെചനിയക്കാരും ജിജ്ഞാസയോടെ അവരെ നോക്കുകയും അവരാരാണെന്ന് ഊഹിക്കാൻ ശ്രമിക്കുകയുംചെയ്തു. രാത്രികാലങ്ങളിൽ ആളുകൾ അവരുടെ താമസസ്ഥലങ്ങളിൽ കൂട്ടംകൂടി നിന്നു. പക്ഷികളും മൃഗങ്ങളും മാത്രം ഭയമില്ലാതെ സ്വൈരവിഹാരംചെയ്തു. തോപ്പുകളിൽ മുന്തിരിവള്ളികൾ പരിപാലിക്കുന്ന സ്ത്രീകൾ ഇരുട്ട് പരക്കുന്നതിനുമുമ്പേ വീടണഞ്ഞു. മുന്തിരിത്തോപ്പുകൾ വിജനമാവുന്ന വൈകുന്നേരങ്ങളിൽ ഗ്രാമങ്ങൾ ഉണർന്നു. എല്ലാവശങ്ങളിൽനിന്നും നടന്നും കുതിരപ്പുറത്തും കരകരാ ശബ്ദമുയർത്തുന്ന കാളവണ്ടികളും ഗ്രാമം ലക്ഷ്യമാക്കി നീങ്ങി. നീളൻ ഉടുപ്പുകളണിഞ്ഞ പെൺകുട്ടികൾ കൈയിൽ വിറകുകെട്ടുമായി ഗ്രാമവാതിൽക്കലേക്ക് വേഗത്തിൽ നടന്നുനീങ്ങി. പൊടിയിൽ കുളിച്ചുനിന്ന പുൽമേടുകളിൽനിന്ന് അവരോടൊപ്പം വന്ന കൊതുകുകളാൽ വലയംചെയ്യപ്പെട്ട കന്നുകാലിക്കൂട്ടങ്ങൾ അവരെ കാത്തുകിടന്നു. തീറ്റകഴിഞ്ഞ് പശുക്കളും പോത്തുകളും തെരുവുകളിൽ നിറഞ്ഞ് നീങ്ങി. കൊസാക്ക് സ്ത്രീകൾ അവയ്ക്കിടയിലൂടെ അങ്ങോട്ടുമിങ്ങോട്ടും നടന്നു. പശുക്കളുടെ കരച്ചിലിനൊപ്പം സ്ത്രീകളുടെ സന്തോഷംനിറഞ്ഞ ചിരിയും സംസാരവും കേൾക്കാൻ കഴിയും. കാവൽക്കൂട്ടത്തിൽനിന്നും പുറത്തുവന്ന ആയുധധാരിയായ ഒരു കൊസാക് ഒരു കുടിലിനെ ലക്ഷ്യമാക്കി കുതിരയെ പായിച്ചു. കുടിലിനു മുന്നിലെത്തിയ അയാൾ കുടിലിന്റെ ജനലിൽ മുട്ടി. മറുപടിയെന്നോണം സുന്ദരിയായ ഒരു സ്ത്രീയുടെ മുഖം ജനലിൽ പ്രത്യക്ഷപ്പെട്ടു. പിന്നെ അവളുടെ ചിരിമണിക്കിലുക്കവും. അവിടേക്ക് വൃദ്ധനായ ഒരു നോഗേയ് തൊഴിലാളി നിറയെ പുല്ലുമായി തന്റെ കാളവണ്ടി തെളിച്ചുവന്നു. കവിളുന്തിയ അയാൾ ആ മനോഹരമായ മുറ്റത്തെത്തിയപ്പോൾ വണ്ടിക്കാളകളെ നുകത്തിൽനിന്ന് മോചിപ്പിച്ചു. തെരുവിനടുത്തുവരെ വ്യാപിച്ചുകിടക്കുന്ന ഒരു കുളത്തിനപ്പുറത്തായി ഒരു കൊസാക്ക് സ്ത്രീ ചുമലിൽ ഒരുകെട്ട് വിറകുമേറ്റി വേലിയിൽ പിടിച്ച് കഷ്ടപ്പെട്ട് നടന്നുവന്നു. അവൾ തന്റെ വെളുത്ത കണങ്കാലുകൾ പുറമേ കാണിച്ചുകൊണ്ട് വസ്ത്രം മുകളിലേക്ക് കയറ്റിപ്പിടിച്ചിരുന്നു. നായാട്ട് കഴിഞ്ഞുവരുന്ന ഒരു കൊസാക്ക് വിളിച്ചുപറഞ്ഞു: "കുറച്ചുകൂടി പൊക്ക്, ലജ്ജയില്ലാത്ത വർഗം." അയാൾ

തോക്ക് തന്റെ നേരെ ചൂണ്ടിയ ഉടനെ അവൾ വസ്ത്രം താഴ്ത്തിയിടുകയും ചുമലിലെ വിറകുകെട്ട് താഴെവീഴുകയും ചെയ്തു. മത്സ്യംപിടിച്ച് തിരിച്ചുവരുന്ന വൃദ്ധനായ ഒരു കൊസാക്ക് ചുമലിൽ ഒരു വലയും കൈയിൽ പിടയ്ക്കുന്ന മീനുകളുമായി അതിലെ നടന്നുവന്നു. അദ്ദേഹം തന്റെ നീളൻ കാലുകൾ മടക്കിവച്ചിരുന്നു. മാത്രമല്ല, കുപ്പായം ധരിക്കാത്തതിനാൽ അദ്ദേഹത്തിന്റെ നെഞ്ചിലെ നരച്ച രോമങ്ങൾ കാണാമായിരുന്നു. എളുപ്പം വീടെത്താൻ അദ്ദേഹം തന്റെ അയൽക്കാരന്റെ പൊട്ടിപ്പൊളിഞ്ഞ വേലി ചാടിക്കടക്കാൻ ശ്രമിച്ചു. പക്ഷേ, ചുമലിൽ തൂക്കിയിരുന്ന കോട്ട് വേലിയിൽ കുരുക്കി ഉടക്കിനിന്നു. ഒരു സ്ത്രീ ഉണക്കമരക്കൊമ്പ് വലിച്ച് കൊണ്ടുപോകുന്നുണ്ടായിരുന്നു. കവലയിൽനിന്നും മഴുവിന്റെ ശബ്ദം മുഴങ്ങിക്കേട്ടു. തരംകിട്ടുന്നേടത്തെല്ലാം കളിപ്പമ്പരം കറക്കിക്കൊണ്ടിരുന്ന കുട്ടികളുടെ ശബ്ദം ഉയർന്നുകേട്ടു. സ്ത്രീകൾ നടത്തം കുറയ്ക്കാനായി മതിലുകൾ ചാടിക്കടക്കുന്നത് കാണാമായിരുന്നു. അടുക്കളയുടെ പുകക്കുഴലിൽനിന്നും വറളി കത്തുന്ന ഗന്ധം പുറത്തേക്കൊഴുകി. രാത്രിയുടെ നിശ്ശബ്ദതയ്ക്ക് മുന്നോടിയായുള്ള ബഹളം എല്ലാ വീടുകളിൽനിന്നും ഉയർന്നുകേട്ടു.

കൊസാക്ക് സ്കൂളിലെ ടീച്ചറായ ഉലീറ്റ്കമുത്തശ്ശി മറ്റ് സ്ത്രീകളെപ്പോലെ മുറ്റത്തേക്കിറങ്ങി ഗേറ്റിനടുത്ത്, തന്റെ മകൾ മര്യാൻകയെയും അവൾ തെരുവിലൂടെ തെളിച്ചുകൊണ്ട് വരുന്ന കന്നുകാലിക്കൂട്ടങ്ങളെയും കാത്തിരുന്നു. ഇല്ലിവാതിൽ തുറക്കുന്നതിന് മുമ്പ് കൊതുകുകൾ വലയം ചെയ്യപ്പെട്ട ഒരു കന്നുകാലിക്കൂട്ടം മുരണ്ടുകൊണ്ട് ഉള്ളിലേക്ക് കയറി. വയറ് നിറഞ്ഞ കന്നുകാലികൾ അവളെ പിൻതുടർന്നു. അവയുടെ വലിയ കണ്ണുകൾ തങ്ങളുടെ ഉടമസ്ഥനെ തിരിച്ചറിയുകയും വാലാട്ടുകയും ചെയ്തു. സുന്ദരിയായ മര്യാൻക ഉള്ളിലേക്ക് കയറി ഇല്ലിവാതിൽ വലിച്ചടച്ച് കൈയിലുണ്ടായിരുന്ന വടി ദൂരത്തെറിഞ്ഞ് കന്നുകാലികളെ ആലയിലേക്ക് നയിക്കാൻ വേഗത്തിൽ ഓടിപ്പോയി. “ചെരിപ്പ് അഴിച്ചിടെടീ, പിശാചിന്റെ സന്തതീ” അവളുടെ അമ്മ അലറി. “നീ ഉപയോഗിച്ച് ഉപയോഗിച്ച് അത് തേഞ്ഞുതീർന്നു.” ‘പിശാചിന്റെ സന്തതീ’ എന്ന് വിളിച്ചതിൽ അവൾക്ക് വിഷമമില്ലായിരുന്നു. അവളത് സ്നേഹത്തിന്റെ ഒരു പദമായി സ്വീകരിച്ചുകഴിഞ്ഞിരുന്നു. അവളുടെ മുഖം തലയ്ക്കുചുറ്റും കെട്ടിയിരുന്ന ഒരു തൂവാലകൊണ്ട് മറച്ചിരുന്നു. അവൾ പിങ്ക് നിറമുള്ള വസ്ത്രമായിരുന്നു ധരിച്ചിരുന്നത്. കന്നുകാലികൾക്ക് പുറകെ മുറ്റത്തെ കുനിഞ്ഞുമാത്രം കയറാവുന്ന ആലയിലേക്ക് അവൾ അപ്രത്യക്ഷയായി. കന്നുകാലികളോട് സംസാരിക്കുന്ന ശബ്ദം പുറത്തേക്ക് കേൾക്കാമായിരുന്നു. “അവൾക്ക് അനങ്ങാതെയിരുന്നുകൂടെ? എന്തൊരു സാധനം! വാ! വരൂ പ്രിയപ്പെട്ടവളെ!” ആ ദിവസത്തെ രണ്ട് വലിയ പാത്രം പാലുമായി വൃദ്ധയും അവളും പുറത്തേക്ക് വന്നു. പുകക്കുഴലിലൂടെ നേരിയ വറളിപ്പുക പൊങ്ങി. പാല് ഇവിടെ പാൽക്കട്ടിയുണ്ടാക്കാനാണ് ഉപയോഗിക്കുന്നത്. മര്യാൻക തീകൂട്ടുമ്പോൾ അവളുടെ അമ്മ ഗേറ്റിനടുത്തേക്ക്

പോയി. പോക്കുവെയിൽ ഗ്രാമത്തെ സുന്ദരമാക്കിയിരുന്നു. അന്തരീക്ഷത്തിൽ പച്ചക്കറികളുടെയും പശുക്കളുടെയും വറളിപ്പുകയുടെയും മണം തങ്ങിനിന്നു. കൊസാക്ക് സ്ത്രീകൾ കവാടത്തിൽനിന്നും നാൽക്കവലകളിൽനിന്നും വേഗത്തിൽ വന്നുകൊണ്ടിരുന്നു. കന്നുകാലികളുടെ മുരൾച്ച ആലകളിൽനിന്നും കേൾക്കാമായിരുന്നു. എന്നാൽ തെരുവുകളിലെ കുട്ടികളുടെയും സ്ത്രീകളുടെയും ശബ്ദം മാത്രം കേൾക്കാമായിരുന്നു. വാരാന്ത്യങ്ങളിൽ മദ്യപിച്ച പുരുഷന്റെ ശബ്ദം വളരെ വിരളമായിരുന്നു. ഉറച്ച ശരീരമുള്ള വയസായ ഒരു സ്ത്രീ ഉലീറ്റ്കയുടെ അടുത്തു ചെന്ന് തീ ആവശ്യപ്പെട്ടു. "മകൾ തീ കൂട്ടുകയാണ് നിനക്ക് തീയല്ലേ വേണ്ടത്?" ഉലീറ്റ്ക അയൽക്കാരിയായ സ്ത്രീയെ സഹായിക്കുന്നവണ്ണം ചോദിച്ചു.

രണ്ടു സ്ത്രീകളും കുടിലിലേക്ക് പ്രവേശിച്ചു. ചെറിയ വസ്തുക്കൾ കൈകാര്യംചെയ്ത് ശീലമില്ലാത്ത അവരുടെ പരുക്കൻ കൈകൾ വിറയലോടെ, കൗക്കാസസുകാർക്ക് അപരിചിതമായ തീപ്പെട്ടിയുടെ അടപ്പ് തുറന്നു. പൗരുഷം സ്ഫുരിക്കുന്ന ആ സ്ത്രീ വീടിന്റെ ചവിട്ടുപടിയിൽ ഇരുന്നു. ഉലീറ്റ്കയുമായി ഒരു സംഭാഷണം അവർ ആഗ്രഹിച്ചിരുന്നു.

"മുത്തശ്ശി നിങ്ങളുടെ ഭർത്താവ് ഇപ്പോഴും സ്കൂളിൽ തന്നെയല്ലേ?"

"അതെ. അദ്ദേഹം എപ്പോഴും യുവാക്കളെ പഠിപ്പിച്ചുകൊണ്ടിരിക്കുകയാണ്. ഒഴിവുദിനങ്ങളിൽ ഇവിടെയെത്തുമെന്ന് അദ്ദേഹം എഴുതിയിട്ടുണ്ട്."

"അദ്ദേഹം ഒരു ബുദ്ധിമാനാണ്. എല്ലാം ഉപയോഗമുള്ളതായിത്തീരും.".

"അതെ."

"പിന്നെ എന്റെ ലുകാഷ്ക പട്ടാളത്തിലാണ്. അവർ അവനെ വീട്ടിൽ വരുവാൻ വിടില്ല." ഉലീറ്റ്കയ്ക്ക് ഇതെല്ലാം മുൻപേ അറിയാമായിരുന്നെങ്കിലും ആ സ്ത്രീ പറഞ്ഞു. അവൾക്ക് അവനെക്കുറിച്ച് പറയണമായിരുന്നു. കാരണം അവനെക്കൊണ്ട് മര്യാൻകയെ വിവാഹം കഴിപ്പിക്കാൻ അവർ അതിയായി ആഗ്രഹിച്ചു.

"ഓ! അവൻ പട്ടാളത്തിലാണോ?"

"അതെ, കഴിഞ്ഞ അവധിക്കാലംമുതൽ അവൻ വീട്ടിലില്ലായിരുന്നു. കഴിഞ്ഞ ദിവസം ഫോപാമിഷ്കിൻവശം അവന് ഞാൻ കുറച്ച് വസ്ത്രങ്ങൾ കൊടുത്തയച്ചു. അവൻ പറയുന്നു അവന് സുഖമാണെന്ന്. അവന്റെ മേധാവികൾ അവനിൽ സംതൃപ്തരാണ്."

"നല്ലത്, ദൈവത്തിന് നന്ദി". ഉലീറ്റ്ക പറഞ്ഞു.

'സ്നാച്ചർ' എന്നാണ് അവന് യോജിച്ച പേര്. ലുകാഷ്ക 'ദസ്നാച്ചർ' എന്ന പേരിലാണ് അറിയപ്പെടുന്നത്. വെള്ളക്കുഴിയിൽനിന്നും ഒരു കുട്ടിയെ രക്ഷിച്ചതിന് ശേഷമായിരുന്നു ഇതെന്ന് ഉലീറ്റ്ക ഓർമിപ്പിച്ചു.

"അവനൊരു നല്ല കുട്ടിയായതിൽ ഞാൻ ദൈവത്തിന് നന്ദിപറയുന്നു. അവനൊരു നല്ല കുട്ടിയാണ്. എല്ലാവരും അവനെ പുകഴ്ത്തുന്നു." ലുകാഷ്കയുടെ അമ്മ പറഞ്ഞു. ഇനി എനിക്ക് വേണ്ടത് അവനെ വിവാഹം കഴിപ്പിക്കലാണ്. അതുകഴിഞ്ഞാൽ എനിക്ക് സമാധാനത്തോടെ മരിക്കാം."

"നമ്മുടെ ഗ്രാമത്തിൽ ധാരാളം പെൺകുട്ടികളില്ലേ" കൈയിലിരുന്ന തീപ്പെട്ടി ശ്രദ്ധയോടെ താഴെ വെച്ചതിനുശേഷം ഉലീറ്റ്ക പറഞ്ഞു. "ധാരാളം... ധാരാളം" ലുകാഷ്കയുടെ അമ്മ തലയാട്ടിക്കൊണ്ട് പറഞ്ഞു. "നിങ്ങളുടെ മകളുമുണ്ട്, നിങ്ങളുടെ മര്യാൻക. നല്ല കുട്ടി. അവളെപ്പോലൊരുവളെ കിട്ടാൻ ഈ രാജ്യം മുഴുവൻ തിരയേണ്ടിവരും."

ലുകാഷ്കയുടെ അമ്മ എന്താണ് ഉദ്ദേശിക്കുന്നതെന്ന് ഉലീറ്റ്കയ്ക്ക് അറിയാമായിരുന്നു. അവനൊരു നല്ല കുട്ടിയായിരുന്നെങ്കിലും ഈ ബന്ധത്തിൽ അവർക്ക് താൽപ്പര്യമില്ലായിരുന്നു. കാരണം ഉലീറ്റ്ക ധനികയായിരുന്നു. പക്ഷേ, ലുകാഷ്ക ഒരു സാധാരണ കുടുംബാംഗവും അച്ഛനില്ലാത്ത കുട്ടിയുമായിരുന്നു. മാത്രവുമല്ല മകളെ പിരിഞ്ഞിരിക്കാൻ അവർക്ക് വിഷമമായിരുന്നു.

"മര്യാൻകക്ക് വിവാഹപ്രായമാകുമ്പോൾ അവളെ വിവാഹം കഴിപ്പിക്കും." അവൾ ഭവ്യതയോടെ പറഞ്ഞു.

"ഞാൻ എന്തായാലും വിവാഹദല്ലാൾമാരെ ഇങ്ങോട്ട് അയയ്ക്കാം. മുന്തിരിവിളവെടുപ്പിന് ശേഷം ഞങ്ങളും വിവാഹാഭ്യർഥനയുമായി നിങ്ങളുടെ അടുത്തേക്ക് വരാം. ഏലിയാസ് വിസിലിച്ചിനേയും നാം സമീപിക്കേണ്ടതുണ്ട്." ലുകാഷ്കയുടെ അമ്മ പറഞ്ഞു. "തീർച്ചയായും, എന്നോടാണ് നിങ്ങൾ സംസാരിക്കേണ്ടത്, അതും ഉചിതമായ സമയത്ത്" ഉലീറ്റ്ക പറഞ്ഞു.

കൂടുതലായൊന്നും സംസാരിക്കേണ്ട സമയം ഇതല്ലെന്ന് ഉലീറ്റ്കയുടെ മുഖത്തുനിന്നും വായിച്ചെടുത്ത ലുകാഷ്കയുടെ അമ്മ എഴുന്നേറ്റ് തീ വാങ്ങിച്ചുകൊണ്ട് പറഞ്ഞു: "ഞങ്ങളെ നിരസിക്കരുത് ഓർക്കുക. തീകൂട്ടാൻ സമയമായി, ഞാൻ പോകുന്നു." ഭവ്യതയോടെ നിൽക്കുന്ന മര്യാൻകയെ കണ്ട് അവർ മനസിൽ പറഞ്ഞു, 'ഇവളൊരു രാജകുമാരി തന്നെ. നന്നായി ജോലിചെയ്യും. നല്ല കുട്ടി. ഇവൾ എന്ത് വളർച്ചയാണ് ഇനി നേടാനുള്ളത് ലുകാഷ്കയെ വിവാഹം ചെയ്ത് ഒരു കുടുംബിനിയാകാൻ ഇവൾക്ക് സമയമായി.'

പക്ഷേ, ഉലീറ്റ്ക ഉമ്മറപ്പടിമേൽ ഇരുന്ന് മറ്റ് ചില കാര്യങ്ങൾ ചിന്തിക്കുകയായിരുന്നു. മര്യാൻകയുടെ വിളി മുത്തശ്ശിയെ ചിന്തയിൽനിന്ന് ഉണർത്തി.

ആറ്

ഗ്രാമത്തിലെ ആണുങ്ങൾ സൈനിക പ്രവർത്തനങ്ങളിലായിരുന്നു അവരുടെ സമയം ചെലവഴിച്ചിരുന്നത്. വൈകുന്നേരം ലുകാഷ്ക ടെറക്കിന്റെ തീരത്തെ നിഷ്നി പ്രൊട്ടോട്സ്ക് പോസ്റ്റിലെ കാവൽമാടത്തിൽ നിൽക്കുകയായിരുന്നു. ഇടയ്ക്കിടെ അയാൾ താഴെ നിൽക്കുന്ന തന്റെ സഹപ്രവർത്തകരോട് സംസാരിച്ചുകൊണ്ടിരുന്നു. പഞ്ഞിമേഘങ്ങൾക്കിടയിൽ തിളങ്ങിക്കൊണ്ടിരുന്ന സൂര്യൻ മഞ്ഞു മലകൾക്കടുത്തേക്ക് എത്തിയിരുന്നു. മലനിരകളിലേക്ക് പതുക്കെ ഒഴുകിക്കൊണ്ടിരുന്ന മേഘ

പാളികൾ ഇരുണ്ട് തുടങ്ങിയിരുന്നു. വനപ്രദേശത്ത് സായന്തനത്തിന്റെ സൗന്ദര്യം തത്തിക്കളിച്ചു. എന്നാൽ കാവൽമാടം അപ്പോഴും ചൂട് പിടിച്ചുകിടന്നു. കൊസാക്കുകാരുടെ ശബ്ദം മുമ്പത്തേക്കാൾ പ്രകമ്പനം കൊണ്ടു. ബ്രൗൺ നിറത്തിലുള്ള ടെറക്കിലെ ജലം നിശ്ചലമായ അതിന്റെ തീരവുമായി സംവദിച്ചു. നദിയിലെ വെള്ളം താഴ്ന്നുതുടങ്ങിയപ്പോൾ അവിടവിടെയായി നനഞ്ഞ തീരം തിളങ്ങി. നദിയുടെ മറുതീരം ശൂന്യമായിരുന്നു. ഉയരത്തിൽ വളരാത്ത കളകൾ പർവതത്തിന്റെ താഴ്വാരം വരെ വളർന്നു കിടപ്പുണ്ടായിരുന്നു. മറുവശത്ത് പരന്ന മേൽക്കൂരയോടുകൂടിയ മൺവീടുകൾ കാണാമായിരുന്നു. വീടിന് മുകളിൽ പുകക്കുഴലുകളും. കാവൽമാടത്തിന് മുകളിൽ നിൽക്കുന്ന ആ യുവാവിന്റെ തീക്ഷ്ണമായ കണ്ണുകൾ ദൂരെ മഞ്ഞുപുകയ്ക്കിടയിലൂടെ നീങ്ങുന്ന ചുവപ്പും നീലയും വസ്ത്രങ്ങൾ ധരിച്ച ചെചെനിയൻ സ്ത്രീകളെ പിൻതുടർന്നു.

കൊസാക്കുകാർ ടാർട്ടാർ ഭാഗത്തുനിന്നും അബ്രെക്കുകളുടെ ഒരു ആക്രമണം എന്നും പ്രതീക്ഷിച്ചിരുന്നു. പ്രത്യേകിച്ചും വനം നിബിഡമാകുന്ന മേയ്മാസത്തിൽ. നദിയിൽ ജലം കുറയുന്നത് കാരണം കുതിരപ്പട്ടാളത്തിന് നദി മുറിച്ചുകടക്കാൻ എളുപ്പമായിരുന്നു. എട്ടുപേരടങ്ങുന്ന ഒരുസംഘം ടെറക്ക് മുറിച്ചുകടക്കാൻ സാധ്യതയുണ്ടെന്ന ചാരന്മാരുടെ കണ്ടെത്തൽ അറിയിച്ചുകൊണ്ടുള്ള റെജിമെന്റ് കമാണ്ടറുടെ മുന്നറിയിപ്പ് ഒഴിച്ചാൽ മറ്റൊരു മുൻകരുതലും പട്ടാളക്കാർ എടുത്തിരുന്നില്ല. ആയുധങ്ങളെല്ലാം അഴിച്ച് ഒതുക്കിവെച്ച് കുതിരകളെ സ്വതന്ത്രരാക്കിയ പട്ടാളക്കാർ വീട്ടിലെന്നപോലെ അവരുടെ സമയം മത്സ്യബന്ധനത്തിലും ചീട്ട്കളിയിലും നായാട്ടിലും ചെലവഴിച്ചു. ഡ്യൂട്ടിയിലുള്ള പട്ടാളക്കാരന്റെ കുതിരയെമാത്രമേ ഒരുക്കി നിർത്തിയിരുന്നുള്ളൂ. അലഞ്ഞ് തിരിയാതിരിക്കാൻ കാലുകളിൽ കയറുകെട്ടി അവയെ ബന്ധിച്ചിരുന്നു. കാവൽക്കാരൻ മാത്രമേ കാർക്കേഷ്യൻ കോട്ടും വാളും തോക്കും ധരിച്ചിരുന്നുള്ളൂ. നീണ്ട് മെലിഞ്ഞ ശരീരമുള്ള ഒരു മിലിട്ടറി ഓഫീസർ കുപ്പായക്കുടുക്കുകൾ അഴിച്ചിട്ട് ഒരു കുടിലിന്റെ ഉമ്മറത്ത് ഇരിക്കുന്നുണ്ടായിരുന്നു. മുഖത്ത് വിരസതയും മടിയും തെളിഞ്ഞുകണ്ട അദ്ദേഹം കണ്ണുകൾ അടയ്ക്കുകയും തല കൈത്തലത്തിൽ ചരിച്ചുവെച്ച് ഇരിക്കുകയും ചെയ്യുകയായിരുന്നു. പ്രായമായ ഒരു കൊസാക്കിനെപ്പോലെ നരച്ചതാടിയും കറുത്ത പട്ടകെട്ടിയ ഷർട്ടുമായി, ചുഴികളുമായി പതഞ്ഞൊഴുകുന്ന ടെറക്കിനെ അയാൾ അലസമായി നോക്കിനിന്നു. മറ്റുള്ളവർ അർധനഗ്നരായി തുണിയലക്കുകയോ ചൂണ്ട മടക്കിവെക്കുകയോ നദിയോരത്തെ ചൂടുള്ള മണലിൽ കിടന്ന് ചൂളമടിക്കുകയോ ചെയ്തു. സൂര്യതാപമേറ്റ് കരിഞ്ഞ മുഖവുമായി ഒരു കൊസാക്ക് ഒരു കുടിലിന്റെ ചുമരിനടുത്ത് മദ്യപിച്ച് ബോധംകെട്ട് കിടപ്പുണ്ടായിരുന്നു. രണ്ടുമണിക്കൂർ മുൻപുവരെ ചുമരിന്റെ തണലിലായിരുന്ന അയാളുടെ ദേഹത്ത് ഇപ്പോൾ അസ്തമയ സൂര്യന്റെ ചരിഞ്ഞരശ്മികൾ പതിയുന്നുണ്ടായിരുന്നു.

കപ്പൽമാടത്തിന് മുകളിൽ നിൽക്കുന്ന ലുകാഷ്ക ഏകദേശം ഇരുപത് വയസായ ഒരു സുന്ദരനായിരുന്നു. അയാളുടെ മുഖം അയാളുടെ

അമ്മയെ ഓർമിപ്പിക്കുന്നതായിരുന്നു. യുവത്വത്തിന്റെ പ്രസരിപ്പോടു കൂടിയ അദ്ദേഹത്തിന്റെ മുഖവും ശരീരവും, ധാർമികവും ശാരീരികവുമായ ശക്തി വിളിച്ചോതുന്നതായിരുന്നു. അദ്ദേഹം ഈ അടുത്ത് സൈന്യത്തിൽ എത്തിപ്പെട്ടയാളാണെങ്കിലും മുഖഭാവവും ശാന്തതയും, സ്വയം തിരിച്ചറിഞ്ഞതിന്റെ ഗാംഭീര്യവും എപ്പോഴും ആയുധംകൊണ്ട് നടക്കുന്നതിന്റെ ഗൗരവവും പ്രകടിപ്പിക്കുന്നതായിരുന്നു. അയാളുടെ കോട്ട് ചില സ്ഥലങ്ങളിൽ കീറിപ്പോയിരുന്നു. ചെചനിയൻ രീതിയിൽ അയാൾ തന്റെ തൊപ്പി തലയ്ക്ക് പിറകിൽ തൂക്കിയിട്ടിരുന്നു. പാന്റ്സ് കാൽമുട്ടുവരെയേ ഉണ്ടായിരുന്നുള്ളൂ. അയാളുടെ വസ്ത്രധാരണം ഒരു സമ്പന്നന്റേതായിരുന്നില്ല. പക്ഷേ, വസ്ത്രധാരണം ചെചനിയൻ ധീരന്മാരെ അനുകരിച്ചുകൊണ്ടുള്ള കൊസാക്ക് ഫാഷനിലുള്ളതായിരുന്നു. കൈവശമുള്ള ആയുധം മാത്രമായിരുന്നു വിലപിടിച്ചതായുള്ളത്. പക്ഷേ, കീറിയ വസ്ത്രങ്ങളും ആയുധങ്ങളും ഒരു പ്രത്യേകരീതിയിൽ ബെൽട്ട് കെട്ടി ഉറപ്പിച്ചിരുന്നു. മാത്രമല്ല ഇത് പരസ്പരം ഇണങ്ങുന്നതായിരുന്നു. ഇവ എല്ലാവർക്കും എളുപ്പത്തിൽ നേടാൻ കഴിയുന്നതായിരുന്നില്ല. എന്നാൽ കൊസാക്കുകാരാലും ഗിരിവർഗക്കാരാലും എളുപ്പത്തിൽ ആകർഷിക്കപ്പെടുന്നതായിരുന്നു. ലുകാഷ്കയ്ക്ക് ഒരു ധീരന്റെ ഛായയുണ്ടായിരുന്നു. ദൂരെയുള്ള ടാർട്ടാർ ഗ്രാമത്തിലേക്ക് അയാൾ ഉറ്റുനോക്കുകയായിരുന്നു. ശരീരഭാഗങ്ങൾ വേറെ വേറെ പരിഗണിച്ചാൽ അയാൾ സുന്ദരനായിരുന്നില്ല. പക്ഷേ, അയാളുടെ ധൈര്യവും ബുദ്ധിസ്ഫുരിക്കുന്ന ഇരുണ്ട മുഖവും ഒരാളെക്കൊണ്ട് എന്തായാലും പറയിക്കും. "നല്ല കുട്ടി".

"ആ സ്ത്രീകളെ നോക്കൂ..... എത്ര പേരാണ് ഗ്രാമത്തിലൂടെ നടന്നുപോകുന്നത്". അയാൾ തന്റെ വെളുത്ത പല്ലുകൾ പുറത്ത് കാട്ടിക്കൊണ്ട് ആരോടെന്നില്ലാതെ പറഞ്ഞു. താഴെ നിൽക്കുകയായിരുന്ന നകാർഷ്ക തലയുയർത്തി പറഞ്ഞു. "അവർ വെള്ളം ശേഖരിക്കാൻ പോകുകയായിരിക്കും."

"ഒരാൾ തോക്ക് കാണിച്ച് അവരെ ഭീഷണിപ്പെടുത്തിയാൽ അവർ പേടിക്കില്ലേ?" ലുകാഷ്ക ചിരിച്ചുകൊണ്ട് ചോദിച്ചു. "ഇല്ല. അവിടെയെത്താൻ ആവില്ല."

"എന്ത്? എനിക്ക് എത്താനാവും. കുറച്ച് കഴിയട്ടെ ഞാൻ പോയി ഗാരിഖാന്റെ അടുക്കൽനിന്ന് ബുസ* കഴിച്ചുവരും." തന്റെ ശരീരത്തിൽ പറ്റിനിന്ന കൊതുകുകളെ ആട്ടിപ്പായിച്ചുകൊണ്ട് ദേഷ്യത്തോടെ പറഞ്ഞു.

മരക്കൂട്ടത്തിനിടയിൽനിന്നു കേട്ട ശബ്ദം അവരുടെ ശ്രദ്ധയെ മാറ്റി പലനിറങ്ങളുള്ള രോമത്തോടുകൂടിയ ഒരു പട്ടി രോമം നിറഞ്ഞ തന്റെ കുറ്റിവാൽ ആട്ടിക്കൊണ്ട് മണംപിടിച്ചുകൊണ്ട് അവരുടെനേരെ ഓടിവന്നു. അത് തന്റെ അയൽക്കാരൻ യുറോഷ്ക അമ്മാവന്റെതാണെന്ന് ലുകാഷ്ക തിരിച്ചറിഞ്ഞു. നായയ്ക്ക് പിറകിലായി കുറ്റിക്കാട്ടിൽനിന്നും വേട്ടക്കാരനായ യുറോഷ്ക പ്രത്യക്ഷപ്പെട്ടു.

---

* *ബുസ തിനയിൽ നിന്നുണ്ടാകുന്ന ടാർട്ടാർ ബീർ.*

യുറോഷ്ക അമ്മാവൻ മഞ്ഞുപോലെ വെളുത്തതാടിയും വിരിഞ്ഞ നെഞ്ചും വിടർന്ന മുതുകുകളുമുള്ള ഒരു ഭീമാകാരപ്രകൃതിക്കുടമയായിരുന്നു. ഒത്ത തടിയുള്ളതിനാൽ, ഒരിക്കലും നീളക്കൂടുതൽ അദ്ദേഹത്തിന് തോന്നിച്ചിരുന്നില്ല. കീറിയ ഒരു പഴയകോട്ട് ധരിച്ച് അദ്ദേഹം കാലുറകൾക്ക് മുകളിലായി മാൻതോലുകൊണ്ടുണ്ടാക്കിയ ചെരിപ്പ് ചരടുകൊണ്ട് കെട്ടുക്കുകയും ഒരു വെള്ളത്തൊപ്പി ധരിക്കുകയും ചെയ്തിരുന്നു. ഒരു ചുമലിൽ പ്രാവുകളെ വെടിവെക്കുമ്പോൾ ഒളിച്ചിരിക്കാനുള്ള മറയും പ്രാപ്പിടിയനെ ആകർഷിക്കാനുള്ള കോഴിയും ഒരു ഫാൽക്കൻ പക്ഷിയും മറുചുമലിൽ വെടിവെച്ചുകൊന്ന ഒരു കാട്ടുപൂച്ചയേയും തൂക്കിയിട്ടിരുന്നു. അരപ്പട്ടയിൽ തൂക്കിയിട്ട ചെറിയ സഞ്ചികളിൽ വെടിമരുന്നും വെടിയുണ്ടകളും ബ്രഡും കൊതുകുകളെ തെളിക്കാനുള്ള കുതിരവാലും സൂക്ഷിച്ചിരുന്നു. ഉണങ്ങിപ്പിടിച്ച രക്തക്കറയുള്ള കീറിയ കത്തിയുറയിൽ വലിയ ഒരു കഠാരയുണ്ടായിരുന്നു. സഞ്ചിയിൽ ഇരുപത് ചത്ത പ്രാവുകളുണ്ടായിരുന്നു. പട്ടാളക്കാരെ കണ്ടപ്പോൾ അയാൾ നിന്നു.

"ഹേ, ല്യാം!" ദൂരെ, കാട്ടിൽ പ്രതിധ്വനിക്കുംവിധം അയാൾ തന്റെ പട്ടിയെ വിളിച്ചു. തന്റെ തോക്ക് ചുമലിലേക്ക് ഇട്ടശേഷം അയാൾ തൊപ്പിയൂരി ഉയർത്തിപ്പിടിച്ചു.

"ശുഭദിനമായിരുന്നില്ലേ...... ശുഭദിനം" അതേ ശബ്ദത്തിൽ, നദിക്കപ്പുറത്തുള്ള ഒരാൾ കേൾക്കാവുന്ന ഉച്ചത്തിൽ പട്ടാളക്കാരോടായി പറഞ്ഞു.

"അതെയതെ, അങ്കിൾ!" മറുപടി എല്ലാവശങ്ങളിൽനിന്നുമായിരുന്നു.

"നിങ്ങൾ എന്താണ് കണ്ടത്? എന്നോട് പറയുക" തന്റെ ചുവന്ന മുഖത്തുപൊടിഞ്ഞ വിയർപ്പ് കോട്ടിന്റെ കൈകൾകൊണ്ട് തുടച്ചുകൊണ്ട് യുറോഷ്ക പറഞ്ഞു.

"ഈ മരത്തിനുമുകളിൽ ഒരു കഴുകൻ താമസിക്കുന്നുണ്ട്. രാത്രിയാകുമ്പോൾ അത് കൂവി അലോസരമുണ്ടാക്കുന്നു." ചുമലുകളും കാലുകളും ചലിപ്പിച്ചുകൊണ്ട് നസാർക്ക പറഞ്ഞു.

"പറയൂ.... പറയൂ" വിശ്വസിക്കാനാവാതെ യുറോഷ്ക പറഞ്ഞു.

മറ്റുള്ളവർ ചിരിക്കാൻതുടങ്ങി. "ശരിക്കും, താങ്കൾ കാവലിരിക്കണം." നസാർക്ക ചിരിച്ചുകൊണ്ട് പറഞ്ഞു.

ആ കുസൃതി ഒരു കഴുകനേയും കണ്ടിട്ടില്ലായിരുന്നു. പക്ഷേ, യുറോഷ്ക അമ്മാവനെ ഇങ്ങനെ കളിയാക്കുക എന്നത് എല്ലാ കൊസാക്ക് യുവാക്കളുടേയും വിനോദമായിരുന്നു.

"ഏയ് വിഡ്ഢീ, എല്ലായ്പ്പോഴും കളവ് പറയുന്നു!" ലുകാഷ്ക ടവറിനു മുകളിൽനിന്നും നസാർക്കയോടായി പറഞ്ഞു. നസാർക്ക പെട്ടെന്ന് നിശ്ശബ്ദനായി.

"നമ്മൾ ശ്രദ്ധിക്കണം. ഞാൻ കാവൽ നിൽക്കും." കൊസാക്കുകാരുടെ ആവേശത്തോടെ യുറോഷ്ക പറഞ്ഞു. "നിങ്ങൾ എപ്പോഴെങ്കിലും കാട്ടുപന്നികളെ കണ്ടിട്ടുണ്ടോ?"

"മണിക്കൂറുകളോളം കാത്തിരിക്കുകയാണോ?" മിലിട്ടറി ഓഫീസർ മുന്നോട്ട് വളഞ്ഞ് രണ്ടുകൈകൊണ്ടും പൃഷ്ഠം ചൊറിഞ്ഞുകൊണ്ട് ചോദിച്ചു. പതിവ് കാര്യങ്ങളിൽനിന്നും വ്യത്യസ്തമായ ഒന്ന് സംഭവിച്ച തിലുള്ള സന്തോഷം അയാളുടെ മുഖത്ത് കാണാമായിരുന്നു. അത് കാട്ടു പന്നികളല്ല അബ്രെക്സുകളാണ്. "നിങ്ങളൊന്നും അറിഞ്ഞില്ലേ അമ്മാവാ" വെറുതേ കണ്ണ് ചൊറിഞ്ഞ് വെളുത്ത പല്ല് പുറത്തുകാട്ടിക്കൊണ്ട് അയാൾ പറഞ്ഞു.

"അബ്രക്സ്, ഇല്ല, എനിക്കറിയില്ല...... നിങ്ങളുടെ പക്കൽ വീഞ്ഞുണ്ടോ എന്നാണ് എനിക്കറിയേണ്ടത്. എനിക്ക് മദ്യപിക്കണം. ഒരു സമയത്ത് ഞാൻ നിങ്ങൾക്ക് പകരമായി ഇറച്ചി കൊണ്ടുത്തരും, സത്യ മായും കൊണ്ടുത്തരും. ഒരിറക്ക് എനിക്ക് താ" യുറോഷ്ക യാചിച്ചു.

"ശരി, നിങ്ങൾ കാവൽനിൽക്കാൻ പോവുകയാണോ?" യുറോഷ്ക പറഞ്ഞത് കേട്ടില്ലാത്തതുപോലെ ഓഫീസർ ചോദിച്ചു. "ഇന്നുരാത്രി ഞാൻ കാവൽകിടക്കുകയാണ്. ദൈവം സഹായിച്ചാൽ നാളെ, ഒഴിവുദി നത്തിലേക്കായി ഞാൻ എന്തിനെയെങ്കിലും കൊല്ലും. പങ്ക് നിങ്ങൾക്കും തരും, തീർച്ച."

"അമ്മാവാ.... അമ്മാവാ" ലുകാഷ്ക ടവറിനു മുകളിൽനിന്നും എല്ലാ വരുടെയും ശ്രദ്ധയാകർഷിച്ചുകൊണ്ട് വിളിച്ചു, എല്ലാവരും മുകളിലേക്ക് നോക്കി. "കുന്നിനുമുകളിലുള്ള അരുവിയിലേക്ക് പോയ്ക്കോളൂ. അവിടെ നല്ല ഒരുകൂട്ടം പന്നികളുണ്ട്, കഴിഞ്ഞ ദിവസം ഒരു കൊസാക്കുകാരൻ ഒന്നിനെ അവിടെനിന്നും വെടിവെച്ചുകൊണ്ടു വന്നിട്ടുണ്ട്. ഞാൻ സത്യമാണ് പറയു ന്നത്." കളിയാക്കുകയല്ല എന്നുറപ്പിക്കാൻ ശബ്ദം ക്രമീകരിച്ച് അവൻ പറഞ്ഞു.

"ഓ! ലുകാഷ്ക എവിടെയായിരുന്നു അയാൾ നായാടിയത്?" അയാൾ മുകളിലേക്ക് നോക്കിക്കൊണ്ട് ചോദിച്ചു.

"നിങ്ങൾ കണ്ടില്ലേ? നിങ്ങൾ വളരെ ചെറുപ്പമല്ലേ. വെള്ളച്ചാലിനടു ത്തായി" ലുകാഷ്ക തലകുലുക്കിക്കൊണ്ട് പറഞ്ഞു. "ഞങ്ങൾ വെള്ളച്ചാ ലിനടുത്തുകൂടെ പോവുകയായിരുന്നു. അപ്പോഴാണ് ശബ്ദം കേട്ടത്. എന്റെ തോക്ക് ഉറയിലായിരുന്നു. പെട്ടെന്ന് ഏലിയാസ് വെടിയുതിർത്തു. സ്ഥലം ഞാൻ നിങ്ങൾക്ക് കാണിച്ചുതരാം. അത് ഒരുപാട് ദൂരെയൊന്നു മല്ല. കുറച്ച് കാത്തിരിക്കൂ. അവയുടെ കാൽപ്പാടുകൾ ശരിക്കും എനിക്ക റിയാം........... ഡാഡി മൊസേവ്" തോക്ക് മാറ്റിവെച്ച് താഴത്തേക്ക് ഇറങ്ങി ക്കൊണ്ട് ലുകാഷ്ക പറഞ്ഞു. "കാവൽക്കാരൻ മാറേണ്ട സമയമായി."

"താഴത്തേക്ക് ഇറങ്ങൂ." ഓഫീസർ ആജ്ഞാപിച്ചു. പക്ഷേ അതിനു മുൻപേ ലുകാഷ്ക താഴത്തേക്ക് ഇറങ്ങിയിരുന്നു. അവൻ ചുറ്റുംനോക്കി "ഇനി നിന്റെ ഊഴമാണോ, ഗുർക്കാ എന്നാൽ കയറിക്കോളൂ.... നിങ്ങളുടെ ലുകാഷ്ക നിപുണനായി കഴിഞ്ഞിരിക്കുന്നു." അവൻ തുടർന്നു. "എലിയാസ് നിങ്ങളെപ്പോലെ തന്നെയാണ് വീടുവിട്ട് കറങ്ങിക്കൊണ്ടേ യിരിക്കും. കഴിഞ്ഞദിവസം അവനൊരു കാട്ടുപന്നിയെ കൊന്നിരുന്നു."

ഏഴ്

സൂര്യൻ അസ്തമിച്ചിരുന്നു. ഇരുട്ട് കാടിന്റെ ഒരു മൂലയിൽനിന്നും വ്യാപിച്ചു തുടങ്ങിയിരുന്നു. കൊസാക്കുകാർ അവരുടെ ജോലികഴിഞ്ഞ് രാത്രി ഭക്ഷണത്തിനായി കുടിലുകൾക്ക് ചുറ്റുംകൂടിയിരുന്നു. യുറോഷ്ക മാത്രം ഫാൽക്കോണിന്റെ കാലിൽക്കെട്ടിയ ചരട് വലിച്ചുകൊണ്ട് ആ കഴുകനേയും പ്രതീക്ഷിച്ച് മരത്തിനു ചുവട്ടിൽ കഴിച്ചുകൂട്ടി. കഴുകൻ മരത്തിനു മുകളിൽ ഇരിക്കുന്നുണ്ടായിരുന്നെങ്കിലും അത് താഴത്തേക്ക് വരാനോ ഇരയുടെ മുകളിൽ പറന്നുവീഴാനോ കൂട്ടാക്കിയില്ല. ലുകാഷ്ക ഒന്നിനു പിറകെ ഒന്നായി പാട്ടുകൾ പാടിക്കൊണ്ട് കള്ളിച്ചെടിക്കാടിനു മുകളിൽ പ്രാവുകളെ കുരുക്കാനായി വല വിരിക്കുകയായിരുന്നു. നീണ്ട ശരീരവും വലിയ കൈകളും കാരണം എളുപ്പമുള്ളതും പരുക്കനുമായ ഏത് ജോലിയും ലുകാഷ്കയുടെ കൈകളിൽ ഭദ്രമായിരുന്നു.

"ഹലോ ലൂക്ക് കൊസാക്കുകാരെല്ലാം രാത്രിഭക്ഷണത്തിനായി പോയിരിക്കുകയാണ്." കുറ്റിക്കാടിനിടയിൽനിന്ന് നസാർക്ക വിളിച്ചു പറഞ്ഞു. അയാൾ കൈയിലൊരു ജീവനുള്ള പ്രാവുമായി കുറ്റിക്കാട്ടിൽ നിന്നു പുറത്തേക്ക് വന്നു.

"ഓ! എവിടുന്നാണ് നിനക്കീ ആൺപ്രാവിനെ കിട്ടിയത്. എനിക്ക് തോന്നുന്നത് നീയത് എന്റെ കെണിയിൽനിന്നും എടുത്തതാണെന്നാണ്."

നസാർക്കയും ലുകാഷ്കയും സമപ്രായക്കാരായിരുന്നു. അവർ സൈന്യത്തിലെത്തിയതും ഇക്കഴിഞ്ഞ വസന്തകാലത്ത് ഒരുമിച്ചായിരുന്നു. നസാർക്ക പക്ഷേ മെലിഞ്ഞ് ക്ഷീണിച്ചായിരുന്നു. അവന്റെ കിലുങ്ങുന്ന ശബ്ദം കേൾവിക്കാരുടെ ചെവിയിൽ മുഴങ്ങുമായിരുന്നു. അവർ അയൽക്കാരും ചങ്ങാതിമാരുമായിരുന്നു. ലുകാഷ്ക കാലിൽ കാൽകയറ്റി വെച്ച് പുല്ലിൽ ഒരു ടാർട്ടാറിനെപ്പോലെ തന്റെ വല ശരിയാക്കിക്കൊണ്ടിരിക്കുകയായിരുന്നു.

"എനിക്കറിയില്ല ഇതാരുടേതെന്ന്, നിന്റേതായിരിക്കാം."

"മരത്തിനടുത്തുള്ള കുഴിക്കപ്പുറത്തായിരുന്നോ അത് എങ്കിൽ അത് എന്റേതാണ്. കഴിഞ്ഞ രാത്രി ഞാനാണ് അവിടെ വലവിരിച്ചത്." ലുകാഷ്ക എഴുന്നേറ്റുചെന്ന് പ്രാവിനെ വിശദമായി ഒന്നുനോക്കി. കണ്ണ് മിഴിച്ച് കഴുത്ത് നീട്ടി ചുറ്റുംനോക്കുന്ന പക്ഷിയുടെ കറുത്ത് മിന്നുന്ന തലയിൽ ഒരു തട്ട് കൊടുത്തശേഷം ലുകാഷ്ക പ്രാവിനെ തന്റെ കൈയിലെടുത്തു.

"ഇന്ന് രാത്രി നമുക്കിതിനെ സൂപ്പാക്കാം. നീ പോയി ഇതിനെ കൊന്ന് പാകമാക്ക്."

"ഇത് നമ്മൾ മാത്രം തിന്നുകയോ ഓഫീസർക്ക് കൊടുക്കണമോ?"

"അദ്ദേഹത്തിന് ഒരുപാട് ലഭിച്ചിട്ടുണ്ട്."

"എനിക്കിതിനെ കൊല്ലാൻ കഴിയില്ല" നസാർക്ക പറഞ്ഞു. "ഇങ്ങ് താ!" ലുകാഷ്ക കഠാരയുടെ അടിയിൽനിന്നും ഒരു ചെറിയ കത്തിയെടുത്ത് അതിന്റെ കഴുത്ത് മുറിച്ചു. പക്ഷി ചിറകിട്ടടിക്കാൻ ശ്രമിച്ചു. പക്ഷേ ചിറക്

വിരിക്കാൻ തുടങ്ങുന്നതിന് മുമ്പുതന്നെ അതിന്റെ രക്തമൊലിക്കുന്ന തല ഒടിഞ്ഞുതൂങ്ങി.

"ഇങ്ങനെയാണ് കൊല്ലേണ്ടത്. ഇതുകൊണ്ട് നമുക്ക് നല്ലൊരു കറിയുണ്ടാക്കാം." ലുകാഷ്ക പ്രാവിനെ നിലത്തേക്ക് ഇട്ടുകൊണ്ട് പറഞ്ഞു.

നസാർക്ക വിറച്ചുകൊണ്ട് അതിനെ നോക്കി.

"ലുകാഷ്ക, ശത്രുക്കൾ ഇന്നുരാത്രി ഒളിച്ചിരുന്ന് നമ്മെ ആക്രമിക്കും. ആ ഓഫീസർ ഫോമുഷ്കിനെ വീഞ്ഞ് വാങ്ങാൻ പറഞ്ഞയച്ചിരിക്കുകയാണ്. നമ്മളെയായിരുന്നു അയാൾ എപ്പോഴും പറഞ്ഞയക്കാറ്. ഇന്ന് പക്ഷേ അവന്റെ ഊഴമാണ്." നസാർക്ക് പ്രാവിനെ എടുത്തുകൊണ്ട് പറഞ്ഞു.

"ഈ കയറുകൂടെ എടുത്തോളൂ" ലുകാഷ്ക ഉറക്കെ പറഞ്ഞു. നസാർക്ക അനുസരിച്ചു.

"ഇന്ന് ഞാനയാളോട് പറയും. തീർച്ചയായും പറയും." നസാർക്ക പറഞ്ഞു. "നമുക്ക് പറയാം. നമ്മൾ പോവില്ലെന്ന്. നമുക്ക് മടുത്തിരിക്കുകയാണ്. നീ പറയണം. നീ പറഞ്ഞാൽ അയാൾ കേൾക്കാതിരിക്കില്ല. ഇത് വളരെ മോശമാണ്."

"നീ എന്താണ് പറയുന്നത്? ശണ്ഠകൂടാനുള്ള ഒരു വിഷയം!"

ലുകാഷ്ക മറ്റെന്തോ ആലോചിച്ചുകൊണ്ട് പറഞ്ഞു. "എന്തൊരു വിവരക്കേട്! ഗ്രാമത്തിൽനിന്നും അകന്നുനിൽക്കാൻ അയാൾ നമ്മളെ നിർബന്ധിച്ചാൽ അത് വളരെ അലോസരപ്പെടുത്തുന്നതായിരിക്കും. അവിടെ അൽപ്പമെങ്കിലുമൊരാശ്വാസമുണ്ട്. ഇവിടെയോ നമ്മളിവിടെ ക്യാമ്പിലിരിക്കുന്നതും ആക്രമണത്തെ ചെറുക്കുന്നതും എല്ലാം ഒരുപോലെയാണ്. നീയെന്തൊരു വിഡ്ഢിയാണ്?"

"നീ ഗ്രാമത്തിലേക്ക് പോവുകയാണോ?"

അവധി ദിവസങ്ങളിൽ ഞാൻ പോകും."

"ഗൂർക്ക പറയുന്നത് നിന്റെ സുനൈക്കക്ക് ഫോമുഷ്കിനുമായി എന്തോ നല്ലതല്ലാത്ത ബന്ധമുണ്ടെന്നാണ്." നസാർക്ക പെട്ടെന്ന് പറഞ്ഞു.

"അയാൾ ഇഷ്ടംപോലെ ചെയ്യട്ടെ" ലുകാഷ്ക തന്റെ വെളുത്ത നിര നിരയായ പല്ലുകൾ പുറത്തു കാട്ടിക്കൊണ്ട് പറഞ്ഞു. "ഗുർക്ക പറഞ്ഞത് അയാൾ അവളുടെ വീട്ടിൽ പോയെന്നാണ്." അവളുടെ ഭർത്താവ് പുറത്തെവിടെയോ ആയിരുന്നു. ഫോമിഷ്കൻ അവിടെയിരുന്ന് ഭക്ഷണം കഴിക്കുകയായിരുന്നു. ഗുർക്ക അവിടെ കുറച്ച് നേരം നിൽക്കുകയും പിന്നീട് ജനലിനടുത്തുകൂടെ നടന്ന് പോവുകയും ചെയ്തു. ശത്രു പോയിക്കഴിഞ്ഞെന്നും ഇനിയെന്താണ് അങ്ങ് ഭക്ഷണം കഴിക്കാത്തതെന്നും അവൾ ചോദിച്ചത് ഗുർക്ക കേട്ടത്രേ. ഈ രാത്രി വീട്ടിൽ പോകേണ്ട എന്നും പറഞ്ഞു. ഗുർക്ക ജനലിനടുത്ത് നിന്ന് പറഞ്ഞു "നല്ലത് നീ പൊടിപ്പും തൊങ്ങലുംവെച്ച് പറയുകയാണോ."

"അല്ല ദൈവത്തിനാണേ ഇത് സത്യമാണ്."

കുറച്ചു സമയത്തെ മൗനത്തിന് ശേഷം അയാൾ പറഞ്ഞു. "ശരി അവൾ പോകട്ടെ. വേറെ പെണ്ണുങ്ങളില്ലാഞ്ഞല്ല. എനിക്കവളെ ഇഷ്ടമായിപ്പോയി."

“ശരി. നമുക്ക് കാണാം.” നസാർക്ക പറഞ്ഞു. “നിനക്ക് ഓഫീസറുടെ മകൾ മര്യാൻയെ വിവാഹം ചെയ്താലെന്താ? അവൾ നല്ല കുട്ടിയല്ലേ.”

“മര്യാൻകയ്ക്കെന്താ പ്രത്യേകത? എല്ലാ സ്ത്രീകളും ഒരുപോലെയാണ്.” ലുകാഷ്ക പറഞ്ഞു.

“ശരി, നീ എന്തെങ്കിലും ചെയ്യ്.”

“നീയെന്താ കരുതിയത്? ഗ്രാമത്തിൽ പെൺകുട്ടികളില്ലെന്നോ? ലുകാഷ്ക ഇലകളും ചില്ലകളും വകഞ്ഞ് മാറ്റിക്കൊണ്ട് ടെന്റിലേക്ക് കയറിപ്പോയി. പെട്ടെന്ന് മനോഹരമായ ഒരു കുഞ്ഞുചെടി അയാളുടെ ശ്രദ്ധയിൽ പെട്ടു. കത്തി പുറത്തെടുത്ത് അയാൾ അതിനെ രണ്ടു തുണ്ടമാക്കിയിട്ടു. “എന്തൊരു ശല്യമാണ് ഇവറ്റകളെക്കൊണ്ട്.” ആ ചെടിത്തുണ്ടം വായുവിൽ മൂളക്കമുണ്ടാക്കുന്നതുവരെ ചുഴറ്റിക്കൊണ്ട് അയാൾ പറഞ്ഞു.

കൊസാക്കുകൾ മണ്ണുതേച്ച ചുമരോട് കൂടിയ ഒരു കുടിലിന്റെ മൺതറയിൽ ഒരു ടാർട്ടാർ മേശയ്ക്ക് ചുറ്റും ഇരിക്കുകയായിരുന്നു. ഇന്ന് ആരാണ് ശത്രുക്കൾക്കെതിരെ കാവൽകിടക്കുക എന്ന ചോദ്യം അവർക്കിടയിൽ ഉയർന്നുവന്നു. “ഈ രാത്രി ആര് പോകും?” ഒരു പട്ടാളക്കാരൻ അപ്പുറത്തെ മുറിയിലിരിക്കുന്ന ഓഫീസർ കേൾക്കാനായി ഉച്ചത്തിൽ വിളിച്ചു ചോദിച്ചു.

“ആര് പോകും” ഓഫീസർ തിരിച്ച് ചോദിച്ചു”. ലുർലാർക്കും ഫോമുഷ്കിനും പോയിക്കഴിഞ്ഞതാണ്. ഇത്തവണ നീയും നസാർക്കയും പോവുക” ലുകാഷ്കയെ നോക്കി അയാൾ പറഞ്ഞു. “എർഗ്യൂഷോവും കൂടെപ്പോകണം.”

“നിങ്ങൾ എന്നെ ഉറങ്ങാൻ സമ്മതിക്കില്ല. പിന്നെന്തിനാണ് അയാൾ?”നസാർക്ക പറഞ്ഞു.

മറ്റ് കൊസാക്കുകാർ ചിരിക്കാൻ തുടങ്ങി.

മദ്യപിച്ച് ബോധംകെട്ട് കുടിലിനടുത്ത് കിടന്നിരുന്ന കൊസാക്കുകാരനാണ് എർഗ്യൂഷേവ്. അയാൾ ഇപ്പോൾ കണ്ണ് തിരുമ്മിക്കൊണ്ട് ആടിയാടി മുറിയിലേക്ക് വന്നിട്ടേ ഉണ്ടായിരുന്നുള്ളൂ.

ലുകാഷ്ക പോകാൻ തയാറായിരുന്നു.

“പെട്ടെന്നുതന്നെ പോകൂ. വേഗം ഭക്ഷണംകഴിച്ച് പോകാൻ തയാറാവൂ.” ഓഫീസർ പറഞ്ഞു. മറുപടിക്ക് കാത്ത് നിൽക്കാതെ അയാൾ വാതിൽ വലിച്ചടച്ചു. കൊസാക്കുകാർ അനുസരിക്കുമെന്ന് അയാൾക്ക് പ്രതീക്ഷയില്ലായിരുന്നു. “ഞാൻ ആജ്ഞാപിച്ചില്ലെങ്കിൽ ആരെയും അയക്കാൻ കഴിയില്ല. പക്ഷേ, ഒരു ഓഫീസർ എപ്പോഴും ഒരു അക്രമത്തെ നേരിടാൻ തയാറായിരിക്കണം. എട്ട് അബ്രക്സുകൾ നദി കടന്നിട്ടുണ്ടെന്ന് അറിയിപ്പ് കിട്ടിയ സാഹചര്യത്തിൽ പ്രത്യേകിച്ചും.

“നമ്മൾ പോയേ മതിയാവൂ” എർഗ്യൂഷോവ് പറഞ്ഞു. “അത് നിയമമാണ്. പ്രത്യേകിച്ച് ഇതുപോലൊരു സമയത്ത് നമ്മൾ പോയേ മതിയാവൂ.”

ആ സമയം ലുകാഷ്ക രണ്ട് കൈകൊണ്ടും പ്രാവിറച്ചിയുടെ ഒരു കഷണം വായിൽവെച്ച് കടിച്ച് തിന്നുകയായിരുന്നു. അയാൾ ആദ്യം എർഗ്യൂഷേവിനേയും പിന്നെ നസാർക്കയേയും നോക്കി, പറഞ്ഞത് എന്തെന്ന് ശ്രദ്ധിക്കാതെ അവരെ കളിയാക്കുക മാത്രം ചെയ്തു. ഈ കൊസാക്കു

കാർ കാവൽ കിടക്കാൻ പോകുന്നതിന് മുമ്പ് രാത്രി വീഴുന്നതുവരെ തനിച്ച് മരത്തിനു ചുവട്ടിൽ കഴുകനെ കാത്തുകിടക്കുകയായിരുന്ന യുറോഷ്ക അമ്മാവൻ ഇരുട്ടുനിറഞ്ഞ ആ മുറിയിലേക്ക് പ്രവേശിച്ചു.

"കുട്ടികളെ ഞാനും നിങ്ങളുടെകൂടെ വരികയാണ്. നിങ്ങൾ ചെചനിയക്കാരെ കാത്ത് കിടക്കുമ്പോൾ ഞാൻ കാട്ടുപന്നികളെ കാത്തിരുന്നോളാം." അയാളുടെ ശബ്ദം പതിഞ്ഞമേൽക്കൂരയുള്ള ആ മുറിയിൽ പ്രതിധ്വനിച്ചു.

എട്ട്

ഇരുട്ടിന് കട്ടികൂടിയപ്പോഴാണ് യുറോഷ്ക അമ്മാവനും മറ്റ് മൂന്ന് കൊസാക്കുകളും കൂടെ തോക്കുകളും ചുമലിൽവെച്ച് അവരുടെ കാവൽപ്പുരയ്ക്ക് സമീപമെത്തിയത്. നാസാർക്കയ്ക്ക് തീരെ ഇഷ്ടമില്ലായിരുന്നെങ്കിലും ലുകാഷ്കയുടെ നിർബന്ധത്തിന് വഴങ്ങുകയായിരുന്നു. കുറച്ചുദൂരം നിശ്ശബ്ദരായി നടന്ന അവർ കിടങ്ങിനപ്പുറത്തെ പുല്ല് മൂടിക്കിടക്കുന്ന നടപ്പാതയിലൂടെ നദി ലക്ഷ്യമാക്കി നടന്നു. വഴിയിലെ പുല്ല് ഈയടുത്ത് മുറിച്ചുകളഞ്ഞതായിരുന്നു. തീരത്ത് വലിയൊരു മരക്കഷണം വെള്ളത്തിലേക്ക് ചരിഞ്ഞ് കിടപ്പുണ്ടായിരുന്നു.

"നമുക്ക് ഇവിടെ കിടന്നുകൂടേ?" നസാർക്ക ചോദിച്ചു.

"ശരി" ലുകാഷ്ക പറഞ്ഞു. "ഇവിടെ ഇരിക്ക്. ഞാൻ ഡാഡിക്ക് എങ്ങോട്ടാണ് പോകേണ്ടതെന്ന് വഴി കാണിച്ചുകൊടുത്ത് വരാം."

"ഇതാണ് നല്ല സ്ഥലം. ഇവിടെനിന്ന് നമുക്കെല്ലാം കാണാം. നമ്മെ ആരും കാണുകയുമില്ല." എർഗ്യൂഷോവ് പറഞ്ഞു. "ഇത് നല്ലൊരു സങ്കേതമാണ്. അതുകൊണ്ട് നാമിവിടെ ഒളിച്ചിരിക്കും."

ലുകാഷ്ക യുറോഷ്ക അമ്മാവനൊപ്പം പോയപ്പോൾ മറ്റ് രണ്ടു പേർ മരക്കഷണത്തിന് പിറകിൽ തുണിവിരിച്ച് അതിലിരുന്നു.

"അത് ഇവിടെനിന്നും ഒരുപാട് ദൂരെയൊന്നുമല്ല.... ഡാഡി. ഞാൻ കാണിച്ചുതരാം അവറ്റകളെവിടെയായിരുന്നുന്നെന്ന് എനിക്ക് മാത്രമേ അത് അറിയൂ." മുന്നിൽ നടന്നുകൊണ്ട് ലുകാഷ്ക പറഞ്ഞു "കാണിച്ചുതാ..... എനിക്ക് കാണിച്ചുതാ. നീയാണൊരു നല്ല ആൺകുട്ടി." യുറോക്ഷ പറഞ്ഞു. ഒരു ചെറിയ കുളത്തിനടുത്തെത്തിയപ്പോൾ അവർ നിന്നു. ലുകാഷ്ക വിസിലടിച്ചുകൊണ്ട് പറഞ്ഞു: "ഇവിടെയാണ് അവ വെള്ളം കുടിക്കാൻ വരാറ്." കുളത്തിന്റെ വക്കിൽ പന്നികളുടെ കാലടിപ്പാടുകൾ കാണാമായിരുന്നു.

"ക്രിസ്തു നിന്നെ രക്ഷിക്കട്ടെ." അമ്മാവൻ പറഞ്ഞു "പന്നികൾ കിടങ്ങിനപ്പുറമുള്ള മാളത്തിലായിരിക്കും. ഞാനിവിടെ ഇരിക്കാം. നീ പോയ്ക്കോളൂ."

ലുകാഷ്ക തന്റെ മേൽവസ്ത്രം നേരെയാക്കി വഴിക്കിരുവശമുള്ള പുൽച്ചുമരുകളെയും കുതിച്ചുപായുന്ന ടെറക്ക് നദിയെയും നോക്കി

ക്കൊണ്ട് തിരിച്ചുനടന്നു. "അവർ ഇപ്പോൾ കടന്നുകയറാൻ അവസരം പാർത്തിരിക്കുകയായിരിക്കും. അല്ലെങ്കിൽ പുല്ലിനിടയിലൂടെ ഇഴയുകയായിരിക്കും." ചെചനിയൻ ഗിരിവർഗക്കാരെക്കുറിച്ചോർത്ത് ലുകാഷ്ക പറഞ്ഞു. പെട്ടെന്ന് ഒരു മുരൾച്ചയും വെള്ളത്തിലേക്ക് വീഴുന്ന ശബ്ദവും കേട്ട് അയാൾ ഞെട്ടിത്തിരിഞ്ഞു. അയാൾ തന്റെ തോക്ക് കയ്യിലെടുത്തു. തീരത്ത് ഒരു കാട്ടുപന്നി ചാടി പുല്ലിലൂടെ ഓടി. അതിന്റെയും പുറംഭാഗം ലുകാഷ്ക കണ്ടു. അയാൾ തന്റെ തോക്കെടുത്ത് ഉന്നംപിടിച്ചു. പക്ഷേ വെടിയുതിർക്കുന്നതിനുമുമ്പ് അത് മുൾക്കാട്ടിനുള്ളിൽ മറഞ്ഞിരുന്നിരുന്നു. അയാൾ അവജ്ഞയോടെ ആട്ടിത്തുപ്പി മുന്നോട്ടുനടന്നു. കാവൽനിൽക്കേണ്ട സ്ഥലത്തെത്താറായപ്പോൾ അയാൾ വീണ്ടും നിന്ന് പതുക്കെ ചൂളംവിളിച്ചു. അയാൾക്ക് മറുപടി ലഭിക്കുകയും തന്റെ സുഹൃത്തുക്കളുടെയടുത്തേക്ക് നീങ്ങാൻ കഴിയുകയും ചെയ്തു.

നസാർക്ക പുതപ്പിൽ ചുരുണ്ടുകൂടി ഉറക്കം തുടങ്ങിയിരുന്നു. എർഗ്യൂഷോവ് കാലുകൾ പിണച്ചിട്ട് ലുകാഷ്കയ്ക്ക് ഇരിക്കാൻ സ്ഥലമുണ്ടാക്കിക്കൊടുത്തു.

"എന്തൊരു സുഖമാണ്. ഇവിടെയിരിക്കാൻ! ശരിക്കും ഇതൊരു നല്ല സ്ഥലം തന്നെ. മുമ്പ് ഇവനെ നീ ഇവിടെ കൊണ്ടുവന്നിട്ടുണ്ടോ?" എർഗ്യൂഷോവ് ചോദിച്ചു.

"എവിടെയാണെന്ന് കാണിച്ചുകൊടുത്തിട്ടുണ്ട്." വിരിപ്പ് ശരിയാക്കി ലുകാഷ്ക പറഞ്ഞു. "ഞാനിപ്പോൾ എത്ര വലിയ ഒരു കാട്ടുപന്നിയെയാണ് കണ്ടത്! അതിന്റെ ശബ്ദം നീ കേട്ടിരിക്കും."

"ഒരു ജീവിയുടെ ശബ്ദം ഞാൻ കേട്ടിരുന്നു. എനിക്കറിയാമായിരുന്നു അത് നീ ഇളക്കിവിട്ട ജീവിയായിരിക്കുമെന്ന്." പുതപ്പുകൊണ്ട് ശരീരത്തെ മൂടിക്കൊണ്ട് എർഗ്യൂഷോവ് പറഞ്ഞു. ഞാൻ ഉറങ്ങുകയാണ്. കോഴികൂവുമ്പോൾ എന്നെ വിളിക്കണം. നമുക്ക് അച്ചടക്കമുണ്ടാകണം. കുറച്ചുസമയം ഞാൻ ഉറങ്ങും, നീ കാവൽ നിൽക്കുക. പിന്നെ കുറച്ചു സമയം ഞാൻ കാവൽ നിൽക്കാം നിനക്ക് ഉറങ്ങാം."

"ഭാഗ്യം. എനിക്കുറങ്ങേണ്ട" ലുകാഷ്ക പറഞ്ഞു. രാത്രി നിശ്ശബ്ദവും ചൂടുള്ളതുമായിരുന്നു. ആകാശത്തിന്റെ ഒരു ഭാഗത്തുമാത്രം നക്ഷത്രങ്ങൾ കാണാമായിരുന്നു. മറുവശത്ത് ഭൂരിഭാഗവും വലിയൊരു മേഘക്കീറ് മുഴുവൻ മറച്ചുകളഞ്ഞിരുന്നു. കറുത്തിരുണ്ട് മേഘങ്ങൾ കാറ്റൊന്നുമില്ലെങ്കിലും കുന്നിനു സമീപത്തേക്ക് പതുക്കെ നീങ്ങിക്കൊണ്ടിരുന്നു. അതിന്റെ അരികുകൾ നക്ഷത്രമുള്ള ഭാഗത്തെ വിഴുങ്ങിക്കൊണ്ടിരുന്നു. ടെറക്കിന്റെ മുന്നിലുള്ള ഭാഗം മാത്രമേ അയാൾക്ക് കാണാമായിരുന്നുള്ളൂ. ചുറ്റുപാടും പുല്ലുകൾ വളർന്ന് ദൃശ്യങ്ങളെ മായ്ച്ച് കളഞ്ഞിരുന്നു. ഇടയ്ക്കിടയ്ക്ക് പുല്ലുകൾ ചായുകയും പരസ്പരം ഉരഞ്ഞ് ശബ്ദമുണ്ടാക്കുകയും ചെയ്തുകൊണ്ടിരുന്നു. താഴെനിന്ന് നോക്കുമ്പോൾ അവ ആകാശത്തിനു കീഴെ വളരുന്ന മരങ്ങളുടെ ശാഖകളുടെ ചിറകുകളായി തോന്നിച്ചു. അയാളുടെ കാലിന് തൊട്ടുതാഴെ നദീതീരമായിരുന്നു.

അതിനുകീഴെ കുതിച്ചുപായുന്ന നദിയും. നദീതീരവും വെള്ളവും മേഘക്കീറുകളുമെല്ലാം കൂടിയൊരു വിഷാദാന്തരീക്ഷം സൃഷ്ടിച്ചു. ജലത്തിനുമീതെ നിഴലുകൾ പൊങ്ങിക്കിടന്നു. അനുഭവസമ്പന്നനായ കൊസാക്കിന്റെ കണ്ണുകൾ ജലം ഒഴുക്കിക്കൊണ്ടുപോവുന്ന മരത്തടികളെ തിരിച്ചറിഞ്ഞു. വളരെ വിരളമായി മാത്രമേ കറുത്ത കണ്ണാടിയിലെന്നപോലെ വെള്ളത്തിൽ പ്രതിഫലിച്ച മിന്നൽപ്പിണരുകൾ നദിയുടെ മറുകരയെ കാട്ടിത്തന്നുള്ളൂ. ദൂരെ കേട്ട ഒരു വെടിയൊച്ചയോ തീരമടിഞ്ഞ് വീഴുമ്പോഴത്തെ നദിയുടെ ശബ്ദമോ വലിയ മത്സ്യങ്ങളുടെ ചാട്ടമോ പുല്ലിനിടയിലൂടെയുള്ള ഒരു മൃഗത്തിന്റെ ഓട്ടമോ രാത്രിയുടെ സംഗീതത്തെ –പുൽനാമ്പുകളുടെ മർമ്മരങ്ങൾ, കൊസാക്കുകളുടെ കൂർക്കംവലി, കൊതുകുകളുടെ മൂളക്കം. നദിയുടെ കളകളാരവം–ഭഞ്ജിച്ചു. നദിക്ക് മുകളിലൂടെ ഒരു മൂങ്ങ താളാത്മകമായി ചിറകടിച്ച് പറന്നു പോയി. ലുകാഷ്കയ്ക്ക് അടുത്തെത്തിയപ്പോൾ അത് തിരിഞ്ഞ് അയാളുടെ തലയ്ക്ക് മുകളിലൂടെ ഒരു മരച്ചില്ല ലക്ഷ്യമാക്കി പറന്നു. ഓരോ ശബ്ദം കേൾക്കുമ്പോഴും അയാൾ ശ്രദ്ധാപൂർവമിരിക്കുകയും തോക്ക് കയ്യിലെടുക്കുകയും ചെയ്തു. രാത്രിയുടെ നല്ലൊരു ഭാഗം കഴിഞ്ഞു. മേഘം പടിഞ്ഞാറോട്ട് നീങ്ങിപ്പോയിരുന്നു. ചന്ദ്രൻ പർവതങ്ങൾക്ക് മുകളിൽ ചുവന്ന പ്രകാശം വിതറിക്കൊണ്ട് ഉദിച്ചുനിന്നു. തണുപ്പ് അരിച്ചിറങ്ങുന്നുണ്ടായിരുന്നു. നസാർക്ക എഴുന്നേറ്റിരുന്ന് എന്തൊക്കെയോ പിറുപിറുത്ത് വീണ്ടും ഉറക്കത്തിലേക്ക് വീണു. വിരസത സഹിക്കാനാവാതെ ലുകാഷ്ക എഴുന്നേറ്റിരുന്ന് കഠാരകൊണ്ട് ഒരു മരച്ചില്ല ചെത്തിമിനുക്കാൻ തുടങ്ങി. അയാളുടെ ചിന്ത മുഴുവൻ കുന്നിനുമുകളിലുള്ള ചെചനിയക്കാരെക്കുറിച്ചും കൊസാക്കിനെ ഭയമില്ലാതെ ഇങ്ങോട്ട് വന്ന എട്ടു ചെറുപ്പക്കാരെക്കുറിച്ചും മറ്റേതെങ്കിലും ഭാഗത്തുകൂടെ നദി മുറിച്ചു കടക്കുന്നവരെക്കുറിച്ചും ആയിരുന്നു. അയാൾ ഒളിച്ചിരുന്ന സ്ഥലത്ത് നിന്നും പുറത്തേക്കുവന്ന് ചുറ്റും നോക്കി. പക്ഷേ ഒന്നും കാണാനില്ലായിരുന്നു. അയാൾ ഇടയ്ക്കിടയ്ക്ക് നദിയിലേക്ക് നോക്കിക്കൊണ്ടിരുന്നു. ഇപ്പോൾ ചന്ദ്രന്റെ വെളിച്ചത്തിൽ മറുകര കുറച്ച് കൂടി ദൃശ്യമായിരുന്നു. ഇപ്പോൾ അയാളുടെ ചിന്ത ചെചനിയക്കാരെക്കുറിച്ചായിരുന്നില്ല. മറിച്ച് തന്റെ സഹൃത്തുക്കളെ വിളിച്ചുണർത്തി ഗ്രാമത്തിലേക്ക് പോകുന്നതിനെക്കുറിച്ച് മാത്രമായിരുന്നു. ഗ്രാമത്തിൽ അയാളുടെ ദുനെയ്കയുണ്ട്. നദിയിലെ വെള്ളത്തിന് മുകളിൽ വെള്ളിയൊഴിച്ചുകൊണ്ട് പ്രകാശകിരണങ്ങൾ വീണുതുടങ്ങിയിരുന്നു. അകലെയല്ലാതെ പരുന്തുകൾ ചിറകടിക്കുന്ന ശബ്ദംകേൾക്കാം. അവസാനം ഗ്രാമത്തിൽനിന്നും കോഴികൂവുന്ന ശബ്ദം ഒന്നിനു പിറകെ ഒന്നായി ഒഴുകിയെത്തി.

ഉറക്കച്ചടവ് കണ്ണുകളെ അലോസരപ്പെടുത്തുമ്പോൾ ലുകാഷ്ക ഓർത്തു 'അവരെ വിളിച്ചുണർത്താറായി' കാലുകൾ പിണച്ചിട്ടുറങ്ങുന്ന തന്റെ സുഹൃത്തുക്കളെ ഉണർത്താൻ അയാൾ പാടുപെട്ടു. അപ്പോഴാണ് ടെറക്കിന്റെ മറുകരയിൽനിന്ന് വെള്ളത്തിലേക്ക് എന്തോ വീഴുന്ന ശബ്ദം

അയാൾ കേട്ടത്. കുന്നുകൾക്കപ്പുറം ചക്രവാളത്തിൽനിന്ന് വെളിച്ചം പതഞ്ഞൊഴുകുന്നുണ്ടായിരുന്നു. അയാൾ നദിയുടെ മറുകരയിലേക്കും നദിയിലേക്ക് ചാഞ്ഞു കിടക്കുന്ന മരത്തിലേക്കും നോക്കി. ഒരുനിമിഷം നദി നിശ്ചലമാവുന്നതായും താൻ ചലിക്കുന്നതായും അയാൾക്കു തോന്നി. അയാൾ പിന്നെയും തുറിച്ചുനോക്കി. ചില്ലയോട് കൂടിയ വലിയ ഒരു മരത്തടി നദിയുടെ മധ്യത്തിലൂടെ ഒഴുകുന്നത് അയാൾ കണ്ടു. അത് സത്യത്തിൽ നദിയുടെ ഒഴുക്കിലൂടെ പോവുകയായിരുന്നില്ല. നദി മുറിച്ചുകടക്കുമ്പോലെ ചലിക്കുകയായിരുന്നു. ലുകാഷ്ക കഴുത്ത് മുന്നോട്ടു നീട്ടി അത് നോക്കിനിന്നു. മരത്തടി തീരത്തേക്കടുത്തു. പിന്നീട് അത് ചെറുതായൊന്ന് തെന്നി. ഒരു ആയുധം മരത്തിന്റെ അടിയിൽനിന്നും പുറത്തേക്ക് നീളുന്നതായി അയാൾക്ക് തോന്നി. അയാൾ തോക്ക് പുറത്തെടുത്ത് സ്റ്റാന്റിൽ ഉറപ്പിച്ചു. പിന്നീട് നിശ്ശബ്ദമായി കാഞ്ചിയിൽ കയ്യുറപ്പിച്ച് ഉന്നംപിടിച്ചു. 'ഞാനവരെ ഉണർത്തില്ല' അയാൾ ഉറപ്പിച്ചു. പക്ഷേ ഹൃദയം ശക്തമായി മിടിക്കുന്നുണ്ടായിരുന്നു. വീണ്ടും മരത്തടി ഒരിക്കൽക്കൂടി മുങ്ങിത്താണു. അതു പതുക്കെ അവരുടെ കരയെ ലക്ഷ്യമാക്കി നീങ്ങി. ഇപ്പോൾ മങ്ങിയ വെളിച്ചത്തിൽ ടാർട്ടാറിന്റെ തല വെള്ളത്തിന് വെളിയിൽ അയാൾ കണ്ടു. തല ലക്ഷ്യമാക്കി അയാൾ ഉന്നംപിടിച്ചു. അത് അയാളുടെ തോക്കിന്റെ അടുത്തെത്തിയിരുന്നു. അയാൾ തുറിച്ചുനോക്കി "അതെ ഇതൊരു അബ്രെക്സ് തന്നെ." സന്തോഷം കൊണ്ട് അയാളുടെ മനസ്സ് നിറഞ്ഞു. മുട്ടിലുയർന്ന് അയാൾ വീണ്ടും ഉന്നംപിടിച്ചു. "പിതാവിന്റെയും പുത്രന്റെയും നാമത്തിൽ" എന്ന കുട്ടിക്കാലം മുതൽ ശീലിച്ച കൊസാക്കിയൻ രീതിയിൽ അയാൾ ആ ദൃശ്യത്തിനുനേരെ കാഞ്ചിവലിച്ചു. പുൽനാമ്പുകൾക്കും വെള്ളപ്പരപ്പിനും മീതേ ഒരു തീനാളമുയർന്നു. വെടിയൊച്ച പ്രതിധ്വനിച്ചപ്പോൾ നദിയുടെ ഭാഗത്തുനിന്നും മറുകരയിലേക്ക് ഓളംപോലെ കുറേപ്പേർ കയറിപ്പോയി. മരത്തടിയിപ്പോൾ ജലപ്രവാഹത്തിൽ ഒഴുകുകയാണ്. "നിർത്ത്.... നിർത്ത്" എർഗ്യൂഷോവ് മരത്തിനു പിന്നിൽ നിന്നുമെഴുന്നേറ്റ് വന്ന് പറഞ്ഞു.

"മിണ്ടാതിരി പിശാചേ" പല്ല് ഞെരിച്ചുകൊണ്ട് ലുകാഷ്ക പറഞ്ഞു. "അപ്പുറം അബ്രെക്സ്!"

"ആരെയാണ് നീ വെടിവെച്ചത്...... ലുകാഷ്ക ആരാണവിടെ" നസാർക്ക ചോദിച്ചു.

ലുകാഷ്ക മറുപടി പറഞ്ഞില്ല. അയാൾ ഒഴുകുന്ന മരത്തടി നോക്കിക്കൊണ്ട് തന്റെ തോക്ക് നിറയ്ക്കുകയായിരുന്നു. കുറച്ചകലെ ചെന്ന് ഒരു മണൽത്തിട്ടയിൽ തട്ടി അത് നിന്നു. അതിന് പിറകിൽ ജലത്തിൽ തട്ടിക്കൊണ്ടിരുന്ന എന്തോ ഒരു വലിയ സാധനം കാണപ്പെട്ടു.

"നീയെന്താണ് വെടിവെച്ചത്? നീയെന്താ ഒന്നും പറയാത്തത്?" നസാർക്കയും എർഗ്യൂഷോവും ചോദിച്ചു.

"അബ്രെക്സ്"

"വിവരക്കേട് പറയാതെ"

"ഞാനൊരു അബ്രക്സിനെ കൊന്നു. അതിനാണ് ഞാൻ വെടിവെച്ചത്." മുട്ടിൽനിന്നും നിവർന്നുനിന്ന് ലുകാഷ്ക പിറുപിറുത്തു. ഒരുവൻ നീന്തി ഇങ്ങോട്ട് വരികയായിരുന്നു. ഞാനവനെ കൊന്നു. അങ്ങോട്ട് നോക്ക്."

"നിന്റെ വിവരക്കേടുകൊണ്ട് ചെയ്തെന്ന് പറ" കണ്ണ് തിരുമ്മിക്കൊണ്ട് എർഗ്യൂഷോവ് പറഞ്ഞു.

"എന്തുകൊണ്ട്...... ദാ അങ്ങോട്ട് നോക്ക്" ചുമലിൽ പിടിച്ച് ശക്തിയായി തിരിച്ചുകൊണ്ട് ലുകാഷ്ക പറഞ്ഞു.

ലുകാഷ്ക ചൂണ്ടിയ സ്ഥലത്ത് ഒരു ശരീരം കിടക്കുന്നതുകണ്ട് പേടിച്ചുകൊണ്ട് എർഗ്യൂഷോവ് പറഞ്ഞു.

"ദൈവമേ! മറ്റുള്ളവർ ഇപ്പോൾ വരുമെന്ന് ഉറപ്പാണ്." എർഗ്യൂഷോവ് തന്റെ തോക്ക് ഒന്നുകൂടി പരിശോധിച്ചു.

"ഇവൻ അവരിലൊരാൾ തന്നെ. മറ്റുള്ളവർ ഒന്നുകിൽ ഇവിടെത്തന്നെയുണ്ട്. അല്ലെങ്കിൽ ദൂരത്തല്ലാതെ മറുകരയിൽ ഉറപ്പ്."

ലുകാഷ്ക തന്റെ ബെൽറ്റ് അഴിച്ചു. കാർക്കാഷ്യൻ കോട്ടും അഴിച്ചു.

"നിന്റെ പരിപാടിയെന്താണ്" എർഗ്യൂഷോവ് ചോദിച്ചു.

"നിന്നെയവർ കണ്ടാൽ കൊല്ലുമെന്ന് ഉറപ്പാണ്. വെടികൊണ്ടെങ്കിൽ അവൻ രക്ഷപ്പെടില്ല. എനിക്ക് കുറച്ച് വെടിമരുന്ന് വേണമായിരുന്നു–നിന്റെ പക്കലുണ്ടോ? നസാർക്ക നീ കൂടാരത്തിലേക്ക് പോയ്ക്കൊള്ളൂ. നിനക്കെങ്കിലും സ്വയം രക്ഷിക്കാൻ കഴിയട്ടെ. പക്ഷേ തീരത്തുകൂടെ തനിച്ച് പോവരുത്. അവർ നിന്നെ കണ്ടാൽ നീയും കൊല്ലപ്പെടും. തീർച്ച."

"നീ തന്നെ പോയാൽ മതി." നസാർക്ക ദേഷ്യത്തോടെ പറഞ്ഞു.

തന്റെ കോട്ട് മാറ്റിയശേഷം ലുകാഷ്ക തീരത്തേക്ക് നടന്നു.

"പോകരുത്. തീരത്തേക്ക് പോകരുത്." എർഗ്യൂഷോവ് പറഞ്ഞു. "നോക്കൂ. അവൻ ചലിക്കുന്നില്ല. എനിക്ക് കാണാം. നേരം വെളുക്കാറായി. ടെന്റിൽനിന്നും പട്ടാളക്കാർ വന്നിട്ട് നമുക്ക് പോകാം. നസാർക്ക നീ പോയിക്കോളൂ. നീ പേടിച്ചിരിക്കുന്നു. പേടിക്കാതെ പോയ്ക്കോളൂ."

"ലൂക്ക്, ഹേയ് ലുകാഷ്ക, ഞങ്ങളോട് പറയൂ. എങ്ങനെയാണ് നീയിത് ചെയ്തത്?" നസാർക്ക ചോദിച്ചു.

ലുകാഷ്ക വെള്ളത്തിനടുത്തേക്ക് പോകാനുള്ള തന്റെ തീരുമാനം മാറ്റി. "നീ വേഗം ടെന്റിലേക്ക് പോവുക. കൊസാക്കുകളോട് വരാൻ പറയുക. അബ്രക്സ് ഇപ്പുറത്തെത്തിയെങ്കിൽ അവർ പിടിക്കപ്പെടണം."

"അതുതന്നെയാണ് ഞാൻ പറയുന്നത്. അവർ പിടിക്കപ്പെടണം." എർഗ്യൂഷോവ് പറഞ്ഞു.

എർഗ്യൂഷോവും നസാർക്കയും എഴുന്നേറ്റ് ടെന്റിലേക്ക് പോവാൻ തയാറായി–പക്ഷേ അവർ തീരത്തുകൂടെ പോകാതെ മുൾച്ചെടികൾക്കിടയിലൂടെ വനത്തിലേക്ക് വഴിയുണ്ടാക്കി.

"ലുകാഷ്ക നീ സൂക്ഷിക്കണം. നിന്നെയവർ ആക്രമിച്ച് അപായപ്പെടുത്തിയേക്കാം."

"പോയ്ക്കോളൂ എനിക്കറിയാം." തന്റെ തോക്ക് ഒന്നുകൂടി പരിശോധിച്ച് മരത്തടിക്ക് പുറകിലിരുന്ന് ലുകാഷ്ക പറഞ്ഞു.

തനിച്ചിരുന്ന് വെള്ളത്തിലേക്കുനോക്കി അയാൾ സമയം തള്ളി നീക്കി. കൊസാക്കുകൾ എത്താൻ ഇനിയും സമയമെടുക്കും. ടെന്റ് കുറെ ദൂരെയാണ്. അയാൾക്ക് ക്ഷമകെട്ടു. താൻ കൊന്നയാളോടൊപ്പമുള്ള മറ്റ് അബ്രക്സുകൾ രക്ഷപ്പെടുമല്ലോയെന്ന ചിന്ത അയാളുടെ മനസിനെ അലട്ടി. ഇന്നലെ രാത്രി തന്നിൽനിന്ന് രക്ഷപ്പെട്ട കാട്ടുപന്നിയെപ്പോലെ അവർ രക്ഷപ്പെടുമല്ലോ എന്ന ചിന്ത അയാളെ മഥിച്ചു. അയാൾ മറുകരയിലേക്ക് നോക്കിയിരുന്നു. ഏതുനിമിഷവും അവിടെയൊരാളെ കാണാമെന്ന് അയാൾ പ്രതീക്ഷിച്ചു. വെടിവെക്കാനായി അയാൾ തോക്ക് സജ്ജീകരിച്ചു. പക്ഷേ, ഒരിക്കലും താൻ കൊല്ലപ്പെടുമെന്ന ചിന്ത അയാളിലേക്ക് കടന്നുവന്നില്ല. മോസ്കോയിലെ കഴിഞ്ഞ മഞ്ഞുകാലത്തിന്റെ ഓർമകൾ അയാളിൽ മായാതെകിടന്നു.

തന്നെ യാത്രയാക്കിയ സുഹൃത്തുക്കളെയും അവർ സംസാരിച്ച ധനികയായ ആ പെൺകുട്ടിയെക്കുറിച്ചും അയാൾ ഓർത്തു.

ഒൻപത്

തീരത്ത് ഇത്തിരി വെള്ളത്തിൽ പൊങ്ങിക്കിടക്കുന്ന ചെചനിയന്റെ ശരീരം വെളിച്ചം കൂടിക്കൂടി വന്നപ്പോൾ കൂടുതൽ വ്യക്തമായി. പെട്ടെന്ന് തന്നിൽനിന്നും വളരെയകലെയല്ലാതായി പുല്ലുകൾക്കിടയിലെ കാൽപ്പെരുമാറ്റം ലുകാഷ്കയുടെ ശ്രദ്ധയാകർഷിച്ചു. പുൽത്തലപ്പുകൾ വകഞ്ഞു മാറ്റപ്പെടുന്നത് കണ്ട അയാൾ തന്റെ തോക്ക് ഉന്നം ക്രമീകരിച്ച് തയാറാക്കി നിർത്തി. "പിതാവിന്റെയും പുത്രന്റെയും നാമത്തിൽ" കാഞ്ചി വലിക്കാൻ തയാറെടുത്ത അദ്ദേഹം പെട്ടെന്ന് നിന്നു. "ഞാൻ നിങ്ങളെ ഇപ്പോൾ കൊല്ലുമായിരുന്നു" ലുകാഷ്ക പറഞ്ഞു.

"നീ എന്തിനെയാണ് വെടിവെക്കാൻ ശ്രമിച്ചത്" ആ വൃദ്ധൻ ചോദിച്ചു. അദ്ദേഹത്തിന്റെ കനമുള്ള ശബ്ദം കാട്ടിൽ പ്രതിധ്വനിച്ചു. ലുകാഷ്കയ്ക്ക് ചുറ്റുമുറഞ്ഞ് കൂടിയ നിശ്ശബ്ദത ഉരുകിയൊലിച്ചു. പെട്ടെന്ന് തന്നെ എല്ലാം ദൃശ്യമായത് പോലെ തോന്നി.

"അമ്മാവാ, താങ്കൾ ഒന്നും അറിഞ്ഞിട്ടില്ല. ഞാനൊരു ഭീകരജീവിയെ വധിച്ചു" ലുകാഷ്ക തോക്ക് ഒന്നുമാറ്റി ശാന്തമായി പറഞ്ഞു.

ആ വൃദ്ധൻ നദിയോരത്ത് പൊങ്ങിക്കിടക്കുന്ന രൂപത്തിലേക്ക് നോക്കി.

"അവർ ഒരു മരത്തടിയിൽ പിടിച്ച് നീന്തി ഇക്കരയ്ക്ക് വരികയായിരുന്നു. കണ്ടില്ലേ..... അവൻ നീല പാന്റ്സാണ് ധരിച്ചിരിക്കുന്നത്. തോക്കുമുണ്ടാവും...... കണ്ടില്ലേ? ലുകാഷ്ക ചോദിച്ചു.

"എങ്ങനെയാണ് കാണുക" ദേഷ്യത്തോടെ അയാൾ ചോദിച്ചു. "നീ കൊന്നത് ഒരു ധീരനെയാണ്."

"ഞാനിവിടെ ഇരിക്കുമ്പോൾ ഇരുണ്ട എന്തോ ഒന്ന് മറുകരയ്ക്ക് ചലിക്കുന്നത് കണ്ടു. ഇപ്പുറമെത്തുംവരെ ഞാൻ നോക്കിയിരുന്നു. ഒരാൾ

പെട്ടെന്ന് ഇവിടെ എത്തിച്ചേർന്നതുപോലെ...... വിചിത്രം ഒരു മരത്തടി........ നല്ലൊരു കഷണം........ ഒഴുകിവരുന്നു. ഒഴുക്കിന് നേരെയായിരുന്നില്ല, മറിച്ച് നദി മുറിച്ചുകടന്ന്........ അതിന് അടിയിൽനിന്ന് ഒരു തല പൊങ്ങി വന്നു. വിചിത്രം! ഞാൻ പുല്ലിനിടയിൽനിന്നും പുറത്തേക്ക് വന്നു. പക്ഷേ, പിന്നീട് ഒന്നും കണ്ടില്ല. ഞാൻ എഴുന്നേറ്റു. അപ്പോൾ അവൻ ശബ്ദം കേട്ടിരിക്കാം....... അവൻ വീണ്ടും തടിയുടെ അടിയിലേക്ക് ഊളിയിട്ടു. "പോകരുത്" ഞാൻ പറഞ്ഞു. അവൻ തീരത്തിനടുത്തെത്തിയപ്പോൾ ഞാൻ വീണ്ടും പറഞ്ഞു "അനങ്ങിപ്പോവരുത്." എന്തോ എന്നെ ശ്വാസം മുട്ടിക്കുന്നതുപോലെ. ഞാൻ എന്റെ തോക്ക് ഉന്നംപിടിച്ചു. പക്ഷേ അനങ്ങാതെ നിന്ന് ചുറ്റുംനോക്കി. അവൻ കുറച്ച് സമയം നിന്നു, പിന്നീട് വീണ്ടും നീന്താൻ തുടങ്ങി. പിന്നീട് നിലാവിൽ ഞാനവന്റെ പുറംഭാഗം പൂർണമായി കണ്ടു. "പിതാവിന്റെയും പുത്രന്റെയും പിശുദ്ധാത്മാവിന്റെയും നാമത്തിൽ"........ പുകമറയിലൂടെ അവൻ പുളയുന്നത് ഞാൻ കണ്ടു. അവൻ ഞരങ്ങുന്നതായി എനിക്ക് തോന്നി. ഓ! ദൈവത്തിന് നന്ദി! "ഞാനവനെ കൊന്നു!" അവൻ തീരത്തടുത്തപ്പോൾ എനിക്ക് പൂർണമായും അവനെ കാണാനായി. അവൻ എഴുന്നേൽക്കാൻ ശ്രമിച്ചു. പക്ഷേ സാധിച്ചില്ല. ഒന്നു പിടഞ്ഞു. പിന്നെ നിലത്തുവീണു. എല്ലാം ദൃശ്യമായിരുന്നു. "നോക്കൂ.... ഇപ്പോൾ അവൻ അനങ്ങുന്നില്ല. അവൻ മരിച്ചിട്ടുണ്ടാവും തീർച്ച! എന്റെ കൂടെയുണ്ടായിരുന്നവർ മറ്റ ഭടന്മാരെ വിളിക്കാൻ കൂടാരത്തിലേക്ക് പോയിരിക്കുകയാണ്. ഇവന്റെ കൂടെ ഇനിയും ആളുകൾ ഉണ്ടാകാം."

"നീ അവനെ കൊന്നു." വൃദ്ധൻ പറഞ്ഞു. "അവൻ ഇപ്പോൾ നമ്മിൽനിന്നും അകന്നുപോയി. പാവം കുട്ടി." അയാൾ ദുഃഖത്തോടെ തലയിളക്കി.

അപ്പോൾ കുറ്റിക്കാടുകൾ ചവിട്ടിഞെരിക്കുന്ന ശബ്ദത്തോടെ കാൽനടയായും കുതിരപ്പുറത്തും കൊസാക്കുകൾ അവിടേക്കെത്തി. "നിങ്ങൾ വഞ്ചി കൊണ്ടുവരുന്നുണ്ടോ?" ലുകാഷ്ക ഉറക്കെ ചോദിച്ചു. "നീയൊരു ധീരനല്ലെ ലൂക്ക്! തീരത്തേക്ക് നീ തന്നെ വലിച്ചുകൊണ്ടുവരൂ." ഒരു ഭടൻ വിളിച്ചുപറഞ്ഞു.

വഞ്ചിക്ക് കാത്തുനിൽക്കാതെ ലൂക്ക് വസ്ത്രം മാറാൻ തുടങ്ങി. അപ്പോൾ അയാൾ തന്റെ ഇരയെ ശ്രദ്ധിച്ചുകൊണ്ടിരുന്നു. നിൽക്ക്, നിൽക്ക്....... നസാർക്ക വഞ്ചി കൊണ്ടുവരുന്നുണ്ട്. ഓഫീസർ പറഞ്ഞു.

"ഹേയ് വിഡ്ഢീ! അവൻ ചിലപ്പോൾ ചത്തിട്ടുണ്ടാവില്ല. നിന്നെ കബളിപ്പിക്കാൻ നടിക്കുന്നതായിരിക്കും. ഒരു കഠാരകൂടെ കരുതിക്കോളൂ!" വേറൊരു കൊസാക്ക് പറഞ്ഞു.

"ശരി. ശരി........" തന്റെ പാന്റ്സ് അഴിച്ചുമാറ്റി ലൂക്ക് വെള്ളത്തിലേക്ക് ചാടി. തന്റെ പുറം വെള്ളത്തിന് പുറത്ത് കാണിച്ചുകൊണ്ട് ഒഴുക്കിനെ കീറിമുറിച്ച് അയാൾ തീരം ലക്ഷ്യമാക്കി നീന്തി. ഒരുകൂട്ടം കൊസാക്കുകൾ ഉറക്കെ സംസാരിച്ചുകൊണ്ട് തീരത്ത് നിൽപ്പുണ്ടായിരുന്നു. മൂന്ന് കുതിരപ്പട്ടാളക്കാർ കുതിരപ്പുറത്ത് നിന്നും ചുറ്റുപാടും നിരീക്ഷിച്ചുകൊണ്ടിരുന്നു. ലുകാഷ്ക മണൽത്തിട്ടയിൽ നിവർന്ന് നിന്നു.

പിന്നീട് തന്റെ മുന്നിൽ കിടക്കുന്ന ശരീരത്തിലേക്ക് കുനിഞ്ഞ് ഒന്നു രണ്ട് പ്രാവശ്യം കുലുക്കിയിളക്കിനോക്കി ഉറക്കെ വിളിച്ചു പറഞ്ഞു: "മരിച്ചു."

ചെചനിയക്കാരന്റെ തലയ്ക്കായിരുന്നു വെടിയേറ്റത്. അവനൊരു നീല പാന്റ്സും ഷർട്ടുമായിരുന്നു ധരിച്ചിരുന്നത്. മുകളിൽ ഒരു കാർക്കേഷ്യൻകോട്ടും. തോക്കും കഠാരയും അരയിൽ തൂക്കിയിട്ടിരുന്നു. പിന്നെ വലിയൊരു മരത്തടി ശരീരത്തോടൊപ്പം കെട്ടിയിരുന്നു. അതാണ് ആദ്യം ലുകാഷ്കയെ തെറ്റിദ്ധരിപ്പിച്ചത്.

"എന്തൊരു മുഴുത്ത ഇരയെയാണ് നീ പിടിച്ചത്" കൊസാക്കുകൾ ശരീരം കരയിലേക്ക് എടുത്ത് കിടത്തി അതിന് ചുറ്റും നിന്നു.

"നമ്മുടെ കൂടെയുള്ളവർ എവിടെയാണ് പോയത്? ഇവന്റെ കൂടെയുള്ളവർ മറുകരയിലുണ്ടാവുമെന്നത് ഉറപ്പാണ്. ഇവനൊരു ഒളിപ്പോരാളിയല്ലായിരുന്നെങ്കിൽ ഒരിക്കലും ആ രീതിയിൽ നീന്തിവരില്ലായിരുന്നു."
"തനിച്ചും ആയിരിക്കില്ല" വേറൊരാൾ പറഞ്ഞു.

"ചിലപ്പോൾ അവരിലെ ഒരു ധീരനായിരിക്കും. അതുകൊണ്ട് മറ്റുള്ളവരുടെ മുമ്പേ ഇറങ്ങിപ്പുറപ്പെട്ടതാവും." നനഞ്ഞ വസ്ത്രം പിഴിഞ്ഞുകൊണ്ട് ലുകാഷ്ക കളിയാക്കി പറഞ്ഞു.

"അവന്റെ താടിരോമങ്ങൾ ക്രോപ്പ് ചെയ്തതും നിറം കൊടുത്തവയുമാണ്."

"ഇവൻ പുറത്ത് ഒരു ബാഗ് തൂക്കിയിട്ടിട്ടുണ്ട്."

അതുകൊണ്ട് ഇവന് നന്നായി നീന്താൻ കഴിയും." വേറൊരാൾ പറഞ്ഞു.

"ലുകാഷ്ക ഈ കഠാരയും കോട്ടും നീ സൂക്ഷിച്ചോളൂ. തോക്കിന് നിനക്ക് ഞാൻ മൂന്ന് റൂബിൾ തരാം. ഇതിന് ഒരു തുളയുണ്ട്." ശവശരീരത്തിൽ നിന്നെടുത്ത തോക്കും കഠാരയും കൈയിൽ പിടിച്ചുകൊണ്ട് ഓഫീസർ പറഞ്ഞു. "ഇത് എനിക്ക് ഒരോർമയ്ക്കായി സൂക്ഷിക്കണം."

ലുകാഷ്ക ഒന്നും പറഞ്ഞില്ല. ഇത്തരത്തിലും യാചനകൾ അയാളെ അലോസരപ്പെടുത്തിയിരുന്നു. പക്ഷേ അതുകൊണ്ട് കാര്യമില്ല എന്ന് അയാൾക്ക് അറിയാമായിരുന്നു.

"ഓ! എന്തൊരു പിശാച്! കോട്ട് തറയിലേക്ക് എറിഞ്ഞ് നെറ്റിചുളിച്ച് അയാൾ പറഞ്ഞു. "ഈ കോട്ട് നല്ലതായിരുന്നെങ്കിൽ! പക്ഷേ ഇതുകൊണ്ട് വിറക് കെട്ടിക്കൊണ്ടുവരാം." വേറൊരാൾ പറഞ്ഞു.

"മോസേവ്, എന്നെ വീട്ടിലേക്ക് പോകാൻ അനുവദിക്കണം" എല്ലാം മറന്നുകൊണ്ട് തന്റെ മേലധികാരിക്ക് ഒരു സമ്മാനം നൽകിയതിന് പകരമായി അയാൾ പറഞ്ഞു.

"ശരി, ശരി നീ പോയ്ക്കോളൂ." ഈ ശരീരം കൂടാരത്തിന്റെ അപ്പുറത്ത് ഒരു ഷെൽട്ടറിൽ വെയില് കൊള്ളാതെ സൂക്ഷിക്കുക. ചിലപ്പോൾ കുന്നിനപ്പുറത്ത് നിന്ന് ചെചനിയൻകാർ ശരീരം വിട്ടുകിട്ടാൻ നമുക്ക് പണം തരും."

"ഇപ്പോൾ ചൂട് കുറവാണ്" ഒരാൾ പറഞ്ഞു.

"പക്ഷേ ഇവിടെനിന്നും ഇവനെ കുറുനരികൾ കടിച്ചുകീറിയാലോ?" വേറൊരാൾ അഭിപ്രായപ്പെട്ടു.

"നമുക്ക് കാവൽ നിൽക്കാം."

"ലുകാഷ്ക നീ എന്തുചെയ്താലും ഇവർക്കായി വോഡ്ക എത്തിച്ചുകൊടുക്കണം" ഓഫീസർ പ്രസന്നനായി പറഞ്ഞു.

"തീർച്ചയായും അതാണല്ലോ രീതി" ഒരു കൊസാക്ക് ഇടയ്ക്ക് കയറി പറഞ്ഞു. "ദൈവം എന്തൊരു ഭാഗ്യമാണ് നിനക്ക് തന്നിരിക്കുന്നത്. ഇതിനു മുമ്പ് ഇതുപോലൊന്ന് കാണുകപോലും ചെയ്യാതെ ഒരു ധീരനെ കൊല്ലാൻ നിനക്ക് കഴിഞ്ഞു."

"ഈ കത്തിയും കോട്ടുംകൂടെ നിങ്ങൾ വാങ്ങിക്കൊളൂ." ഈ പാന്റ്സും നിങ്ങൾ എടുത്തോളൂ. ഇതെനിക്ക് പാകമല്ല. ഇവൻ ഒരു മെലിഞ്ഞ പിശാചാണ്." ലുകാഷ്ക പറഞ്ഞു.

ഒരാൾ ഒരു റൂബിൾ കൊടുത്ത് കോട്ടും വേറൊരാൾ രണ്ട് കുപ്പി വോഡ്കയ്ക്കുള്ള പണം കൊടുത്ത് കഠാരയും വാങ്ങിച്ചു.

"സുഹൃത്തുക്കളെ ഞാൻ നിങ്ങൾക്ക് വോഡ്ക എത്തിച്ചുതരും. ഞാൻ തന്നെ ഗ്രാമത്തിൽ നിന്നും കൊണ്ടുവരും."

"പാന്റ്സ് മുറിച്ച് തൂവാലകളാക്കുക. പെൺകുട്ടികൾക്ക് കൊടുക്കാം." നസാർക്ക പറഞ്ഞു.

ഇതുകേട്ട് കൊസാക്കുകൾ ഉറക്കെ ചിരിച്ചു.

"ചിരിക്ക്" ഓഫീസർ പറഞ്ഞു "നിങ്ങളെന്താണ് ഈ ശരീരം കുടിലിനടുത്ത് ഇട്ടിരിക്കുന്നത്. എടുത്തുകൊണ്ട് പോവൂ."

"എന്താ നിന്നുകളഞ്ഞത്? ഇവനെ വലിച്ചുകൊണ്ട് പോകൂ!" ആജ്ഞാസ്വരത്തിൽ ലുകാഷ്ക ശവശരീരത്തിനടുത്ത് നിന്നവരോട് പറഞ്ഞു. ചീഫ് ഓഫീസറുടെ ആജ്ഞയോടെ അവർ അത് അനുസരിക്കുകയും ചെയ്തു. കുറച്ചുദൂരം മുന്നോട്ടു പോയപ്പോൾ വീണ്ടും അവർ നിന്നു. ശവശരീരത്തിന്റെ കാല് വളഞ്ഞുപോയിരുന്നു. നസാർക്ക അതിന്റെ മുഖം നേരെയാക്കി. അപ്പോൾ വെടിയേറ്റ നെറ്റിയടക്കം മുഖം മുഴുവൻ കാണാറായി. "ഓ!! എന്തൊരു മുറിവ് ഇവന്റെ വേണ്ടപ്പെട്ടവർക്ക് വേഗം തിരിച്ചറിയാം" ആരും ഒന്നും മിണ്ടിയില്ല. വീണ്ടും നിശ്ശബ്ദതയുടെ മാലാഖ കൊസാക്കുകൾക്കു മേലെ പരന്നൊഴുകി.

സൂര്യരശ്മികൾ പുൽനാമ്പുകളിലെ മഞ്ഞുതുള്ളികളിൽ പ്രതിഫലിച്ചു. ടെറക്കിനരികിൽ കാട്ടിൽ പ്രഭാതത്തെ വിളിച്ചോതിക്കൊണ്ട് പ്രാവുകൾ കുറുകി. കൊസാക്കുകൾ കൊല്ലപ്പെട്ടവന്റെ ചുറ്റും അനങ്ങാതെ നിന്നു. വീർത്ത വയറിനുചുറ്റും ഒരു ബെൽറ്റുകൊണ്ട് ബന്ധിച്ച പാന്റ്സ് മാത്രം ധരിച്ച ആ ശരീരം കാണാൻ ചന്തമുള്ളതായിരുന്നു. ദൃഢമായ കൈകൾ ശരീരത്തിന്റെ ഇരുവശത്തുമായി നിവർന്നു കിടന്നു. വെടിയുണ്ട തറച്ച, മുടി വടിച്ചുകളഞ്ഞ നീലനിറത്തിലുള്ള തല ചരിഞ്ഞ് കിടപ്പായിരുന്നു. മഞ്ഞകലർന്ന ബ്രൗൺ നിറത്തിലുള്ള നെറ്റിത്തടം അതിൽനിന്നും വ്യത്യസ്തമായിരുന്നു. തുറന്നുകിടന്ന തിളങ്ങുന്ന കണ്ണുകൾ മുകളി

ലേക്ക് നോക്കുംവിധമായിരുന്നു. ചുവന്നമീശയും സുന്ദരമായ ചുണ്ടുകളും പരിഹസിച്ച് ചിരിക്കുന്നതുപോലെ തോന്നി. ചുവന്ന രോമങ്ങളുള്ള ചെറിയ കൈകളിലെ വിരലുകൾ ഉള്ളിലേക്ക് മടങ്ങിയിരുന്നു. നഖങ്ങൾക്ക് ചുവന്നനിറം കൊടുത്തിരുന്നു.

ലുകാഷ്ക അപ്പോഴും വസ്ത്രം മാറിയിരുന്നില്ല. അയാൾ നനഞ്ഞിരുന്നു. അയാളുടെ കഴുത്ത് ചുവന്നിരുന്നു. കണ്ണുകൾക്ക് മുമ്പത്തേക്കാൾ തിളക്കമുണ്ടായിരുന്നു. വിശാലമായ താടിയെല്ലുകൾ വിറച്ചുകൊണ്ടിരുന്നു. അയാളടെ ദൃഢശരീരത്തിൽനിന്നും പൊങ്ങിവന്ന നീരാവി പ്രഭാതത്തിലെ സുന്ദരമായ അന്തരീക്ഷത്തിൽ അലിഞ്ഞുചേർന്നു.

"ഇവനും ഒരു മനുഷ്യനായിരുന്നു" ശവശരീരത്തെ നോക്കിക്കൊണ്ട് അയാൾ പറഞ്ഞു.

"അതെ! നീ അവന്റെ കൈയിൽപ്പെട്ടിരുന്നെങ്കിൽ ഇതുപോലെ കിടക്കുക നീയായിരിക്കും" മറ്റുള്ളവർ പറഞ്ഞു.

മൗനത്തിന്റെ മാലാഖയ്ക്ക് ചിറകുമുളച്ചു. അവർ സംസാരിക്കാൻ തുടങ്ങി. രണ്ടുപേർ ചെറിയൊരു കുടിൽ കെട്ടാൻ മരക്കൊമ്പ് വെട്ടാൻ പോയി. മറ്റുള്ളവർ കൂടാരത്തിന് സമീപത്തേക്ക് നടന്നു. ലൂക്കും നസാർക്കയും ഗ്രാമത്തിലേക്ക് പോകാൻ തയാറെടുക്കാനായി ഓടിപ്പോയി.

അരമണിക്കൂറിനുശേഷം അവർ ഗ്രാമത്തിലേക്കുള്ള യാത്ര ആരംഭിച്ചു. ടെറക്കിന്റെ ഗ്രാമത്തിൽനിന്നും വേർതിരിക്കുന്ന കാട്ടിലൂടെ നിർത്താതെ സംസാരിച്ചുകൊണ്ട് അവർ ഓടുകയായിരുന്നു.

"നീ കേൾക്ക്, ഞാൻ പറഞ്ഞയച്ചതാണെന്ന് അവളോട് നീ പറയരുത്. പോയി അവളുടെ ഭർത്താവ് വീട്ടിലുണ്ടോ എന്ന് നോക്കി വാ." ലൂക്ക് പറഞ്ഞു.

"ഞാൻ യാംവ്കയ്ക്ക് ചുറ്റുംകൂടെ നോക്കും. നമുക്ക് ഇന്നൊന്ന് ആഹ്ലാദിക്കേണ്ടേ?" നസാർക്ക ചോദിച്ചു.

"ഇന്നല്ലെങ്കിൽ പിന്നെയെന്നാണ് നാം സന്തോഷിക്കുക?" ലൂക്ക് പറഞ്ഞു.

ഗ്രാമത്തിലെത്തുമ്പോൾ രണ്ട് കൊസാക്കുകളും മദ്യപിച്ച് വൈകുന്നേരംവരെ വീണുറങ്ങുന്ന പരുവത്തിലായിരുന്നു.

പത്ത്

ഈ സംഭവം നടന്ന് മൂന്നാംദിവസം രണ്ടുകമ്പനി കാർക്കേഷ്യൻ പട്ടാളം കൊസാക്ക് ഗ്രാമമായ നോവോംലിൻസ്കിൽ എത്തി. കുതിരകളെ കടിഞ്ഞാണഴിച്ചിട്ടിരുന്നു. കമ്പനി വാഗണുകൾ ചതുരാകൃതിയിൽ നിർത്തിയിരുന്നു. പാചകക്കാർ കുഴികുത്തി അടുപ്പുണ്ടാക്കി വിവിധ സ്ഥലങ്ങളിൽനിന്നും ശേഖരിച്ച വിറകുപയോഗിച്ച് പാചകം ചെയ്തുതുടങ്ങിയിരുന്നു. പട്ടാളക്കാർ കുതിരകളെ തളയ്ക്കാനായി ഗ്രൗണ്ടിൽ കുറ്റികൾ നാട്ടുന്നുണ്ടായിരുന്നു. താമസസൗകര്യം ഒരുക്കാൻ നിയോഗിക്ക

പ്പെട്ടവർ സ്വന്തം വീട്ടിലെന്നപോലെ ഓഫീസർമാർക്കും പട്ടാളക്കാർക്കും താമസസ്ഥലം കാണിച്ചുകൊടുത്തുകൊണ്ട് അങ്ങോട്ടുമിങ്ങോട്ടും നടക്കുന്നുണ്ടായിരുന്നു. പ്രതിരോധമരുന്നുകളടങ്ങിയ പച്ചനിറത്തിലുള്ള വലിയ പെട്ടികൾ, കമ്പനിയുടെ കുതിരവണ്ടികൾ, കുതിരകൾ, കുതിരകൾക്ക് തീറ്റവേവിക്കുന്ന വലിയ പാചകപ്പാത്രം തുടങ്ങിയവ വരിവരിയായി നിൽപ്പുണ്ടായിരുന്നു. ക്യാപ്റ്റനും ലഫ്റ്റനന്റും സെർജന്റ് മേജറായ ഒനിസം മിഖെയ്ലേവിച്ച് തുടങ്ങിയവർ മറുവശത്തും നിൽപ്പുണ്ടായിരുന്നു. ക്വാർട്ടേഴ്സിലേക്ക് മാറാൻ കമ്പനിയുടെ ഉത്തരവ് പ്രകാരം എത്തിയതായിരുന്നു അവർ. പക്ഷേ, അവർ എന്തിന് കൊസാക്കുകളുടെ ഈ സ്ഥലത്ത് വന്നു, അവർക്ക് ഇവിടെയൊരു ട്രൂപ്പ് സ്ഥാപിക്കണമോ, ഇവർ ഓൾഡ് ബിലീവേഴ്സ് ആണോ തുടങ്ങിയ ചോദ്യങ്ങൾ അപ്രസക്തമായി. പൊടിയിൽ കുളിച്ച് ക്ഷീണിച്ച പട്ടാളക്കാർ ശമ്പളം വാങ്ങിച്ച് പിരിഞ്ഞു പോവുകയായിരുന്നു. അവർ തേനീച്ചക്കൂട്ടംപോലെ ശബ്ദമുണ്ടാക്കി ക്രമമല്ലാതെ നഗരത്തിൽ പറന്നു നടന്നു. കൊസാക്കുകാരുടെ അനിഷ്ടങ്ങൾ ശ്രദ്ധിക്കാതെ, തോക്കുകൾ ശബ്ദമുണ്ടാക്കുന്നത് ശ്രദ്ധിക്കാതെ ഉറക്കെ സംസാരിച്ചുകൊണ്ട് അവർ വിവിധ കുടിലുകളിലേക്ക് കയറിപ്പോയി. ബാഗുകൾ തുറന്ന് വസ്ത്രങ്ങളും മറ്റ് വസ്തുക്കളും പുറത്തെടുത്തുവെച്ചു. അവിടെയുണ്ടായിരുന്ന സ്ത്രീകളോട് അസഭ്യമായി പെരുമാറി. കുതിരയ്ക്ക് ഭക്ഷണം പാകംചെയ്യുന്നതിനു ചുറ്റുമായി വലിയൊരു കൂട്ടം പട്ടാളക്കാർ ഇരുന്നു. പുകവലിച്ചുകൊണ്ടിരുന്ന അവർ ആകാശത്തേക്ക് നോക്കി. ചുട്ടുപഴുത്ത ആകാശത്തിലേക്ക് കട്ടിപ്പുകയുയരുന്നത് വ്യക്തമായി കാണാമായിരുന്നു. ക്യാമ്പ് ഫയറിനു ചുറ്റുമിരുന്ന അവർ ഉരുകിയ സ്ഫടികംപോലെ വായുവിലുയരുന്ന വിറയ്ക്കുന്ന തീനാളം നോക്കിയിരുന്ന് കൊസാക്കിലെ സ്ത്രീകളെയും പുരുഷന്മാരെയും കളിയാക്കിക്കൊണ്ട് അസഭ്യം പറഞ്ഞു. അവരുടെ അഭിപ്രായത്തിൽ കൊസാക്കുകാർ റഷ്യക്കാരെപ്പോലെ പരിഷ്കൃതജീവിതം നയിക്കുന്നവരായിരുന്നില്ല. കൊസാക്കിന്റെ ഓരോ മൂലയിൽനിന്നും പട്ടാളക്കാരുടെ ചിരിയും കൊസാക്ക് സ്ത്രീകളുടെ കരച്ചിലും കേൾക്കാമായിരുന്നു. സ്ത്രീകൾ പട്ടാളക്കാരെ തടയുന്നതും ഭക്ഷണം പാകംചെയ്യാനുള്ള പാത്രങ്ങൾ നിഷേധിക്കുന്നതും കാണാമായിരുന്നു. ചെറിയ കുട്ടികൾ അമ്മമാരെ കെട്ടിപ്പിടിച്ച്, പട്ടാളക്കാരുടെ നീക്കങ്ങൾ നോക്കിനിന്നു. അവർക്ക് അത് പുതിയ കാഴ്ചയായിരുന്നു. പേടിച്ചിരുന്ന കുട്ടികൾ അവരിൽനിന്ന് എപ്പോഴും ഒരു സുരക്ഷിതമായ അകലംപാലിച്ചു. മുതിർന്ന കൊസാക്കുകൾ നിശ്ശബ്ദമായി സങ്കടത്തോടെ കുടിലുകൾക്ക് പുറത്തുവന്ന് തിണ്ണമേലിരുന്നു. അനന്തരഫലം എന്തായിരിക്കുമെന്നറിയാതെ അവർ എല്ലാം ദൈവഹിതമായി സമാധാനിച്ചു.

മൂന്നുമാസങ്ങൾക്കുമുമ്പ് കാർക്കേഷ്യൻ ആർമിയിൽച്ചേർന്ന ഒലെനിൻ ഗ്രാമത്തിൽ നല്ല ഒരു വീട്ടിൽ കൃത്യമായി പറഞ്ഞാൽ ഓഫീസർ ഏലിയാസ് വിസിലിച്ചിന്റെ–ഉലീറ്റ്ക വല്ല്യമ്മയുടെ – വീട്ടിൽ താമസമാക്കിയിരുന്നു.

"ഡിമിട്രി ആൻഡ്രെ്യിച്ചിന് എന്ത് സംഭവിച്ചു എന്ന് ദൈവത്തിനറിയാം." വന്യൂഷ കിതച്ചുകൊണ്ട് ഒലെനിനോട് പറഞ്ഞു. അയാൾ കാർക്കേഷ്യൻ കോട്ടുധരിച്ച് ഗ്രോസ്നോയിൽനിന്നും വാങ്ങിച്ച കബാർഡ്* കുതിരപ്പുറത്തായിരുന്നു. അയാൾ അഞ്ചുമണിക്കൂർമുമ്പ് ഉല്ലാസപ്രദമായ ഒരു യാത്രകഴിഞ്ഞ് എത്തിയതായിരുന്നു.

"എന്താണ് പ്രശ്നം" കുതിരയെ തലോടിക്കൊണ്ട് ഒലെനിൻ ചോദിച്ചു. ലഗേജ് പുറത്തെടുക്കുന്ന വന്യൂഷ വിയർത്ത് ക്ഷീണിച്ചിരുന്നു. ഒലെനിന്റെ രൂപം അപ്പാടെ മാറിപ്പോയിരുന്നു. ക്ലീൻ ഷേവുചെയ്ത മുഖത്തിന് പകരം യുവാവിന്റെ മീശയും താടിയും ഗാംഭീര്യവും കൂട്ടി. തുടർച്ചയായുള്ള സൂര്യതാപമേറ്റ് അദ്ദേഹത്തിന്റെ കവിളുകളും നെറ്റിത്തടവും ചെവിയുമെല്ലാം ചുവന്ന് പോയിരുന്നു. വൃത്തിയുള്ള കറുത്ത കോട്ടിനുപകരം മുഷിഞ്ഞ കാർക്കേഷ്യൻകോട്ടും ഞൊറിവെച്ച ഷർട്ടുമായിരുന്നു അയാളുടെ വസ്ത്രം. കഞ്ഞിപ്പശ മുക്കി ഉറപ്പിച്ച കോളറിനു പകരം ബെഷമെറ്റ് കെട്ടിയ കഴുത്തും ശ്രദ്ധിക്കപ്പെടുന്നതായിരുന്നു. അയാൾ കാർക്കേഷ്യൻ വസ്ത്രമാണ് ധരിച്ചതെങ്കിലും അത് നന്നായി ധരിച്ചിരുന്നില്ല. ഒരു ടാർട്ടാർ ധീരനല്ലെന്നും ഒരു റഷ്യക്കാരനാണെന്നും വിളിച്ചറിയിക്കുന്നതായിരുന്നു അയാളുടെ പ്രകൃതം. ഇതാണ് കാര്യം–പക്ഷേ ഇതല്ല യാഥാർഥ്യം. അയാൾ തികച്ചും സന്തോഷവാനും അരോഗദൃഢഗാത്രനുമായിരുന്നു.

"അതെ നിനക്കിത് തമാശയായി തോന്നിയേക്കാം" വന്യൂഷ പറഞ്ഞു. "നീ ഈ ആളുകളോട് ചോദിച്ചു നോക്ക്. ഈ ജനങ്ങളെല്ലാം ഒരുമിച്ചുനിന്ന് പൊരുതാൻ തയാറെടുക്കുകയാണ്. അതിന് ഒരന്ത്യമുണ്ടാവുകയും ചെയ്യും. എന്തായാലും അവർ റഷ്യക്കാരെപ്പോലെയല്ല. ഒരു ബക്കറ്റെടുത്ത് ഉമ്മറത്തേക്കെറിഞ്ഞ് അയാൾ പറഞ്ഞു.

"നീ ഈ ഗ്രാമത്തിലെ മുഖ്യനുമായി സംസാരിക്കണം."

"പക്ഷേ അയാൾ എവിടെയാണ് താമസിക്കുന്നതെന്നെനിക്കറിയില്ല" വന്യൂഷ തിരിച്ചടിച്ചു.

"നിന്നെ ആരാണ് ഇത്രയും നിരാശനാക്കിയത്." ഒലെനിൻ ചുറ്റും നോക്കി.

"ചെകുത്താനറിയാം. ഇവിടെ ഒരു നേതാവുമില്ല. ആ ഓഫീസർ എവിടെയെങ്കിലുമിരുന്ന് ചൂണ്ടയിടുന്നുണ്ടാവും. ആ സ്ത്രീയാണെങ്കിലും ശരിക്കും ഒരു പിശാച് തന്നെ. ദൈവമാണ് നമ്മെ രക്ഷിക്കുന്നത്." തലയിൽ കൈവെച്ചുകൊണ്ട് വന്യൂഷ പറഞ്ഞു. "നമ്മളെങ്ങനെ ഇവിടെ ജീവിക്കും? അവർ ക്രിസ്ത്യാനികളെന്ന് സ്വയം കരുതുന്നെങ്കിലും ടാർട്ടാറുകളെക്കാൾ മോശക്കാരാണ്. ടാർട്ടാർകൾ മോശക്കാരെങ്കിലും കുലീനരാണ്. അയാൾ മീൻപിടിക്കാൻ പോയിരിക്കുകയാണ്" വന്യൂഷ പറഞ്ഞുകൊണ്ട് ഒരുവശത്തേക്ക് തിരിഞ്ഞു. "മീൻപിടുത്തം എന്തായാലും

---

* *കബാർഡ് – കൗക്കാസസിലെ ഒരു ജില്ല. ഇവിടത്തെ കുതിരകൾ ശക്തിക്ക് പേരുകേട്ടതാണ്.*

നാട്ടിൽ കൃഷിയേക്കാൾ മോശമാവില്ല, ഏ?" കുതിരപ്പുറത്തിരുന്നുകൊണ്ട് തന്നെ ഒലെനിൻ പറഞ്ഞു.

"സാർ എനിക്ക് കുതിരയെ വേണം" ഈ പുതിയ സംവിധാനത്തിൽ അന്തംവിട്ടുപോയ വന്യൂഷ പറഞ്ഞു.

"ഒരു ടാർട്ടാർ കുറച്ചുകൂടെ കുലീനത്വമുള്ളതാണ്, അല്ലേ വന്യൂഷ?"

കുതിരപ്പുറത്ത് നിന്നറങ്ങിക്കൊണ്ട് ഒലെനിൻ ചോദിച്ചു.

"അതെ, നിങ്ങൾ ചിരിക്കുന്നത് ഇത് തമാശയാണെന്ന് കരുതിയല്ലേ?" വന്യൂഷ ദേഷ്യത്തോടെ പിറുപിറുത്തു.

"ഏയ് ദേഷ്യപ്പെടല്ലേ". ചിരിച്ചുകൊണ്ട് ഒലെനിൻ പറഞ്ഞു. "ഒരു നിമിഷം ഞാൻ ആ കാണുന്ന വീട്ടിലെ ആളുകളോട് സംസാരിക്കാം. ഞാൻ എല്ലാം ശരിയാക്കിത്തരാം. നമ്മുടെ ജീവിതം ഇവിടെ രസകരമാണെന്ന് നിനക്കറിയില്ല. ഇങ്ങനെ പരിഭ്രമിക്കരുത്."

വന്യൂഷ ഒന്നും പറഞ്ഞില്ല. കണ്ണുകൾ ചുഴറ്റി തന്റെ യജമാനനെ നോക്കിക്കൊണ്ട് അയാൾ തലകുലുക്കി. വന്യൂഷ ഒലെനിനെ തന്റെ യജമാനനായി മാത്രമാണ് കരുതിയിരുന്നത്. ഒലെനിൻ വന്യൂഷയെ തന്റെ ഭൃത്യനായും. ആരെങ്കിലും അവരോട് നിങ്ങൾ സുഹൃത്തുക്കളാണെന്ന് പറഞ്ഞിരുന്നെങ്കിൽ അവർ ശരിക്കും ഞെട്ടുമായിരുന്നു, യഥാർഥത്തിൽ അവർ അങ്ങനെയായിരുന്നെങ്കിലും. വന്യൂഷ തന്റെ യജമാനന്റെ വീട്ടിലെത്തുന്നത് അവന്റെ പതിനൊന്നാം വയസിലായിരുന്നു. ഒലെനിനു അപ്പോൾ വയസ്സ് പതിനൊന്നായിരുന്നു. ഒലെനിന് പതിനഞ്ച് വയസായപ്പോൾ അവൻ വന്യൂഷയെ ഫ്രഞ്ച് വായിക്കാൻ പഠിപ്പിച്ചു. ഒലെനിൻ തന്റെ ഫ്രഞ്ച് പാണ്ഡിത്യത്തിൽ അഹങ്കരിച്ചിരുന്നു.

ഒലെനിൻ ഓടി ആ കുടിലിന്റെ ഉമ്മറത്ത് കയറി വാതിൽ തള്ളിത്തുറന്നു. എല്ലാ കൊസാക്ക് സ്ത്രീകളെയുംപോലെ ഒരു നീളൻ മേൽവസ്ത്രം മാത്രം ധരിച്ച മര്യാൻക പേടിച്ച് വാതിലിനടുത്തുനിന്നും ദൂരേക്ക് ചാടി, മേൽക്കുപ്പായത്തിന്റെ നീളൻ കൈകൊണ്ട് മുഖം പാതി മറച്ച് ചുമരിനോട് പറ്റിച്ചേർന്ന് നിന്നു. വാതിൽ തുറന്ന ഒലെനിൻ മുറിയിലെ പാതിവെളിച്ചത്തിൽ സുന്ദരിയായ ആ കൊസാക്ക് പെൺകുട്ടിയെ കണ്ടു. യുവത്വത്തിന്റെ അനുസരണക്കേടിൽ അയാൾ താനറിയാതെ തന്നെ, മേൽക്കുപ്പായത്തിനടിയിലെ ആ സുന്ദരരൂപവും ഒരുകുട്ടിയുടെ ഭയവും ജിജ്ഞാസയുംനിറഞ്ഞ കണ്ണുകളും ശ്രദ്ധിച്ചു.'ഇതാണ് അവൾ' അയാൾ ചിന്തിച്ചു 'പക്ഷേ ഇവളെപ്പോലെ ഒരുപാടുപേർ ഇവിടെയുണ്ടാകും' പെട്ടെന്ന് അയാളോർത്തു. അകത്തെ വാതിൽ തള്ളിത്തുറന്നപ്പോൾ അയാൾ കണ്ടത് അതേപോലെ വസ്ത്രം ധരിച്ച് അയാൾക്ക് എതിരെ കുനിഞ്ഞ് നിന്ന് നിലം വൃത്തിയാക്കുന്ന ഉലീറ്റ്കയെയാണ്

"അമ്മേ നമസ്കാരം! ഞാനൊരു താമസസൗകര്യത്തിനായി വന്നതാണ്."

ആ കൊസാക്ക് സ്ത്രീ കുനിഞ്ഞ നിൽപ്പിൽത്തന്നെ, തന്റെ ഗൗരവമെങ്കിലും സുന്ദരമായ മുഖം അയാൾക്ക് നേരെ തിരിച്ചു.

“നീ എന്തിനാ ഇവിടെ വന്നത്? ഞങ്ങളെ കളിയാക്കാനാണോ? ഞാൻ നിന്നെ പഠിപ്പിക്കും, എങ്ങനെ കളിയാക്കണമെന്ന്. നിനക്ക് മഹാമാരി പിടിച്ചുപോകട്ടെ.” സംശയത്തോടെ പുരികം ചുളിച്ചുകൊണ്ട് അവൾ അലറി.

ധീരരായ കാർക്കേഷ്യൻ പട്ടാളത്തെ എല്ലാവരും പ്രത്യേകിച്ച് യുദ്ധത്തിൽ നമ്മുടെ സഖാക്കളായ കൊസാക്കുകൾ വളരെ സന്തോഷത്തോടെ സ്വീകരിക്കുമെന്ന് വിശ്വസിച്ച അയാൾ ഈ വാക്കുകൾ കേട്ട് പരിഭ്രമിച്ചുപോയി. മനഃസ്ഥൈര്യം വിടാതെ തന്നെ അയാൾ താമസസൗകര്യത്തിന് വാടക തരാമെന്ന് പറഞ്ഞുനോക്കിയെങ്കിലും കേൾക്കാൻ അവർ തയാറായിരുന്നില്ല.

“നീയെന്തിനാണ് വന്നത്? നിന്നെപ്പോലൊരു കീടത്തെ ആർക്ക് വേണം? നീയിവിടെ കുറച്ച് സമയം ഇരിക്ക്. ഗൃഹനാഥൻ വരുമ്പോൾ അയാൾ കാണിച്ചുതരും നിന്റെ വാസസ്ഥലം. എനിക്കു വേണ്ട നിന്റെ വൃത്തികെട്ട പണം. ഞങ്ങൾ ഇതുവരെ കാണാത്തതുപോലെ! നീയീ വീടിനെ പുകയില മണംകൊണ്ട് നിറയ്ക്കും. എന്നിട്ട് പകരമായി പണം! ഞങ്ങളിതുവരെ കാണാത്തത് പോലെ!” ഒലെനിനെ സംസാരിക്കാനനുവദിക്കാതെ ആ വൃദ്ധ കയർക്കാൻ തുടങ്ങി. വന്യൂഷ പറഞ്ഞത് ശരിയാണ്. ഒലെനിൻ ഓർത്തു. “ഒ ടാർട്ടാർ കുറച്ച് കുലീനരാണ്.” ഉലീറ്റ്കയുടെ പഴികേട്ടുകൊണ്ട് അയാൾ കുടിലിന് വെളിയിലേക്ക് ഇറങ്ങി. അയാൾ പുറത്തേക്ക് ഇറങ്ങുമ്പോൾ പിറകിൽനിന്നും മര്യാൻക വരാന്തയിലേക്ക് ഇറങ്ങി. അവൾ വസ്ത്രംമാറിയിരുന്നില്ലെങ്കിലും തൂവാലകൊണ്ട് നെറ്റിത്തടവും കണ്ണുകളും മറച്ചിരുന്നു. വേഗത്തിൽ ഉമ്മറംകടന്ന അവൾ ചിരിക്കുന്ന കണ്ണുകളോടെ അയാളെ നോക്കി. പിന്നീട് കുടിലിന്റെ ഒരു മൂലയിലേക്ക് മാറിനിന്നു.

അവളുടെ ഉറച്ച കാലടികളും വെളുത്ത തൂവാലയ്ക്കുള്ളിൽ പിടയ്ക്കുന്ന മെരുങ്ങാത്ത കണ്ണുകളും യുവത്വം തുളുമ്പുന്ന ശരീരവും മുൻപത്തേതിനേക്കാൾ ഒലെനിനെ പിടിച്ചുലച്ചു. “അതെ ഇത് അവൾ തന്നെ.” വന്യൂഷയുടെ അടുത്തേക്ക് പോരുമ്പോൾ താമസസൗകര്യത്തെക്കുറിച്ച് ചിന്തിക്കുന്നതിനേക്കാൾ അയാൾ അവളെ നോക്കിക്കൊണ്ടിരിക്കുകയായിരുന്നു.

“കണ്ടില്ലേ, ആ പെൺകുട്ടിയും തികച്ചും അപരിഷ്കൃതയാണ്. ഒരു കാട്ടുകുതിര” വണ്ടിയിൽനിന്നും ലഗേജ് ഇറക്കിക്കൊണ്ടിരുന്ന വന്യൂഷ പറഞ്ഞു. “ലാ ഫെയിം” അയാൾ പൊട്ടിച്ചിരിച്ചുകൊണ്ട് വിളിച്ചുപറഞ്ഞു.

പതിനൊന്ന്

വൈകുന്നേരമായപ്പോഴേക്കും ഗൃഹനാഥൻ പുഴയോരത്തുനിന്നും തിരിച്ചുവന്നു. താമസസ്ഥലം തിരയുന്ന സൈനികർ വാടകതരുമെന്ന് മനസിലാക്കിയ ഉലീറ്റ്ക അവസാനം വന്യൂഷയുടെ അഭ്യർഥന അംഗീകരിച്ചു.

പുതിയ താമസസ്ഥലത്ത് എല്ലാം കൃത്യമായി സജ്ജീകരിച്ചിരുന്നു. അതിഥികൾക്കായി വേനൽക്കാല വസതി മാസത്തിൽ മൂന്ന് റൂബിൾ വാടകയ്ക്ക് ഒഴിഞ്ഞുകൊടുത്തുകൊണ്ട് ഉലീറ്റ്കയും കുടുംബവും തങ്ങളുടെ മഞ്ഞുകാല വസതിയിലേക്ക് മാറിത്താമസിച്ചു. ഒലെനിൻ കുറച്ച് ഭക്ഷണം കഴിച്ചതിനുശേഷം ഉറക്കത്തിലേക്ക് വഴുതിവീണു. വൈകുന്നേരം അയാൾ എഴുന്നേറ്റ് കുളികഴിഞ്ഞ് ഭക്ഷണം കഴിച്ച് തെരുവിലേക്ക് തുറന്ന ജനലിനരികിൽ ഇരുന്നു. പുറത്ത് നല്ലതണുപ്പായിരുന്നു. വീടിന്റെയും അലങ്കരിച്ച മതിലിന്റെയും ചരിഞ്ഞ നിഴലുകൾ പൊടിനിറഞ്ഞ റോഡുംകടന്ന് അപ്പുറത്തെ മതിലിൽ കയറാൻ തുടങ്ങിയിരുന്നു. വീടിന്റെ പുല്ല് മേഞ്ഞ മേൽക്കൂര അസ്തമയസൂര്യന്റെ ചുവന്ന കിരണങ്ങളേറ്റ് വെട്ടിത്തിളങ്ങി. സായന്തനക്കാറ്റ് ശുദ്ധവായു വഹിച്ച് വന്നുകൊണ്ടിരുന്നു. ഗ്രാമത്തിൽ എല്ലാം ശാന്തം. സൈനികരെല്ലാം തങ്ങളുടെ വിശ്രമസങ്കേതങ്ങളിൽ സ്വസ്ഥരായി. കാലികൾ ആലകളിലേക്ക് തിരിച്ചെത്തിയിരുന്നില്ല, ജോലികഴിഞ്ഞ് തൊഴിലാളികളും.

ഒലെനിന്റെ താമസസ്ഥലം ഗ്രാമത്തിന്റെ അതിർത്തിയിലായിരുന്നു. വല്ലപ്പോഴും, ഒലെനിൻ വന്ന ടെറക്കിന്റെ അപ്പുറത്ത് നിന്നും (ചെചൻ, കുമിറ്റ്സ്ക് സമതലം) അവ്യക്തമായ വെടിയൊച്ചകൾ കേൾക്കാമായിരുന്നു. മൂന്നുമാസത്തെ ടെന്റ് ജീവിതത്തിന് ശേഷം കിട്ടിയ ഈ സൗകര്യങ്ങൾ ഒലെനിൻ നന്നായി ആസ്വദിക്കുന്നുണ്ടായിരുന്നു. കഴുകിയപാടെയുള്ള നനുത്ത മുഖത്തും ശുദ്ധമായ ശരീരത്തിലും ശക്തിയും ശാന്തതയും വന്ന് നിറഞ്ഞു. മനസിലും സുഖവും സമാധാനവും നിറഞ്ഞുനിന്നു. തുടർച്ചയായി വന്ന സൈനികനടപടികളും അപകടങ്ങളും അയാളോർത്തുപോയി. മറ്റേതൊരാളെക്കാളും നന്നായി അയാൾ അതൊക്കെ അഭിമുഖീകരിച്ചു. ശക്തനും ധീരനുമായ ഒരു കാർക്കേഷ്യനായി അയാൾ അംഗീകരിക്കപ്പെടുകയും ചെയ്തു. അദ്ദേഹത്തിന്റെ മോസ്കോ ഓർമകൾ പിറകിൽ മാഞ്ഞു. പഴയജീവിതം അയാളിൽ നിന്നും മാഞ്ഞു പോയി. ജീവിതത്തിന്റെ പുതിയൊരധ്യായം ആരംഭിച്ചു. ഇതുവരെ തെറ്റുകളൊന്നും കൂടാതെ, പുതിയൊരു മനുഷ്യനായി പുതിയ ആളുകൾക്കിടയിൽ നല്ല മതിപ്പുണ്ടാക്കാൻ അയാൾക്ക് കഴിഞ്ഞു. യുവത്വത്തെക്കുറിച്ചും ജീവിതത്തിന്റെ വിശദീകരിക്കാൻ കഴിയാത്ത സന്തോഷത്തെക്കുറിച്ചും അയാൾ ബോധവാനായിരുന്നു. തന്റെ മനോഹരമായ കുടിലിന്റെ നിഴലിലിരുന്ന് പമ്പരം കറക്കുന്ന കുട്ടികളെ നോക്കിക്കൊണ്ട് അയാൾ കൊസാക്കിലെ തന്റെ ഇപ്പോഴത്തെ സമാധാനജീവിതം രുചിച്ചുകൊണ്ടിരുന്നു. ഇടക്കിടയ്ക്ക് അയാൾ നീലാകാശത്തേയും കുന്നുകളേയും മാറിമാറി നോക്കി. അയാളുടെ സ്വപ്നങ്ങളേയും ഭൂതകാലത്തേയും അവ ഇഴചേർക്കുകയായിരുന്നു. അയാളുടെ പുതിയ ജീവിതം ആരംഭിച്ചിരിക്കുന്നു. എന്നാലത് മോസ്കോ വിടുമ്പോൾ അയാൾ കരുതിയത് പോലെയല്ല മറിച്ച് തികച്ചും അപ്രതീക്ഷിതമായി. 'പർവതങ്ങൾ, പർവതങ്ങൾ, പർവതങ്ങൾ' അയാളുടെ ചിന്തകളിലും വികാരങ്ങളിലും നിറഞ്ഞുനിന്നു.

"ഡാഡി യുറോഷ്ക നായയെ ചുംബിച്ചു!" പമ്പരം കറക്കിക്കൊണ്ടിരുന്ന കൊസാക്ക് കുട്ടികൾ ആർത്തലച്ചു. "ഹേ! നായയെ ചുംബിച്ചു ഒരുമിച്ച് പിറകോട്ട് നടന്നുകൊണ്ട് അവർ വിളിച്ചുപറഞ്ഞു.

ഈ ആക്രോശങ്ങൾ യുറോഷ്കക്ക് നേരെയായിരുന്നു. അയാൾ ചുമലിൽ തോക്കും അരപ്പട്ടയിൽ തൂക്കിയിട്ട പ്രാവുകളുമായി നായാട്ട് കഴിഞ്ഞ് വരികയായിരുന്നു.

"ഞാൻ തെറ്റുചെയ്തു കുട്ടികളേ, തെറ്റുചെയ്തു!" കൈകൾ ശക്തമായി വീശിക്കൊണ്ട് പാതയ്ക്കിരുവശവുമുള്ള വീടുകളിലെ ജനലുകളിലേക്ക് നോക്കിക്കൊണ്ട് അയാൾ വിളിച്ചുപറഞ്ഞു.

"അതെ ഞാൻ ചെയ്തു" പരിഭ്രമിച്ച മുഖഭാവത്തോടെ എന്നാൽ ഒട്ടും ശ്രദ്ധകൊടുക്കാതെ യുറോഷ്ക പറഞ്ഞു.

വയസനായ ഒരു നായാട്ടുകാരനോടുള്ള കുട്ടികളുടെ പെരുമാറ്റത്തിൽ ഒലെനിൻ അത്ഭുതപ്പെട്ടു. പക്ഷേ ബുദ്ധി സ്ഫുരിക്കുന്ന മുഖവും ഉറച്ചശരീരവുമുള്ള, ഡാഡിയുറോഷ്ക എന്ന് അവർ വിളിക്കുന്ന മനുഷ്യനിൽ അയാളുടെ ശ്രദ്ധ ഉടക്കിനിന്നു.

"ഡാഡി, ഇവിടെ..... കൊസാക്ക് ഇവിടെ. ഇങ്ങോട്ട് വാ........" ജനലിനുള്ളിലൂടെ അയാൾ വിളിച്ചു.

യുറോഷ്ക ജനലിനുള്ളിലൂടെ അകത്തേക്ക് നോക്കി.

"ഗുഡ് ഈവനിങ്....... സുഹൃത്തേ" പറ്റെ വെട്ടിയ തലമുടിക്ക് മുകളിൽനിന്നും തൊപ്പിയെടുത്ത് മാറ്റി യുറോഷ്ക പറഞ്ഞു.

"ഗുഡ് ഈവനിങ്......." ഒലെനിൻ പ്രത്യഭിവാദ്യം ചെയ്തു. "എന്താ കുട്ടികളെ നിങ്ങൾ ഇങ്ങനെ........"

യുറോഷ്ക ജനലിനടുത്തേക്ക് വന്നു. " ഈ വയസനെ കുട്ടികൾ കളിയാക്കുന്നതെന്താ? എനിക്കറിയില്ല. എന്തായാലും എനിക്ക് പ്രശ്നമല്ല അവര് കളിയാക്കട്ടെ." പ്രായമായവരുടെ ശബ്ദക്രമീകരണത്തോടെ അയാൾ പറഞ്ഞു.

"നിങ്ങൾ ഒരു പട്ടാളക്കാരനാണോ?" യുറോഷ്ക ചോദിച്ചു.

"അല്ല ഞാനൊരു ട്രെയിനിയാണ്. നിങ്ങൾ എവിടെ നിന്നാണ് ഈ പ്രാവുകളെ വെടിവെച്ചുകൊണ്ടുവരുന്നത് ?" ഒലെനിൻ ചോദിച്ചു.

"ഞാൻ ഈ മൂന്ന് പിടകളെ പിടിച്ചു." തന്റെ പുറംഭാഗം ജനലിനു നേരെ കാണിച്ചുകൊണ്ട് അയാൾ പറഞ്ഞു. അയാളുടെ ബെൽറ്റിൽ മൂന്ന് പെൺപ്രാവുകൾ തൂങ്ങിക്കിടപ്പുണ്ടായിരുന്നു. അവയുടെ ചോര ഒലിച്ചിറങ്ങി അയാളുടെ കോട്ട് നനച്ചിരുന്നു. "കണ്ടില്ലേ താങ്കൾക്ക് വേണമെങ്കിൽ എടുത്തോളൂ. രണ്ട് പ്രാവുകളെ ജനലിൽ വെച്ചുകൊടുത്തുകൊണ്ട് അയാൾ പറഞ്ഞു. "താങ്കൾ വേട്ടയ്ക്ക് പോകാറുണ്ടോ?"

"അതെ സൈനികനടപടികളുടെ സമയത്ത് ഞാൻ നാലെണ്ണത്തിനെ കൊന്നു." ഒലെനിൻ പറഞ്ഞു.

"നാലോ?" യുറോഷ്ക കളിയാക്കിക്കൊണ്ട് പറഞ്ഞു.

"നിങ്ങൾ മദ്യപനാണോ? നിങ്ങൾ ചിക്കിർ കഴിക്കുമോ?"

"അല്ലാതെ പിന്നെ. ഞാൻ മദ്യം ഇഷ്ടപ്പെടുന്നു."

"ഓ! നിങ്ങൾ ഇങ്ങനെ അലഞ്ഞുതിരിഞ്ഞു നടക്കുന്നവരുടെ കൂട്ടത്തിൽപ്പെട്ടയാളാണല്ലേ! നമുക്ക് സുഹൃത്തുക്കളാവാം" യുറോഷ്ക പറഞ്ഞു.

"അകത്തേക്ക് വാ നമുക്ക് കുറച്ച് ചിക്കിർ കഴിക്കാം." ഒലെനിൻ ക്ഷണിച്ചു.

"ശരി– ശരി പക്ഷേ അതിനുമുമ്പ് ഈ പ്രാവുകളെ അകത്തേക്ക് എടുത്തുവെക്ക്." യുറോഷ്കയുടെ മുഖം ഒലെനിനോടുള്ള ഇഷ്ടം വിളിച്ചു പറയുന്നുണ്ടായിരുന്നു. തനിക്ക് ഇയാളിൽനിന്ന് വെറുതെ മദ്യം കിട്ടുമെന്ന ചിന്തകൊണ്ടാണ് അയാൾ രണ്ട് പ്രാവുകളെ അദ്ദേഹത്തിന് കൊടുത്തത്.

വേഗം തന്നെ യുറോഷ്ക കുടിലിനുള്ളിലേക്ക് കയറി. അപ്പോഴാണ് ഒലെനിൻ അയാളുടെ ഭീമാകാരമായ ശരീരവും പ്രായം ചാലുകൾ കീറിയ മുഖവും നരച്ചതാടിയും പൂർണമായും ശ്രദ്ധിക്കുന്നത്. ഒരു വൃദ്ധന് ചേരാത്തവിധം ശക്തമായ മസിലുകളായിരുന്നു അദ്ദേഹത്തിന്റെ കാലുകളിലും കൈകളിലും. പറ്റെ വെട്ടിയ മുടിക്കിടയിലൂടെ തലയിലെ ആഴമുള്ള മുറിപ്പാടുകൾ കാണാമായിരുന്നു. തടിച്ച കരുത്താർന്ന കഴുത്തിനു ചുറ്റും ഒരു കാളക്കൂറ്റന്റെതുപോലെ മടക്കുകളുണ്ടായിരുന്നു. ശക്തമായ കൈകളിൽ മുറിപ്പാടുകൾ ദൃശ്യമായിരുന്നു. വേഗത്തിൽ ഉള്ളിലേക്ക് കടന്ന അയാൾ തോക്ക് മുറിയുടെ ഒരു മൂലയിലേക്ക് ഒതുക്കിവെച്ചു. പിന്നീട് അവിടെ സൂക്ഷിച്ചിരുന്ന ഓരോ വസ്തുക്കളും നിരീക്ഷിച്ചുകൊണ്ട് അയാൾ മുറിയുടെ മധ്യത്തിലേക്ക് കടന്നു. ചിക്കർ വൈനിന്റെയും വോഡ്കയുടെയും വെടിമരുന്നിന്റെയും ഉണങ്ങിയ രക്തത്തിന്റെയും മണം അയാൾക്കൊപ്പം മുറിയിലേക്ക് കടന്നുവന്നു.

മുറിയിലുണ്ടായിരുന്ന ബിംബങ്ങളെ നമസ്കരിച്ചുകൊണ്ട് അയാൾ ഒലെനിനടുത്തേക്ക് നീങ്ങി. തന്റെ ബ്രൗൺനിറത്തിലുള്ള തടിച്ച കൈ നീട്ടിക്കൊണ്ട് അയാൾ പറഞ്ഞു. "കോഷ്കിൽഡി", ടാർട്ടാറുകളുടെ ഭാഷയിൽ ഇത് ശുഭദിനാശംസയാണ്:

"കോഷ്കിൽഡി" കൈപിടിച്ച് കുലുക്കിക്കൊണ്ട് ഒലെനിൻ പറഞ്ഞു.

"ഏയ് നിനക്ക് അറിയില്ല..... ടാർട്ടാറിൽ പ്രത്യഭിവാദ്യം ചെയ്യുന്നത് നിനക്കറിയില്ല". തലകുലുക്കിക്കൊണ്ട് എറോഷ്ക പറഞ്ഞു.

"ആരെങ്കിലും നിന്നോട് 'കോഷ്കിൽഡി' എന്ന് പറഞ്ഞാൽ നീ 'അലാരാസി ബോസൺ' എന്ന് പറയണം. ഇതിനർഥം ദൈവം നിന്നെ രക്ഷിക്കട്ടെ എന്നാണ്. സാരമില്ല. ഞാൻ നിനക്ക് എല്ലാം പഠിപ്പിച്ചുതരാം. എനിക്ക് ഇവിടെ ഒരു വിശ്വസ്തനായ സുഹൃത്തുണ്ടായിരുന്നു. ഏലിയാസം മോസെവിച്ച്, ഒരു റഷ്യക്കാരൻ. അയാളൊരു മദ്യപനും കള്ളനും അഭ്യാസിയുമൊക്കെയായിരുന്നു. ഞാനയാളെ എല്ലാം പഠിപ്പിച്ചു.

"എന്നെ നിങ്ങൾ എന്താണ് പഠിപ്പിക്കുക?" എറോഷ്കയിൽ കൂടുതൽ കൂടുതൽ തൽപ്പരനായ ഒലെനിൻ ചോദിച്ചു.

"ഞാൻ നിന്നെ നായാട്ടും മത്സ്യബന്ധനവും പഠിപ്പിക്കും. ചെചനി

യൻസിനെ കാണിച്ചുതരും. സുന്ദരിയായ ഒരു പെൺകുട്ടിയെ വിവാഹം ചെയ്യാൻ കണ്ടെത്തിത്തരും. ഞാനങ്ങനെയുള്ള ഒരാളാണ്." അയാൾ ഉറക്കെ ചിരിച്ചു. "ഞാൻ ഇവിടെ ഇരിക്കട്ടെ. ഞാൻ ക്ഷീണിതനാണ് കാർഗാ?" അയാൾ കൂട്ടിച്ചേർത്തു.

"കാർഗാ എന്നാലെന്താണ്? ഒലെനിൻ ചോദിച്ചു.

അതിനർഥം ജോർജിയയിൽ "ശരി" എന്നാണ്. പക്ഷേ, ഞാനത് വെറുതെ ഉപയോഗിക്കുന്നതാണ്. കാരണം ആ വാക്ക് ഞാൻ ഇഷ്ടപ്പെടുന്നു. കാർഗാ, ചിക്കിറിന് ഓർഡർ ചെയ്തില്ലേ? നിനക്ക് പരിചാരകനെയൊന്നും കിട്ടിയില്ലേ? ഹേയ് ഇവാൻ!" എറോഷ്ക ഉച്ചത്തിൽ വിളിച്ചു. "നിങ്ങളുടെ പട്ടാളക്കാരെല്ലാം ഇവാന്മാരാണ്. നിന്റെകൂടെ ഒരു ഇവാൻ ഇല്ലേ?"

"അതെയതെ ഇവാൻതന്നെ-വന്യൂഷ. ഏയ് വന്യൂഷ നമ്മുടെ വീട്ടുടമസ്ഥനിൽനിന്നും അൽപ്പം വൈൻ വാങ്ങിക്കൊണ്ട് വരൂ."

"ഇവാൻ-വന്യൂഷ എല്ലാം ഒന്നുതന്നെ. എന്താ നിങ്ങളുടെ എല്ലാ പട്ടാളക്കാരും ഇവാന്മാരാവുന്നത്."

"അവർ അടപ്പുതുറന്ന ബാരലിൽ നിന്നും കുറച്ച് തരാൻ പറ." ഈ ഗ്രാമത്തിലെ ഏറ്റവും നല്ല വീഞ്ഞ് അവരുടെ കൈകളിലാണ്. പക്ഷേ ക്വാർട്ടറിന് മുപ്പത് കോപ്പെക്കിലധികം കൊടുക്കരുത്. ആ കിളവി പറ്റിക്കും......... ഞങ്ങളുടെ നാട്ടുകാർ അങ്ങനെയാണ്." വന്യൂഷ പോയിക്കഴിഞ്ഞപ്പോൾ എറോഷ്ക രഹസ്യമായി പറഞ്ഞു. "അവർ ഒരു മനുഷ്യനെ കാണുന്നതുപോലെ നിങ്ങളെ കാണില്ല. ഒരു ടാർട്ടാറിനേക്കാൾ മോശക്കാരായേ നിങ്ങളെ അവർ കാണുകയുള്ളൂ. പക്ഷേ, എന്നെ സംബന്ധിച്ചിടത്തോളം പട്ടാളക്കാർ എന്നപോലെ തന്നെ നിങ്ങൾ മനുഷ്യരാണ്. ഒരു ആത്മാവുള്ള മനുഷ്യർ. ശരിയല്ലേ? ഏലിയാസ് മോസവിച്ച് ഒരു പട്ടാളക്കാരനായിരുന്നു. പക്ഷേ എന്തൊരു നല്ല മനുഷ്യനായിരുന്നു. അതല്ലേ ശരി? ഇതുകൊണ്ടാണ് എന്നെ ഇവർക്ക് ഇഷ്ടമില്ലാത്തത്. പക്ഷേ ഞാനതൊന്നും കാര്യമാക്കാറില്ല. ഞാൻ സന്തുഷ്ടനാണ്. ഞാൻ എല്ലാവരേയും ഇഷ്ടപ്പെടുന്നു."ആ വയസനായ കൊസാക്ക് ഒലെനിന്റെ തോളത്ത് സ്നേഹത്തോടെ തട്ടി.

പന്ത്രണ്ട്

വന്യൂഷ ഇതിനിടയ്ക്കുതന്നെ വീട്ടിൽ ആവശ്യമായ സജ്ജീകരണങ്ങളൊക്കെ ഒരുക്കി കമ്പനി ബാർബറുടെ അരികിൽപ്പോയി ക്ഷൗരം കഴിഞ്ഞ് വസ്ത്രംമാറി സ്വസ്ഥമായിക്കഴിഞ്ഞിരുന്നു. അയാൾ മുൻപെങ്ങും കാണാത്ത ഒരു വന്യജീവിയെ നോക്കുന്നതുപോലെ ഇറോഷ്കയെ സൂക്ഷിച്ചുനോക്കി. പിന്നീട് തലതിരിച്ച് ഇറോഷ്ക ചവിട്ടി വൃത്തികേടാക്കിയ നിലത്തേക്ക് നോക്കിക്കൊണ്ട് അയാൾ കട്ടിലിനടിയിൽനിന്ന് രണ്ട് കുപ്പികൾ എടുത്ത് ലാന്റ്‌ലേഡിയുടെ അടുത്തേക്കുപോയി.

"ഗുഡ് ഈവനിങ്, കുറച്ച് മദ്യം വാങ്ങിക്കാനാണ്. എന്റെ യജമാ

നൻ എന്നെ പറഞ്ഞയച്ചത്. കുറച്ച് മദ്യം എനിക്ക് തരുമോ?" വന്യൂഷ വിനയംപൂണ്ടു.

ലാന്റ് ലേഡി ഒന്നുംപറഞ്ഞില്ല. ഒരു ചെറിയ ടാർട്ടാർ കണ്ണാടിയുടെ മുന്നിൽനിന്ന് തലയിൽ തൂവാല കെട്ടുകയായിരുന്ന മര്യാൻക നിശ്ശബ്ദ യായി വന്യൂഷയെനോക്കി. "ഞാൻ ഇപ്പോൾത്തന്നെ അതിന്റെ വില തരാം" കീശയിലെ ചെമ്പ് നാണയങ്ങൾ കിലുക്കിക്കൊണ്ട് അയാൾ പറഞ്ഞു. "ഞങ്ങളോട് ദയ കാണിക്കുക ഞങ്ങൾ തിരിച്ചും അങ്ങനെയാവാം."

"എത്ര തരും" ഉലീറ്റ്ക പെട്ടെന്ന് ചോദിച്ചു.

"ഒരു ക്വാർട്ട്"

"പോയി കുറച്ച് അവർക്ക് എടുത്ത് കൊടുക്കൂ" അവൾ മര്യാൻക യോട് പറഞ്ഞു. "അടപ്പ് തുറന്ന വീപ്പയിൽനിന്നും എടുത്തോളൂ."

അവൾ താക്കോലും മദ്യം ഒഴിച്ചുകൊടുക്കാനുള്ള പാത്രവുമായി വന്യൂഷയോടൊപ്പം കുടിലിന് പുറത്തേക്ക് പോയി.

"ഈ യുവതി ആരാണ്?" തന്റെ ജനലിനരികിലൂടെ കടന്നുപോയ മര്യാൻകയെ ചൂണ്ടിക്കാണിച്ചുകൊണ്ട് ഒലെനിൻ ചോദിച്ചു. ഇറോഷ്ക കണ്ണിറുക്കി കൈമുട്ടുകൊണ്ട് ഒലെനിനെ ഒന്നുതട്ടിക്കൊണ്ട് പറഞ്ഞു.

"നിൽക്ക് നിൽക്ക് ഞാൻ പറയാം."

അയാൾ ഒന്ന് ചുമച്ച് ശബ്ദം ശരിയാക്കി പുറത്തേക്ക് നോക്കി വിളി ച്ചു. "മര്യാൻക, ഹലോ മര്യാൻക, നിനക്കെന്നോട് ഇഷ്ടമില്ലേ?" പിന്നീട് പതുക്കെ ഒലെനിനോട് പറഞ്ഞു "ഞാൻ കളിയാക്കുകയാണ്." പക്ഷേ അവൾ തിരിഞ്ഞുനോക്കിയില്ല.

ഉറച്ച കാൽവെപ്പുകളോടെ, കൈകൾ വീശിക്കൊണ്ട് അവൾ മുന്നോട്ടു നടന്നു. അവളുടെ കൺകോണുകൾ തന്റെ നേരെ തിരിയു ന്നത് കണ്ടപ്പോൾ അയാൾ വീണ്ടും പറഞ്ഞു.

"എന്നെ സ്നേഹിച്ചാൽ നിനക്ക് എന്നും സന്തോഷത്തോടെ ജീവി ക്കാം." വീണ്ടും ഒലെനിന് നേരെ തിരിഞ്ഞ് അയാൾ പതുക്കെ പറഞ്ഞു:

"ഞാൻ വളരെ നല്ലവനാണ്, ഞാൻ തമാശ പറയുന്നതാണ്. അവൾ വളരെ നല്ല കുട്ടിയാണ്."

"അവൾ സുന്ദരിയാണ്. അവളെ ഇങ്ങോട്ട് വിളിക്ക്." ഒലെനിൻ പറഞ്ഞു.

"വേണ്ട വേണ്ട. അവൾക്ക് വേണ്ടി ലുകാഷ്ക എന്നൊരു ചെറുപ്പ ക്കാരൻ കാത്തിരിക്കുന്നുണ്ട്. അവൻ കരുത്തനായ ഒരു കൊസാക്ക് ആണ്. കഴിഞ്ഞ ദിവസം അവൻ ഒരു അബ്രെക്സിനെ ധീരമായി വധിച്ചി ട്ടുണ്ട്. നിങ്ങൾക്ക് വേണ്ടി ഞാനൊരു സുന്ദരിക്കുട്ടിയെ കണ്ടെത്തും, സിൽക്ക് വസ്ത്രങ്ങളും വെള്ളി ആഭരണങ്ങളും ധരിച്ചവളെ. ഞാൻ പറഞ്ഞാൽ അതുപോലെചെയ്യും. നിങ്ങൾക്കുവേണ്ടി ഞാനൊരു നിത്യ സുന്ദരിയെ കണ്ടെത്തും."

"വൃദ്ധനായ ഒരാൾ ഇങ്ങനെയൊക്കെ സംസാരിക്കുന്നത് പാപ മല്ലേ?" ഒലെനിൻ ചോദിച്ചു.

"പാപമോ? എവിടെയാണ് പാപം? അയാൾ ഉറപ്പിച്ച് ചോദിച്ചു. "സുന്ദരിയായ ഒരു കുട്ടിയെ നോക്കുന്നതാണോ പാപം? അവളോട് തമാശപറയുന്നതാണോ പാപം? അല്ലെങ്കിൽ അവളെ സ്നേഹിക്കുന്നതോ? നിങ്ങൾക്ക് ഇതൊന്നും ബാധകമല്ലേ? ഇതൊന്നും പാപമല്ല മുക്തിയാണ്. ദൈവം നിങ്ങളെ സൃഷ്ടിച്ചു, അതുപോലെ അവളെയും. ദൈവമാണ് എല്ലാം സൃഷ്ടിച്ചത്. അതുകൊണ്ട് സുന്ദരിയായ ഒരുവളെ നോക്കുന്നത് പാപമല്ല. അതിന് വേണ്ടിയാണ് അവൾ സൃഷ്ടിക്കപ്പെട്ടിട്ടുള്ളത്. സ്നേഹിക്കപ്പെടാനും സ്നേഹിക്കാനും. ഇങ്ങനെയാണ് ഞാനിതിനെ മനസിലാക്കുന്നത്."

മുറ്റംമുറിച്ച് കടന്ന് മര്യാൻക ബാരലുകൾ നിറഞ്ഞ തണുപ്പുള്ള ഒരു സ്റ്റോർമുറിയിലേക്ക് കയറി. പ്രാർഥനയോടെ അവൾ ഒരു ബാരൽ തുറന്ന് അതിൽനിന്നും മദ്യംമുക്കിയെടുത്തു. വാതിൽക്കൽ നിൽക്കുക്കയായിരുന്ന വന്യൂഷ അവളെനോക്കി ചിരിച്ചു. അവളൊരു അയഞ്ഞ വസ്ത്രം മാത്രമാണ് ധരിച്ചിരിക്കുന്നത് എന്നോർത്തപ്പോൾ അയാൾക്ക് ചിരിവന്നു. കൂടാതെ വെള്ളിനാണയംകൊണ്ടുള്ള ഒരു മാലയും അവൾ ധരിച്ചിരുന്നു. അത് തികച്ചും റഷ്യൻവിരുദ്ധ വസ്ത്രമായിരുന്നു. റഷ്യക്കാർ ഇതു കണ്ടിരുന്നെങ്കിൽ ചിരിച്ച് കളിയാക്കുമായിരുന്നു. "ഞാനിത് എന്റെ യജമാനനോട് പറയും അയാൾ മനസിൽ പറഞ്ഞു.

"നിങ്ങളെന്താണ് പിശാചേ പുറത്ത് നിൽക്കുന്നത്. ആ പാത്രമിങ്ങ് താ" അവളുടെ ഉച്ചത്തിലുള്ള ശബ്ദം അയാളെ പരിസരത്തെക്കുറിച്ച് ബോധവാനാക്കി.

കുപ്പിയിൽ തണുത്തു ചുവന്ന വൈൻ നിറച്ച് അവൾ അയാൾക്ക് നൽകി.

"പണം അമ്മയുടെ കൈയിൽ കൊടുക്കുക" പണം വച്ചുനീട്ടിയ കൈകൾ തട്ടിമാറ്റിക്കൊണ്ട് അവൾ പറഞ്ഞു.

"നീയെന്താണ് ഇങ്ങനെ പെരുമാറുന്നത് കുട്ടീ" അയാൾ ചിരിച്ചുകൊണ്ട് ചോദിച്ചു. ബാരലിന്റെ അടപ്പ് ഭദ്രമായി ഉറപ്പിച്ചുകൊണ്ട് അവൾ പരിഹാസത്തോടെ ചോദിച്ചു:

"നിങ്ങൾ ദയാലുവാണോ?"

"ഞങ്ങൾ അതായത് ഞാനും എന്റെ യജമാനനും ദയാലുക്കളാണ്. ഞങ്ങൾ എവിടെ താമസിച്ചാലും അവർ ഞങ്ങളോട് നന്ദിയുള്ളവരായിരിക്കും. കാരണം യജമാനൻ വളരെ ദയാലുവാണ്. അവൾ ശ്രദ്ധാപൂർവം കേട്ടിരുന്നു.

"താങ്കളുടെ യജമാനൻ വിവാഹം കഴിച്ചതാണോ?"

"ഏയ് അല്ല. എന്റെ യജമാനൻ അവിവാഹിതനായ ചെറുപ്പക്കാരനാണ്. കുലീനന്മാർക്ക് വളരെ ചെറുപ്പത്തിൽ വിവാഹിതരാവാൻ കഴിയില്ല."

"ഹൊ! എന്തൊരു പോത്താണ് അയാൾ! വിവാഹം കഴിക്കാതിരിക്കുന്നു. നിങ്ങളുടെ ചീഫ് അയാളാണോ?" അവൾ പരിഹസിച്ചു.

"എന്റെ യജമാനൻ ഒരു പട്ടാളക്കാരനാണ്. ഓഫീസറായിട്ടില്ല.

എന്നാൽ അയാൾ ജനറലിനേക്കാൾ പ്രധാനപ്പെട്ടയാളാണ്. കാരണം ഞങ്ങളുടെ കേണൽ മാത്രമല്ല സാർ ചക്രവർത്തിവരെ അയാളെ അറിയും. റെജിമെന്റിലുള്ള മറ്റ് തെണ്ടികളെപ്പോലെയല്ല ഞങ്ങൾ: ഞങ്ങളുടെ പപ്പതന്നെ ഒരു സെനറ്റാണ്. അയാളുടെ കീഴിൽ ആയിരത്തോളം ജോലിക്കാരുണ്ടായിരുന്നു. ഞങ്ങൾക്ക് ഒരേസമയം ആയിരം റൂബിൾ വരെ അയച്ചുതരുമായിരുന്നു. അതുകൊണ്ടാണ് ഞങ്ങളെ എല്ലാവരും ഇഷ്ടപ്പെടുന്നത്. പട്ടാളത്തിൽ ക്യാപ്റ്റനായാലും പണമില്ലെങ്കിൽ പിന്നെയെന്ത് കാര്യം?"

"ഇനി പോയ്ക്കോളൂ. എനിക്ക് മുറി അടയ്ക്കണം" അയാളെ തടഞ്ഞുകൊണ്ട് അവൾ പറഞ്ഞു.

വന്യൂഷ വൈൻ ഒലെനിന് കൊടുത്തുകൊണ്ട് ഉറക്കെച്ചിരിച്ച് പുറത്തേക്ക് പോയി.

പതിമൂന്ന്

വില്ലേജ് സ്ക്വയറിൽനിന്നും പട്ടാളബാന്റിന്റെ ശബ്ദം കേൾക്കാറായി. ആളുകൾ ജോലികഴിഞ്ഞ് തിരിച്ചുപോവുകയായി. സ്വർണനിറത്തിലുള്ള പൊടിപടലങ്ങളിലൂടെ ഒച്ചവെച്ചുകൊണ്ട് കടന്നുവന്ന കന്നുകാലിക്കൂട്ടം ഗ്രാമവാതിൽക്കൽ കൂട്ടംകൂടിനിന്നു. സ്ത്രീകളും ബാലികമാരും പശുക്കളെ തെളിച്ചുകൊണ്ട് ഒപ്പംനടന്നു. ദൂരെ മഞ്ഞുമലകൾക്കപ്പുറത്ത് സൂര്യൻ മറഞ്ഞിരുന്നു. ഇളംനീല നിഴൽ ആകാശത്തിലും ഭൂമിയിലും പരന്നു. മുകളിൽ നക്ഷത്രങ്ങൾ തിരികൊളുത്തി. താഴെ ഗ്രാമം നിശ്ശബ്ദമായിക്കൊണ്ടിരുന്നു. കന്നുകാലികളെ തെളിച്ചുകൊണ്ട് പോയിരുന്ന സ്ത്രീകൾ കവലകളുടെ മൂലകളിൽ ഒത്തുകൂടി. സൂര്യകാന്തിക്കുരു കടിച്ചുപിടിച്ചുകൊണ്ട് അവർ ഓരത്തെ വീടുകളിലെ മണ്ണുപൂശിയ പാതിഭിത്തികളിലിരുന്നു. തന്റെ ഒരു എരുമയേയും രണ്ട് പശുക്കളേയും കറന്ന് ജോലി പൂർത്തിയാക്കിയശേഷം മര്യാൻക പുറത്തുവന്ന് ഈ ഗ്രൂപ്പുകളിലൊന്നിൽ ചേർന്നു.

ഗ്രൂപ്പുകളിൽ സ്ത്രീകളും പെൺകുട്ടികളും വൃദ്ധന്മാരുമുണ്ടായിരുന്നു. അവർ കൊല്ലപ്പെട്ട അബ്രെക്സിനെക്കുറിച്ചായിരുന്നു സംസാരിച്ചുകൊണ്ടിരുന്നത്. ഒരാൾ ആ സംഭവം വിവരിക്കുകയും കേട്ടുകൊണ്ടിരുന്ന സ്ത്രീകൾ അയാളോട് ചോദ്യങ്ങൾ ചോദിക്കുകയും ചെയ്തുകൊണ്ടിരുന്നു.

"എന്തായാലും അയാൾക്കൊരുഗ്രൻ സമ്മാനം ലഭിക്കും" ഒരു സ്ത്രീ പറഞ്ഞു.

"തീർച്ചയായും. അവർ അയാൾക്ക് ഒരു കുരിശ് മെഡൽ അയച്ചുകൊടുക്കും എന്നാണ് കേൾക്കുന്നത്."

"മൊസേവ് അയാളെ വഴിതെറ്റിക്കാൻ ശ്രമിച്ചു. തോക്ക് എടുത്തുമാറ്റി പക്ഷേ, കിസ്ലെയറിലെ അധികാരികൾ അത് അറിഞ്ഞു എന്ന് തോന്നുന്നു."

"ആ മോസേവ് ഒരു ശപ്പൻതന്നെ."

"ലുകാഷ്ക വന്നെന്നു കേട്ടു." ഒരു പെൺകുട്ടി പറഞ്ഞു.

"അയാളും നസാർക്കയുംകൂടി യാംകയുടെ അടുത്തുണ്ട്. അവർ ആഘോഷിക്കുകയാണ്." യാംക അവിവാഹിതയായ, ദുർനടപ്പുകാരിയായ ഒരു കൊസാക്ക് സ്ത്രീയാണ്. "ഞാൻ കേട്ടത് അവർ ഒരു വലിയ ഭരണിനിറയെ മദ്യം കഴിച്ചെന്നാണ്."

"എന്തൊരു ഭാഗ്യവാനാണയാൾ." ഒരാൾ അഭിപ്രായപ്പെട്ടു." ഒരു യഥാർഥവേട്ടക്കാരൻ. പക്ഷേ അവൻ ഒരു ഗംഭീരചെറുപ്പക്കാരനാണെന്നതിൽ സംശയമില്ല. എന്തിനും പോന്നവൻ. പക്ഷേ അവന്റെ അച്ഛനും അതുപോലെതന്നെയായിരുന്നു. കിര്യാക്ക്, അച്ഛന്റെ യഥാർഥ പിൻമുറക്കാരൻ. അയാൾ കൊല്ലപ്പെട്ടപ്പോൾ ഈ ഗ്രാമംമുഴുവൻ കരഞ്ഞു. "നോക്ക്, നോക്ക് അതാ അവർ" തങ്ങൾക്കു നേരെ നടന്നുവരുന്ന ധീരരായ കൊസാക്കുകളെ ചൂണ്ടി ഒരാൾ പറഞ്ഞു.

"എർഗുഷോവ് അവരുടെ കൂടെയുണ്ട്, കുടിയൻ."

ലുകാഷ്കയും നസാർക്കയും എർഗ്യൂഷോവുംകൂടെ ഒരു വലിയ ഭരണി വോഡ്ക അകത്താക്കിയിരുന്നു. അവർ ആ പെൺകുട്ടികളുടെ അടുത്തേക്ക് വന്നു. മൂന്നുപേരുടേയും, പ്രത്യേകിച്ച് എർഗ്യൂഷോവിന്റെ, മുഖം മുൻപത്തെക്കാളും ചുവന്നിരുന്നു. അയാൾ നൃത്തംചെയ്യുകയും ചിരിക്കുകയും നസാർക്കയുടെ നടുവിന് പിടിച്ച് കുലുക്കുകയും ചെയ്തുകൊണ്ടിരുന്നു.

"നിങ്ങളെന്താണ് പാടാത്തത്?" അയാൾ പെൺകുട്ടികളോട് ചോദിച്ചു. "ഞങ്ങളുടെ സന്തോഷത്തിന് പാടൂ."

എല്ലാരുംകൂടെ അവരെ സ്വാഗതംചെയ്തു.

"ശുഭദിനം", "ശുഭദിനം."

"ഇന്നെന്തിനാണ് പാടുന്നത്? ഇന്ന് ഹോളിഡേ അല്ലല്ലോ!" ഒരു സ്ത്രീ ചോദിച്ചു.

"ശരി ശരി, എന്നാൽ നീ പാട്."

എർഗ്യൂഷോവ് നസാർക്കയോട് ചിരിച്ചുകൊണ്ട് അലറി.

"നീ പാടിക്കോളൂ. ഞാനും കൂട്ടത്തിൽ കൂടിക്കോളാം."

"നിങ്ങൾ ഉറങ്ങുകയാണോ സുന്ദരികളെ?" നസാർക്ക ചോദിച്ചു.

"ഞങ്ങൾ നിങ്ങളുടെ ആരോഗ്യത്തിനുവേണ്ടി മദ്യപിക്കാൻ വന്നതാണ്. ലുകാഷ്കയ്ക്കുവേണ്ടി ഞങ്ങൾ മദ്യപിക്കാൻ വന്നതാണ്. ലുകാഷ്കയ്ക്കുവേണ്ടി ഞങ്ങൾ മദ്യപിച്ചു."

ലുകാഷ്ക ആൾക്കൂട്ടത്തിനടുത്തെത്തിയപ്പോൾ പതുക്കെ തൊപ്പിയൂരി പെൺകുട്ടികളുടെ മുൻപിൽനിന്നു. അയാളുടെ കവിളും കഴുത്തും ചുവന്ന് തുടുത്തിരുന്നു. അയാൾ പതുക്കെ ആലസ്യത്തിൽ സംസാരിച്ചുകൊണ്ടിരുന്നു. എന്നാൽ അത് നസാർക്കയുടെ അമിതഭാഷണത്തേക്കാൾ ഭംഗിയുള്ളതായിരുന്നു. അയാളുടെ സംസാരം ഒരു ഊർജസ്വലനായ കുതിരയുടെ ചിനയ്ക്കലിനെ ഓർമിപ്പിച്ചു. ലുകാഷ്ക പെൺകുട്ടികളുടെ മുന്നിൽ ചിരിക്കുന്ന കണ്ണുകളോടെ നിന്നു. മറ്റുള്ളവരെ അപേക്ഷിച്ച് വളരെ കുറച്ചുമാത്രം സംസാരിച്ചു. മര്യാൻക അവിടേക്ക് വന്നപ്പോൾ

അയാൾ തൊപ്പിയുയർത്തി അവളുടെ വഴിയിൽനിന്ന് മാറി പിന്നീട് അവളുടെ മുൻപിലായി നിന്നു. അയാളുടെ ഒരു കാൽ കുറച്ച് മുൻപിലേയ്ക്കും തള്ളവിരൽ ബെൽറ്റിൽ തൂക്കിയിട്ടിരുന്ന കഠാരിയിലേക്ക് ചൂണ്ടിയും ആയിരുന്നു. മര്യാൻക സന്തോഷത്തോടെ തലകുനിച്ചുകൊണ്ട് അയാളുടെ ഗ്രീറ്റിങ്ങിന് മറുപടി നൽകിക്കൊണ്ട് പാതിഭിത്തിയിൽ ഇരിപ്പുറപ്പിച്ചു. അവൻ തന്റെ കീശയിൽനിന്ന് സൂര്യകാന്തി വിത്തുകളെടുത്ത് ചവയ്ക്കാൻതുടങ്ങി. ലുകാഷ്ക അവളുടെ മുഖത്തുതന്നെ നോട്ടമുറപ്പിച്ചുകൊണ്ട് വിത്തുകൾ കടിച്ചുപൊട്ടിച്ച് തോടുകൾ പുറത്തേക്ക് തുപ്പി. മര്യാൻക അവരുടെ ഗ്രൂപ്പിലേക്ക് വന്നപ്പോൾ എല്ലാവരും നിശ്ശബ്ദരായി.

"കുറേ ദിവസത്തേക്കാണോ വന്നത്?" നിശ്ശബ്ദതയെ ഭഞ്ജിച്ചുകൊണ്ട് ഒരു സ്ത്രീ ചോദിച്ചു.

"നാളെ രാവിലത്തേക്ക് വരെ." ലുകാഷ്ക മറുപടി പറഞ്ഞു.

"ദൈവം നിങ്ങൾക്ക് നന്മവരുത്തട്ടെ. എനിക്ക് വളരെയധികം സന്തോഷമുണ്ട്." അവൾ പറഞ്ഞു.

"എനിക്കും അങ്ങനെതന്നെയാണ്." മദ്യത്തിന്റെ ലഹരിയിൽ ചിരിച്ചുകൊണ്ട് എർഗ്യൂഷോവ് പറഞ്ഞു. "എത്ര സന്ദർശകരാണ് വന്നിരിക്കുന്നത്." കടന്നുപോകുന്ന പട്ടാളക്കാരെ ചൂണ്ടിക്കാണിച്ചുകൊണ്ട് അയാൾ തുടർന്നു. "ദ സോൾജിയേഴ്സ് വോഡ്ക, വളരെ നല്ലതാണ്. എനിക്കിഷ്ടമായി."

"അവർ മൂന്ന് പിശാചുക്കളെ ഇവിടേക്ക് അയച്ചിരിക്കുന്നു" ഒരു സ്ത്രീ പറഞ്ഞു. "മുത്തശ്ശൻ ഗ്രാമമുഖ്യരെ പോയിക്കണ്ടു. പക്ഷേ അവർ പറയുന്നത് ഒന്നുംചെയ്യാൻ കഴിയില്ലെന്നാണ്.

"ഹ! ഹ! ഹ! നിങ്ങൾ പ്രശ്നത്തിലായോ?" എർഗ്യൂഷോവ് ചോദിച്ചു. "എനിക്ക് തോന്നുന്നത് അവർ നിങ്ങളെ ഗ്രാമത്തിൽനിന്ന് പുകച്ച് പുറത്ത് ചാടിക്കും എന്നാണ്." വേറൊരു സ്ത്രീ പറഞ്ഞു. "പുറത്ത് അവർ എത്രയെങ്കിലും പുകവലിച്ചോട്ടെ. പക്ഷേ കുടിലിനകത്ത് സമ്മതിക്കരുത്. മുതിർന്നവരായാലും സമ്മതിക്കരുത്. ഞാനുറപ്പിച്ചു. മറ്റൊരുകാര്യം, അവർ നിങ്ങളെ കൊള്ളയടിച്ചേക്കാം."

"നിങ്ങൾക്ക് ഇഷ്ടമല്ലേ?" എർഗ്യൂഷോവ് വീണ്ടും ചോദിച്ചു.

"പിന്നെ ഞാൻ കേട്ടത് പെൺകുട്ടികൾ പട്ടാളക്കാരുടെ കിടക്കകൾ വിരിച്ചുകൊടുക്കണമെന്നും ചിക്കിറും തേനും വിളമ്പണമെന്നുമാണ്." നസാർക്ക തന്റെ തൊപ്പി ഒരുവശത്തേക്ക് ചലിപ്പിച്ചുകൊണ്ട് പറഞ്ഞു. എർഗ്യൂഷോവ് ഉറക്കെ അലറിചിരിച്ചുകൊണ്ട് തന്റെ അടുത്ത് നിന്നിരുന്ന പെൺകുട്ടിയെ തന്നിലേക്ക് പിടിച്ച് വലിച്ച് കെട്ടിപ്പിടിച്ചു "സത്യമാണ്."

"ഏയ് കറുത്ത പിശാചേ, ഞാൻ നിന്റെ കിളവിയോട് പറഞ്ഞുകൊടുക്കും." പെൺകുട്ടി അലറി.

"അവളോട് പറയ്" അയാൾ പറഞ്ഞു "നസാർക്ക പറഞ്ഞത് സത്യമാണ്. അറിയിപ്പ് എല്ലായിടത്തേക്കും അയച്ചുകഴിഞ്ഞു. അവൻ വായിച്ചിട്ടുണ്ട്. സത്യമാണ്." ഇത്രയും പറഞ്ഞ് അയാൾ അടുത്ത പെൺകുട്ടിയെ കെട്ടിപ്പിടിക്കാൻ തുടങ്ങി.

"നിങ്ങളെന്താ ചെയ്യുന്നത്, പിശാചേ" റോസ്നിറമുള്ള വട്ടമുഖമുള്ള യുസ്റ്റെൻക ചിരിച്ചുകൊണ്ട് അയാളെ അടിക്കാനായി കൈയോങ്ങി.

അയാൾ ഒരുവശത്തേക്ക് മാറാൻ ശ്രമിക്കുന്നതിനിടെ അടിതെറ്റി താഴെവീണു.

"അവർ പറയുന്നത് പെൺകുട്ടികൾക്ക് ശക്തിയില്ലെന്നാണ്. എന്നാൽ നീ എന്നെ ഈ പരുവത്തിലാക്കി.

"പൊയ്ക്കോ പിശാചേ. ഏത് നീചനാണ് നിന്നെ ഇവിടത്തേക്ക് എത്തിച്ചത് ദൈവമേ?" യുസ്റ്റെൻക അയാളോട് പറഞ്ഞ് തിരിഞ്ഞുനിന്ന് ഉറക്കെ ചിരിക്കാൻ തുടങ്ങി. "നിങ്ങൾ ഉറങ്ങി അങ്ങനെ അബ്രക്സിനെ നഷ്ടമായി, അല്ലേ? അയാൾ നിങ്ങളെ കൊന്നിരുന്നെങ്കിൽ നന്നാവുമായിരുന്നു."

"എങ്കിൽ നീ അലറിച്ചിരിക്കുമായിരുന്നു അല്ലേ?" നസാർക്ക ചിരിച്ചുകൊണ്ട് ചോദിച്ചു.

"അലറൽ" നല്ല വാക്ക്.

"നോക്ക്, അവൾ മിണ്ടുന്നില്ല. അവൾ ചിരിക്കുമായിരുന്നു. നസാർക്കാ, ഏ? എർഗ്യൂഷോവ് പറഞ്ഞു.

ഈ സമയത്തൊക്കെ ലുകാഷ്ക മര്യാൻകയെ നോക്കിക്കൊണ്ടിരിക്കുകയായിരുന്നു. അവന്റെ നിശ്ശബ്ദമായ നോട്ടം അവളെ യഥാർഥത്തിൽ ആശയക്കുഴപ്പത്തിലാക്കിയിരുന്നു.

"മര്യാൻക, പട്ടാളക്കാരിലൊരാളെ നിന്റെ വീട്ടിലാണ് താമസിപ്പിച്ചിരിക്കുന്നതെന്ന് കേട്ടു" അടുത്തുചെന്ന് അയാൾ ചോദിച്ചു.

സാധാരണത്തേതുപോലെ മര്യാൻക മറുപടി പറയുന്നതിന് മുൻപേ അൽപ്പം സമയമെടുത്ത് കണ്ണുകളുയർത്തി അയാളെ നോക്കി. സംസാരിച്ചുകൊണ്ടിരിക്കുന്നതിനേക്കാൾ കൂടുതലായി അവർക്കിടയിൽ എന്തോ സംഭവിക്കുന്നതുപോലെ അയാളുടെ കണ്ണുകളിൽ ചിരി പടരുന്നുണ്ടായിരുന്നു.

"ശരിയാണ്. അവർക്ക് രണ്ട് കുടിലുകളുള്ളതുകൊണ്ട് ഒന്ന് പട്ടാളക്കാർക്ക് കൊടുത്തു" മര്യാൻകയ്ക്കുവേണ്ടി മറുപടി പറഞ്ഞത് ഒരു വൃദ്ധയായിരുന്നു.

"പക്ഷേ ഫോമുഷ്കിന് ഇപ്പോൾ ഒരു ചീഫുകൂടി വന്നിട്ടുണ്ട്. മുറിയുടെ വലിയൊരു ഭാഗം അയാളുടെ ലഗേജുകൊണ്ട് നിറഞ്ഞിരിക്കുകയാണ്. അവിടുത്തെ അംഗങ്ങൾക്ക് വേറെ മുറിയില്ലാതാനും. ഒരു ഗ്രാമത്തിലെ മുഴുവൻ ജനതയെ ഇങ്ങനെ കഷ്ടപ്പെടുത്തുന്നത് മുൻപ് എവിടെയെങ്കിലും കേട്ടിട്ടുണ്ടോ? അല്ലങ്കിൽത്തന്നെ ഇവിടെ എന്ത് മാരണമാണ് അവർ ചെയ്യാൻ പോകുന്നത്?"

"ഞാൻ കേട്ടത് ടെറക്കിന് കുറുകേ അവർ ഒരു പാലം പണിയാൻപോവുകയാണ് എന്നാണ്." ഒരു കുട്ടി പറഞ്ഞു.

"എന്നാൽ ഞാൻ കേട്ടത് അവർ പെൺകുട്ടികളെ ഇടാൻ ഒരു വലിയ കുഴി ഉണ്ടാക്കുകയാണ് എന്നാണ്. കാരണം അവർക്ക് ആൺകുട്ടികളെ ഇഷ്ടമല്ലത്രേ." യുസ്റ്റെൻകയുടെ അടുത്തേക്ക് നീങ്ങി എല്ലാവരെയും ചിരിപ്പിക്കുന്ന ഒരു ആംഗ്യത്തോടെ നസാർക്ക പറഞ്ഞു. എർഗ്യൂഷോവ്

മര്യാൻകയെ കടന്ന് അടുത്തുനിന്നിരുന്ന ഒരു വൃദ്ധയെ കെട്ടിപ്പിടിച്ചു.

"എന്താ മര്യൻകയെ പുണരാത്തത്? നീ ക്രമത്തിലാണ് ഇത് ചെയ്യേണ്ടത്" നസാർക്ക പറഞ്ഞു.

"ഇല്ല. ഈ വൃദ്ധ സുന്ദരിയാണ്." പിടിവിടുവിക്കാൻ ശ്രമിക്കുന്ന വൃദ്ധയെ ചുംബിച്ചുകൊണ്ട് എർഗ്യൂഷോവ് പറഞ്ഞു.

"നീയെന്നെ പീഡിപ്പിച്ചു" സ്ത്രീ ഉറക്കെ പറഞ്ഞു. എല്ലാവരും ചിരിക്കാൻ തുടങ്ങി.

തെരുവിന്റെ അങ്ങേ തലയ്ക്കൽ നിന്നുകേട്ട കാലടിശബ്ദം അവരെ നിശ്ശബ്ദരാക്കി. പൂർണമായും പട്ടാളവേഷത്തിലുള്ള, തോളിൽ തോക്ക് തൂക്കിയിട്ട മൂന്ന് പട്ടാളക്കാർ അമ്യൂണിഷൻ വാഗണിമല കാവൽക്കാരെ റിലീസ്ചെയ്യാൻ പോവുകയായിരുന്നു.

കോർപ്പറൽ, വൃദ്ധനായ ഒരു കാലാൾപ്പട്ടാളക്കാരൻ, ദേഷ്യത്തോടെ ആ കൊസാക്കുകാരെ നോക്കിക്കൊണ്ട് നേരെ റോഡിലൂടെ തന്റെ പട്ടാളക്കാരെ നയിച്ചു. നസാർക്ക റോഡിൽനിന്നും മാറിനിന്നു. ലുകാഷ്ക നിന്നിടത്തുനിന്നും മാറാതെ തന്റെ പുറകുവശം അൽപ്പം ചരിച്ചുകൊടുത്തു.

"ആളുകൾ ഇവിടെ നിൽക്കുന്നു. അതുകൊണ്ട് നിങ്ങൾ അപ്പുറത്തുകൂടെ പോകൂ." അയാൾ പിറുപിറുത്തുകൊണ്ട് പട്ടാളക്കാരെ നോക്കി.

പട്ടാളക്കാർ ക്രമമായി മാർച്ച് ചെയ്തുകൊണ്ട് നിശ്ശബ്ദരായി കടന്നുപോയി.

മര്യാൻക കിലുകിലാ ചിരിച്ചു. ഒപ്പം മറ്റുള്ള പെൺകുട്ടികളും.

"എന്തായിത് നീളൻ കുപ്പായമിട്ട വഞ്ചിപ്പാട്ടുകാരെപ്പോലെ" നസാർക്ക പട്ടാളക്കാരെ അനുകരിച്ചുകൊണ്ട് ഒന്നു രണ്ടുഅടി മുമ്പോട്ടേക്ക് നടന്നു.

വീണ്ടും എല്ലാവരും ചിരിക്കാൻ തുടങ്ങി.

ലുകാഷ്ക സാവധാനം മര്യാൻകയുടെ അടുത്തേക്ക് നങ്ങി.

"ചീഫിന് എവിടെയാണ് താമസമൊരുക്കിയത്?" അയാൾ ചോദിച്ചു.

മര്യാൻക ഒരുനിമിഷം ആലോചിച്ചതിനുശേഷം പറഞ്ഞു.

"പുതിയ കുടിലിൽ."

"അയാൾ യുവാവാണോ? അതോ പ്രായമായതോ?"

ലുകാഷ്ക അവളുടെ അരികിൽ ഇരുന്നുകൊണ്ട് ചോദിച്ചു.

"ഞാനത് ചോദിച്ചിട്ടുണ്ടാവുമെന്ന് നിനക്ക് തോന്നുന്നുണ്ടോ?" ഞാൻ കുറച്ച് ചിക്കിർ എടുക്കാൻവേണ്ടി പോയപ്പോൾ അയാൾ ജനലിനരികിൽ ഇരിക്കുന്നുണ്ടായിരുന്നു. കൂട്ടത്തിൽ ആ എശാഷ്കയും. അവർ ഒരു കാളവണ്ടി നിറയെ സാധനങ്ങൾ കൊണ്ടുവന്നിട്ടുണ്ട്."

അവൾ താഴത്തേക്ക് നോക്കിയിരുന്നു.

"ഞാനൊരു ഭാഗ്യവാൻ തന്നെ. എനിക്ക് ഇപ്പോൾ തന്നെ ലീവ് കിട്ടിയല്ലോ!" അയാൾ അവളുടെ അടുത്തേക്ക് നീങ്ങിയിരുന്ന് അവളുടെ കണ്ണുകളിലേക്ക് നോക്കിയിരുന്നു.

"കുറേ ദിവസത്തെ ലീവുണ്ടോ?" മര്യാൻക ഒരു ചെറുചിരിയോടെ ചോദിച്ചു.

"നേരം വെളുക്കുന്നത് വരെ. എനിക്ക് കുറച്ച് സൂര്യകാന്തിക്കുരുക്കൾ താ". കൈ നീട്ടിക്കൊണ്ട് അയാൾ പറഞ്ഞു.

മര്യാൻക ചിരിച്ചുകൊണ്ട് തന്റെ പുറംകുപ്പായത്തിന്റെ കീശ തുറന്നുകൊടുത്തു.

"മുഴുവനും എടുക്കരുത്" അവൾ പറഞ്ഞു.

"നീ കൂടെയില്ലാത്ത സമയങ്ങളിൽ ഞാൻ ശരിക്കും വിരസതയനുഭവിക്കുന്നു. അയാൾ അവളുടെ അരികിലേക്ക് നീങ്ങിയിരുന്ന് പിറുപിറുത്തു. കീശയിൽനിന്നും വിത്തുകളെടുക്കാനായി അയാൾ അടുത്തേക്ക് നീങ്ങിയിരുന്നു. അവളിലേക്ക് കുനിഞ്ഞുകൊണ്ട് അയാൾ ചെറിയ ശബ്ദത്തിൽ സംസാരിക്കുകയും ചിരിക്കുന്ന കണ്ണുകളാലെ അവളുടെ കണ്ണുകളിലേക്ക് നോക്കിയിരിക്കുകയും ചെയ്തു.

"ഞാൻ വരുന്നില്ല. ഉറപ്പ്." അയാളിൽനിന്ന് പിന്നോട്ട് മാറി മര്യാൻക പറഞ്ഞു.

"ശരിക്കും അങ്ങനെയല്ല..... ദൈവത്തേയോർത്ത് നീ വരണം." അയാൾ പിറുപിറുത്തു.

മര്യാൻക ചിരിച്ചുകൊണ്ട് തലയാട്ടി.

"മര്യാൻക! ഹലോ നർസി മര്യാൻക! അമ്മ വിളിക്കുന്നു. ഭക്ഷണം കഴിക്കാൻ വിളിക്കുന്നു." മര്യാൻകയുടെ അനുജൻ ആ ഗ്രൂപ്പിനുനേരെ ഓടിവന്നു.

"ഇതാ, ഞാൻ വരുന്നു." അവൻ ഉച്ചത്തിൽ പറഞ്ഞു. "ഇപ്പോൾ പോ, ഞാൻ പിന്നീട് വാരം."

ലുകാഷ്ക എഴുന്നേറ്റ് തൊപ്പിയൂരി അവളെ അഭിവാദ്യംചെയ്തു.

"എനിക്കിപ്പോൾ നല്ലത് വീട്ടിൽ പോകുന്നതാണെന്ന് തോന്നുന്നു."

ലുകാഷ്ക ഒന്നും സംഭവിക്കാത്തതുപോലെ ഭാവിക്കാൻ ശ്രമിച്ചുകൊണ്ട് ചിരിച്ചുകൊണ്ട് അയാൾ ഒരു വീടിന്റെ പിറകിലൂടെ ദൃശ്യത്തിൽ നിന്നും മറഞ്ഞു.

കുറച്ചുസമയംകൊണ്ട് രാത്രി ആ ഗ്രാമത്തെ മുഴുവൻ മൂടി. തിളങ്ങുന്ന നക്ഷത്രങ്ങൾ കറുത്ത ആകാശത്ത് ചിതറിക്കിടന്നു. തെരുവ് ഇരുട്ട് നിറഞ്ഞ് ശൂന്യമായി. അവിടെയുണ്ടായിരുന്ന ഒരു സ്ത്രീയോടൊപ്പം നസാർക്കയുടെ ചിരി അന്തരീക്ഷത്തിൽ മുഴങ്ങിക്കേട്ടു. പക്ഷേ ലുകാഷ്ത അവിടെനിന്നും മാറി ഒരു പൂച്ചയെപ്പോലെ പമ്മിപ്പമ്മി കുറച്ച് ദൂരം ചെന്നപ്പോൾ തന്റെ കഠാര നേരെ പിടിച്ച് പതുക്കെ ഓടാൻ തുടങ്ങി. രണ്ട് കവലകൾ പിന്നിട്ടപ്പോൾ ഒരു വഴിയിൽ തന്റെ കോട്ടുയർത്തി ഒരു വേലിയുടെ നിഴലിൽ അയാൾ ഇരുന്നു. "ഒരു കോർനെറ്റിന്റെ മകൾ, മര്യാൻകയെക്കുറിച്ച് അയാൾ ഓർത്തു. "ഇവിടെയൊന്നും ഒരു ചെറിയ പക്ഷിപോലുമില്ല. കാത്തിരിക്കാം."

അടുത്തുവരുന്ന ഒരു സ്ത്രീയുടെ കാൽപ്പെരുമാറ്റം അയാളുടെ ശ്രദ്ധയാകർഷിച്ചു. അയാളത് ശ്രദ്ധിച്ചു. സ്വയം ചിരിക്കാനും തുടങ്ങി. നമ്രശിരസ്സോടെ വേലിക്കാലുകളിൽ ഒരു കമ്പുകൊണ്ട് മുട്ടിക്കൊണ്ട് വേഗത്തിൽ

മര്യാൻക അയാൾക്കുനേരെ നടന്നുവരികയായിരുന്നു. അയാൾ എഴുന്നേറ്റു. അവൾ പേടിച്ച് അവിടെത്തന്നെ നിന്നുപോയി.

"എന്തൊരു പിശാചാണു നീ! എന്നെ പേടിപ്പിച്ചുകളഞ്ഞു. വീട്ടിൽ പോയില്ലേ?" അവൾ ഉറക്കെ ചിരിച്ചുകൊണ്ട് ചോദിച്ചു.

ലുകാഷ്ക ഒരു കൈകൊണ്ട് അവളെ പുണർന്ന് മറുകൈകൊണ്ട് മുഖമുയർത്തിക്കൊണ്ട് പറഞ്ഞു: "ദൈവമേ ഞാനെന്താണ് നിന്നോട് പറയേണ്ടത്?" അയാൾക്ക് വാക്കുകൾ ഇടറിപ്പോയിരുന്നു.

"ഈ രാത്രിനേരത്ത് നീ എന്താണീ പറയുന്നത്? അമ്മ എന്നെ കാത്തിരിക്കുന്നുണ്ടാവും. നിനക്ക് നിന്റെ ഹൃദയേശ്വരിയുടെ അടുത്തേക്ക് പോകുന്നതാണ് നല്ലത്."

അവൾ അയാളുടെ കരവലയത്തിൽനിന്നും മോചിതനായി അൽപ്പം മുന്നിലേക്ക് ഓടി. വീടിന്റെ വേലിക്കരികിലെത്തിയപ്പോൾ അവൾ തിരിഞ്ഞുനിന്ന് തനിക്കു നേരെ ഓടിവരുന്ന ലുകാഷ്കയെ നോക്കി. അവളെ കുറച്ചുനേരംകൂടെ അടുത്തുകിട്ടാൻ അയാൾ ശ്രമിക്കുകയായിരുന്നു.

"ശരി, ഈ പാതിരാസഞ്ചാരിക്ക് എന്താണ് പറയാനുള്ളത്?" അവൾ വീണ്ടും ചിരിക്കാൻ തുടങ്ങി.

"എന്നെ കളിയാക്കല്ലേ മര്യാൻക! എനിക്ക് വേറൊരു പെണ്ണോ? എങ്കിൽ അവളെ പിശാച് പിടിച്ചുപോകട്ടെ. ഒറ്റക്കാര്യമേ പറയാനുള്ളൂ, എനിക്ക് നിന്നെ ഇഷ്ടമാണ്. നീ ആഗ്രഹിക്കുന്നതെന്തും ഞാൻ ചെയ്യും." തന്റെ കീശയിലെ നാണയങ്ങൾ കിലുക്കിക്കൊണ്ട് അയാൾ പറഞ്ഞു. "നമുക്ക് സുഖമായി ജീവിക്കാം. മറ്റുള്ളവർക്ക് സന്തോഷമുണ്ട്. എനിക്കോ? എനിക്ക് നിന്നിൽനിന്ന് സന്തോഷം ലഭിക്കുന്നേയില്ല മര്യാൻക."

അവൾ ഒന്നുംപറഞ്ഞില്ല. കൈയിലിരുന്ന മരക്കമ്പ് വേഗത്തിൽ കഷണങ്ങളായി മുറിച്ചുകൊണ്ട് അവൾ അയാളുടെ മുൻപിൽനിന്നു.

ലുകാഷ്ക മുഷ്ടിചുരുട്ടാനും പല്ല് ഞെരിക്കാനും തുടങ്ങി. "എന്തിനാ, വീണ്ടും വീണ്ടുമിങ്ങനെ കാത്തിരിക്കുന്നത്? ഞാൻ നിന്നെ സ്നേഹിക്കുന്നില്ല. നിനക്ക് എന്തുവേണമെങ്കിലും ചെയ്യാം." അവളുടെ രണ്ടുകൈകളും പിടിച്ചുകൊണ്ട് അയാൾ പറഞ്ഞു.

മര്യാൻകയുടെ മുഖത്തെ ശാന്തത അപ്പോഴും മാറിയിരുന്നില്ല.

"ലുകാഷ്ക, അലറാതെ ഞാൻ പറയുന്നത് കേൾക്ക്." കൈ തട്ടിമാറ്റാതെ തന്നെ അവൾ പറഞ്ഞു. "ഞാനൊരു പെൺകുട്ടിയാണ്. പക്ഷേ എന്നാലും ഞാൻ പറയുന്നതൊന്ന് കേൾക്ക്. ഇത് എന്നെമാത്രം ആശ്രയിച്ച് കിടക്കുന്നതല്ല. പക്ഷേ ഒരു കാര്യം ഞാൻ പറയാം. നീ എന്നെ സ്നേഹിക്കുന്നെങ്കിൽ ഞാൻ നിന്നെ വിവാഹംചെയ്യും. പക്ഷേ വിവരക്കേടായി ഒന്നും എന്നിൽനിന്ന് പ്രതീക്ഷിക്കേണ്ട." അവൾ മുഖംതിരിക്കാതെ പറഞ്ഞു.

"എന്ത്? നീയെന്നെ വിവാഹം കഴിക്കുമെന്നോ? കല്യാണം നമ്മളുടെമാത്രം തീരുമാനമല്ല. എന്നെ സ്നേഹിക്കുക, മര്യാൻക." ദേഷ്യംമാറ്റി, സ്നേഹവും കാരുണ്യവും മാന്യതയും കണ്ണുകളിൽ സ്ഫുരിപ്പിച്ചുകൊണ്ട് അയാൾ പറഞ്ഞു.

മര്യൻക അയാളെ കെട്ടിപ്പുണർന്ന് ചുണ്ടുകളിൽ ചുംബിച്ചു.

"മൈ ഡിയർ" അയാളെ കൂടുതൽ തന്നിലേക്ക് അടുപ്പിച്ച് അവൾ പിറുപിറുത്തു. പെട്ടെന്നുതന്നെ അവൾ അയാളിൽനിന്നും കുതറിമാറി തിരിഞ്ഞുനോക്കാതെ വീടിന്റെ ഗേറ്റിനടുത്തേക്ക് ഓടിപ്പോയി. ലുകാഷ്കയ്ക്ക് പറയാനുള്ളത് കേൾക്കാൻ അവൾ അവിടെയുണ്ടായിരുന്നില്ല. "പോയ്ക്കോ" അവൾ ഉറക്കെ വിളിച്ചുപറഞ്ഞു. "നിങ്ങളെ ഞങ്ങളുടെ ലോഡ്ജർ കണ്ടുപിടിക്കും. അയാൾ മുറ്റത്തുകൂടെ നടക്കുന്നുണ്ട്.

"കോർനെറ്റിന്റെ മകൾ! അവൾ എന്നെ വിവാഹം കഴിക്കും. കല്യാണം നല്ലതുതന്നെ. പക്ഷേ നീയെന്നെ സ്നേഹിക്കൂ!" അയാൾ പിറുപിറുത്തു. നസാർക്കയെ അയാൾ യമാക്കയുടെ വീട്ടിൽവെച്ച് കണ്ടു. പിന്നീട് അയാൾ തന്നോട് വിശ്വസ്തത കാണിക്കാത്ത ഡുഹൈക്കയുടെ വീട്ടിലേക്ക് പോയി. രാത്രി അവിടെ കഴിച്ചു.

പതിനാല്

മര്യാൻക ഗേറ്റ് കടന്നു. അവൾ കേട്ടു "ആ പിശാച്, ഞങ്ങളുടെ ലോഡ്ജർ, മുറ്റത്തുകൂടെ നടക്കുന്നുണ്ടാവും." അയാൾ ആ വൈകുന്നേരം ചെലവഴിച്ചത് തന്റെ പുതിയ വീടിന്റെ പോർച്ചിൽ എറോഷ്കയുടെ കൂടെയായിരുന്നു. ഒരു മേശ, ഒരു സമോവർ, വൈൻ, ഒരു മെഴുകുതിരി, ഒരു കപ്പ് ചായ, ഒരു സിഗരറ്റ് ഈ സൗകര്യങ്ങളുമായി അയാൾ ആ വൃദ്ധന്റെ കഥകൾ കേട്ടുകൊണ്ട് അവിടെ ഇരിക്കുകയായിരുന്നു. കാറ്റില്ലാതിരുന്നെങ്കിലും മെഴുകുതിരിനാളം ഇളകുന്നുണ്ടായിരുന്നു. പോർച്ചിന്റെ തൂൺ, മേശയും അതിൻമുകളിലെ പാത്രങ്ങളും വൃദ്ധന്റെ ക്രോപ്പ് ചെയ്ത വെളുത്ത തല ഇവ ഇടയ്ക്കിടെ മെഴുകുതിരിവെളിച്ചത്തിൽ തിളങ്ങിക്കൊണ്ടിരുന്നു. പ്രാണികൾ മെഴുകുതിരിവെട്ടത്തിന്റെ ചുറ്റും കൂടുകയും ചിറകെരിഞ്ഞ് ഗ്ലാസിലും മേശകളിലും വീശിക്കൊണ്ടിരിക്കുകയും ചെയ്തു. ഒലെനിനും ഇറോഷ്കയും അഞ്ചുകുപ്പി ചിക്കിർ അകത്താക്കിയിരുന്നു. ഓരോ പ്രാവശ്യവും എറോഷ്ക ഗ്ലാസ് നിറയ്ക്കുകയും ഒലെനിന് ഒന്ന് കൊടുക്കുകയും അയാളുടെ ആരോഗ്യത്തിനായി പ്രാർഥിച്ച് മദ്യപിക്കുകയും, ക്ഷീണിക്കാതെ സംസാരിക്കുകയും ചെയ്തുകൊണ്ടിരുന്നു. അയാൾ കഴിഞ്ഞകാലത്തെ കൊസാക്ക് ജീവിതത്തെക്കുറിച്ചായിരുന്നു പറഞ്ഞുകൊണ്ടിരുന്നത്. കൂടാതെ അദ്ദേഹത്തിന്റെ അച്ഛനെക്കുറിച്ചും. 'ദബ്രോഡ്, മൂന്ന് കിന്റലുള്ള കാട്ടുപന്നിയെ ഒറ്റയ്ക്ക് വേട്ടയാടി തോളത്തിട്ട് കൊണ്ടുവന്ന, രണ്ട് ഭരണി ചാക്കിൽ ഒറ്റയിരിപ്പിന് കുടിച്ചുതീർത്ത മഹാൻ. പിന്നീടയാൾ തന്നെക്കുറിച്ച് തന്നെയും പ്ലേഗ്കാലത്ത് ടെറക്കിനപ്പുറത്തേക്ക് ചൂടുകുപ്പായങ്ങൾ കള്ളക്കടത്തു നടത്തിയ തന്റെ സുഹൃത്ത് ഗർചിക്കിനേയുംകുറിച്ച് സംസാരിച്ചു. രണ്ട് മാനുകളെ ഒരുമിച്ച് കൊന്നതിനെക്കുറിച്ച്, അതിന്റെ ആത്മാവ് കോർഡനു ചുറ്റും രാത്രിയിൽ തന്നെ ഓടിച്ചതിനെക്കുറിച്ചുപോലും

അയാൾ പറഞ്ഞുകൊണ്ടേയിരുന്നു. അയാളുടെ സരളവും ഇടവേളയില്ലാത്തതും ദൃശ്യാത്മകവുമായ വിവരണം ഒലെനിനെ വല്ലാതെ ആകർഷിച്ചു. എന്റെ കുഞ്ഞേ, നിനക്കറിയില്ല എന്റെ സുവർണകാലത്ത് ഞാൻ ആരായിരുന്നു എന്ന്. ഞാൻ കാണിച്ചുതരുകയായിരുന്നു ചിലത്. പക്ഷേ ഇന്ന് അത് "എറോഷ്കയുടെ അൽപ്പത്തം ആയിപ്പോകും. അന്ന് ഈ എറോഷ്ക പട്ടാള റജിമെന്റ് മുഴുക്കെ അറിയപ്പെടുന്നയാളായിരുന്നു. ഏറ്റവും നല്ല കുതിര ആരുടേതായിരുന്നു? ഏറ്റവും നല്ല കഠാര ആരുടെതായിരുന്നു? കുറച്ച് മദ്യത്തിനായി എല്ലാവരും ആരുടെയടുത്തായിരുന്നു പോയിരുന്നത്? ഒന്ന് സന്തോഷിക്കാൻ ആരുടെയടുക്കൽ പോകും? അഹമ്മദ്ഖാനെ കൊല്ലാൻ കുന്നുകളിലേക്ക് ആരെ പറഞ്ഞയക്കും? എല്ലാറ്റിനും എറോഷ്ക! ആരെ പെൺകുട്ടികൾ സ്നേഹിക്കും? എറോഷ്കയാണ് എല്ലാം. കാരണം ശരിക്കും ധീരൻ ഞാനായിരുന്നു. ഒരു മദ്യപൻ, ഒരു കള്ളൻ (ഞാൻ പലപ്പോൾ കുതിരക്കൂട്ടങ്ങളെ കുന്നിനുമുകളിൽനിന്നും പിടിച്ചിട്ടുണ്ട്) ഒരു പാട്ടുകാരൻ; ഞാനൊരു സകലകലാവല്ലഭൻ ആയിരുന്നു. ഇന്ന് അതുപോലൊരു കൊസാക്ക് ഇല്ല. ഇന്നവരുടെ നേരെ നോക്കാൻതന്നെ വെറുപ്പുതോന്നുന്നു. അവർ ഇത്രയും ഉയരത്തിലാവുമ്പോൾ (എറോഷ്ക തന്റെ കൈ തറയിൽനിന്നും മൂന്ന് ഫീറ്റ് ഉയരത്തിൽ കാണിക്കുന്നു) അവർ കെട്ടുകഥകൾ ഉപയോഗിച്ച് അവയിലേക്ക് നോക്കിയിരിക്കുന്നു. അതാണ് അവരുടെ ഏകവിനോദം. സ്വയം മദ്യപിക്കുക, മറ്റുള്ളവരെ ശ്രദ്ധിക്കാതെ, ഇതൊക്കെയെങ്ങനെ ന്യായീകരിക്കാം? ഞാനെങ്ങനെയായിരുന്നു? ഒരു കള്ളൻ. ഞാൻ ഈ ഗ്രാമത്തിൽ മാത്രമല്ല, ആ കുന്നിനുമുകളിലും അറിയപ്പെട്ടിരുന്നു. ടാർട്ടാർ രാജകുമാരി എന്നെ കാണാൻ വരുമായിരുന്നു. ഞാനൊരു ടാർട്ടാറിനൊപ്പമിരിക്കുമ്പോൾ ഒരു ടാർട്ടാറാകുമായിരുന്നു, ഒരു അർമേനിയനൊപ്പം ഒരു അർമേനിയനാകും. ഒരു പട്ടാളക്കാരനൊപ്പം ഒരു പട്ടാളക്കാരൻ, ഒരു ഓഫീസർക്കൊപ്പം ഒരു ഓഫീസർ. അയാൾ ഒരു മദ്യപനാണോ എന്ന് ഞാൻ അന്വേഷിക്കുകയേ ഇല്ല. അവർ പറയുന്നത് ലോകത്തോട് ഇടപഴകുമ്പോൾ ഞാൻ കുറച്ചുകൂടെ വൃത്തിയിലാവണമെന്നാണ്. പട്ടാളക്കാരുടെകൂടെ മദ്യപിക്കരുത്. ടാർട്ടാറിന്റെകൂടെ ഭക്ഷണം കഴിക്കരുത്."

"ആരാണ് ഇങ്ങനെ പറയുന്നത്?" ഒലെനിൻ ചോദിച്ചു.

"ഞങ്ങളുടെ ടീച്ചർ! പക്ഷേ ഒരു മുല്ലയോ ടാർട്ടാർ കാഡിയോ പറയുന്നത് കേൾക്കൂ. അയാൾ പറയുന്നു "പോ അവിശ്വാസികളെ നിങ്ങളെന്താണ് പന്നികളെ തിന്നുന്നത്?" എന്ന് പറഞ്ഞാൽ എല്ലാവർക്കും അവരവരുടേതായ നിയമമുണ്ട്. പക്ഷേ എന്റെ അഭിപ്രായത്തിൽ എല്ലാം ഒന്നാണ്. ദൈവം എല്ലാം സൃഷ്ടിച്ചിരിക്കുന്നത് മനുഷ്യന്റെ സന്തോഷത്തിനായാണ്. ഇതിലൊന്നിലും പാപമില്ല. ഉദാഹരണമായി ഒരു മൃഗത്തിന്റെ കാര്യംതന്നെയെടുക്കൂ. അത് ടാർട്ടാറിന്റെ പുൽമേടുകളിൽ ജീവിക്കുന്നപോലെതന്നെ നമ്മുടെ പുൽമേടുകളിലും ജീവിക്കുന്നു. എവിടെയൊക്കെ അത് പോകുന്നുവോ അവിടമൊക്കെ അതിന്റെ വീടാണ്.

ദൈവം എന്തൊക്കെ അതിന് നൽകുന്നോ അതൊക്കെ അത് തിന്നുന്നു. പക്ഷേ, നമ്മൾ പറയുന്നത് അങ്ങനെ ഭക്ഷിച്ചാൽ മരണശേഷം നരകത്തിൽനിന്ന് ചുട്ടുപഴുത്ത പ്ലേറ്റ് നക്കേണ്ടിവരുമെന്നാണ്. ഇതൊക്കെ തട്ടിപ്പാണ്" അയാൾ കൂട്ടിച്ചേർത്തു.

"എന്താണ് തട്ടിപ്പ്?" ഒലെനിൻ ചോദിച്ചു.

"പുരോഹിതന്മാർ പറയുന്നത്. ഞങ്ങൾക്കൊരു ആർമി ക്യാപ്റ്റനുണ്ട്, ഷെർവ്ലനയിലുള്ള അയാൾ എന്റെയൊരു സുഹൃത്താണ്. എന്നെപ്പോലെതന്നെ നല്ലൊരു മനുഷ്യൻ. അയാൾ ഒരു ചെചനിയനെ കൊന്നിട്ടുണ്ട്. അയാൾ എപ്പോഴും പറയും, ഈ പുരോഹിതന്മാർ പറയുന്നതൊക്കെ അവർ ആലോചിച്ചുണ്ടാക്കുന്നതാണെന്ന്. "നിങ്ങൾ മരിച്ചുകഴിഞ്ഞാൽ നിങ്ങളുടെ ശവക്കല്ലറയ്ക്ക് മുകളിൽ പുല്ലുവളരും, അത്രതന്നെ!" അയാൾ ചിരിച്ചുകൊണ്ട് പറഞ്ഞു. "അയാളൊരു നിരാശനായിരുന്നു."

"പിന്നെ, നിങ്ങൾക്കെത്ര വയസായി?" ഒലെനിൻ ചോദിച്ചു.

"ദൈവത്തിനറിയാം എഴുപതിനടുത്തായിക്കാണും. റഷ്യയിൽ ഒരു സാറിസ്റ്റ് ഭരിച്ചിരുന്നകാലം ഞാൻ വളരെ ചെറുപ്പമൊന്നുമായിരുന്നില്ല. ഇനി നിനക്ക് കണക്കുകൂട്ടിയെടുക്കാമല്ലോ. എഴുപതായിരിക്കാനാണ് സാധ്യത."

"ശരിയാണ്. പക്ഷേ, നിങ്ങളിപ്പോഴും പൂർണ ആരോഗ്യവാനാണ്."

"ഒ! ദൈവമേ നന്ദി. ഞാനിപ്പോഴും ആരോഗ്യവാനാണ്. പൂർണ ആരോഗ്യവാൻ, ഒരു സ്ത്രീ, ഒരു പിശാച് എന്നെ അപകടപ്പെടുത്തിയതൊഴിച്ചാൽ...."

"എങ്ങനെ?"

"ഒ! എന്നെ അപായപ്പെടുത്തി അത്രതന്നെ."

"താങ്കൾ മരിക്കുമ്പോൾ പുല്ലുകൾ വളരും" ഒലെനിൻ ആവർത്തിച്ചു.

എറോഷ്ക വ്യക്തമായൊന്നും പറഞ്ഞില്ല. അയാൾ കുറച്ചു നേരത്തേക്ക് നിശ്ശബ്ദനായിരുന്നു.

"ഇനിയും മദ്യപിക്കണോ?" അയാൾ പെട്ടെന്ന് ശബ്ദമുയർത്തി ചോദിച്ചു. പിന്നീട് ചിരിച്ചുകൊണ്ട് ഒരു ഗ്ലാസ് വൈൻ ഒലെനിനു നേരെ നീട്ടി.

പതിനഞ്ച്

"**ഞാ**നെന്തായിരുന്നു പറഞ്ഞുകൊണ്ടിരുന്നത്?" ഓർമിക്കാൻ ശ്രമിച്ചുകൊണ്ട് അയാൾ തുടർന്നു. "അതെ, അതുപോലുള്ള ഒരു വ്യക്തിയാണ് ഞാൻ. ഞാനൊരു വേട്ടക്കാരനാണ്. പട്ടാളത്തിൽ എനിക്ക് തുല്യനായ വേറൊരു വേട്ടക്കാരനില്ല. എനിക്ക് ഏതൊരു മൃഗത്തിനെയും പക്ഷിയെയും കണ്ടുപിടിച്ച് എവിടെയാണ് എന്താണ് എന്നൊക്കെ പറഞ്ഞുതരാൻ കഴിയും. എനിക്ക് നായ്ക്കളുണ്ട്, രണ്ട് തോക്കുണ്ട്, വലകളുണ്ട്, പ്രാപ്പിടിയന്മാരുണ്ട്. എനിക്കെല്ലാമുണ്ട്. നീ വെറുതെ പറയുകയല്ലെങ്കിൽ ഞാൻ എല്ലാം നിനക്ക് കാണിച്ചുതരാം. ഞാനാരാണെന്ന് നിനക്കറിയാമോ? ഒരു വഴിത്താര കണ്ടാൽമതി എനിക്കറിയാം അത് ഏത് മൃഗ

ത്തിന്റെയാണെന്ന്. അത് എവിടെ താമസിക്കുന്നു, എവിടെനിന്ന് വെള്ളം കുടിക്കുന്നു എവിടെ ചുരുണ്ടുകൂടുന്നു എല്ലാം എനിക്കറിയാൻ കഴിയും. ഞാൻ സ്വയം ഒരു സുരക്ഷിതസ്ഥാനമുണ്ടാക്കി രാത്രി മുഴുവൻ കാത്തിരിക്കും. വീട്ടിൽ തന്നെയിരുന്നിട്ടെന്താണ്? ഇതുപോലെ പ്രവർത്തിക്കുന്നവനേ കുടിക്കാൻ വല്ലതും കിട്ടൂ. ഇവിടെ സ്ത്രീകൾ വന്ന് ചറപറാ സംസാരിക്കുന്നു. കുട്ടികൾ എനിക്ക് നേരെ ഒച്ചയിടുന്നു. ഇതുതന്നെ മതി ഒരാളെ ഭ്രാന്തനാക്കാൻ. രാത്രിയിൽ പുറത്തുപോവുക എന്നത് ഒരു സാധാരണകാര്യമല്ല. ഒരു സ്ഥലം കണ്ടെത്തണം. പുല്ലുകൾമാറ്റി പുലരുവോളം അവിടെ കാത്തിരിക്കണം. കാടിനെക്കുറിച്ച് മുഴുവൻ മനസിലാക്കി സമയം അറിയാൻ കഴിയണം. കാടിന്റെ മർമരം അറിയണം. ക്ഷമയോടെ കാത്തിരിക്കാനറിയണം. മരത്തോട് ഉരസി പുറംചൊറിയാൻ വരുന്ന കാട്ടുപന്നിയെ മനസിലാവണം. പരുന്തിൻകുഞ്ഞ് കരയുന്നത് കേട്ടാൽ തിരിച്ചറിയണം. കാട്ടുതാറാവുകളെ ശബ്ദംകൊണ്ട് തിരിച്ചറിയണം. കാട്ടുതാറാവുകളുടെ ശബ്ദംകേട്ടാൽ പാതിരാവായില്ലെന്ന് തിരിച്ചറിയണം. എനിക്ക് ഇതെല്ലാമറിയും. ദൂരെയെവിടെയെങ്കിലും വെടിപൊട്ടുന്ന ശബ്ദംകേട്ടാൽ ചിന്തകൾ എന്നിലേക്ക് ചേക്കേറുന്നു. ആരാണ് വെടിപൊട്ടിക്കുന്നത്? ഒരു മൃഗത്തെ കാത്തിരിക്കുന്ന എന്നെപ്പോലെ മറ്റൊരു കൊസാക്ക് ആണോ? ആ മൃഗത്തെ അയാൾ കൊന്നോ? അതോ വേദനിപ്പിച്ച് വിട്ടോ? ആ മൃഗം ഇപ്പോഴും ആർക്കുമില്ലാതെ പുല്ലിലൂടെ രക്തമൊലിപ്പിച്ച് നീങ്ങുന്നുണ്ടാവുമോ? ഇതെനിക്കിഷ്ടമല്ല. എനിക്ക് തീരെ ഇഷ്ടമല്ല. വെറുതെ ഒരു മൃഗത്തിനെ മുറിവേൽപ്പിക്കരുത്. വിഡ്ഢി! വിഡ്ഢീ! ചിലപ്പോൾ ഒരാൾ ഇങ്ങനെ ചിന്തിക്കും 'ഒരു അബ്രക്സ് പാവപ്പെട്ട ഒരു കൊസാക്കിനെ കൊന്നതാവാം' ഈ ചിന്തകളൊക്കെ ഒരാളുടെ മനസിലൂടെ കടന്നുപോവും. ഒരിക്കൽ ഞാൻ നദീതീരത്ത് ഇരിക്കുകയായിരുന്നു. പുഴയിൽ ഒഴുകിവരുന്ന ഒരു തൊട്ടിൽ ഞാൻ ശ്രദ്ധിച്ചു. അതിന്റെ ഒരുവശം പൊട്ടിപ്പോയതൊഴിച്ചാൽ അത് നല്ല ഒരു തൊട്ടിലായിരുന്നു. എന്റെ മനസിലേക്ക് ചിന്തകൾ കുടിയേറാൻ തുടങ്ങി. ഞാനോർത്തു നിങ്ങളുടെ പട്ടാളക്കാർ ഒരു ടാർട്ടാർ ഗ്രാമത്തിൽക്കയറി ചെചൻ സ്ത്രീകളെ പിടിച്ചുകൊണ്ടുപോയി കുട്ടികളെ കൊന്നതാവും. കുട്ടികളെ കാലുകളിൽപ്പിടിച്ച് എടുത്ത് ചുമരിൽ തലയിടിച്ച് കൊന്നതാവും. അവരങ്ങനെ ചെയ്യാറില്ലേ? ശ് ശ്! ആണുങ്ങൾക്ക് ഹൃദയമില്ല. എനിക്ക് സങ്കടംവന്നു. അവർ തൊട്ടിൽ പുഴയിലേക്ക് എറിഞ്ഞ് സ്ത്രീയെ പിടിച്ചുകൊണ്ടുപോയിക്കാണും. അവളുടെ ഭർത്താവ് തോക്കുമെടുത്ത് ഇക്കരെവന്ന് ഞങ്ങളെ കൊള്ളയടിക്കുകയാവും. ഒരു കുഞ്ഞുമൃഗം മുൾക്കാടുകൾക്കിടയിലൂടെ വരുമ്പോൾ ഉള്ളിൽ ഒരാരവം ഉയരും. 'ഇതിലെ, ഇതിലെ വരൂ.' പക്ഷേ ചിലർ ഹൃദയം ഡം ഡം ഡം എന്ന താളത്തിൽ മിടിക്കുമ്പോഴും അനങ്ങാതെ അവിടെത്തന്നെയിരിക്കും. ഈ വസന്തകാലത്ത് ഒരു മൃഗക്കുഞ്ഞ് എന്റെ അരികിൽ വന്നു. ഒരു കറുപ്പ് ഞാൻ കണ്ടു. 'പിതാവിന്റെയും പുത്രന്റെയും നാമത്തിൽ'

ഞാൻ വെടിവയ്ക്കാൻ ഒരുങ്ങുകയായിരുന്നു. അപ്പോൾ അവൾ കൂടെയുള്ള പന്നികളോട് പറഞ്ഞു 'അപകടം അടുത്തുണ്ട്. ഒരു മനുഷ്യൻ അവിടെ പതുങ്ങി നിൽക്കുന്നു.' അവർ കുറ്റിക്കാട്ടിലൂടെ ദൂരേക്ക് ഓടിപ്പോയി. എനിക്ക് പിടിക്കാൻ തക്കവണ്ണം അടുത്തെത്തിയിരുന്നു അവൾ."

"ഒരു പെൺപന്നിക്ക് എങ്ങനെയാണ് തന്റെ കുഞ്ഞുങ്ങളോട് അവിടെയൊരു മനുഷ്യനുണ്ട് എന്ന് പറയാൻ കഴിയുക" ഒലെനിൻ ചോദിച്ചു.

"നീ എന്താണ് വിചാരിച്ചത്? മൃഗങ്ങൾ വിഡ്ഢികളെന്നോ? ഒരിക്കലുമല്ല. അവർ മനുഷ്യരേക്കാൾ ബുദ്ധിയുള്ളവരാണ്, നിങ്ങൾ പന്നികളെന്ന് വിളിക്കുന്നെങ്കിൽക്കൂടി. അവർക്ക് എല്ലാം മനസിലാവും. ഇതുതന്നെ ഉദാഹരണം. ഒരാൾ നിങ്ങളുടെ വഴിയിലൂടെ നടക്കുമ്പോൾ അയാൾക്ക് പ്രത്യേകിച്ച് ഒന്നും തോന്നില്ല. എന്നാൽ ഒരു കാട്ടുപന്നി, മനുഷ്യന്റെ വഴിയിലൂടെ കയറുമ്പോഴേക്കും തിരിച്ചറിയുകയും ഓടി രക്ഷപ്പെടുകയും ചെയ്യും. അതിനർഥം മൃഗത്തിന് ബുദ്ധിയുണ്ടെന്നാണ്. നിങ്ങൾ നിങ്ങളുടെ മണം പുറപ്പെടുവിക്കുന്നെങ്കിലും തിരിച്ചറിയാൻ കഴിയില്ല. പിന്നെ ഒന്നുകൂടി, നിങ്ങൾ അതിനെ കൊല്ലാൻ ശ്രമിക്കുന്നു, അത് കാടിനുചുറ്റും ജീവനോടെ ഓടിനടക്കാൻ ആഗ്രഹിക്കുന്നു, നിങ്ങൾക്ക് ഒരു നിയമമുണ്ട്, അതിന് വേറെയും. അത് ഒരു പന്നിയാണ്, പക്ഷേ നിങ്ങളെക്കാൾ മോശമല്ല. ദൈവത്തിന്റെ മറ്റൊരു സൃഷ്ടി. മനുഷ്യൻ വിഡ്ഢിയാണ്! വിഡ്ഢി! വിഡ്ഢി!" ആ വൃദ്ധൻ ആവർത്തിച്ച് പറഞ്ഞുകൊണ്ടിരുന്നു. പിന്നീട് തല ചരിച്ചുപിടിച്ച് ചിന്തിക്കാൻ തുടങ്ങി.

ഒലെനിനും ചിന്തയിലാണ്ടു. അയാൾ പോർച്ചിൽനിന്നും മുറ്റത്തേക്കിറങ്ങി. കൈ പുറകിൽ കെട്ടി അങ്ങോട്ടുമിങ്ങോട്ടും നടക്കാൻ തുടങ്ങി.

എറോഷ്ക തലയുയർത്തി വിളക്കിന്റെ നൃത്തംവെക്കുന്ന ജ്വാലയ്ക്കുചുറ്റും ചുറ്റിപ്പറക്കുകയും ഒടുവിൽ അതിൽവീണ് മരണമടയുകയും ചെയ്യുന്ന പ്രാണികളെ നോക്കിക്കൊണ്ടിരുന്നു.

"വിഡ്ഢകൾ! വിഡ്ഢികൾ! എവിടേക്കാണ് നിങ്ങൾ പറക്കുന്നത് വിഡ്ഢികൾ!" അയാൾ എഴുന്നേറ്റുവന്ന് തന്റെ തടിച്ച വിരലുകൾകൊണ്ട് പ്രാണികളെ ആട്ടിപ്പായിച്ചു.

"നിങ്ങൾ കരിഞ്ഞുപോവും വിഡ്ഢികളേ! ഇതിലൂടെ പറക്ക്. ഇവിടെ ഇഷ്ടംപോലെ സ്ഥലമുണ്ട്." അയാൾ പതുക്കെ പറഞ്ഞുകൊണ്ട് അവയുടെ ചിറകുകളിൽ പിടിക്കുകയും വീണ്ടും പറക്കാൻ വിടുകയും ചെയ്തുകൊണ്ടിരുന്നു. "നിങ്ങൾ ആത്മഹത്യചെയ്യുകയാണ്. എനിക്കൊന്നും ചെയ്യാൻ കഴിയില്ല."

കുപ്പിയിൽനിന്നും അൽപ്പാൽപ്പമായി മദ്യം നുണഞ്ഞുകൊണ്ടും തുടർച്ചയായി സംസാരിച്ചുകൊണ്ടും അയാൾ കുറേ സമയം അവിടെത്തന്നെ ഇരുന്നു. പെട്ടെന്ന് ഗേറ്റിനു പുറത്തുനിന്നുള്ള പിറുപിറുക്കലിൽ അയാളുടെ ശ്രദ്ധപെട്ടു. ശ്വാസംപിടിച്ച് അയാൾ ശ്രദ്ധിച്ചു. ഒരു സ്ത്രീയുടെ ചിരി, ഒരു പുരുഷന്റെ ശബ്ദം, ഒരു ചുംബനത്തിന്റെ സീൽക്കാരം. കാലിനടിയിലെ പുല്ല് ചവിട്ടിമെതിച്ചുകൊണ്ട് അയാൾ മുറ്റംകടന്ന്

എതിർവശത്തേക്ക് നീങ്ങി. കുറച്ച് കഴിഞ്ഞപ്പോൾ വേലിത്തറികളുടെ കരാകരാ ശബ്ദംകേട്ടു. വെളുത്ത ആട്ടിൻതോൽ തൊപ്പിയും കറുത്ത കാർക്കേഷ്യൻ കോട്ടുമിട്ട ഒരു കൊസാക്ക് വേലിയുടെ മറുവശത്തുകൂടെ നീങ്ങുന്നുണ്ടായിരുന്നു. (അത് ലുകാഷ്കയായിരുന്നു). തലയിൽ വെളുത്ത തൂവാല കെട്ടിയ നീളമുള്ള ഒരു സ്ത്രീ ഒലെനിനെ കടന്നുപോയി. "നിങ്ങൾക്കും എനിക്കും ഇടയിൽ ഒന്നുമില്ല" എന്നതായിരുന്നു മര്യാൻകയുടെ ഉറച്ച കാലടികൾ ഒലെനിനോട് സംസാരിച്ചത്. കുടിലിന്റെ പോർച്ചു വരെ അയാളുടെ കണ്ണുകൾ അവളെ പിൻതുടർന്നു. അവൾ തലയിലെ തൂവാല അഴിച്ച് മുറിക്കുള്ളിൽ ഇരിക്കുന്നത് അയാൾ ജനലിനുള്ളിലൂടെ കണ്ടു. പെട്ടെന്ന് ഏകാന്തതയും മരവിപ്പും നഷ്ടപ്രതീക്ഷകളും, ആരോടൊക്കെയോ തോന്നിയ അസൂയയും ആ മനുഷ്യന്റെ മനസിനെ കീഴടക്കി.

കുടിലിലെ അവസാനത്തെ വിളക്കും അണഞ്ഞു. ഗ്രാമത്തിലെ അവസാനത്തെ ശബ്ദവും അടങ്ങി. ചുറ്റുവേലികളും മുറ്റത്ത് തിളങ്ങുന്ന വെളുത്ത പശുക്കളും വീടിന്റെ മേൽക്കൂരയും വൃക്ഷങ്ങളും ജോലികഴിഞ്ഞു ക്ഷീണിച്ചുറങ്ങുന്നവരെപ്പോലെ തോന്നിച്ചു. ചെളിക്കുണ്ടിലെ തവളകളുടെ ശബ്ദംമാത്രം ആ ചെറുപ്പക്കാരന്റെയരികിലേക്ക് വരുന്നുണ്ടായിരുന്നു. കിഴക്ക് ആകാശത്ത് നക്ഷത്രങ്ങൾ ചെറുതായി ചെറുതായി വന്നു. കൂടിക്കൂടിവരുന്ന പ്രകാശത്തിൽ അവ അലിഞ്ഞലിഞ്ഞ് ഇല്ലാതാവുന്നതുപോലെ തോന്നി. പക്ഷേ, തലയ്ക്ക് മുകളിൽ നക്ഷത്രങ്ങൾ കൂടുതൽ തിളങ്ങുന്നതായി തോന്നി. എറോഷ്ക ചുരുട്ടിയ കൈകൾക്കുള്ളിൽ തലചെരിച്ചുവെച്ച് ഉറങ്ങുകയാണ്. മുറ്റത്ത് ഒരു കോഴി കൂവി. പക്ഷേ ഒലെനിൻ അപ്പോൾ ഓരോന്നാലോചിച്ച് അങ്ങോട്ടുമിങ്ങോട്ടും നടക്കുകയായിരുന്നു. പല ശബ്ദത്തിൽ പാടിയ ഒരു പാട്ട് അയാളുടെ ചെവിയിലേക്ക് ഒഴകിവന്നു. അയാൾ വേലിക്കരികിലേക്ക് വന്ന് ചെവിയോർത്തു. കുറെ യുവകൊസാക്കുകൾ കൂടിച്ചേർന്ന് സന്തോഷിച്ച് പാട്ടുപാടി ആഘോഷിക്കുകയായിരുന്നു. അതിലൊരു ശബ്ദം അതിന്റെ ഗാംഭീര്യം കൊണ്ട് തിരിച്ചറിയപ്പെട്ടു. "ആരാണ് അവിടെ പാടുന്നതെന്ന് നിനക്കറിയാമോ?" എറോഷ്ക എഴുന്നേറ്റുകൊണ്ട് ചോദിച്ചു. "അതാണ് ലുകാഷ്ക. അവൻ ഒരു ചെചനിയനെ കൊന്നു. ഇപ്പോൾ സന്തോഷിക്കുകയാണ്. എന്താണിത്ര സന്തോഷിക്കാൻ? വിഡ്ഢി! വിഡ്ഢി!"

"നിങ്ങളെപ്പോഴെങ്കിലും ഒരാളെ കൊന്നിട്ടുണ്ടോ?" ഒലെനിൻ ചോദിച്ചു. "ഏയ് പിശാചേ! നീ എന്താണ് ചോദിക്കുന്നത് അയാൾ ആക്രോശിച്ചു. "ഒരാൾ ഇങ്ങനെ സംസാരിക്കാൻപോലും പാടില്ല. ഒരു കാര്യമുണ്ട്..... ഓ! വളരെ ഗൗരവമുള്ള കാര്യം! ഗുഡ്ബൈ സുഹൃത്തേ. ഞാൻ വയറ് നിറച്ചും തിന്നു, കുടിച്ചു." അയാൾ എഴുന്നേറ്റു. "നായാട്ടിനായി ഞാൻ നാളെ വരട്ടെ?"

"ശരി, വന്നോളൂ."

"നേരത്തെ ഉണരാൻ മറക്കരുത്. വൈകിയാൽ നീ പിഴ അടയ്ക്കേണ്ടിവരും."

"പേടിക്കേണ്ട. നിങ്ങൾ ഉണരുന്നതിനുമുമ്പേ ഞാനിവിടെ ഉണർന്നിരിക്കും."0000 ഒലെനിൻ പറഞ്ഞു.

എറോഷ്ക അവിടംവിട്ട് പുറത്തേക്ക് പോയി. പാട്ട് നിലച്ചു. പക്ഷേ കാലടിയൊച്ചകളും സംസാരവും അപ്പോഴും കേൾക്കാമായിരുന്നു. കുറച്ച് കഴിഞ്ഞപ്പോൾ കുറച്ചുകൂടെ അകലെനിന്നും പാട്ട് കേൾക്കാമായിരുന്നു. കൂട്ടത്തിൽ ഉച്ചത്തിൽ എറോഷ്കയുടെ ശബ്ദവും. "എന്തൊരു ആളുകൾ! എന്തൊരു ജീവിതം!" ഒലെനിൻ ഒരു ദീർഘനിശ്വാസത്തോടെ അകത്തേക്ക് കയറിപ്പോയി.

പതിനാറ്

എറോഷ്ക ജോലിയിൽനിന്നും വിരമിച്ച, ഏകാകിയായ ഒരു കൊസാക്ക് ആയിരുന്നു. ഇരുപതുവർഷങ്ങൾക്ക് മുമ്പ് എല്ലാ മതനിയമങ്ങളും തെറ്റിച്ച് അയാളുടെ ഭാര്യ ഒരു റഷ്യൻ പട്ടാള ഓഫീസറുടെകൂടെ ഒളിച്ചോടിപ്പോയി. അയാൾക്ക് കുട്ടികളുമില്ലായിരുന്നു. യുവാവായിരുന്നപ്പോൾ ആ ഗ്രാമത്തിലെ ഏറ്റവും ചങ്കൂറ്റമുള്ള ചെറുപ്പക്കാരനായിരുന്നു എന്ന് സ്വയം പറയുമ്പോൾ അയാൾ പൊങ്ങച്ചം പറയുകയല്ലായിരുന്നു. റെജിമെന്റിലെ എല്ലാവർക്കും അയാളുടെ ഭൂതകാലം അറിയാമായിരുന്നു. അയാളുടെ ബോധത്തിൽ ഒന്നിൽ കൂടുതൽ റഷ്യക്കാരുടെ, അതേപോലെതന്നെ ചെചനിയൻസിന്റെ മരണം ഉണ്ടായിരുന്നു. അയാൾ കുന്നിൻമുകളിൽ ഇടയ്ക്കിടെ പോയി കൊള്ളയടിക്കുമായിരുന്നു. അതുപോലെ റഷ്യക്കാരേയും. രണ്ട് പ്രാവശ്യം ജയിലിൽ കിടക്കുകയുമുണ്ടായി. ജീവിതത്തിന്റെ വലിയൊരു ഭാഗം കാട്ടിൽ വേട്ടയാടാൻ വേണ്ടി ചെലവഴിച്ചുകളഞ്ഞിരുന്നു. കാട്ടിൽ വെള്ളംകുടിക്കാതെ ഒരു കഷണം ബ്രഡ്മാത്രം കഴിച്ച് ദിവസങ്ങളോളം അയാൾ കിടന്നിട്ടുണ്ട്. പക്ഷേ, ഗ്രാമത്തിലെത്തുമ്പോൾ അയാൾ പ്രഭാതംമുതൽ പാതിരാവരെ കുടിച്ച് കൂത്താടുമായിരുന്നു. ഒലെനിനടുത്തുനിന്നും പോയ അയാൾ രണ്ടുമണിക്കൂർ ഉറങ്ങിയശേഷം നേരം വെളുക്കുന്നതിനുമുൻപേ ഉണർന്നു. കിടക്കയിൽ കിടന്നുകൊണ്ടുതന്നെ ഇന്നലെ വൈകുന്നേരം താൻ സൗഹൃദം സ്ഥാപിച്ച ചെറുപ്പക്കാരനെക്കുറിച്ച് അയാൾ ഓർത്തു. ഒലെനിന്റെ ലാളിത്യം (മദ്യം കൊടുക്കുന്നതിലുള്ളതല്ല) അയാളെ വളരെയധികം സന്തോഷിപ്പിച്ചു. റഷ്യക്കാരെല്ലാം ലളിതരും ധനികരും വിദ്യാസമ്പന്നരും ആയിരുന്നിട്ടും ഒന്നുമറിയാത്തവരാവുന്നത് എന്തുകൊണ്ട് എന്ന് അയാൾ ചിന്തിച്ചു. ഈ ചോദ്യം അയാളുടെ മനസിൽ പ്രതിധ്വനിച്ചു. "തനിക്കെന്തായിരിക്കും ഒലെനിൻ തരിക?"

എറോഷ്കയുടെ വീട് വലിപ്പമുള്ളതായിരുന്നു, മാത്രമല്ല തീരെ പഴയതുമായിരുന്നില്ല. പക്ഷേ ഒരു സ്ത്രീയുടെ അസാന്നിധ്യം ശരിക്കും മനസിലാകുമായിരുന്നു. കൊസാക്കുകളുടെ വൃത്തിയും വെടിപ്പുമുള്ള വീടുകളുടെ സ്ഥാനത്ത് വൃത്തികെട്ടതും അടുക്കും ചിട്ടയുമില്ലാത്തതുമായിരുന്നു അയാളുടെ വീട്. മേശയ്ക്കുമുകളിൽ രക്തക്കറയുള്ള ഒരു കോട്ട് ഉണ്ടായിരുന്നു. പരുന്തിനുകൊടുക്കാൻ വെച്ച കാക്കയിറച്ചിക്കടുത്തായി ഒരു കഷണം കേക്ക് വെച്ചിരുന്നു. മൃഗത്തോലുകൊണ്ടുണ്ടാക്കിയ ചെരി

പ്പ്, കൈത്തോക്ക്, ഒരു കഠാര, ഒരു ചെറിയ ബാഗ്, നനഞ്ഞ വസ്ത്രങ്ങൾ, ഉണങ്ങിയ വസ്ത്രങ്ങൾ തുടങ്ങിയവ ബഞ്ചുകളിൽ ചിതറിക്കിടക്കുന്നുണ്ടായിരുന്നു. ഒരു മൂലയ്ക്കുവെച്ച പാത്രത്തിലെ നാറുന്ന വെള്ളത്തിൽ മറ്റൊരു ജോഡി ചെരിപ്പുകൾ മുക്കിവെച്ചിരുന്നു. അതിനടുത്തായി ഒരു തോക്കും ഹണ്ടിങ് സ്ക്രീനും. നിലത്ത് ഒരു വല കിടപ്പുണ്ടായിരുന്നു. അതിൽ അവിടവിടെയായി ചത്തപ്രാവുകളും. കാലു കെട്ടിയിട്ട ഒരു കോഴി അവിടെ കൂട്ടിയിട്ട അഴുക്കിനിടയിൽനിന്നും കൊത്തിപ്പെറുക്കുന്നുണ്ടായിരുന്നു. തീ കത്തിക്കാത്ത അടുപ്പിൽ വെച്ചിരുന്ന പൊട്ടിയ പാത്രത്തിൽ പാലുപോലുള്ള കുറച്ച് ദ്രാവകം ഉണ്ടായിരുന്നു. അതിനുമുകളിലായി കെട്ടിയിട്ട ഒരു പ്രാപ്പിടിയൻ അതിന്റെ കാലിലെ കയർ പൊട്ടിക്കാൻ ശ്രമിച്ചുകൊണ്ടിരുന്നു. അടുപ്പിന്റെ വക്കത്ത് തൂവൽ കൊഴിഞ്ഞ ഒരു പ്രാപ്പിടിയൻ ശാന്തനായി ഇരുന്നുകൊണ്ട് കോഴിയെ നോക്കുകയും തലകുനിക്കുകയും ഇടത്തോട്ടും വലത്തോട്ടും തലയിളക്കുകയും ചെയ്തുകൊണ്ടിരുന്നു. അടുപ്പിനും ചുമരിനുമിടയിൽ ഇട്ടിരുന്ന കിടക്കയിൽ കാല് അടുപ്പിന് മുകളിൽ കയറ്റിവെച്ച് ഇറോഷ്ക കിടക്കുന്നുണ്ടായിരുന്നു. ആ മുറിനിറയെ, പ്രത്യേകിച്ച് അയാൾ കിടക്കുന്നതിനു ചുറ്റും അയാൾ എപ്പോഴും കൊണ്ടുനടക്കുന്ന മുഷിഞ്ഞ മണം വ്യാപിച്ചിട്ടുണ്ടായിരുന്നു.

"ഇറോഷ്ക അകത്തുണ്ടോ?" ജനലിലൂടെ ഒരു പരുക്കൻ ശബ്ദം അകത്തേക്ക് വന്നു. അത് ലുകാഷ്കയുടേതാണെന്ന് അയാൾ പെട്ടെന്ന് തിരിച്ചറിഞ്ഞു.

"അതെ! അതെ ഞാൻ ഇവിടെയുണ്ട്. അകത്തേക്ക് വാ ലുകാഷ്ക" അയാൾ ഉറക്കെ പറഞ്ഞു. "എന്നെ കാണാൻ വന്നതാണോ? കാർഡനിലേക്ക് പോകുന്ന വഴിയാണോ?" തന്റെ യജമാനന്റെ ശബ്ദം കേട്ടപ്പോൾ പരുന്ത് ചിറകടിക്കുകയും തന്റെ കാലിലെ കെട്ട് വലിക്കുകയും ചെയ്തു.

ലുകാഷ്കയെ അയാൾക്ക് നല്ല ഇഷ്ടമായിരുന്നു. പുതിയ തലമുറയിലെ കൊസാക്കുകാരോട് അയാൾക്കുണ്ടായിരുന്ന അവജ്ഞയിൽനിന്നും ഒഴിവാക്കപ്പെട്ട ഏക ചെറുപ്പക്കാരനായിരുന്നു ലുകാഷ്ക. കൂടാതെ തന്റെ അയൽക്കാരായിരുന്ന കുലാഷ്കയും അവന്റെ അമ്മയും അയാൾക്ക് വീഞ്ഞും കട്ടിക്രീമും മറ്റ് വീട്ടുപലഹാരങ്ങളും നൽകിയിരുന്നു. ഇതൊന്നും അയാൾക്ക് സ്വന്തമായി ഇല്ലായിരുന്നു. എപ്പോഴും യാത്ര ചെയ്തുകൊണ്ടിരുന്ന ഇലാഷ്ക തന്റെ ഇഷ്ടങ്ങളെ പ്രായോഗികതലത്തിലായിരുന്നു കണ്ടിരുന്നത്. "ഞാനവർക്ക് ചിലപ്പോൾ ഇറച്ചി കൊടുക്കും അല്ലെങ്കിൽ ഒരു പക്ഷിയെ. അതുകൊണ്ട് അവർ എന്നെ മറക്കില്ല. അവരെനിക്ക് പകരമായി കേക്കോ പലഹാരമോ തരും, അത്രതന്നെ."

"ഗുഡ്മോണിങ്, എനിക്ക് സന്തോഷമായി." തന്റെ നഗ്നപാദങ്ങൾ നിലത്തൂന്നി തുള്ളിക്കൊണ്ട് അയാൾ ഉറക്കെ പറഞ്ഞു. പാദങ്ങൾ ശബ്ദം പുറപ്പെടുവിച്ച നിലത്ത് അയാൾ അങ്ങോട്ടുമിങ്ങോട്ടും നടന്നു. പിന്നീട് അയാൾതന്നെ കാൽവിരലിലേക്ക് നോക്കി. പാദങ്ങളുടെ അവസ്ഥ കണ്ട് ഒന്നു ചിരിച്ചു. ഉപ്പൂറ്റി നിലത്ത് പറ്റിച്ചുവെച്ച് അമർത്തി ചവിട്ടി. പിന്നീട്

കളിയാക്കുന്നതുപോലെ ഒരു നൃത്തച്ചുവട് വച്ചു. "ഇതാണ് ബുദ്ധി, ഏ!" അയാളുടെ കണ്ണുകൾ തിളങ്ങുന്നുണ്ടായിരുന്നു. ലുകാഷ്ക ഒരു വിള റിയ ചിരിചിരിച്ചു. "കാർഡനിലേക്ക് തിരിച്ചുപോവുകയാണോ?" ഇലാ ഷ്ക ചോദിച്ചു.

"നമ്മൾ കോർഡനിലായിരുന്നപ്പോൾ ഞാൻ വാഗ്ദാനംചെയ്ത ചിക്കിർ ഞാൻ കൊണ്ടുവന്നിട്ടുണ്ട്."

"ക്രിസ്തു നിന്നെ രക്ഷിക്കട്ടെ" ആ വൃദ്ധൻ പറഞ്ഞു. നിലത്തു കൂടെ ഇഴഞ്ഞിരുന്ന പാന്റ്സ് അയാൾ പൊക്കിപ്പിടിച്ചു. അരയ്ക്കുചുറ്റും ഒരു നാട വരിഞ്ഞുകെട്ടി. മൺകലത്തിൽനിന്നും കുറച്ച് വെള്ളം മുക്കി യെടുത്ത് തലയിലൂടെ ഒഴിച്ചു. തന്റെ പഴയ പാന്റ്സ് എടുത്ത് തലതു ടച്ച് ഒരു മുറിച്ചീപ്പുകൊണ്ട് താടിയും മുടിയും കോതിയൊതുക്കി ലുകാ ഷ്കയുടെ മുൻപിൽ പോയിനിന്നു.

"റെഡി"

ലുകാഷ്ക ഒരു കപ്പെടുത്ത് തുടച്ച് അതിലേക്ക് മദ്യംപകർന്ന് അയാൾക്ക് നൽകി.

"നിന്റെ ആരോഗ്യത്തിനായി പിതാവിനും പുത്രനും വേണ്ടി "ഭവ്യ തയോടെ മദ്യം വാങ്ങിക്കുമ്പോൾ അയാൾ പറഞ്ഞു." നീ വിചാരിക്കു ന്നതെല്ലാം നിനക്ക് ലഭിക്കട്ടെ, നീ എപ്പോഴും ഒരു ഹീറോ ആയിരിക്ക ട്ടെ, നിനക്ക് പാരിതോഷികങ്ങൾ ലഭിക്കട്ടെ."

ഒരു പ്രാർഥനയ്ക്കുശേഷം ലുകാഷ്കയും അൽപ്പം മദ്യപിച്ചു. പിന്നീട് വീഞ്ഞ് മേശമേൽ വച്ചു. ഇലാഷ്ക എഴുന്നേറ്റുപോയി വട്ടിയിൽവ ച്ചിരുന്ന കുറച്ച് ഉണക്കമത്സ്യം കൊണ്ടുവന്നു. പിന്നീടത് മാർദവമുള്ള താക്കാൻ രണ്ടുമൂന്ന് തവണ അതിനുമുകളിൽ അടിച്ച് ആ വീട്ടിൽ ആകെ യുണ്ടായിരുന്ന നീല പ്ലെയിറ്റിൽ ഇട്ട് മേശമേൽ വച്ചു.

"എനിക്ക് വേണ്ടതെല്ലാം എനിക്കുണ്ട്. ഭക്ഷണമുണ്ട്. ദൈവത്തിന് നന്ദി!" അയാൾ അഭിമാനത്തോടെ പറഞ്ഞു. "നിങ്ങളുടെ കാര്യമെ ന്താണ്?" അയാൾ ചോദിച്ചു.

ഓഫീസർ എങ്ങനെയാണ് തന്നിൽനിന്നും തോക്ക് എടുത്ത് മാറ്റി യതെന്ന് ലുകാഷ്ക ഇലാഷ്കയോട് പറഞ്ഞു. അവന് അയാളുടെ അഭി പ്രായമറിയണമായിരുന്നു.

"തോക്കിന്റെ കാര്യം ശ്രദ്ധിക്കേണ്ട." അയാൾ പറഞ്ഞു "നീ തോക്ക് കൊടുക്കുന്നില്ല എങ്കിൽ നിനക്ക് പാരിതോഷികങ്ങൾ ലഭിക്കില്ല."

"പക്ഷേ, അവർ പറയുന്നത് ഒരു മൗണ്ടഡ് കൊസാക്ക് അല്ലായിരി ക്കുന്നിടത്തോളം ഇത് ഒരു പാരിതോഷികമേ അല്ല എന്നാണ്. അത് നല്ലൊരു തോക്കായിരുന്നു. എൺപത് റൂബിൾ വിലവരും."

"ഏയ്! അത് പോകട്ടെ. ഞാനും ഒരു ഓഫീസറും തമ്മിൽ മുൻപൊ രിക്കൽ ഇതുപോലൊരു സംവാദമുണ്ടായി. അയാൾക്ക് എന്റെ കുതിരയെ വേണമായിരുന്നു. "അത് എനിക്ക് തരൂ നിന്നെ ഞാനൊരു കോർനെറ്റ് ആക്കാം." അയാൾ പറഞ്ഞു. ഞാൻ കൊടുത്തില്ല എനിക്ക് ഒന്നും ലഭിച്ചതുമില്ല."

"ശരിയാണ്. പക്ഷേ എനിക്കൊരു കുതിരയെ വാങ്ങണമെന്നുണ്ട്. അതിന് അവർ പറയുന്നത് നദിക്കക്കരെയ്ക്ക് അൻപത് റൂബിളിൽ കുറച്ച് കുതിരകളെ കിട്ടില്ല എന്നാണ്. അമ്മയാണെങ്കിൽ ഞങ്ങളുടെ വീഞ്ഞ് വിറ്റിട്ടുമില്ല."

"അത് കാര്യമാക്കണ്ട. ഞാൻ നിന്റെ പ്രായമായിരുന്നപ്പോൾ ഒരുപാട് കുതിരകളെ നോഗേയിസിൽനിന്ന് മോഷ്ടിച്ച് ടെറക്ക് കടത്തിക്കൊണ്ട് വന്നിട്ടുണ്ട്. ചില സമയങ്ങളിൽ ഞങ്ങൾ ഒരു നല്ല കുതിരയെ കുറച്ച് വോഡ്കയ്ക്കോ ഒരു കുപ്പായത്തിനോ വേണ്ടി വിറ്റിട്ടുണ്ട്.

"എന്താ ഇത്രയും വിലകുറച്ച്?" ലുകാഷ്ക ചോദിച്ചു.

"നീയൊരു വിഡ്ഢിയാണ്. നിനക്കൊന്നുമറിയില്ല." അയാൾ അവജ്ഞയോടെ പറഞ്ഞു. "അതിനാണ് ഒരാൾ മോഷ്ടിക്കുന്നത്. ഒരുകൂട്ടം കുതിരകളെ എങ്ങനെയാണ് ഒരാൾ ഓടിച്ചുകൊണ്ടുവരുന്നത് എന്ന് നീ കണ്ടിട്ടില്ലെന്ന് തോന്നുന്നു. എന്താ ഒന്നും മിണ്ടാത്തത്?"

"എന്തുപറയാനാണ്. ഞങ്ങൾ നിങ്ങളെപ്പോലുള്ളവരല്ല"

"നീയൊരു വിഡ്ഢിയാണ്, ലൂക്ക്, നിനക്കൊന്നുമറിയില്ല. നിങ്ങളെപ്പോലുള്ളവരല്ല", അയാൾ ലൂക്കിനെ അനുകരിച്ചുകൊണ്ട് പറഞ്ഞു. "നിന്റെ പ്രായത്തിൽ ഞാൻ അങ്ങനെയുള്ള കുട്ടിയായിരുന്നില്ല."

"എങ്ങനെയായിരുന്നു?" ലുകാഷ്ക ചോദിച്ചു.

"എറോഷ്ക അവജ്ഞയോടെ തലയാട്ടി.

"എറോഷ്ക സരളനായിരുന്നു. ഒരിക്കലും പക സൂക്ഷിച്ചിരുന്നില്ല. അതുകൊണ്ടാണ് എനിക്ക് എല്ലാ ചെചനിയക്കാരുമായും സൗഹൃദത്തിൽ ഏർപ്പെടാൻ കഴിഞ്ഞത്. ഒരു സുഹൃത്ത് എന്റെയടുക്കൽ വന്നാൽ ഞാനവന് കുടിക്കാൻ വോഡ്ക കൊടുക്കും. എന്റെ കൂടെ ഉറങ്ങാൻ അനുവദിക്കും, പിന്നെ ഞാനവനെ കാണാൻ പോകുമ്പോൾ അവന് സമ്മാനമായി ഒരു കഠാരയും നൽകും! ഇങ്ങനെയാണ് ചെയ്യുക. അല്ലാതെ ഇക്കാലത്ത് നിങ്ങൾ ചെയ്യുന്നതുപോലെയല്ല. ഇപ്പോഴത്തെ ചെറുപ്പക്കാരുടെ ഏകവിനോദം സൂര്യകാന്തിക്കുരു കടിച്ചുപൊട്ടിക്കുക, തോട് തുപ്പിക്കളയുക എന്നതാണ്." വിത്ത് കടിച്ചുപൊട്ടിച്ച് തോട് തുപ്പിക്കളയുന്നത് അനുകരിച്ചുകൊണ്ട് അയാൾ നിർത്തി.

"അതെ എനിക്കറിയാം. അങ്ങനെ തന്നെ" ലുകാഷ്ക പറഞ്ഞു.

"നല്ലൊരുവനാകാൻ ആഗ്രഹമുണ്ടെങ്കിൽ, ധീരനാവുക, ഒരിക്കലും ഒരു അടിമയാവരുത്! കാരണം ഒരു അടിയാളനും കുതിരയെ വാങ്ങാം. പണം കൊടുക്കുക കുതിരയെ വാങ്ങുക. അത്രതന്നെ."

അവർ കുറച്ച് സമയം നിശ്ശബ്ദരായിരുന്നു.

"തീർച്ചയായും. ഗ്രാമത്തിലും കോർഡനിലും എല്ലാം വിരസമാണിപ്പോൾ. പക്ഷേ സന്തോഷിക്കാൻ ഇവിടെ ഒരിടവുമില്ല എന്നതാണ് സത്യം. ഞങ്ങളുടെ പ്രായക്കാരെല്ലാം ഭീരുക്കളാണ്. നസാർക്ക തന്നെ ഉദാഹരണം. കഴിഞ്ഞദിവസം ഞങ്ങൾ ഒരു ടാർട്ടാർ ഗ്രാമത്തിൽ പോയപ്പോൾ ഗിരേഖാൻ നോഗയിൽ ചെന്ന് കുതിരയെ കൊണ്ടുപോകാൻ ഞങ്ങളോട്

പറഞ്ഞു. പക്ഷേ ആരും പോയില്ല. ഞാനെങ്ങനെ ഒറ്റയ്ക്ക് പോകും?"

"എന്റെ കാര്യമെന്താണ്? നീ വിചാരിച്ചോ ഞാൻ ആകെ തളർന്നിരിക്കുകയാണെന്ന്? അല്ല ഞാൻ തളരുകയേ ഇല്ല. എനിക്കൊരു കുതിരയെ തരൂ. ഞാൻ ആ നിമിഷം നോഗയിലേക്ക് ഓടിച്ചുപോകും." എറോഷ്ക പറഞ്ഞു.

"ഇങ്ങനെ സംസാരിക്കുന്നതിലെന്ത് കാര്യം. ഗിരേഖിന്റെ കാര്യത്തിൽ ഞാനെന്ത് ചെയ്യണം എന്ന് എന്നോട് പറഞ്ഞുതാ. അയാൾ പറയുന്നത് ടെറക്കിലേക്ക് കുതിരകളെ കൊണ്ടുവരാനാണ്. നിങ്ങൾക്കറിയാമല്ലോ അയാളൊരു മൊട്ടത്തലയൻ ടാർട്ടറാണ്. എങ്ങനെ ഞാൻ അയാളെ വിശ്വസിക്കും?"

"നീ ഗിരേഖാനെ വിശ്വസിക്കണം. അയാളുടെ ബന്ധുക്കൾ നല്ലവരായിരുന്നു. അയാളുടെ അച്ഛൻ വിശ്വസ്തനായിരുന്നു. പക്ഷേ, ഞാൻ പറയുന്നത് ശ്രദ്ധിച്ച് കേൾക്കുക. ഞാൻ നിന്നെ തെറ്റ് പഠിപ്പിക്കുകയില്ല. അയാളെക്കൊണ്ട് ഒരു പ്രതിജ്ഞയെടുപ്പിക്കുക. പിന്നെ എല്ലാം ഒ കെ. പിന്നെ നീ അയാളുടെകൂടെ പോകുമ്പോൾ എപ്പോഴും നിന്റെ തോക്ക് ശരിയാക്കി വെക്കുക. പ്രത്യേകിച്ച് കുതിരകളെ പങ്കുവെക്കുമ്പോൾ. ഞാൻ മുമ്പൊരിക്കൽ മരണത്തെ ഒരു ചെചനിയന്റെ രൂപത്തിൽ മുന്നിൽ കണ്ടതാണ്. എനിക്കയാൾ ഒരു കുതിരയ്ക്ക് പത്ത് റൂബിൾ വെച്ച് തരണമായിരുന്നു. വിശ്വസിക്കുന്നതൊക്കെ നല്ലത്. പക്ഷേ, ഒരു തോക്കും കൂടെ കരുതാതെ ഒരിക്കലും ഉറങ്ങാൻ പോകരുത്."

ലുകാഷ്ക ശ്രദ്ധയോടെ അയാൾ പറയുന്നത് കേട്ടു.

"താങ്കളുടെ അടുത്ത് ഗ്ലാസ്മുറിക്കുന്ന കല്ല് ഉണ്ടോ?" കുറച്ച് കഴിഞ്ഞപ്പോൾ ലുകാഷ്ക ചോദിച്ചു.

"ഇല്ല. എന്റെ കൈവശമില്ല. പക്ഷേ, അതെങ്ങനെ കിട്ടുമെന്ന് ഞാൻ പറഞ്ഞുതരാം. നീയൊരു നല്ല കുട്ടിയാണ്. ഒരിക്കലും എന്നെ മറക്കരുത്......... ഞാൻ പറയട്ടെ."

"ശരി പറയൂ"

"ആമയെ അറിയില്ലേ? അവളൊരു പിശാചാണ്, ശരിക്കും!"

"എനിക്കറിയാം."

"അതിന്റെ കൂട് കണ്ടുപിടിച്ച് അതിനുചുറ്റും ഒരു വേലികെട്ടുക. അപ്പോൾ അതിന് കൂട്ടിനുള്ളിൽ പ്രവേശിക്കാൻ കഴിയില്ല. അത് വേലിക്കുചുറ്റും നടക്കും രക്ഷയില്ലാതാവുമ്പോൾ എവിടേക്കെങ്കിലും പോയി ഗ്ലാസ്മുറിക്കുന്ന കല്ല് കൊണ്ടുവന്ന് വേലി തകർക്കും. പിറ്റേദിവസം രാവിലെ വേലിതകർന്നിട്ടുണ്ടെങ്കിൽ നിനക്കവിടെ കല്ല് കാണാം. പിന്നെ നിന്നെ തടയാൻ ഒരു പൂട്ടിനും കമ്പിവേലിക്കും കഴിയില്ല."

"താങ്കൾ ഇങ്ങനെ ചെയ്തിട്ടുണ്ടോ?"

"ഇല്ല ഞാനങ്ങനെ ചെയ്തിട്ടില്ല. പക്ഷേ ഞാൻ കേട്ടിട്ടുണ്ട്. നല്ലവരായ ആളുകൾ ചെയ്തിട്ടുണ്ടത്രേ. ഞാനാകെ ഒരു മന്ത്രമേ പഠിച്ചിട്ടുള്ളൂ. കുതിരപ്പുറത്തിരിക്കുമ്പോൾ തീർഥാടനഗാനം ഉരുവിടുക. അപ്പോൾ

നമ്മെ ആരും ആക്രമിക്കില്ല.

"ഏതാണ് ആ തീർത്ഥാടനഗാനം?"

"എന്ത്, അത് അറിയില്ലേ നിനക്ക്? ഓ! എന്തൊരു മനുഷ്യർ. എന്നോടുതന്നെ ചോദിക്കണം. ശരി കേട്ട് എന്നോടൊപ്പം പാടിക്കൊള്ളൂ.

ഹായ്! നീ സിയോണിൽ വസിക്കുന്നു.
നിന്റെ രാജനിവനാണ്
നമ്മുടെ കുതിരപ്പുറത്ത് നാമിരിക്കുന്നു
സൊഫോണിയസ് തേങ്ങുന്നു.
സക്കറിയ സംസാരിക്കുന്നു
ഫാദർ പിൽഗ്രാം.
മനുഷ്യൻ എന്നും സ്നേഹിക്കുന്നു."

"മനുഷ്യൻ എന്നും സ്നേഹിക്കുന്നു" അയാൾ ആവർത്തിച്ചു. "ഇപ്പോൾ മനസിലായോ? ഇനി ശ്രമിച്ചുനോക്കൂ."

ലുകാഷ്ക ചിരിച്ചുകൊണ്ട് പറഞ്ഞു: "ഈ ഗാനമാണോ കൊലപാതകത്തിൽനിന്നും താങ്കളെ രക്ഷിച്ചത്?"

"നീ വളരെ ബുദ്ധിമാനായി വളർന്നിരിക്കുന്നു. നീ എല്ലാം പഠിച്ചിരിക്കുന്നു. ഇത് നിനക്ക് ഒരുപദ്രവവും ചെയ്യില്ല. നീ പിൽഗ്രാം" ചൊല്ലിയെന്ന് കരുതുക അതുമതി." അയാൾ ചിരിക്കാൻ തുടങ്ങി. "പക്ഷേ ഒരു കാര്യമുണ്ട്. ലൂക്ക് നീ നോഗേക്ക് പോകുന്നില്ലേ!"

"എന്താ?"

"സമയം മാറിപ്പോയിരിക്കുന്നു. നീ ഇപ്പോൾ മാറിയിരിക്കുന്നു. നീയൊരു പൂർണ കൊസാക്കായി മാറിയിരിക്കുന്നു. എത്ര റഷ്യക്കാർ ഇപ്പോൾ ഇവിടെ എത്തിയിട്ടുണ്ടെന്ന് അറിയാമോ നിനക്ക്? നീ ജയിലിലായിപ്പോകും. അതുകൊണ്ട് വിട്ടേക്ക്. മുമ്പൊരിക്കൽ ഞാനും ഗിർചിക്കുംകൂടി......"

അയാൾ തന്റെ എണ്ണമറ്റ കഥകളുടെ കെട്ടുകളിൽനിന്ന് ഒന്നുകൂടി പുറത്തെടുക്കുകയായിരുന്നു. പക്ഷേ, ലുകാഷ്ക ജനലിലേക്ക് നോക്കിക്കൊണ്ട് അയാളെ തടഞ്ഞു.

"നേരംവെളുത്തു. പുറത്തിറങ്ങാൻ സമയമായി. നമുക്ക് പിന്നീടൊരിക്കൽ കാണാം."

"ക്രിസ്തു നിന്നെ രക്ഷിക്കട്ടെ! ഞാനിപ്പോൾ ഓഫീസറുടെ അടുത്തേക്ക് പോകുകയാണ്. ഇന്ന് നായാട്ടിന് കൊണ്ടുപോകാമെന്ന് ഞാനയാൾക്ക് വാക്കുകൊടുത്തിട്ടുണ്ട്. അയാൾ ഒരു നല്ല മനുഷ്യനാണെന്ന് തോന്നുന്നു."

പതിനേഴ്

എറോഷ്കയുടെ വീട്ടിൽനിന്നും ലുകാഷ്ക നേരെ പോയത് തന്റെ വീട്ടിലേക്കായിരുന്നു. അയാൾ തിരിച്ചു പോവുമ്പോഴേക്കും കോടമഞ്ഞ് ഉയർന്ന് ഗ്രാമത്തെ പുതച്ചിരുന്നു. വിവിധ സ്ഥലങ്ങളിൽനിന്നും കന്നു

കാലികൾ മേയാൻ പുറപ്പെടുന്നുണ്ടായിരുന്നു. മാടപ്രാവുകൾ ഉച്ചത്തിൽ കൂവാനും മറുകൂവൽ നൽകാനും തുടങ്ങിയിരുന്നു. സാവധാനം ദൃശ്യങ്ങൾ തെളിഞ്ഞുവന്നു. ഗ്രാമീണർ ഉറക്കമുണരാൻ തുടങ്ങിയിരുന്നു. അടുത്തെത്തുന്നതുവരെ ലുകാഷ്കയ്ക്ക് തന്റെ വീടിന്റെ മഞ്ഞിൽ കുതിർന്നു കിടന്നിരുന്ന വേലിയോ പോർച്ചോ തുറന്നിട്ട ഷെഡ്ഡോ കാണാമായിരുന്നില്ല. മഞ്ഞുമൂടിയ മുറ്റത്തുനിന്നും വിറക് മഴുകൊണ്ട് വെട്ടിക്കീറുന്ന ശബ്ദം അയാൾ കേട്ടു. അയാൾ വീട്ടിലേക്ക് പ്രവേശിച്ചു. അയാളുടെ അമ്മ എഴുന്നേറ്റിരുന്നു. അവർ അടുപ്പിനടുത്തിരുന്ന് അതിലേക്ക് വിറക് കഷണങ്ങൾ ഇട്ടുകൊണ്ടിരുന്നു. അയാളുടെ ഇളയസഹോദരി അപ്പോഴും ഉറക്കമായിരുന്നു.

"ലുകാഷ്ക, അവധിദിവസം നന്നായി ആഘോഷിച്ചോ?" അമ്മ പതുക്കെ ചോദിച്ചു. "എവിടെയായിരുന്നു നീ ഇന്നലെ രാത്രി?"

"ഞാൻ ഗ്രാമത്തിലുണ്ടായിരുന്നു" അയാൾ മടിച്ചുമടിച്ചു പറഞ്ഞു. അയാൾ തന്റെ തോക്ക് ഉറയിൽനിന്ന് ഊരി പരിശോധിച്ചു.

അമ്മ വെറുതെ തലയാട്ടി.

അയാൾ ഒരു പാത്രത്തിലേക്ക് അൽപ്പം വെടിമരുന്നിട്ടു. ഒരു ചെറിയ ബാഗിൽനിന്നും ഒഴിഞ്ഞതിരകളെടുത്ത് അതിൽ വെടിമരുന്ന് നിറയ്ക്കാൻ തുടങ്ങി. പിന്നീട് ശ്രദ്ധയോടെ അവ ഓരോന്നായി തുണിക്കഷണത്തിൽ പൊതിഞ്ഞ ഉണ്ടകൾകൊണ്ട് കൂട്ടിയിണക്കാൻ തുടങ്ങി. നിറച്ചതിരകൾ പല്ലുകൾകൊണ്ട് പരിശോധിച്ചശേഷം, അയാൾ ബാഗ് താഴെവച്ചു.

"അമ്മേ, ഞാൻ പറഞ്ഞിട്ടില്ലേ ബാഗ് തുന്നണമെന്ന്. നിങ്ങൾ തുന്നിയോ?"

"അതെ, നമ്മുടെ ഊമക്കുട്ടി ഇന്നലെ രാത്രി വൈകുന്നതുവരെ തുന്നുകയായിരുന്നു. ആകട്ടെ, അതെന്താ ഇപ്പോൾ ചോദിച്ചത്? നീ കോർഡനിലേക്ക് തിരിച്ചുപോവുകയാണോ? എനിക്ക് നിന്നെ കണ്ട് കൊതിതീർന്നില്ല."

"ഞാൻ റെഡിയായാൽ അപ്പോൾ എനിക്ക് പോകണം" വെടിമരുന്നു സഞ്ചി കെട്ടിമുറുക്കിക്കൊണ്ട് അയാൾ പറഞ്ഞു. "പിന്നെ നമ്മുടെ ഊമക്കുട്ടി എവിടെ? പുറത്താണോ?"

"വിറകുവെട്ടുകയാണ്. അവൾ നിന്നെ കാത്തിരിക്കുകയായിരുന്നു."

"ഞാൻ കാണുന്നില്ല" അവൾ മുഖം കൈകൊണ്ട് മറച്ചുപിടിച്ചു. 'സോറി' പറയുന്നതുപോലെ നാവുകൊണ്ട് ശബ്ദമുണ്ടാക്കുകയും നെഞ്ചത്ത് കൈയമർത്തുകയുംചെയ്തു. "ഞാനവളെ അകത്തേക്ക് വിളിക്കട്ടെ. അബ്രക്സിന്റെ കഥയെല്ലാം അവളറിഞ്ഞിട്ടുണ്ട്."

"അവളെ വിളിക്ക്. ദാ അവിടെ കുറച്ച് മൃഗക്കൊഴുപ്പുണ്ട്. അതും എടുക്ക്. എനിക്ക് എന്റെ വാളിൽ എണ്ണയിടണം."

അമ്മ പുറത്തേക്കുപോയി. കുറച്ച് കഴിഞ്ഞപ്പോൾ ലുകാഷ്കയുടെ ഊമയായ സഹോദരി മുറിയിലേക്ക് കടന്നുവന്നു. അവൾ അയാളെക്കാൾ ആറുവയസിന് മൂത്തതായിരുന്നു. മാത്രമല്ല സാധാരണ ഊമകളെ

പ്പോലെ വിരസയായിരുന്നില്ല. അവൾ അയാളെപ്പോലെയായിരുന്നു. കീറി ത്തുന്നിയ ഒരു ഉടുപ്പായിരുന്നു അവൾ ധരിച്ചിരുന്നത്. അവളുടെ കാലിൽ ചെരിപ്പില്ലായിരുന്നു. അത് ചെളിയിൽ പുതഞ്ഞിരുന്നു. അവളുടെ കഴുത്തും കൈകളും മുഖവും ഒരു പ്രാവിന്റേതുപോലെയായിരുന്നു. അവ ളുടെ വസ്ത്രധാരണവും മൊത്തത്തിലുള്ള രൂപവും അവൾ ഒരു പുരു ഷനെപ്പോലെ കഠിനാധ്വാനിയാണെന്ന് തോന്നിപ്പിച്ചിരുന്നു. കടന്നുവരു മ്പോൾ കൊണ്ടുവന്ന ഒരുകെട്ട് വിറകുകൊള്ളികൾ അവൾ അടുപ്പിനടു ത്തേക്ക് ഇട്ടു. പിന്നീടവൾ സന്തോഷംനിറഞ്ഞ ഒരു ചിരിയോടെ മുഖം ഒന്നാകെ വലിച്ചുമുറുക്കിക്കൊണ്ട് അയാളുടെ ചുമലിൽതൊട്ടു. കൈകൾകൊണ്ടും മുഖംകൊണ്ടും ചടുലമായി മുദ്രകൾ കാണിച്ചു കൊണ്ട് അവൾ അയാളുമായി സംവദിക്കാൻ തുടങ്ങി. “ശരിയാണ്! ശരി യാണ് ആ സ്റ്റെപ്കയെ കൈവിടരുത്!” തലകുലുക്കിക്കൊണ്ട് അയാൾ മറുപടി പറഞ്ഞു. “അവൾക്ക് എല്ലാം മനസിലായിട്ടുണ്ട്. എല്ലാം ശരി യാക്കിയിട്ടുമുണ്ട്. ഇതാ ഇതുകഴിക്ക്” അയാൾ കീശയിൽനിന്നും രണ്ടു കഷണം ജിഞ്ചർബ്രഡ് എടുത്ത് അവൾക്ക് കൊടുത്തു.

ആ ഊമയുടെ മുഖം സന്തോഷംകൊണ്ട് തുടുത്തു. അവൾ സന്തോ ഷംകൊണ്ട് വിചിത്രമായ ഒരു ശബ്ദം പുറപ്പെടുവിച്ചു. ജിഞ്ചർബ്രഡ് വാങ്ങിയതിനുശേഷം അവൾ വീണ്ടും വേഗത്തിൽ ചില മുദ്രകൾ കാണി ക്കാൻ തുടങ്ങി. അവളുടെ തടിച്ചവിരലുകൾ കൺപുരികങ്ങൾക്കും മുഖ ത്തിനും മുകളിൽ ചലിച്ചുകൊണ്ടിരുന്നു. ലുകാഷ്ക എല്ലാം മനസിലാ ക്കി ഒരു ചെറുചിരിയോടെ തലകുലുക്കിക്കൊണ്ടിരുന്നു. പെൺകുട്ടി കൾക്ക് മധുരം കൊടുക്കുന്നതിനെക്കുറിച്ചും അവർ അയാളെ ഇഷ്ടപ്പെടുന്നതിനെക്കുറിച്ചും പ്രത്യേകിച്ച് അവരിൽ ഏറ്റവും സുന്ദരി യായ മര്യാൻക അയാളെ സ്നേഹിക്കുന്നതിനെക്കുറിച്ചുമെല്ലാമായിരു ന്നു അവൾ പറഞ്ഞുകൊണ്ടിരുന്നത്. മര്യാൻകയെക്കുറിച്ച് അവൾ സൂചി പ്പിച്ചത് മര്യാൻകയുടെ വീടിനുനേരെ ചൂണ്ടിക്കാണിച്ചും അവളുടെതന്നെ കൺപുരികങ്ങളും മുഖവും കാണിച്ചും ചുണ്ടിൽ പതുക്കെ താഡിച്ചു കൊണ്ടും കൈ അങ്ങോട്ടുമിങ്ങോട്ടും ആട്ടിക്കൊണ്ടുമാണ്. “സ്നേഹം”എന്ന് അവൾ സൂചിപ്പിച്ചത് നെഞ്ചോട് കൈചേർത്തുവെച്ചും കൈയിൽ ചുംബിച്ചും ആലിംഗനംചെയ്യുന്നതുപോലെ കാണിച്ചുമാണ്. ആ സമ യത്ത് അവരുടെ അമ്മ മുറിയിലേക്ക് കയറിവന്നു. തന്റെ മകൾ കാണി ക്കുന്നതുകണ്ട് ആ അമ്മ തലയാട്ടി ചിരിച്ചു. അമ്മയെ കണ്ട ഉടനെ തന്റെ കൈയിലുണ്ടായിരുന്ന ജിഞ്ചർബ്രഡ് ഉയർത്തിക്കാണിച്ച് അവൾ സന്തോ ഷത്തിന്റെ ശബ്ദം പുറപ്പെടുവിച്ച് ആഹ്ലാദംപ്രകടിപ്പിച്ചു.

“ഞാൻ കഴിഞ്ഞദിവസം ഉലീറ്റ്കയോട് പറഞ്ഞിട്ടുണ്ട് അവരുടെ അടുത്തേക്ക് ഒരു കല്യാണദല്ലാളിനെ പറഞ്ഞുവിടുമെന്ന്.” അമ്മ പറ ഞ്ഞു. “അവളത് അംഗീകരിക്കുകയുംചെയ്തു.”

ലുകാഷ്ക നിശ്ശബ്ദനായി അമ്മയെ നോക്കുകമാത്രംചെയ്തു. “വീഞ്ഞ് വിൽക്കുന്നകാര്യം എവിടെവരെയായി അമ്മേ? എനിക്ക് ഉടനെ ഒരു കുതിരയെ വാങ്ങണം.” ലൂക് ചോദിച്ചു.

“എനിക്ക് സമയംകിട്ടുമ്പോൾ ഞാൻ കുതിരവണ്ടിയിൽ കയറ്റി അയയ്ക്കും. പക്ഷേ എനിക്ക് ആദ്യം ബാരലുകൾ റെഡിയായി കിട്ടണം.” ഗാർഹിക കാര്യങ്ങളിൽ അവൻ ഇടപെടുന്നത് ഇഷ്ടപ്പെടാതെ അമ്മ പറഞ്ഞു: “നീ പുറത്തേക്ക് പോകുമ്പോൾ ഇടനാഴിയിൽ ഒരു ബാഗ് കാണാം. നീ കോർഡനിലേക്ക് തിരിച്ചുപോകുമ്പോൾ കൊണ്ടുപോകാനായി ഞാൻ അയൽക്കാരിൽനിന്ന് കടംവാങ്ങിച്ച സാധനങ്ങളാണ്. ഞാനതെടുത്ത് നിന്റെ ബാഗിൽ വെക്കണോ?”

“ശരി. പിന്റെ ആ ഗിരേഖാൻ പുഴ കടന്ന് ഈ വഴിയെങ്ങാനും വന്നാൽ കോർഡനിലേക്ക് പറഞ്ഞയക്കണം. എനിക്ക് ഇനി അടുത്തകാലത്തൊന്നും ലീവ് കിട്ടുമെന്ന് തോന്നുന്നില്ല. എനിക്ക് അയാളുമായി ചില ഇടപാടുകളുണ്ട്.” അയാൾ പോകാനൊരുങ്ങി.

“ഞാൻ പറഞ്ഞുവിടാം.” അമ്മ പറഞ്ഞു. നീ ആയാംകയുടെ അടുത്ത് സമയം ചിലവഴിക്കുകയായിരുന്നു അല്ലേ? രാത്രി ഞാൻ പശുക്കളെ നോക്കാൻ പുറത്തുപോയപ്പോൾ നീ പാട്ട് പാടുന്നതുകേട്ടു.”

ലുകാഷ്ക മറുപടി പറഞ്ഞില്ല. ബാഗ് തോളത്തുതൂക്കി അയാൾ വരാന്തയിലേക്ക് ഇറങ്ങി. കുപ്പായം ടക്കുചെയ്ത് തോക്കുമെടുത്ത് പുറത്തിറങ്ങുമ്പോൾ വാതിൽപ്പടിയിൽ ഒരുവേള അയാൾ നിന്നു.

“ഗുഡ്ബൈ അമ്മേ!” അയാൾ ഗേറ്റുപൂട്ടി പുറത്തേക്ക് നടന്നു. ചെറിയ ഒരു ഭരണി മദ്യം നസാർക്കവശം കൊടുത്തുവിടണം. ക്യാമ്പിലുള്ളവർക്ക് ഞാൻ വാക്കുകൊടുത്തതാണ്. അവൻ വരും.”

ക്രിസ്തു നിന്നെ രക്ഷിക്കട്ടെ, ലൂക്ക്. ദൈവം നിന്നോട് കൂടെയിരിക്കട്ടെ. നിനക്കായി ഞാൻ നല്ല വീഞ്ഞ് കൊടുത്തുവിടാം.” വേലിക്കരികിലേക്കു പോയി അമ്മ പറഞ്ഞു. “പക്ഷേ....” വേലിക്കരികിലേക്ക് കുനിഞ്ഞുനിന്ന് അമ്മ പറഞ്ഞു. ലൂക്ക് അവിടെ നിന്നു. “നീ ഇവിടെ സന്തോഷിക്കുകയായിരുന്നു. അത് ശരിതന്നെ. എന്തുകൊണ്ട് ഒരു ചെറുപ്പക്കാരന് തനിച്ച് സന്തോഷിച്ചുകൂടാ? ദൈവം നിനക്ക് ഭാഗ്യംതന്നു. അത് നിനക്ക് അനുഭവിക്കാം. പക്ഷേ, മോനെ ശ്രദ്ധിക്കണം. നീ നിന്റെ മേലധികാരികളെയും സന്തോഷിപ്പിക്കണം. നിർബന്ധമാണ്. ഞാൻ വീഞ്ഞുവിറ്റ് നിനക്ക് കുതിര വാങ്ങാനായി പണം തരാം. കൂട്ടത്തിൽ നിനക്ക് കൂട്ടിന് ഒരു പെണ്ണും.”

“ശരി! ശരി” നെറ്റിചുളിച്ചുകൊണ്ട് അയാൾ പറഞ്ഞു. അയാളുടെ ഊമയായ സഹോദരി ശ്രദ്ധക്ഷണിക്കാനായി ഒച്ചവെച്ചു. മുടികളഞ്ഞ ഒരു ചെചനിയന്റെ തല സൂചിപ്പിക്കാനായി അവൾ അവളുടെ തലയും കൈത്തലവും കാണിച്ചുകൊടുത്തു. പിന്നീട് തോക്ക് ഉന്നംപിടിക്കുന്നതായും കാഞ്ചിവലിക്കുന്നതായും കാണിച്ച് ഒച്ചവെക്കാനും ചൂളാനും തുടങ്ങി. ലുകാഷ്ക ഇനിയും ഒരു ചെചനിയനെക്കൂടി കൊല്ലും എന്നായിരുന്നു അവൾ സൂചിപ്പിച്ചത്.

ലുകാഷ്കയ്ക്ക് മനസിലായി. അയാൾ ചിരിച്ചുകൊണ്ട് തന്റെ പുറത്ത് തൂക്കിയിട്ടിരുന്ന തോക്ക് കോട്ടിനടിയിലേക്ക് മാറ്റി വേഗത്തിൽ നടന്ന് കട്ടികൂടിയ മഞ്ഞിൽ മറഞ്ഞുപോയി. ആ വൃദ്ധയായ മാതാവ് കുറച്ചു

നേരം വേലിക്കൽ നിന്നശേഷം നിശ്ശബ്ദയായി തിരിച്ച് കുടിലിലേക്കു കയറി സാധാരണ ജോലികളിൽ മുഴുകി.

പതിനെട്ട്

ലുകാഷ്ക കോർഡനിലേക്ക് തിരിച്ചുപോയപ്പോൾത്തന്നെ ഇറോഷ്ക തന്റെ നായകളെയും കൂട്ടി വേലി കടന്ന് ഒലെനിന്റെ താമസ സ്ഥലത്തേക്കുപോയി. അയാൾ വീടിന് പിറകിലൂടെയായിരുന്നു കയറിയത്. കാരണം നായാട്ടിനു പോകുമ്പോൾ സ്ത്രീകളെ കാണുന്നത് അയാൾക്ക് ഇഷ്ടമായിരുന്നില്ല. ഒലെനിൻ അപ്പോഴും ഉറങ്ങുകയായിരുന്നു. വന്യൂഷ ഉണർന്നിരുന്നെങ്കിലും എഴുന്നേൽക്കാൻ സമയമായിട്ടില്ലാത്തതുപോലെ കിടക്കയിൽക്കിടന്ന് മുറിമുഴുവൻ നോക്കുകയായിരുന്നു. ഇറോഷ്ക തോളിൽ തോക്കുമായി നായാട്ടുകാരന്റെ വസ്ത്രത്തിൽ വാതിൽതുറന്ന് അകത്തേക്ക് വന്നു.

"ഒരു വടിയിങ്ങെടുക്ക്. ചെചനിയന്മാർ നമ്മുടെ മുറിയിൽ കടന്നിരിക്കുന്നു. ഇവാൻ! നിന്റെ യജമാനനുവേണ്ടി സമോവർ റെഡിയാക്കൂ. വേഗം ഉണരൂ!" ഇറോഷ്ക ഒച്ചവെച്ചു. ഞങ്ങളിങ്ങനെയാണ്! പെൺകുട്ടികൾവരെ ഉണർന്നു. ജനലിലൂടെ പുറത്തേക്കുനോക്കൂ. അവൾ വെള്ളമെടുക്കാൻ പോകുകയാണ്. നിങ്ങളോ കിടന്നുറങ്ങുകയും."

ഒലെനിൻ ചാടിയെഴുന്നേറ്റു. ഇറോഷ്കയുടെ ശബ്ദവും സാന്നിധ്യവുംകൊണ്ട് അയാൾ ഉന്മേഷവാനും സരളഹൃദയനുമായിക്കഴിഞ്ഞിരുന്നു.

"വന്യൂഷ, വേഗം! വേഗം!" അയാൾ പറഞ്ഞു.

"ഇങ്ങനെയാണോ നിങ്ങൾ നായാട്ടിനു പോകുന്നത്? മറ്റുള്ളവർ പ്രാതൽ കഴിക്കുന്നു. നിങ്ങൾ ഉറങ്ങുന്നു." അയാൾ പറഞ്ഞു. "ല്യാം ഇങ്ങോട്ട് വാ" അയാൾ തന്റെ നായയെ വിളിച്ചു. "തോക്ക് റെഡിയാണോ?" ആ വീട്ടിൽ ഒരു ജനക്കൂട്ടമുള്ളതുപോലെ അയാൾ അലറിക്കൊണ്ട് ചോദിച്ചു.

"ശരി, ശരി എനിക്ക് തെറ്റുപറ്റി. പക്ഷേ, ഇനിയൊന്നും ചെയ്യാൻ കഴിയില്ല വന്യൂഷ, വെടിമരുന്ന്, തുണിക്കഷ്ണങ്ങൾ എല്ലാം എടുത്തുവയ്ക്ക്."

"ഗുഡ്! വെരിഗുഡ്!" അയാൾ ഉറക്കെപ്പറഞ്ഞു.

"നിങ്ങൾക്ക് വേറെ ജോലിയൊന്നുമില്ലേ" വന്യൂഷ പല്ലുകടിച്ചുകൊണ്ട് ചോദിച്ചു.

"നീ ഞങ്ങളുടെ കൂട്ടത്തിലുള്ളതല്ല. നിന്റെ ചിലയ്ക്കൽ ഞങ്ങളുടെ സംസാരംപോലെയല്ല പിശാചേ!" മോണകാട്ടിക്കൊണ്ട് ഇറോഷ്ക പറഞ്ഞു.

"ആദ്യത്തെ തെറ്റ് ക്ഷമിക്കപ്പെടണം" ബൂട്ടിട്ടുകൊണ്ട് തമാശയായി ഒലെനിൻ പറഞ്ഞു.

"ആദ്യത്തെ തെറ്റ് ക്ഷമിക്കപ്പെടണം. പക്ഷേ ഇനിയും നീ ഇങ്ങനെ ഉറങ്ങിയാൽ പിഴകൊടുക്കേണ്ടിവരും– ഒരുകുപ്പി ചിക്കിർ. കൂട്ടംകൂടി പോകുമ്പോൾ മാനുകളെ കാണാൻ പറ്റില്ല."

"ഇനി നമ്മൾ കണ്ടാലും അത് നമ്മളെക്കാൾ ബുദ്ധിയുള്ളതായി

രിക്കും". കഴിഞ്ഞ ദിവസം രാത്രി ഇറോഷ്ക പറഞ്ഞ അതേ വാക്കുകളു പയോഗിച്ച് ഒലെനിൻ പറഞ്ഞു. "നിങ്ങൾക്ക് അവയെ ചതിക്കാൻ കഴിയില്ല."

"ശരി, ശരി, നീ ആദ്യം ഒന്നിനെ കൊല്ല്, എന്നിട്ട് സംസാരിക്ക്. ഇപ്പോൾ വേഗം പുറപ്പെട്." ജനലിനുള്ളിലൂടെ പുറത്തേക്ക് നോക്കി ഇറോഷ്ക പറഞ്ഞു. "നോക്ക് എങ്ങനെയാ അണിഞ്ഞൊരുങ്ങിയത് എന്ന്. ആ പുതി യകോട്ടിൽ കണ്ടാൽ ഒരു ഓഫീസറാണെന്ന് ആരും പറയും. ഹൊ! ഈ ആളുകളുടെ കാര്യം!"

വന്യൂഷ അകത്തുവന്ന് വീടിന്റെ ഉടമസ്ഥൻ കാണാൻ വന്നതായി ഒലെനിനെ അറിയിച്ചു.

പുതിയ കാർക്കേഷ്യൻകോട്ടും മുതുകത്ത് ഓഫീസറുടെ മുദ്രകളും പോളിഷ്ചെയ്ത ബൂട്ടും ധരിച്ച് ആ വീടിന്റെ ഉടമസ്ഥൻ ഉള്ളിലേക്ക് പ്രവേശിച്ചു. നടക്കുമ്പോൾ ഇരുവശങ്ങളിലേക്കും ചരിഞ്ഞുകൊണ്ട് അയാൾ തന്റെ പുതിയ താമസക്കാരനെ അഭിനന്ദിക്കുന്നുണ്ടായിരുന്നു.

കോറനറ്റ് ഏലിയാസ് വിസിലിച്ച് ഒരു വിദ്യാസമ്പന്നനായ കൊ സാക്ക് ആയിരുന്നു. ശരിക്കും അയാൾ റഷ്യയിലെ ഒരു സ്കൂൾ അധ്യാ പകനായിരുന്നു. എല്ലാറ്റിനുമുപരി കുലീനൻ. അയാൾ കുലീനനായി കാണപ്പെടാൻ ആഗ്രഹിച്ചു. പക്ഷേ അയാളുടെ വൃത്തികെട്ട അണിഞ്ഞൊ രുങ്ങൽ, നാട്യം, അഹംഭാവം, വിചിത്രമായ സംസാരരീതി ഇതൊക്കെ ക്കൊണ്ട് അയാൾ ഇറോഷ്കയ്ക്ക് തുല്യനായി. അയാളുടെ സൂര്യതാപ മേറ്റ മുഖവും കൈകളും ചുവന്നമൂക്കും അത് കൂടുതൽ വ്യക്തമാക്കി.

ഒലെനിൻ അയാളോട് ഇരിക്കാൻ പറഞ്ഞു.

"ഗുഡ്മോണിങ് ഏലിയാസ് വിസിലിച്ച്" എഴുന്നേറ്റ് പരിഹസിക്കു ന്നതുപോലെ തലകുനിച്ച് ഇറോഷ്ക പറഞ്ഞു. "ഗുഡ്മോർണിങ് ഇറോഷ്ക. ഇത്ര രാവിലെ ഇവിടെ എത്തിയോ?" അശ്രദ്ധമായി തലകു ലുക്കിക്കൊണ്ട് അയാൾ ചോദിച്ചു. അയാൾക്ക് ഏകദേശം നാൽപ്പതുവ യസ്സ് പ്രായമായിരുന്നു. നരച്ച താടിയും മെലിഞ്ഞ ശരീരവുമാണെങ്കി ലും ഒരു ആകർഷകത്വം അയാളിലുണ്ടായിരുന്നു. ഒലെനിനെ കാണാൻ വരുമ്പോൾ താൻ ഒരു സാധാരണ കൊസാക്കായിമാത്രം കണക്കാക്ക പ്പെടുമോ എന്ന് അയാൾക്ക് സന്ദേഹമുണ്ടായിരുന്നു. തന്റെ പ്രാധാന്യം അയാൾക്ക് ആദ്യംമുതൽ ബോധ്യപ്പെടുത്തണമായിരുന്നു.

"അത് നമ്മുടെ ഈജിപ്ഷ്യൻ നിംറോഡാണ്" ഇറോഷ്കയെ ചൂണ്ടി ക്കാട്ടി അയാൾ പറഞ്ഞു. "ദൈവത്തിന് മുന്നിലെ ശക്തനായ നായാട്ടു കാരൻ. ഞങ്ങളുടെ ഏറ്റവും പ്രധാനപ്പെട്ടയാൾ. നിനക്ക് ഇയാളുമായി സൗഹൃദം സ്ഥാപിക്കാൻ കഴിഞ്ഞത് ഏതായാലും നന്നായി."

ഇറോഷ്ക അയാളുടെ കാലിലെ നനഞ്ഞ മൃഗത്തോലുകൊണ്ടു ണ്ടാക്കിയ ഷൂവിലേക്ക് സൂക്ഷിച്ചുനോക്കി. കോർനെറ്റിന്റെ അറിവിനെയും കഴിവിനെയും അംഗീകരിച്ചുകൊണ്ട് അയാൾ പിറുപിറുത്തു. "ഈ ജിപ്ഷ്യൻ നിംറോഡ്! എന്തൊക്കെയാണ് ഇയാൾ കണ്ടെത്തുന്നത്."

"ശരിയാണ്. ഞങ്ങൾ നായാട്ടിന് പുറപ്പെടുകയാണ്" ഒലെനിൻ പറഞ്ഞു.

"ശരി, പക്ഷേ നിങ്ങളുമായി എനിക്ക് ചെറിയൊരു ഇടപാടുണ്ട്."

"നിങ്ങൾക്ക് എന്താണ് വേണ്ടത്?"

"നിങ്ങളൊരു മാന്യനായതുകൊണ്ട് പറയുകയാണ്" കോർനറ്റ് പറഞ്ഞുതുടങ്ങി. "ഞാനും നിങ്ങളെപ്പോലെ ഓരോഫീസർ ആയതുകൊണ്ട് നമ്മൾ തമ്മിൽ സാധാരണമാന്യന്മാർ ചെയ്യുന്നതുപോലെ ഒരു ധാരണയിലെത്തണമല്ലോ (അയാൾ തെല്ലിടനിർത്തി ഒലെനിനെയും ഇറോഷ്കയെയുംനോക്കി ചെറുതായൊന്ന് ചിരിച്ചു) ഇന്നലെ നിങ്ങൾ വീട്ടിൽവന്ന് ഒരു മുറിക്കുവേണ്ടി അന്വേഷിച്ചല്ലോ...... എന്റെ ഭാര്യ ഞങ്ങളുടെ കൂട്ടത്തിലെ എല്ലാ സ്ത്രീകളെയുംപോലെ ഒരു വിഡ്ഢിയാണ്. അതുകൊണ്ട് താങ്കൾ ചോദിച്ചത് അവൾക്ക് മനസിലായിക്കാണില്ല. എന്റെ ക്വാർട്ടർ താങ്കൾക്ക് ഒരു റജിമെന്റൽ അക്യൂട്ടന്റ് എന്ന നിലയിൽ, കുതിരപ്പന്തി ഒഴികെ, ആറ് റൂബിൾ വാടകയ്ക്ക് തരാൻ ഞാൻ തയാറാണ്. പക്ഷേ, ഏതുസമയവും എനിക്ക് ക്വാർട്ടർ തിരിച്ചെടുക്കാൻ അവകാശമുണ്ടായിരിക്കും. പക്ഷേ, താങ്കൾ ആഗ്രഹിച്ചതുപോലെ നമുക്ക് ഒരു എഗ്രിമെന്റിലെത്താം. ഞാനൊരു ഓഫീസർ എന്ന നിലയിലും താങ്കൾ ഈ ജില്ലയിലേക്ക് കുടിയേറിയ ഒരാൾ എന്ന നിലയിലും കരാർ നമുക്ക് സ്വീകാര്യമായ രീതിയിൽ ഉണ്ടാക്കാം."

"വ്യക്തമായി പറയൂ" ഇറോഷ്ക പറഞ്ഞു.

ഇതേരീതിയിൽ വ്യക്തമല്ലാതെ കോർനറ്റ് കുറച്ചുസമയംകൂടി സംസാരിച്ചു. അവസാനം ഒലെനിന് മനസിലായി, കോർനറ്റ് ആറ് റൂബിളിന് തന്റെ മുറി അയാൾക്ക് കൊടുക്കാൻ തയാറാണെന്ന് അയാൾ സമ്മതിച്ചു. തുടർന്ന് അയാൾ കോറനെറ്റിന് ഒരു ഗ്ലാസ് ചായ ഓഫർ ചെയ്തു. പക്ഷേ, കോർനറ്റ് അത് സ്വീകരിച്ചില്ല.

"ഞങ്ങളുടെ ആചാരപ്രകാരം പുറമെനിന്നുള്ള ഒരു പാത്രത്തിൽ ചായകുടിക്കുന്നത് പാപമാണ്. വിദ്യാഭ്യാസമുള്ളതിനാൽ എനിക്ക് മനസിലാക്കാൻ കഴിയും. എന്നാൽ എന്റെ ഭാര്യക്ക്.... മാനസികമായ ദൗർബല്യങ്ങൾ കാരണം....."

"എന്നാൽ കുറച്ച് ചായ കുടിക്കൂ...."

"ഗ്ലാസ് എന്റെ വീട്ടിൽനിന്ന് എടുത്തുവരാൻ സമ്മതിച്ചാൽ ഞാൻ കുടിക്കാം." അയാൾ പറഞ്ഞു. പോർച്ചിലേക്ക് ഇറങ്ങിനിന്ന് അയാൾ ഉറക്കെ വിളിച്ചുപറഞ്ഞു; "ഗ്ലാസ് കൊണ്ടുതാ." ചില നിമിഷങ്ങൾക്കുള്ളിൽ വാതിൽതുറന്ന് ഒരു യുവതിയുടെ കൈ പുറത്തേക്ക് നീണ്ടു. അയാൾ അടുത്തേക്കുപോവുകയും കൈയിലിരുന്ന ഗ്ലാസ് എടുക്കുകയും ചെയ്തു. ഇതിനിടയ്ക്ക് അയാൾ തന്റെ മകളോട് എന്തോ പിറുപിറുത്തു. ഒലെനിൻ കോനറ്റിനുവേണ്ടി അയാളുടെ പ്രത്യേക ഗ്ലാസിലും ഇറോഷ്കയ്ക്കായി സാധാരണഗ്ലാസിലും ചായ ഒഴിച്ചു.

"ഞാൻ നിങ്ങളെ ഒഴിവാക്കാൻ ശ്രമിക്കില്ല" ചായകുടിച്ച് ചുണ്ട് തുടച്ചുകൊണ്ട് അയാൾ പറഞ്ഞു. "എനിക്കും മത്സ്യം പിടിക്കാൻപോവുന്നത് ഇഷ്ടമാണ്. അതുകൊണ്ടല്ലേ ഞാൻ ലീവെടുത്ത് ഒന്ന് വിശ്രമിക്കാനും

സന്തോഷിക്കാനുമായി ഇങ്ങോട്ടുവന്നത്. എനിക്ക് ഭാവിയെക്കുറിച്ച് സ്വപ്നങ്ങളുണ്ട്. ഞാനും ആഗ്രഹിക്കുന്നത് എന്നെങ്കിലും ഒരു നല്ലകാലം വരുമെന്നാണ്. നിങ്ങളും ഞങ്ങളുടെ വീട്ടിലേക്ക് വരികയും ഞങ്ങളുടെ ഗ്രാമത്തിലെ ആചാരമനുസരിച്ച് കുറച്ച് വീഞ്ഞ് കഴിക്കുകയും ചെയ്യുമെന്ന് വിശ്വസിക്കുന്നു" അയാൾ കൂട്ടിച്ചേർത്തു.

കോർനറ്റ് ശിരസുകുനിച്ച് ഒലെനിന്റെ കൈപിടിച്ച് കുലുക്കി പുറത്തിറങ്ങി. ഒലെനിൻ പുറത്തേക്ക് പോകാൻ ഒരുങ്ങുമ്പോൾ മൃദുലമായ സ്വരത്തിൽ കോർനറ്റ് ഭാര്യയോടും മകളോടും സംസാരിക്കുന്നതു കേട്ടു. കുറച്ചുകഴിഞ്ഞപ്പോൾ അയാൾ ഒരു കീറിയകോട്ടും മുട്ടോളം മടക്കിവച്ച പാന്റ്സും ധരിച്ച് ചുമലിൽ ഒരു വലയുമായി പുറത്തേക്ക് പോകുന്നത് ഒലെനിൻ ജനലിലൂടെ കണ്ടു. "ഒരു തെണ്ടി" ഇറോഷ്ക തന്റെ കൈയിലുണ്ടായിരുന്ന ചായപ്പാത്രം കാലിയാക്കിക്കൊണ്ട് പറഞ്ഞു. "നീ ശരിക്കും ആറ് റൂബിൾ നൽകാൻ പോകുകയാണോ? ഇങ്ങനെയൊന്ന് എവിടെയെങ്കിലും കേട്ടിട്ടുണ്ടാവുമോ? നിങ്ങൾക്ക് ഈ നാട്ടിലെ ഏറ്റവും നല്ല വീട് രണ്ട് റൂബിളിനു കിട്ടും. എന്തൊരു ജന്തു. ഞാൻ വേണമെങ്കിൽ എന്റെ വീട് നിങ്ങൾക്ക് മൂന്ന് റൂബിളിന് തരാം."

"വേണ്ട. ഞാൻ ഇവിടെത്തന്നെ താമസിച്ചോളാം."

"ആറ് റൂബിൾ.... ശരിക്കും നിങ്ങൾ വിഡ്ഢിയാവുകയാണ്. ഏ! ഏ ഏ!" ഇറോഷ്ക പറഞ്ഞു. "ഇവാൻ നമുക്കെല്ലാം ചിക്കിർ കഴിക്കാം."

വോഡ്കയും കുറച്ച് ഭക്ഷണവുംകഴിച്ച് യാത്രയ്ക്ക് തയാറെടുത്ത അവർ എട്ടുമണിക്ക് മുമ്പായി പുറത്തേക്കുപോയി.

ഗേറ്റിൽ കാളകൾ വലിക്കുന്ന ഒരു വണ്ടി അവരുടെ മുന്നിലൂടെ കടന്നുപോയി. തലയിൽ ഒരു വെളുത്ത തൂവാലകെട്ടി, ഒരു പുറംകുപ്പായവും ഉയരമുള്ള സ്യൂട്ടുംധരിച്ച് മര്യൻക കാളകളുടെ കൊമ്പിൽക്കെട്ടിയ കയർ പിടിച്ചുകൊണ്ട് വണ്ടി തെളിക്കുകയായിരുന്നു.

"മാമ്മീ" ഇറോഷ്ക അവളെ പിടിക്കാൻ ആയുന്നവണ്ണം പറഞ്ഞു.

മര്യാൻക തന്റെ കൈയിലുള്ള കയർ അയാൾക്കു നേരെ വീശി രോഷത്തോടെ അവരെ നോക്കി.

ഒലെനിൻ ഇപ്പോഴും സന്തോഷവാനായിരുന്നു."

"പോകാം, നമുക്ക് പോകാം." പെൺകുട്ടി തന്നെയാണ് നോക്കുന്നത് എന്ന് അറിഞ്ഞുകൊണ്ടുതന്നെ അയാൾ തോക്ക് തന്റെ തോളത്ത് തൂക്കിയിട്ട് പറഞ്ഞു.

"വേഗത്തിൽ, വേഗം...." മര്യാൻക കാളകൾക്ക് നിർദേശം നൽകി. കരകരാ ശബ്ദത്തിൽ കാളവണ്ടി മുന്നോട്ടുനീങ്ങി.

ഗ്രാമത്തിന്റെ പിറകിൽ പുൽമേടുകളിലൂടെ പാത നീണ്ടുപോകുകയാണ്. ഇറോഷ്ക നിർത്താതെ സംസാരിച്ചുകൊണ്ടിരുന്നു. അയാളുടെ മനസിൽനിന്ന് കോർനറ്റ് പോയിട്ടില്ലായിരുന്നു. അയാൾ കോർനറ്റിനെ വഴക്കുപറഞ്ഞുകൊണ്ടിരുന്നു.

"നിങ്ങൾക്കെന്താ അയാളോട് ഇത്ര ദേഷ്യം?" ഒലെനിൻ ചോദിച്ചു.

“അയാളൊരൽപ്പനാണ്. മരിക്കുമ്പോൾ അയാൾക്കിതൊക്കെ കൊണ്ടുപോകാൻ കഴിയുമോ? പിന്നെ ആർക്കാണ് ഈ സമ്പാദിക്കുന്നത്? അയാൾ രണ്ട് വീടുണ്ടാക്കി. സഹോദരനിൽനിന്ന് നിയമപ്രകാരം ഒരു തോട്ടം കൂടി കിട്ടി. പിന്നെ കടലാസുകൾ ശരിയാക്കിക്കൊടുക്കുന്ന കാര്യത്തിൽ അയാൾ ശരിക്കും ഒരു പട്ടിയാണ്. ആളുകൾ മറ്റ് ഗ്രാമത്തിൽനിന്നുപോലും അപേക്ഷകൾ എഴുതാനും പൂരിപ്പിക്കാനും അയാളുടെ അടുത്തെത്തും. അതിന് അയാൾ പണംവാങ്ങും. ശരിക്കും! ഞാൻ പറയുന്നത് സത്യമാണ്. ആർക്കുവേണ്ടിയാണ് അയാൾ സമ്പാദിക്കുന്നത്? ഒരു മകനും മകളുമുണ്ട് അയാൾക്ക്. മകൾ കല്യാണംകഴിഞ്ഞു പോയാൽ പിന്നെയാരാണ് ബാക്കി?”

“അവളുടെ സ്ത്രീധനത്തിനായിരിക്കും”

“എന്ത് സ്ത്രീധനം. അവൾക്ക് സ്ത്രീധനം ആവശ്യമില്ല. അവളൊരു നല്ല കുട്ടിയാണ്. പക്ഷേ, അയാളൊരു പിശാചാണ്. അയാൾ അവളെയൊരു ധനികന് കല്യാണം കഴിച്ചുകൊടുക്കും തീർച്ച. അയാൾക്ക് ഒരു വലിയ പ്രതിഫലം അതിനായി കിട്ടണം. ലൂക്ക് എന്നൊരു നല്ല പയ്യനുണ്ട്. എന്റെ അയൽവാസി. അവനാണ് ആ ചെചനിയനെ കൊന്നത്. അവൻ കുറേക്കാലമായി അവളോട് വിവാഹാഭ്യർഥന നടത്തുന്നു. പക്ഷേ അയാൾ സമ്മതിക്കില്ല. അയാൾ ചില ഒഴിവുകഴിവുകൾ പറയുകയാണ്. അയാൾ പറയുന്നത് അവൾക്ക് പ്രായമായിട്ടില്ല എന്നാണ്. പക്ഷേ അയാൾ വിവാഹത്തെക്കുറിച്ച് മനസിൽ ആലോചിക്കുന്നുണ്ടാവാം. അയാൾക്ക് ലൂക്കിനെ തന്റെ മുന്നിൽ തലകുനിച്ച് നിർത്തണം. അതാണ് കാര്യം. പക്ഷേ, അവസാനം ലൂക്കിന് അവളെ കിട്ടും. കാരണം അവനാണ് ഈ ഗ്രാമത്തിലെ ഏറ്റവും നല്ല പയ്യൻ. അവനാണ് ഒരു അബ്രക്സിനെ കൊന്നതിന്റെ പേരിൽ ഉപഹാരംകിട്ടാൻ പോവുന്നത്.”

“പക്ഷേ എങ്ങനെ അത് ശരിയാവും? കഴിഞ്ഞ ദിവസം രാത്രി ഞാൻ മുറ്റത്ത് അങ്ങോട്ടുമിങ്ങോട്ടും നടക്കുമ്പോൾ അവൾ ഒരു കൊസാക്കിനെ ചുംബിക്കുന്നത് കണ്ടു.” ഒലെനിൻ പറഞ്ഞു.

“നീ കളവു പറയുകയാണ്” ഇറോഷ്ക പെട്ടെന്ന് നിന്നു.

“സത്യം”

“സ്ത്രീകൾ പിശാചുക്കളാണ്. പക്ഷേ ആ കൊസാക്ക് എന്തൊരു മനുഷ്യനാണ്?”

“ഞാൻ അയാളെ കണ്ടില്ല”

“ഏതുതരത്തിലുള്ള തൊപ്പിയാണ് അയാൾ ധരിച്ചത്? ഒരു വെളുത്തതായിരുന്നോ?”

“അതെ”

“പിന്നെ......... ഒരു ചുവന്നകോട്ട്? നിങ്ങളുടെ ഉയരം?”

“എന്നെക്കാളും അൽപ്പംകൂടി ഉയരമുണ്ട്.”

“അതവനാണ്!” ഇറോഷ്ക ഉറക്കെ ചിരിക്കാൻ തുടങ്ങി. അത് അവൻ തന്നെ. ലുകാഷ്ക. ഞാനവനെ മാർക്ക് എന്നാണ് വിളിക്കുക.

എനിക്കവനെ വളരെ ഇഷ്ടമാണ്. ഞാനും അവനെപ്പോലെയായിരുന്നു. മറ്റുള്ളവരെ ശ്രദ്ധിക്കേണ്ട കാര്യമെന്താണ്? എന്റെ കാമുകി അവളുടെ അമ്മയോടും അനുജത്തിയോടുമൊപ്പമായിരുന്നു ഉറങ്ങുക. എന്നിട്ടും ഞാൻ മുറിക്കുള്ളിൽ കടന്നില്ലേ അവൾ മുകളിലത്തെ നിലയിലായിരുന്നു ഉറങ്ങുക. അവളുടെ അമ്മ, ആ പിശാച് എപ്പോഴും കൂടെയുണ്ടാകും. അവർക്ക് എന്നോട് ഭയങ്കര ദേഷ്യമായിരുന്നു. ഞാൻ പതിവായിപ്പോവുക ഗിർചിക്ക് എന്ന എന്റെ സുഹൃത്തിനൊപ്പമായിരുന്നു. ഞങ്ങൾ അവളുടെ ജനലിനു താഴെനിൽക്കും. പിന്നെ ഞാനവന്റെ തോളത്ത് കയറിനിന്ന് ജനലിനുള്ളിലൂടെ സംസാരിക്കും. അവൾ പതിവായി ജനലിനടുത്ത് ഒരു ബഞ്ചിലാണ് ഉറങ്ങുക. ഒരിക്കൽ ഞാനവളെ ഉണർത്തിയപ്പോൾ അവൾ എന്നെ തിരിച്ചറിഞ്ഞില്ല "ആരാ അത്?" അവൾ ഉറക്കെ ചോദിച്ചെങ്കിലും എനിക്ക് മറുപടി പറയാൻ കഴിഞ്ഞില്ല. അവളുടെ അമ്മ ഉണരുകയായിരുന്നു. പെട്ടെന്ന് ഞാൻ എന്റെ തൊപ്പിയൂരി അവളുടെ മുഖത്തിനു നേരെ കാണിച്ചു. അവൾ അത് തിരിച്ചറിയുകയും എന്റെ അരികിലേക്ക് ഓടിവരികയും ചെയ്തു. എനിക്കപ്പോൾ ഒന്നും വേണ്ടായിരുന്നു. എന്നാൽ പതിവായി അവൾ മുന്തിരിയും കട്ടിക്രീമും കൊണ്ടുവരുമായിരുന്നു." ഇറോഷ്ക പറഞ്ഞു. അയാൾ എല്ലാം വിശദമായി പറയുന്ന കൂട്ടത്തിലായിരുന്നു. "അവൾ മാത്രമായിരുന്നില്ല. അതൊരു നല്ലകാലം!"

"ഇപ്പോഴെന്താ സ്ഥിതി?"

"ഇപ്പോൾ നായയുടെ പിറകെ നടക്കുന്നു. ഒരു പ്രാവിനെ പിടിക്കുന്നു. മരത്തിനു മുകളിൽ താമസിക്കുന്നു. നിങ്ങളുടെ ആളുകൾ വെടിവെക്കാൻ തക്കംപാർക്കുന്നു. അത്രതന്നെ."

"മര്യാൻകയുമായി എങ്ങനെ?"

"നായ്ക്കളെ ശ്രദ്ധിക്ക്. അത് ഞാൻ ഇന്നുരാത്രി പറയാം." തന്റെ പ്രിയപ്പെട്ടവനായ ല്യാമിനെ ചൂണ്ടിക്കൊണ്ട് അയാൾ പറഞ്ഞു.

കുറച്ചുനേരത്തെ നിശ്ശബ്ദതയ്ക്കുശേഷം അവർ വീണ്ടും സംസാരിക്കാൻ തുടങ്ങി. കുറച്ചുദൂരം ചെന്നപ്പോൾ റോഡിൽ കുറുകെയായിക്കിടക്കുന്ന ഒരു വടി കാണിച്ചുകൊണ്ട് അയാൾ പറഞ്ഞു.

"ഇതിനെക്കുറിച്ച് നിനക്കെന്തറിയാം? നീ വിചാരിക്കുന്നത് ഇതിൽ ഒന്നുമില്ല എന്നാണ്. ഈ വടി ഇങ്ങനെ കിടക്കുന്നത് ശുഭമല്ല." ഇറോഷ്ക പറഞ്ഞു.

"എന്താ അങ്ങനെ?"

അയാൾ ചിരിച്ചു.

"നിനക്ക് ഒന്നുമറിയില്ല. ഞാൻ പറയുന്നത് ശ്രദ്ധിച്ചു കേൾക്കണം. അങ്ങനെ ഒരു വടി കിടന്നാൽ അത് കടന്നുപോവാൻ പാടില്ല. അതിനപ്പുറത്തുകൂടെ പോവുക, അല്ലെങ്കിൽ അതെടുത്തുകളഞ്ഞ് "പിതാവും പുത്രനും പരിശുദ്ധാത്മാവും" എന്ന് പറഞ്ഞതിനുശേഷം ദൈവാനുഗ്രഹത്തോടെ പോവുക. പിന്നീട് നിനക്കൊന്നും സംഭവിക്കില്ല. ഇങ്ങനെയാണ് മുതിർന്നവർ എന്നെ പഠിപ്പിച്ചിട്ടുള്ളത്."

"വിഡ്ഢിത്തം പറയാതെ വാ. ഇതിനെക്കാൾ നല്ലത് നിങ്ങൾ മര്യാൻകയെക്കുറിച്ച് സംസാരിക്കുന്നതാണ്. ലുകാഷ്കയുമായി അവളുടെ ബന്ധം എങ്ങനെ?"

"ഷ് ഷ്.... ശബ്ദമുണ്ടാക്കല്ലേ!" അയാൾ പതുക്കെ പറഞ്ഞു. "നമ്മൾ കാട്ടിലൂടെയാണ് പോകുന്നത്."

അയാൾ പതുക്കെ അടിവെച്ച് ഒരു ഇടുങ്ങിയ വഴിയിലേക്ക് കയറി. ആ വഴി നേരെ ഇടതിങ്ങിയ കൊടുംകാട്ടിലേക്ക് പ്രവേശിക്കുന്നതായിരുന്നു. ഇടയ്ക്കിടെ അയാൾ തിരിഞ്ഞ് ഒലെനിനെ നോക്കുന്നുണ്ടായിരുന്നു. ഒലെനിൻ തന്റെ വലിയ ബൂട്ടുകൊണ്ട് ശബ്ദമുണ്ടാക്കി തോക്ക് അശ്രദ്ധമായി പിടിച്ച്, വഴിയിലേക്ക് വളർന്ന ചുള്ളിക്കൊമ്പുകൾ പിടിച്ചൊടിച്ച് നടക്കുകയായിരുന്നു.

"ശബ്ദമുണ്ടാക്കല്ലേ പതുക്കെ നടക്ക്!" അയാൾ ദേഷ്യത്തോടെ പറഞ്ഞു.

സൂര്യൻ പൂർണമായി ഉദിച്ച ഒരു പ്രതീതിയുണ്ടായിരുന്നു. മഞ്ഞ് പതുക്കെ ഉരുകിക്കൊണ്ടിരുന്നെങ്കിലും മരത്തിനുമുകളിൽ തങ്ങിനിൽപ്പുണ്ടായിരുന്നു. കാട് ഭീകരമാംവിധം വലുതായിരുന്നു. ഓരോ നിമിഷവും കാഴ്ച മാറിവന്നു. വലിയ മരമാണെന്ന് തോന്നിച്ചവ ചെറിയ കുറ്റിക്കാടുകളായി. പുല്ലുകളാണെന്ന് കരുതിയവ വലിയ മരങ്ങളും.

പത്തൊൻപത്

മഞ്ഞ് ഏറെക്കുറെ മാഞ്ഞുകഴിഞ്ഞിരുന്നു. നനഞ്ഞ പുല്ലുകളും വീടിന്റെ മേൽക്കൂരകളും സൂര്യപ്രകാശത്തിൽ വെട്ടിത്തിളങ്ങി. റോഡും വേലിക്കരികിലുള്ള പുല്ലും മഞ്ഞുതട്ടി നനഞ്ഞിരുന്നു. അടുക്കളയിൽനിന്നുയരുന്ന പുക അന്തരീക്ഷത്തിൽ നിറഞ്ഞു. ആളുകൾ ഗ്രാമത്തിനു പുറത്തേക്ക് പോയിത്തുടങ്ങിയിരുന്നു. ചിലർ ജോലിക്ക്, ചിലർ പുഴയിലേക്ക്, മറ്റുചിലർ കോർഡനിലേക്ക്. വേട്ടക്കാർ കൂട്ടമായി പുല്ലുനിറഞ്ഞ വഴിയിലൂടെ നടന്നു. നായ്ക്കൾ വാലാട്ടിക്കൊണ്ട് തങ്ങളുടെ യജമാനന്മാരെ നോക്കി അവർക്കിരുവശവും ഓടിക്കൊണ്ടിരുന്നു. അസംഖ്യം പ്രാണികൾ അവർക്കു ചുറ്റും പാറിക്കളിച്ചു. വായുവിൽ പുല്ലിന്റെയും കാടിന്റെയും ഗന്ധം വ്യാപിച്ചു. ഒലെനിൻ മര്യാൻക ഓടിച്ചുപോയ കാളവണ്ടി കണ്ണുകളാൽ പരതിക്കൊണ്ടിരിക്കുകയായിരുന്നു.

അവിടം ശാന്തമായിരുന്നു. നേരത്തെ കേട്ടുകൊണ്ടിരുന്ന ഗ്രാമത്തിൽനിന്നുള്ള ശബ്ദം ഇപ്പോൾ അവ്യക്തമാണ്. നായ്ക്കൾ ഓടുമ്പോഴുള്ള ചെടികളുടെ ശബ്ദംമാത്രം കേൾക്കാം. വല്ലപ്പോഴും പക്ഷികൾ പരസ്പരം വിളിക്കുന്ന ശബ്ദം കേൾക്കാം. കാട്ടിൽ അപകടം പതിയിരിക്കുന്നതായി ഒലെനിന് അറിയാം. കാരണം അബ്രെക്സുകൾ സാധാരണ ഇത്തരം സ്ഥലങ്ങളിലാണ് പതുങ്ങിയിരിക്കുക. പക്ഷേ, ഒരു നായാട്ടുകാരന് തോക്ക് വലിയ സംരക്ഷണം നൽകുന്നു. അയാൾ ഭയപ്പെട്ടിരുന്നില്ല. പക്ഷേ, അയാൾക്കറിയാം അയാളുടെ സ്ഥാനത്ത് മറ്റൊരാളായി

രുന്നെങ്കിൽ ഭയപ്പെട്ടേനെ. അയാൾ നനഞ്ഞ കാടിനെ നോക്കി, അവ്യക്തവും അപൂർവവുമായ കാടിന്റെ ശബ്ദം ശ്രവിച്ചു. തോക്ക് മാറ്റിപ്പിടിച്ച് പുതിയ അനുഭവം പൂർണമായും ആസ്വദിച്ചു. ഇറോഷ്ക മുമ്പിൽ നടക്കുന്നുണ്ടായിരുന്നു. മൃഗങ്ങൾ കാലടിപ്പാടുകൾ അവശേഷിപ്പിച്ചുപോയ ഓരോ ചതുപ്പും അയാൾ ഒലെനിന് കാണിച്ചുകൊടുത്തു. അയാൾ സംസാരിക്കുന്നേ ഉണ്ടായിരുന്നില്ല. വല്ലപ്പോഴും ചില അഭിപ്രായങ്ങൾ ഒലെനിനോട് പറയുകമാത്രം ചെയ്തു. അവർ പിന്തുടർന്നവഴി മുൻപ് കാളവണ്ടികൾ പോയതായിരുന്നു. എന്നാൽ ഇന്നത് കാടു വളർന്ന് സഞ്ചാരയോഗ്യമല്ലാതായിരുന്നു. വഴിക്കു ചുറ്റുമുണ്ടായിരുന്ന മരങ്ങൾ ഇടതിങ്ങിയതും വള്ളിപ്പടർപ്പുകൾ നിറഞ്ഞതുമായിരുന്നതിനാൽ അതിനപ്പുറത്തേക്ക് ഒന്നും കാണാൻ കഴിഞ്ഞിരുന്നില്ല. ഏകദേശം എല്ലാ മരങ്ങളും മുകളിലോളം വള്ളിപ്പടർപ്പുകളാൽ ചുറ്റപ്പെട്ടിരുന്നു. നിലത്ത് മുൾച്ചെടികൾ നിറഞ്ഞിരുന്നു. മരങ്ങളില്ലാത്ത സ്ഥലംമുഴുവൻ കുറ്റിക്കാടുകളും പുല്ലുംനിറഞ്ഞിരുന്നു. വഴിയിൽനിന്നും മുൾപ്പടർപ്പിലേക്ക് കുതിരക്കുളമ്പടയാളവും പ്രാവിന്റെ കാലടിപ്പാടുകളും കാണാമായിരുന്നു. കന്നുകാലികളാൽ ചവിട്ടിമെതിക്കപ്പെടാത്ത ആ കൊടുംകാട് ഓലെനിനെ വല്ലാതെ ആകർഷിച്ചു. കാരണം അയാൾ അതുപോലൊന്ന് ആദ്യമായി കാണുകയായിരുന്നു. ആ കാടും, അതിൽ പതിയിരിക്കുന്ന അപകടങ്ങളും ആ വൃദ്ധനും അയാളുടെ നിഗൂഢമായ പിറുപിറുക്കലുകളും മര്യാൻകയും അവളുടെ നീണ്ടുനിവർന്നുള്ള വശ്യമായ നടത്തവും ആ കുന്നുകളും എല്ലാം അയാൾക്ക് ഒരു സ്വപ്നംപോലെ തോന്നി. “ഇവിടെ ഒരു പ്രാവിരിക്കുന്നുണ്ട്” ഇറോഷ്ക പതുക്കെ പറഞ്ഞുകൊണ്ട് തന്റെ തൊപ്പിയൂരി മുഖംമറച്ചു. “നിന്റെ മുഖം മറയ്ക്ക്! ഒരു പ്രാവ് ഇവിടെയുണ്ട്!” അയാൾ തന്റെ കൈകൾ ദേഷ്യത്തോടെ വീശി. പിന്നീടയാൾ കൈകൾ നിലത്തൂന്നി മുന്നോട്ടേക്ക് നടന്നു. “അവന് ഒരു മനുഷ്യന്റെ മുഖമല്ല ഉള്ളത്.”

ഇറോഷ്ക ആ വലിയ മരത്തിന് മുകളിലേക്ക് നോക്കുമ്പോൾ ഒലെനിൻ അയാൾക്ക് പിറകിൽ നിൽപ്പുണ്ടായിരുന്നു. തനിക്ക് നേരെ നോക്കി കുരയ്ക്കുന്ന നായ്ക്കു നേരെ ഒരു പ്രാവ് ശബ്ദംവയ്ക്കുന്നുണ്ടായിരുന്നു. പക്ഷേ, ഉടൻതന്നെ ഇറോഷ്കയുടെ തോക്കിൽനിന്ന് ഒരുണ്ട ചീറിപ്പായുകയും കുറച്ച് ചിറകുകൾ തെറിച്ചുപോയ പക്ഷി നിലത്തുവീഴുകയും ചെയ്തു. വെടിയൊച്ചകേട്ട് പറന്ന വേറൊരു പക്ഷിയെ ഒലെനിൻ ഉന്നംവെച്ചു. അയാൾ മുന്നോട്ടുവന്ന് വെടിയുതിർത്തു. ഒരു കല്ല് വീഴുന്നതുപോലെ പക്ഷി താഴേക്ക് വീണു. “ഗുഡ്മേൻ” ഒലെനിൻ ഉറക്കെ ചിരിച്ചുകൊണ്ട് പറഞ്ഞു. അയാളിതുവരെ പറക്കുന്ന ഒരു പക്ഷിയെ ഉന്നംവെച്ചിട്ടില്ലായിരുന്നു.

പക്ഷികളേയുമെടുത്ത് അവർ പുറത്തേക്കിറങ്ങി. തന്റെ പ്രകടനത്തിലും തനിക്ക് കിട്ടിയ പ്രശംസയിലും മതിമറന്ന ഒലെനിൻ ഇറോഷ്കയോട് സംസാരിച്ചുകൊണ്ടിരുന്നു.

“നിൽക്ക്! ഇതിലേ വാ” ഇറോഷ്ക ഇടയ്ക്ക് കയറിപ്പറഞ്ഞു. “ഇന്നലെ ഞാനിവിടെ ഒരു മാനിന്റെ കാലടിപ്പാടുകൾ കണ്ടിരുന്നു.”

മുൾക്കാട്ടിലേക്ക് തിരിഞ്ഞ് മുന്നൂറ് അടി മുന്നോട്ടു പോയപ്പോൾ അവർ പുല്ലുമൂടിയ ഒരു ചതുപ്പിലേക്ക് എത്തിച്ചേർന്നു. പുല്ല് പകുതിയും വെള്ളത്തിൽ മുങ്ങിപ്പോയിരുന്നു. ഒലെനിൻ ആ വൃദ്ധനായ വേട്ടക്കാരനൊപ്പം എത്താൻ കഴിയാതെ കുറെ പിറകിലായിപ്പോയി. ഇറോഷ്ക അയാളെ കൈകാണിച്ച് വിളിച്ചു. ഇറോഷ്കയ്ക്കൊപ്പമെത്തിയപ്പോൾ ഒലെനിൻ അയാൾ കാണിച്ച ഒരു മനുഷ്യന്റെ കാലടിപ്പാടുകൾ അവിടെ കണ്ടു.

"കണ്ടോ?"

"അതെ" ഒലെനിൻ കഴിയാവുന്നത്ര ശബ്ദംകുറച്ച് പറഞ്ഞു. "ഒരു മനുഷ്യന്റെ കാലടിപ്പാട്!"

കുപ്പറുടെ പാത്ത് ഫൈന്ററെക്കുറിച്ചും അബ്രക്സുകളെക്കുറിച്ചു മുള്ള ചിന്ത അയാളറിയാതെ അയാളുടെ മനസിലൂടെ കടന്നുപോയി. പക്ഷേ തന്നോടൊപ്പമുള്ള വൃദ്ധന്റെ നിഗൂഢമായ ചലനങ്ങൾ കണ്ട അയാൾ ഒന്നുംചോദിക്കാതെ അനങ്ങാതെനിന്നു. അപകടത്തെക്കുറിച്ച ുള്ള പേടിയോ പുതിയതൊന്ന് കണ്ടെത്തുന്നതിന്റെ ഉത്സാഹമോ ഈ നിഗൂഢതയ്ക്ക് പിന്നിലെന്ന് അയാൾക്ക് സംശയമായിരുന്നു.

"ഇത് എന്റെ കാൽപ്പാടുകൾ തന്നെയാണ്" ഇറോഷ്ക പതുക്കെ പ്പറഞ്ഞു. പിന്നീട് പുല്ലിൽക്കണ്ട ഒരു മൃഗത്തിന്റെ കാൽപ്പാടുകൾ അയാൾ ഒലെനിന് കാണിച്ചുകൊടുത്തു.

ആ വൃദ്ധൻ മുന്നോട്ടു പോയിക്കൊണ്ടിരുന്നു. ഒലെനിൻ അയാളെ പിന്തുടർന്നു. ഇരുപതടി നടന്നപ്പോൾ ഒരു പടർന്നു പന്തലിച്ച മരത്തിന്റെ ചുവട്ടിലെ കറുത്തമണ്ണിൽ ഒരു മൃഗത്തിന്റെ ചാണകം അവർ കണ്ടു.

ആ പ്രദേശം കാട്ടുവള്ളികൾകൊണ്ട് മൂടപ്പെട്ട് വളരെ സുഖപ്രദ മായി തണുത്തിരുണ്ട ഒന്നായിരുന്നു.

"അവൻ ഇന്നുരാവിലെ ഇവിടെ വന്നിട്ടുണ്ട്." ദീർഘമായി നിശ്വസി ച്ചുകൊണ്ട് അയാൾ പറഞ്ഞു. "ഈ സങ്കേതം ഇപ്പോഴും നനുത്തതാണ്." പെട്ടെന്ന് കാട്ടിൽ, അവർ നിന്നിടത്തുനിന്ന് പത്ത് അടി അകലെ ഒരു വലിയ ശബ്ദം അവർ കേട്ടു. അവർ ഞെട്ടിത്തരിച്ചു. പെട്ടെന്നുതന്നെ തോക്കെടുത്തുപിടിച്ചു. പക്ഷേ, അവർക്കൊന്നും കാണാൻ കഴിഞ്ഞില്ല. ചില്ലകൾ ഒടിഞ്ഞുവീഴുന്ന ശബ്ദംമാത്രം കേൾക്കാമായിരുന്നു. താളാ ത്മകമായ കാലടിയൊച്ച അവർ കുറച്ചുസമയം കേട്ടു. പിന്നീട് ഒരു ഇടി മുഴക്കംപോലെ കാട്ടിനുള്ളിൽ പ്രതിധ്വനിച്ച് മാഞ്ഞു മാഞ്ഞുപോയി. തന്റെ നെഞ്ചിൽ എന്തോ ഒന്ന് പൊട്ടിയതുപോലെ ഒലെനിന് തോന്നി. അയാൾ മുൾക്കാട്ടിലേക്ക് തറപ്പിച്ചുനോക്കി. പിന്നീട് ഇറോഷ്കയ്ക്ക് നേരെതിരിഞ്ഞു. ഇറോഷ്ക തന്റെ തോക്ക് നെഞ്ചോട് ചേർത്തുവെച്ച് ചലനമില്ലാതെ നിൽക്കുകയായിരുന്നു. അയാളുടെ തൊപ്പി പിറകിലേക്ക് ഊർന്നുപോയിരുന്നു. കണ്ണുകളിൽ ഭയം സ്ഫുരിക്കുന്നുണ്ടായിരുന്നു. തേഞ്ഞുപോയ മഞ്ഞപ്പല്ലുകൾ കാണിച്ചുകൊണ്ട് തുറന്നുവെച്ച വായ അങ്ങനെ ഉറച്ചുപോയതുപോലെ തോന്നിച്ചു.

"കൊമ്പുള്ള ഒരു മാൻ" തന്റെ തോക്ക് താഴെയിട്ട് നിരാശനായി,

നരച്ച താടിയുഴിഞ്ഞ് അയാൾ പറഞ്ഞു. "ഇവിടെയാണ് അത് നിന്നിരുന്നത്. നമ്മൾ ആ വളഞ്ഞവഴിയിലൂടെ വന്നു. വിഡ്ഢികൾ! വിഡ്ഢികൾ." അയാൾ ദേഷ്യത്തിൽ താടിക്ക് ഒരു തട്ടുകൊടുത്തു. "വിഡ്ഢികൾ! പന്നികൾ" വേദനയോടെ താടി പിടിച്ചുപറിച്ചുകൊണ്ട് അയാൾ പിന്നെയും പറഞ്ഞു. മഞ്ഞിൽ എന്തോ പറന്നുപോകുന്ന ശബ്ദംകേട്ടു. അങ്ങ് അകലെ മാൻ ഓടിപ്പോകുന്ന ശബ്ദം പ്രതിധ്വനിച്ചു.

വിശന്ന്, ക്ഷീണിച്ച്, പക്ഷേ നിറയെ പ്രതീക്ഷയും സന്തോഷവുമായി ഒലെനിൻ തിരിച്ചുവരുമ്പോൾ വൈകുന്നേരമായിരുന്നു. ഭക്ഷണം റെഡിയായിരുന്നു. വിശപ്പുമാറി സുഖമാവുന്നതുവരെ അയാൾ ഭക്ഷണം കഴിക്കുകയും മദ്യപിക്കുകയും ചെയ്തു. പിന്നീട് അയാൾ പോർച്ചിലേക്ക് ഇറങ്ങി. പടിഞ്ഞാറ് പർവതനിരകൾ അയാൾക്ക് മുന്നിൽ നെഞ്ചുവിരിച്ചുനിന്നു. വീണ്ടും ആ വൃദ്ധൻ തന്റെ ഒരിക്കലും അവസാനിക്കാത്ത നായാട്ടിന്റെയും അബ്രെക്സകളുടെയും പ്രണയിനികളുടെയും സ്വതന്ത്രമായ ജീവിതത്തിന്റെയും കഥകൾ അയാളോട് പറഞ്ഞു. വീണ്ടും മര്യാൻക അകത്തേക്കും പുറത്തേക്കും പോവുകയും മുറ്റത്തിനുകുറുകെ നടക്കുകയുംചെയ്തു. അവളുടെ വടിവൊത്ത ശരീരം അനുയോജ്യമായ വസ്ത്രധാരണത്താൽ കൂടുതൽ മനോഹരമായി കാണപ്പെട്ടു.

ഇരുപത്

മാനിനെ കണ്ടയിടത്തേക്ക് പിറ്റേദിവസം ഒലെനിൻ തനിച്ചുപോയി. വളഞ്ഞ വഴിയിലൂടെ വരുന്നതിനു പകരം അയാൾ മുൾവേലികൾ ചാടിക്കടന്നു. തന്റെ കോട്ടിൽ ഉടക്കിയ മുള്ള് എടുത്തുമാറ്റുന്നതിനുമുമ്പേ അയാളുടെ മുൻപേ പോയ നായ രണ്ട് പ്രാവുകൾക്കുനേരെ കുരച്ച് ചാടി. അയാൾ മുൻപോട്ടേക്ക് നടക്കുന്നതിനുമുമ്പേ അവ പറക്കാൻ തുടങ്ങിയിരുന്നു. തലേദിവസം ആ സ്ഥലം ഇറോഷ്ക അയാളെ കാണിച്ചുകൊടുത്തിട്ടില്ലായിരുന്നു. അയാൾ പന്ത്രണ്ടുപ്രാവശ്യം വെടിവെക്കുകയും അഞ്ച് പ്രാവുകളെ കൊല്ലുകയും ചെയ്തു. പക്ഷേ അയാൾ അപ്പോഴേക്കും ക്ഷീണിക്കുകയും നന്നായി വിയർക്കുകയും ചെയ്തിരുന്നു. അയാൾ തന്റെ നായയെ തിരികെ വിളിച്ചു. പിന്നീട് തന്റെ വലിയ കാർക്കേഷ്യൻ കോട്ടിന്റെ കൈകൊണ്ട് കൊതുകുകളെ ആട്ടിക്കളഞ്ഞുകൊണ്ട് അയാൾ ഇന്നലത്തെ സ്ഥലത്തേക്ക് പതുക്കെനീങ്ങി. പക്ഷേ നായയെ നിയന്ത്രിക്കുക സാധ്യമല്ലായിരുന്നു. പക്ഷികളുടെ കാലടിപ്പാടുകൾ കണ്ടിടത്തേക്കെല്ലാം അത് പോയിക്കൊണ്ടിരുന്നു. വീണ്ടും അയാൾ രണ്ട് പ്രാവുകളെക്കൂടി കൊന്നു. അതുകൊണ്ടുതന്നെ അയാൾ ലക്ഷ്യംവെച്ച സ്ഥലത്തെത്തുമ്പോഴേക്കും ഉച്ചയായിരുന്നു.

ആ ദിവസം ശാന്തവും പ്രസന്നവും ചൂട് കൂടിയതുമായിരുന്നു. പ്രഭാതത്തിലെ മഞ്ഞ് കാടിനുള്ളിൽനിന്നുവരെ മാഞ്ഞുപോയിരുന്നു. കൊതുകുകൾ അയാളുടെ മുഖത്തിനു ചുറ്റും കൈകളിലും പുറത്തും പൊതി

ഞ്ഞുനിന്നു. കൊതുകുകൾ നിറഞ്ഞ നായയുടെ ശരീരം കറുപ്പിൽനിന്ന് ചാരനിറമായി മാറിപ്പോയി, അതുപോലെതന്നെ അയാളുടെ കോട്ടും. കോട്ടിനുള്ളിലൂടെ കൊതുകുകൾ അതിന്റെ കൂർത്തകൊമ്പുകൾ ശരീരത്തിലേക്ക് തുളച്ച് കയറ്റി. ഒലെനിന് അവിടെനിന്നും രക്ഷപ്പെടാൻ തോന്നി. വേനൽക്കാലത്ത് അവിടെ താമസിക്കുക അസാധ്യമെന്ന് അയാൾക്ക് ബോധ്യമായി. അയാൾ വീട്ടിലേക്ക് തിരിച്ചുപോകാൻ ആലോചിച്ചു. പക്ഷേ ഇവയൊക്കെ സഹിക്കുന്ന ആളുകളെക്കുറിച്ച് ഓർത്തപ്പോൾ അവിടെത്തന്നെ നിന്നു. പക്ഷേ വിചിത്രമെന്ന് പറയട്ടെ, ഉച്ചയോടെ അയാൾ സന്തോഷവാനായി. ഈ കൊതുകുകൾ നിറഞ്ഞ അന്തരീക്ഷവും മുഖത്ത് പരന്നുപിടിച്ച കൊതുക് അരഞ്ഞുചേർന്ന വിയർപ്പും ശരീരത്തിലെ നിലയ്ക്കാത്ത അരോചകത്വവും ഇല്ലായിരുന്നെങ്കിൽ കാടിന് അതിന്റെ സൗന്ദര്യം ഉണ്ടാകുമായിരുന്നില്ല. ഈ വന്യസൗന്ദര്യത്തിനും കാട്ടിൽനിറഞ്ഞ പക്ഷികൾക്കും മൃഗങ്ങൾക്കും ഇരുണ്ട ഇലകൾക്കും ചൂടുള്ള കാറ്റിനും ചതുപ്പ് നിലങ്ങൾക്കും ഇലകൾക്കിടയിലൂടെ ഒഴുകുന്ന നീർച്ചാലുകൾക്കും വളരെ അനുയോജ്യമാണ്. ആദ്യം അയാൾക്ക് അസഹനീയമായി തോന്നിയ കൊതുകുകളുടെ കൂട്ടം. ഇന്നലെ കണ്ട സ്ഥലത്ത് ഇന്ന് ഒരു വന്യജീവിയും ഇല്ലെന്ന് കണ്ടപ്പോൾ അയാൾ വിശ്രമിച്ചു. കാടിന് നേരെ മുകളിൽ ജ്വലിച്ചുനിന്ന സൂര്യന്റെ കിരണങ്ങൾ, റോഡിൽ വെളിപ്രദേശത്ത് കയറിനിന്നപ്പോഴൊക്കെ അയാളുടെ തലയിലും പുറത്തും പതിച്ചു. ഭാരമുള്ള ഏഴ് പ്രാവുകൾ അയാളുടെ അരയ്ക്കു ചുറ്റും തൂങ്ങുന്നുണ്ടായിരുന്നു. ഇന്നലെക്കണ്ട മാനിന്റെ കാൽപ്പാടുകൾ കണ്ടപ്പോൾ അയാൾ കുറ്റിക്കാടിനിടയിലേക്ക് നുഴഞ്ഞുകയറി. ചുറ്റുമുള്ള ഇരുണ്ട നിറത്തിലുള്ള ഇലകൾ അയാൾ ശ്രദ്ധിച്ചു. അവിടെ ആ ജീവിയുടെ മണം തങ്ങിനിൽക്കുന്നുണ്ടായിരുന്നു. ഇന്നലെ കണ്ട അതിന്റെ കാഷ്ഠവും. മൃഗത്തിന്റെ കാൽമുട്ടിന്റെ അടയാളവും കാലുകൊണ്ട് ഇളക്കിയിട്ട കറുത്ത മണ്ണും അയാളുടെ തന്നെ കാലടിപ്പാടുകളും അവിടെയുണ്ടായിരുന്നു. അയാൾ ഒന്നിനെക്കുറിച്ചും ചിന്തിക്കാതെ ഒന്നും ആശിക്കാതെ അവിടെത്തന്നെയിരുന്നു. പെട്ടെന്ന് അയാളുടെ മനസിൽ അകാരണമായ സന്തോഷവും എല്ലാറ്റിനോടുമുള്ള സ്നേഹവും വന്നുനിറഞ്ഞു. അയാൾ ചിലരെക്കുറിച്ച് ആലോചിക്കാൻ തുടങ്ങി. "ഇപ്പോൾ ഞാൻ, ഡിമിട്രി ഒലെനിൻ, ഇവിടെ എല്ലാവരിൽനിന്നും വ്യത്യസ്തനായി, മനുഷ്യരെ ഇതുവരെ കണ്ടിട്ടില്ലാത്ത ഒരു മാൻപേട ജീവിക്കുന്നിടത്ത് മനുഷ്യർ ഇതുവരെ എത്തിച്ചേരാത്ത ഈ സ്ഥലത്ത്, ദൈവത്തിനുമാത്രം അറിയാവുന്ന ഈ സ്ഥലത്ത് ഇരിക്കുന്നു. ഇവിടെ ഞാനിരിക്കുന്നു. എനിക്കു ചുറ്റും ചെറുതും വലുതുമായ വൃക്ഷങ്ങൾ. കാട്ടുമുന്തിരിവള്ളികളാൽ അലങ്കരിക്കപ്പെട്ട അവയിലൊന്നിൽ തങ്ങളുടെ സഹോദരങ്ങളുടെ രക്തം മണത്തുകൊണ്ട് പ്രാവുകൾ ചിറകടിക്കുന്നു. അയാൾ താൻ പിടിച്ച പ്രാവുകളെ കൈകൊണ്ട് തലോടി, കൈയിൽ പറ്റിയ ചുടുരക്തം കോട്ടിൽ തുടച്ചുകളഞ്ഞു. "ചില

പ്പോൾ കുറുക്കന്മാർ മണംപിടിച്ചെത്തി നിരാശരായി മറ്റ് വഴികളിലൂടെ തിരിച്ചുപോകും. തനിക്ക് മുകളിൽ കൊതുകുകൾ, അവയ്ക്ക് വലിയ ദ്വീപുകളായിത്തോന്നുന്ന ഇലകൾക്കിടയിലൂടെ പാറിക്കളിച്ചു. ഒന്ന്, രണ്ട്, മൂന്ന്, നൂറ്, ആയിരം, ലക്ഷം, ദശലക്ഷം: ഒറ്റയ്ക്കൊറ്റയ്ക്ക് എന്തൊക്കെയോ മൂളിക്കൊണ്ട് പറന്നുനടക്കുന്നു. ഒറ്റയ്ക്കായ ഡിമിട്രി ഒലെനിൻ എന്ന എന്നെപ്പോലെ." കൊതുകുകൾ മൂളുന്നതെന്തെന്ന് അയാൾ സങ്കൽപ്പിച്ചു. "ഇതുവഴി കുട്ടികളേ ഇതുവഴി! ഇവിടെ നമുക്ക് തിന്നാൻ ഒരാളിരിക്കുന്നു." അവ മൂളുകയും അയാളെ കടിക്കുകയും ചെയ്തുകൊണ്ടിരുന്നു. അയാൾക്ക് വ്യക്തമാവുകയായിരുന്നു, അയാളിപ്പോളൊരു റഷ്യൻ കുലീനനല്ല. മോസ്കോ സമൂഹത്തിലെ ഒരംഗമല്ല. ഇന്നയാളുടെ – ഇന്നയാളുടെ – ഇന്നയാളുടെ ബന്ധുവല്ല. തന്റെ ചുറ്റും ജീവിക്കുന്ന ഈ കൊതുകിനെപ്പോലെ, പ്രാവിനെപ്പോലെ മാനിനെപ്പോലെ ഒരു ജീവിമാത്രം. "ഇറോഷ്കയെപ്പോലെ, ഇവയെപ്പോലെ ഞാനും കുറച്ചുകാലം ജീവിക്കും. പിന്നെ മരിക്കും. പിന്നെ അയാൾ പറയുന്നതുപോലെ പുല്ല് വളരും മറ്റൊന്നുമില്ല."

"പക്ഷേ, പുല്ല് വളർന്നാലെന്ത്?" അയാൾ ആലോചിച്ചു" ഞാൻ ജീവിക്കണം. സന്തോഷിക്കണം. കാരണം ഞാൻ ആഗ്രഹിക്കുന്നത് സന്തോഷമാണ്. ഞാനാരാണെന്നത് പ്രശ്നമല്ല. എല്ലാജീവികളേയുംപോലെ ഒന്ന്. അവസാനം എനിക്കു മുകളിലും പുല്ല് വളരും. അല്ലെങ്കിൽ ദൈവം ക്രമീകരിച്ചുവെച്ച ഒരു കൂട് എന്തുതന്നെയായാലും ഞാൻ നന്നായി ജീവിച്ചേ മതിയാവൂ. അങ്ങനെയെങ്കിൽ എങ്ങനെയാണ് ഞാൻ സന്തോഷത്തോടെ ജീവിക്കുക? എന്തുകൊണ്ടാണ് ഞാൻ മുൻപ് അങ്ങനെയല്ലാതായിപ്പോയത്?" അയാളുടെ മുൻകാലജീവിതം അയാളുടെ മനസിലൂടെ കടന്നുപോയി. അയാൾ വിഷണ്ണനായി. ഇപ്പോൾ ജീവിതത്തിൽ ഒന്നും ആവശ്യമില്ലെന്ന് തോന്നിയെങ്കിലും താനൊരു സ്വാർഥനായിരുന്നു എന്ന് അയാളോർത്തു. ഇലകൾക്കിടയിലൂടെ കടന്നുവരുന്ന അസ്തമയസൂര്യന്റെ പ്രകാശവും തെളിഞ്ഞ ആകാശവും അയാളെ വീണ്ടും സന്തോഷവാനാക്കി. "ഞാനെത്രത്തോളം കൃത്യതയോടെ കാര്യങ്ങൾ ചെയ്തു. എത്രത്തോളം പദ്ധതികളിട്ടു. പക്ഷേ, എല്ലാം എനിക്ക് ദുഃഖവും നിരാശയും നാണക്കേടും തന്നു. ഇപ്പോൾ എനിക്ക് സന്തോഷിക്കാൻ ഒന്നിന്റെയും ആവശ്യമില്ല." പൊടുന്നനെ ഒരു പ്രകാശം അയാളുടെ ഉള്ളിൽ തിളങ്ങി 'സന്തോഷം എന്നത് ഇതാണ്!' അയാൾ സ്വയം പറഞ്ഞു. "മറ്റുള്ളവർക്കുവേണ്ടി ജീവിക്കുന്നതാണ് സന്തോഷം. അത് സത്യമാണ്. സന്തോഷത്തിനുള്ള ആഗ്രഹം എല്ലാവരിലും ജന്മസിദ്ധമാണ്. അത് സ്വാർഥമായി സാക്ഷാൽക്കരിക്കാൻ, അതായത് പണം സമ്പാദിച്ചുകൊണ്ട്, പ്രശസ്തിയും സൗകര്യവും അന്വേഷിച്ചുകൊണ്ട് സ്നേഹംതേടിക്കൊണ്ട് ശ്രമിക്കുമ്പോൾ അത് അസാധ്യമാക്കുന്ന സന്ദർഭങ്ങൾ ഉയർന്നുവരുന്നു. അപ്പോഴാണ് സന്തോഷിക്കാനുള്ള ആഗ്രഹം ദുരാഗ്രഹമായി മാറുന്നത്. ഏത് ആഗ്രഹമാണ് ഭൗതികസാഹചര്യമില്ലാതെ പൂർത്തീകരിക്കാൻ കഴിയുന്നത്? ഏതാണവ സ്നേഹമോ? ആത്മസമർപ്പണമോ?" അയാൾ പൂർണ സന്തോഷവാനാ

യിരുന്നു. ഈ തിരിച്ചറിവുകൾ അയാളെ സംബന്ധിച്ചിടത്തോളം പുതിയ സത്യങ്ങളായിരുന്നു. മറ്റുള്ളവർക്കുവേണ്ടി സ്വയം സമർപ്പിക്കാനോ നല്ലതു ചെയ്യാനോ സ്നേഹിക്കാനോ അയാളുടെ മനസ്സ് വെമ്പൽകൊണ്ടു. അയാൾ മുൾക്കാട്ടിൽനിന്നും പുറത്തേക്കുവന്നു. വെളിമ്പ്രദേശത്ത് എത്തിയപ്പോൾ അയാൾ തനിക്കുചുറ്റും കണ്ണോടിച്ചു. മരത്തിന് മുകളിൽ സൂര്യനെ കാണാനില്ലായിരുന്നു. തണുപ്പ് കൂടിവന്നിരുന്നു. ആ സ്ഥലം അയാൾക്ക് അപരിചിതമായി കാണപ്പെട്ടു. എല്ലാം മാറിയിരിക്കുന്നു. കാലാവസ്ഥയും കാടിന്റെ സ്വഭാവവും. ആകാശം മേഘാവൃതമായിരിക്കുന്നു. കാറ്റ് മരത്തിനു മുകളിൽ തത്തിക്കളിച്ചു. ചുറ്റിലും പുല്ലും മുറിഞ്ഞുവീണ മരങ്ങളുമല്ലാതെ ഒന്നും കാണാനില്ലായിരുന്നു. ഏതോ മൃഗത്തെ പിന്തുടർന്ന തന്റെ നായയെ അയാൾ തിരിച്ചുവിളിച്ചു. ഒരു മരുഭൂമിയിലെന്നപോലെ അയാളുടെ ശബ്ദം പ്രതിധ്വനിച്ചു. വിചിത്രമായ എന്തോ ഒരു ചിന്ത പെട്ടെന്ന് അയാളെ പിടിച്ചുനിർത്തി. അയാൾ ഭയപ്പെടാൻ തുടങ്ങി. അയാൾ അബ്രക്സുകളെക്കുറിച്ചും കൊലപാതകികളെക്കുറിച്ചും ഓർത്തു. ഏതു നിമിഷവും കുറ്റിക്കാട്ടിൽനിന്നും ഒരു അബ്രക്ക് തന്റെ ദേഹത്തേക്ക് ചാടിവീഴുന്നത് അയാൾ പ്രതീക്ഷിച്ചു. ഒന്നുകിൽ പ്രതിരോധിച്ച് മരിക്കണം. അല്ലെങ്കിൽ ഒരു ഭീരുവാകണം. അയാൾ ദൈവത്തേയും തന്റെ ഭാവിയേയും കുറിച്ചോർത്തു. അയാൾക്ക് ചുറ്റും ഖിന്നയായ പ്രകൃതി വന്യഭാവത്തിൽ നിന്നു. "നല്ലതൊന്നും ചെയ്യാതെ ആരാലും അറിയപ്പെടാതെ തനിക്കുവേണ്ടി മാത്രം കുറച്ചു കാലം ജീവിക്കുന്നത് വെറുതേയല്ലേ?" അയാൾ ഗ്രാമം ലക്ഷ്യമാക്കിനടന്നു. വെടിവെക്കാൻ അയാൾക്ക് രണ്ടാമതൊന്ന് ആലോചിക്കേണ്ടിയിരുന്നില്ല. പക്ഷേ അയാൾ നന്നേ ക്ഷീണിതനായിരുന്നു. തന്റെ ജീവന്റെ കണക്ക് പറയിപ്പിക്കാനായി ഒരാൾ എപ്പോഴും ചാടിവീഴാം എന്ന പ്രതീക്ഷയോടെ അയാൾ കുറ്റിക്കാട്ടിലും മരത്തിനുമുകളിലും തുറിച്ചുനോക്കിക്കൊണ്ടിരുന്നു. കുറച്ചുദൂരം അലഞ്ഞു നടന്നതിനുശേഷം അയാൾ ടെറക്കിൽനിന്നും തണുത്ത ജലം ഒഴുകിപ്പോകുന്ന ഒരു കിടങ്ങിനടുത്തെത്തി. ദൂരേക്കൊന്നും പോകാതെ അയാൾ അതിലൂടെ നടന്നു. കിടങ്ങ് എവിടേക്കാണെന്നൊന്നും അയാൾ ചിന്തിച്ചിരുന്നില്ല. പെട്ടെന്ന് അയാൾക്ക് പിന്നിൽ പുല്ല് ഞെരിയുന്ന ശബ്ദംകേട്ടു. അയാൾ തോക്കെടുത്ത് നീട്ടി തിരിഞ്ഞുനിന്നു. ഓടിക്കിതച്ചുവന്ന് കിടങ്ങിൽച്ചാടി വെള്ളം നക്കിക്കുടിക്കുന്ന തന്റെ നായയെ കണ്ടപ്പോൾ അയാൾ ലജ്ജിതനായി.

അയാളും വെള്ളം കുടിച്ചതിനുശേഷം നായയെ പിന്തുടർന്നു. നായ തന്നെ ഗ്രാമത്തിൽ എത്തിക്കും എന്ന് അയാൾക്ക് വിശ്വാസമുണ്ടായിരുന്നു. നായയൊഴികെ ചുറ്റുമുള്ളതെല്ലാം അയാൾക്ക് വിരസമായി അനുഭവപ്പെട്ടു. കാട് ഇരുണ്ടുവന്നു. പൊട്ടിയ മരങ്ങൾക്ക് മുകളിൽ കാറ്റിന് ശക്തികൂടിവന്നു. ചില പക്ഷികൾ അവയ്ക്ക് ചുറ്റും ഒച്ചയുണ്ടാക്കിക്കൊണ്ടിരുന്നു. പച്ചപ്പ് കുറഞ്ഞ സ്ഥലത്തേക്കായിരുന്നു അയാൾ പോയ്ക്കൊണ്ടിരുന്നത്. പൂഴിനിറഞ്ഞ സ്ഥലവും അതിലെ മൃഗങ്ങളുടെ കാൽപ്പാടു

കളും മാത്രം ദൃശ്യമായിക്കൊണ്ടിരുന്നു. കാറ്റിന്റെ മൂളക്കം മറ്റൊരു അലറലായി അനുഭവപ്പെട്ടു. അയാൾക്ക് സങ്കടംതോന്നി. അയാൾ കൈകൾ പുറകിലേക്കിട്ട് അരയിൽ തൂങ്ങിക്കിടക്കുന്ന പ്രാവുകളെ തപ്പിനോക്കി. അതിൽ ഒന്ന് നഷ്ടമായിരിക്കുന്നു. കെട്ടറ്റ് താഴെയായതാവാം. രക്തമൊലിക്കുന്ന തലയും കൊക്കും അയാളുടെ ബൽറ്റിൽ കുരുങ്ങിക്കിടക്കുന്നുണ്ടായിരുന്നു. മുൻപത്തെക്കാളേറെ അയാൾ ഭയപ്പെടാൻ തുടങ്ങി. അയാൾ ദൈവത്തോട് പ്രാർഥിക്കാൻ തുടങ്ങി. നല്ലതൊന്നും ചെയ്യാൻ കഴിയാതെ, ആരോടും ദയകാണിക്കാൻ കഴിയാതെ താൻ മരിക്കാൻ പോവുകയാണെന്ന് അയാൾക്കുതോന്നി. ആത്മസമർപ്പണം നടത്താൻ കുറച്ചുകൂടെ ജീവിക്കാൻ അയാൾക്ക് ആഗ്രഹംകൂടിവന്നു.

ഇരുപത്തി ഒന്ന്

പെട്ടെന്ന് അയാളുടെ മനസിൽ ഒരു സൂര്യനുദിച്ചു. റഷ്യൻ സംസാരവും ടെറക്കിന്റെ കുത്തിയൊഴുക്കും അയാൾ കേട്ടു. കുറച്ചകലെ ഒഴുകുന്ന നദിയുടെ ബ്രൗൺനിറത്തിലുള്ള ഉപരിതലവും, മങ്ങിയനിറത്തിലുള്ള അതിന്റെ ഇറമ്പും പുൽനാമ്പുകളും കോർഡനിലെ കാവൽഗോപുരത്തിന്റെ നിഴലും കാണാറായി. മുൾച്ചെടികൾക്കിടയ്ക്ക് പുറത്ത് സീറ്റ് കെട്ടിവെച്ച ഒരു കുതിര നിൽക്കുന്നുണ്ടായിരുന്നു. ഗിരിനിരകൾ അയാൾക്കുമുന്നിൽ തുറക്കപ്പെട്ടു. ചുവന്ന സൂര്യന്റെ അവസാന കിരണങ്ങൾ മേഘങ്ങൾക്കിടയിലൂടെ നദിയിലേക്കും കാവൽഗോപുരത്തിലേക്കും അതിനടുത്തുണ്ടായിരുന്ന കൊസാക്കുകളുടെ ശരീരത്തിലേക്കും ഊർന്നുവീണു. അവർക്കിടയിൽ ലുകാഷ്കയുടെ ഊർജസ്വലമായ ശരീരം ഒലെനിൻ ശ്രദ്ധിച്ചു.

ഒലെനിന് പിന്നെയും യാതൊരു കാരണവുമില്ലാതെ സന്തോഷം തോന്നി. ഒരു പ്രോ–റഷ്യൻ ടാർട്ടാർ ഗ്രാമത്തിന് വിപരീതഭാഗത്തായി ടെറക്കിനപ്പുറത്ത് സ്ഥിതിചെയ്യുന്ന നിഴ്നിപ്രൊട്ടോട്സ്ക് പോസ്റ്റിലാണ് അയാൾ എത്തിച്ചേർന്നത്. അയാൾ അവരുടെ അടുത്തേക്ക് ചെന്ന് ധീരമായി സംസാരിച്ചു. ഒരു കുടിലിനുള്ളിലേക്ക് കയറി. പക്ഷേ കുടിലിനുള്ളിലോ പുറത്തോ അയാളെ ആരും ഗൗനിക്കുന്നുണ്ടായിരുന്നില്ല. കൊസാക്കുകളിൽനിന്നും അയാൾക്ക് ഒരു തണുപ്പൻ പ്രതികരണമാണ് ലഭിച്ചത്. കുടിലിലേക്ക് കയറിയ അയാൾ ഒരു സിഗരറ്റ് കത്തിച്ചു, ആരും അയാളെ ശ്രദ്ധിച്ചില്ല. കാരണം സിഗരറ്റ് വലിക്കുന്നത് അവർക്ക് ഇഷ്ടമില്ലായിരുന്നു. കൂടാതെ അവർ ഒരു പ്രധാന കാര്യത്തിനായി കാത്തുനിൽക്കുകയായിരുന്നു. കൊല്ലപ്പെട്ട അബ്രക്സിന്റെ ബന്ധു ശവശരീരം വിട്ടുകിട്ടുന്നതിനായി അവിടെ എത്തിയിരുന്നു. അവിടെയുള്ള കൊസാക്കുകൾ ഗ്രാമത്തിൽനിന്നും വരുന്ന കമാന്റിങ് ഓഫീസറെ കാത്തിരിക്കുകയായിരുന്നു. കൊല്ലപ്പെട്ട അബ്രക്സിന്റെ സഹോദരൻ കീറിയ ഒരു തൊപ്പിയാണ് ധരിച്ചിരുന്നതെങ്കിലും ആജാനുബാഹുവായിരുന്നു. താടി

രോമങ്ങൾ ക്രോപ്പ് ചെയ്ത് ചുവന്നചായം പൂശി പ്രൗഢിയോടെയിരുന്ന അയാൾ ഒരു രാജാവിനെപ്പോലെ തോന്നിച്ചു. അയാളുടെ മുഖം മരിച്ച അബ്രക്സിന്റേതുപോലെ തന്നെയായിരുന്നു. അയാൾ ആരുടെ മുഖത്തും നോക്കിയില്ല. അവിടെ കിടത്തിയിരുന്ന ശവത്തിന്റെ നേർക്കു പോലും. നിഴലിൽ, ഉപ്പൂറ്റിയമർത്തി ഇരുന്ന അയാൾ ഇടയ്ക്കിടക്ക് ചില ആജ്ഞകൾ നൽകുന്നുണ്ടായിരുന്നു. അയാളുടെ കൂടെയുള്ളവർ അത് ബഹുമാനത്തോടെ അനുസരിച്ചുകൊണ്ടിരുന്നു. അയാൾ ശരിക്കും ഒരു ധീരനായിരുന്നു. ഇതിനുമുമ്പും പല അവസരങ്ങളിലും അയാൾ റഷ്യക്കാരെ കണ്ടിരുന്നതുകൊണ്ട് ഒന്നും അയാളെ ആശ്ചര്യപ്പെടുത്തുകയോ താൽപ്പര്യപ്പെടുത്തുകയോ ചെയ്തില്ല. ഒലെനിൻ ശവശരീരത്തിനടുത്തേക്ക് വന്നപ്പോൾ അയാൾ ഒലെനിനെ അവജ്ഞയോടെ നോക്കുകയും ദേഷ്യത്തോടെ എന്തൊക്കെയോ പറയുകയും ചെയ്തു. പെട്ടെന്നുതന്നെ കൊല്ലപ്പെട്ടയാളുടെ മുഖം ഒരു കോട്ടുകൊണ്ട് മൂടപ്പെട്ടു. ധീരനായ അയാളുടെ ഉറച്ച മുഖഭാവം ഒലെനിനെ ആകർഷിച്ചു. ഏതു ഗ്രാമത്തിലാണ് അവരെന്ന് അവൻ അയാളോട് ചോദിച്ചു. പക്ഷേ, ആ ചെചനിയൻ ഒന്നു നോക്കുകപോലും ചെയ്യാതെ അവജ്ഞയോടെ തുപ്പിക്കൊണ്ട് മുഖംതിരിച്ചു. അത് അയാൾക്ക് റഷ്യക്കാരെക്കുറിച്ചുള്ള അജ്ഞതയോ വിഡ്ഢിത്തമോ കൊണ്ടാണെന്ന് ഒലെനിൻ മനസിലാക്കി. അതുകൊണ്ട് അയാൾ അടുത്തുനിന്നയാളുടെ അടുത്തേക്ക് തിരിഞ്ഞു. അയാളും കീറിയ വസ്ത്രങ്ങളായിരുന്നു ധരിച്ചിരുന്നത്. പക്ഷേ, ചുവന്ന തലമുടിക്ക് പകരം അയാളുടേത് കറുത്തതായിരുന്നു. വെളുത്ത തിളങ്ങുന്ന പല്ലുകളും കറുത്ത കണ്ണുകളുമുള്ള അയാൾ വളരെ ഊർജസ്വലനായിരുന്നു. അയാൾ ഒരു സംഭാഷണത്തിന് തയാറായി. ഒരു സിഗററ്റ് ചോദിച്ചുവാങ്ങിക്കുകയും ചെയ്തു.

"ഇവർ അഞ്ച് സഹോദരങ്ങളായിരുന്നു" തപ്പിത്തടഞ്ഞ റഷ്യൻ ഭാഷയിൽ അയാൾ പറഞ്ഞു: "മരിച്ചയാൾ റഷ്യക്കാർ കൊല്ലുന്ന മൂന്നാമത്തെയാളാണ്. ഇനി രണ്ടുപേർ മാത്രം ബാക്കി. ഇയാൾ ഒരു ധീരനാണ്." ചെചനിയനെ ചൂണ്ടിക്കാട്ടി അയാൾ പറഞ്ഞു. "അവർ അഹമ്മദ്ഖാനെ (മരിച്ച) കൊന്നപ്പോൾ ഇയാൾ പുല്ലുകൾക്കിടയിൽ നദിയുടെ അക്കരെ ഇരിക്കുന്നുണ്ടായിരുന്നു. അയാൾ എല്ലാം കണ്ടു. തോണിയിൽ കയറ്റി തീരത്ത് കൊണ്ടിടുന്നതടക്കം. ആ വയസനെ കൊല്ലാനായി രാത്രിവരെ അയാൾ അവിടെത്തന്നെയായിരുന്നു. പക്ഷേ മറ്റുള്ളവർ സമ്മതിച്ചില്ല.

ലുകാഷ്ക അവരുടെ അടുത്തേക്ക് വന്നിരുന്നു.

"ഏത് ഗ്രാമത്തിലേതാണ്?" അയാൾ ചോദിച്ചു.

"കുന്നിൻമുകളിലെ" മഞ്ഞുമൂടിയ നീലമലനിരകൾ ചൂണ്ടിക്കാണിച്ചുകൊണ്ട് അയാൾ പറഞ്ഞു: "സൂക്ക്-സു എന്ന് കേട്ടിട്ടുണ്ടോ? അവിടെനിന്നും എട്ടുമൈൽ അപ്പുറത്താണ്." നിങ്ങൾക്ക് സൂക്ക്-സൂയിലെ ലിറേഖാനെ അറിയാമോ? ലുകാഷ്ക ചോദിച്ചു. "അയാൾ എന്റെ സുഹൃത്താണ്, അയൽവാസിയാണ്" അയാൾ പറഞ്ഞു. അപ്പോൾ അവിടേക്ക് കുതിരപ്പുറത്ത് ഗ്രാമമുഖ്യനും ഒരു കൊസാക്ക് ക്യാപ്റ്റനും എത്തി

ച്ചേർന്നു. ക്യാപ്റ്റൻ എല്ലാവർക്കും "ഗുഡ്ഹെൽത്ത്" ആശംസിച്ചു. പക്ഷേ റഷ്യൻ ആർമിയിലേതുപോലെ ആരും തിരിച്ച് ആശംസ അർപ്പിച്ചില്ല. കുറച്ചുപേർ മാത്രം തലകുനിച്ചുകൊണ്ട് ബഹുമാനം പ്രകടിപ്പിച്ചു. ലുകാഷ്കയും മറ്റുചിലരും എഴുന്നേറ്റുനിന്ന് ആദരവ് പ്രകടിപ്പിച്ചു. ഔട്ട്പോസ്റ്റുകളിൽ എല്ലാം സുരക്ഷിതമാണെന്ന് കോർപ്പറൽ അറിയിച്ചു. ഔപചാരികതകൾ പെട്ടെന്നുതന്നെ തീർന്നു. കൊസാക്ക് ക്യാപ്റ്റൻ വളരെ ഊർജസ്വലനായിരുന്നു. അയാൾ ടാർട്ടാറിൽ വളരെ ഒഴുക്കോടെ സംസാരിച്ചു. ചില കടലാസുകൾ എഴുതി തയാറാക്കി സ്കൗട്ടിന് കൈമാറി. അയാളിൽനിന്നും പണം വാങ്ങിച്ചതിനുശേഷം എല്ലാവരും ശവശരീരത്തിനടുത്തേക്ക് നീങ്ങി.

"നിങ്ങളിലാരാണ് ലൂക്ക് ഗാദ്രിലോവ്?" ക്യാപ്റ്റൻ ചോദിച്ചു.

ലുകാഷ്ക തൊപ്പി ഊരിമാറ്റി മുന്നോട്ടേക്ക് വന്നു.

"താങ്കളുടെ കാര്യം ഞാൻ കമാണ്ടർക്ക് റിപ്പോർട്ട് ചെയ്തിട്ടുണ്ട്. എന്തുസംഭവിക്കും എന്നെനിക്കറിയില്ല. നിങ്ങൾക്ക് ഒരു റിവാർഡ് തരാൻ ഞാൻ ആവശ്യപ്പെട്ടിട്ടുണ്ട്. ഒരു പട്ടാളക്കാരനാവാനുള്ള പ്രായം താങ്കൾക്ക് ആയിട്ടില്ല എന്ന് തോന്നുന്നു. വായിക്കാനറിയുമോ?"

"ഇല്ല."

"പക്ഷേ, കാണാൻ നല്ല ഭംഗിയുണ്ടല്ലോ!" ക്യാപ്റ്റൻ പറഞ്ഞു. "തൊപ്പി ധരിക്കൂ! ഏത് ഗാപ്രിലോവിൽനിന്നാണ് ഇയാൾ വരുന്നത് ബ്രോഡ് ഏ?"

"അദ്ദേഹത്തിന്റെ മരുമകൻ" കോർപ്പറൽ മറുപടി പറഞ്ഞു.

"എനിക്കറിയാം! എനിക്കറിയാം! നിങ്ങൾ അവരെയൊന്ന് സഹായിക്കൂ" കൊസാക്കുകളുടെ നേരെതിരിഞ്ഞ് അയാൾ പറഞ്ഞു. ലുകാഷ്കയുടെ മുഖം സന്തോഷംകൊണ്ട് തിളങ്ങി. അയാൾ സാധാരണയേക്കാളും സുന്ദരനായി കാണപ്പെട്ടു. അയാൾ കോർപ്പറലിൽ നിന്നും മാറി, തൊപ്പി ധരിച്ച് ഒലെനിന്റെ സമീപത്ത് പോയിരുന്നു.

ശവശരീരം തോണിയിലേക്ക് കയറ്റിക്കഴിഞ്ഞപ്പോൾ സഹോദരൻ താഴെ തീരത്തേക്ക് ഇറങ്ങിവന്നു. കൊസാക്കുകൾ മാറിനിന്ന് അയാൾക്ക് നടക്കാൻ വഴിയുണ്ടാക്കി. അയാൾ തോണി ഉന്തിക്കൊണ്ട് അതിലേക്ക് ചാടിക്കയറി. പിന്നീട് ആദ്യമായി അയാൾ നിരന്ന് നിൽക്കുന്ന കൊസാക്കുകളെ വേഗത്തിലൊന്ന് നോക്കി. തന്റെ കൂടെയുള്ളവനോട് എന്തോ ചോദിച്ചു. അയാൾ ലുകാഷ്കയെ ചൂണ്ടി എന്തോ മറുപടി പറഞ്ഞു. അയാൾ ലുകാഷ്കയെ നോക്കി. പിന്നെ സാവധാനം മറുകരയിലേക്കും. ആ നോട്ടം ദേഷ്യമായിരുന്നില്ല. മറിച്ച് തണുത്ത് മരവിച്ച ഒരു അവജ്ഞയായിരുന്നു പ്രകടിപ്പിച്ചത്. അയാൾ വീണ്ടും എന്തോ പറഞ്ഞു. "അയാൾ എന്താണ് പറയുന്നത്?" ഒലെനിൻ ഒരു സ്കൗട്ടിനോട് ചോദിച്ചു.

"നിങ്ങൾ ഞങ്ങളെ കൊല്ലുന്നു, ഞങ്ങൾ നിങ്ങളുടെ കഴുത്തറുക്കുന്നു. എല്ലായ്പ്പോഴും ഇങ്ങനെയാണ്." സ്കൗട്ട് തന്റെ വെളുത്ത പല്ലുകൾ പുറത്തുകാട്ടി ചിരിച്ചുകൊണ്ട് പറഞ്ഞു. പിന്നീടയാൾ തോണിയിലേക്ക് ചാടിക്കയറി.

മരിച്ച മനഷ്യന്റെ സഹോദരൻ നിശ്ചലനായി ഇരിക്കുകയായിരുന്നു. അയാൾ എതിർദിശയിലെ തീരത്തിലേക്ക് നോക്കിയിരുന്നു. അയാൾക്ക് മനസു നിറച്ചും ദേഷ്യവും അവജ്ഞയുമായിരുന്നു. കാരണം അയാളുടെ ജിജ്ഞാസയുണർത്തുന്ന ഒന്നും ഈ തീരത്തുണ്ടായിരുന്നില്ല. തോണിയുടെ ഒരു മൂലയ്ക്കിരുന്ന് ഇരുവശവും തുഴഞ്ഞുകൊണ്ടിരുന്ന സ്കൗട്ട് നിർത്താതെ സംസാരിച്ചുകൊണ്ടിരുന്നു. ദൂരേയ്ക്ക് നീങ്ങവേ തോണി ചെറുതായി ചെറുതായി തോന്നിച്ചു. ശബ്ദം അവ്യക്തമായി വന്നു. അവസാനം ഇപ്പുറമുള്ളവർ കാണെത്തന്നെ അവർ അക്കരെയെത്തി. അവിടെ കുതിരകൾ അവരെ കാത്തുനിൽപ്പുണ്ടായിരുന്നു. ശവശരീരം തോണിയിൽനിന്ന് എടുത്ത് കുതിരപ്പുറത്ത് കയറ്റിക്കഴിയുമ്പോഴേക്കും അവിടെ അവരെ കാണാൻ അടുത്തുള്ള ടാർട്ടാർ ഗ്രാമത്തിൽനിന്നും ഒരുപാടു പേർ എത്തിച്ചേർന്നു. ഇപ്പുറം കൊസാക്കുകൾ വളരെ സന്തോഷത്തിലായിരുന്നു. ചിരിയും തമാശകളും എങ്ങും മുഴങ്ങിക്കേട്ടു. ക്യാപ്റ്റനും ഗ്രാമമുഖ്യനും ആഘോഷിക്കാനായി ഒരു കുടിലിന്റെ അകത്തേക്ക് കയറി. തന്റെ മുഖത്ത് തികട്ടിവരുന്ന സന്തോഷം നിയന്ത്രിക്കാനായി ലുകാഷ്ക കൈമുട്ട് കാൽമുട്ടിന് മുകളിൽ കയറ്റിവെച്ച് ഒരു ചുള്ളിക്കമ്പ് കഷണം കഷണമായി മുറിച്ചുകൊണ്ട് ഒലെനിന്റെ അരികിലായി ഇരുന്നു.

“നിങ്ങളെന്താണ് പുകവലിക്കുന്നത്? അത് നല്ലതാണോ?” ജിജ്ഞാസയോടെ അയാൾ ചോദിച്ചു.

ഒലെനിൻ കൊസാക്കുകളുടെ ഇടയിൽ ഒറ്റപ്പെടുന്നതായി ലുകാഷ്കയ്ക്ക് തോന്നിയതിനാൽ മനഃപൂർവം അയാൾ സംഭാഷണത്തിന് തുടക്കമിട്ടതായിരുന്നു.

“അതൊരു ശീലമാണ്. എന്തേ ചോദിക്കാൻ?”

“ഞങ്ങളിലൊരാൾ പുകവലിച്ചാൽ അന്നവിടെ ഒരു ശണ്ഠയുണ്ടാകും. നോക്കിയേ കുന്നുകൾ വളരെയടുത്തായി തോന്നുന്നു.” ലുകാഷ്ക തുടർന്നു. എന്നാലും നിങ്ങൾക്ക് അവിടെ എത്താൻ കഴിയില്ല. നിങ്ങളെങ്ങനെ തനിച്ച് പോകും? ഇപ്പോൾ ഇരുട്ടിത്തുടങ്ങി. നിങ്ങൾക്കിഷ്ടമെങ്കിൽ ഞാൻ നിങ്ങളെ കൊണ്ടുവിടാം. കോർപ്പറലിനോട് നിങ്ങൾ അനുവാദം വാങ്ങിയാൽമതി.”

“എന്തൊരു നല്ല മനുഷ്യൻ” ഒലെനിൻ ലുകാഷ്കയുടെ തിളങ്ങുന്ന മുഖത്തേക്ക് നോക്കി. അയാൾ മര്യാൻകയേയും ഗേറ്റിനടുത്തുനിന്ന് കേട്ട ശബ്ദവും ഓർത്തു. ലുകാഷ്കയെക്കുറിച്ച് മോശമായി ചിന്തിച്ചതിൽ അയാൾക്ക് വിഷമംതോന്നി. “ഒരാൾ വേറൊരാളെ കൊല്ലുന്നു, അതിലയാൾ മഹത്തായ കാര്യം ചെയ്തപോലെ സന്തോഷിക്കുകയും സംതൃപ്തപ്പെടുകയും ചെയ്യുന്നു. അതിലെന്താണ് പ്രശ്നം?” ഒരാളെ കൊല്ലുന്നതിലല്ല സന്തോഷമെന്നും മറ്റൊരാൾക്കുവേണ്ടി സ്വയം സമർപ്പിക്കുന്നതിലാണെന്നും അയാളോടാരും പറയാഞ്ഞതാണോ?”

“സുഹൃത്തേ നിങ്ങളിനി അവരുടെ മുൻപിൽ പോയിപ്പെടാതിരിക്കുന്നതാണ് നല്ലത്” തോണി മറുകരയടുക്കുന്നത് നോക്കിനിന്ന ഒരു

കൊസാക്ക് ലുകാഷ്കയോട് പറഞ്ഞു. "താങ്കളെക്കുറിച്ച് അവർ ചോദിക്കുന്നത് കേട്ടിരുന്നോ?"

ലുകാഷ്ക തലയുയർത്തി.

"എന്റെ ദൈവപുത്രൻ?" ലുകാഷ്ക ഉദ്ദേശിച്ചത്" മരിച്ച ചെചനിയനേ നിങ്ങളുടെ ദൈവപുത്രൻ ഇനി എഴുന്നേൽക്കില്ല. പക്ഷേ, ആ ചുവന്നമനുഷ്യനാണ് ദൈവപുത്രന്റെ സഹോദരൻ."

"ശവം മുഴുവനായി കിട്ടിയതിൽ അയാൾ ദൈവത്തിന് നന്ദിപറയട്ടെ." ലുകാഷ്ക പറഞ്ഞു.

"നിങ്ങളെന്തിനാണ് ഇത്രയും സന്തോഷിക്കുന്നത്? നിങ്ങളുടെ സഹോദരൻ കൊല്ലപ്പെട്ടാൽ നിങ്ങൾ സന്തോഷിക്കുമോ?" ഒലെനിൻ ചോദിച്ചു. ലുകാഷ്ക അയാളെ ചിരിക്കുന്ന കണ്ണുകളോടെ നോക്കി. ഒലെനിന് പറയാനുള്ളതൊക്ക അയാൾ മനസിലാക്കിയിരുന്നു.

"അതും സംഭവിക്കും. ചിലപ്പോൾ നമ്മുടെ ആളുകളും കൊല്ലപ്പെടാറില്ലേ?"

ഇരുപത്തിരണ്ട്

ക്യാപ്റ്റനും ഗ്രാമമുഖ്യനും പുറത്തേക്കുപോയി. തനിച്ച് കാട്ടിലൂടെ പോകാനുള്ള പേടികൊണ്ടും ലുകാഷ്കയെ സന്തോഷിപ്പിക്കാനുംവേണ്ടി ഒലെനിൻ കോർപ്പറലിനെക്കൊണ്ട് ലുകാഷ്കയക്ക് ലീവ് അനുവദിപ്പിച്ച്. ലുകാഷ്കയ്ക്ക് മര്യൻകയെ കാണാൻ ആഗ്രഹമുണ്ടാവും; കൂടാതെ, ഇതുപോലൊരു നല്ല കൊസാക്കിനെ സുഹൃത്തായി കൂട്ടുകൂടാൻ കിട്ടുന്നത് നന്നായിരിക്കും, ഒലെനിൻ ചിന്തിച്ചു. അയാൾ തന്റെ മനസിൽ ലുകാഷ്കയെയും മര്യാൻകയെയും ഒന്നിപ്പിച്ചു. എന്നിട്ട് അവരെക്കുറിച്ച് ചിന്തിക്കുന്നതിൽ ആനന്ദം കണ്ടെത്തി. "അവൻ മര്യാൻകയെ പ്രണയിക്കുന്നു. എനിക്കവളെ പ്രണയിക്കാൻ കഴിയുമായിരുന്നു." അയാൾ ചിന്തിച്ചു. തീവ്രമായൊരു വികാരം അയാളെ വന്നുപൊതിഞ്ഞു. അവർ കാട്ടിലൂടെ നടന്നു. ലുകാഷ്കയും സന്തോഷത്തിലായിരുന്നു. പ്രണയവുമായി ബന്ധപ്പെട്ട ഒരേപോലുള്ള ചിന്തകൾ ആ രണ്ട് യുവാക്കളുടെയും മനസിൽ വന്നുനിറഞ്ഞു. അവർ മുഖത്തോടുമുഖം നോക്കിയ ഓരോ സമയവും തമ്മിൽത്തമ്മിൽ ചിരിച്ചു.

"ഏത് വഴിയാണ് നിങ്ങൾ പ്രവേശിക്കുക?" ഒലെനിൻ ചോദിച്ചു. "നടുവിലത്തെ. പക്ഷേ, അവിടെനിന്ന് ചതുപ്പുനിലംവരെ എനിക്ക് നിങ്ങളെ കാണാം. പിന്നെ നിങ്ങൾക്കൊന്നും പേടിക്കാനില്ല."

"നിങ്ങൾ വിചാരിച്ചത് എനിക്ക് പേടിയാണെന്നാണോ? തിരിച്ചുപോയ്ക്കൊള്ളൂ. ഞാൻ തനിച്ച് പോയ്ക്കൊള്ളാം." ഒലെനിൻ ചിരിച്ചുകൊണ്ട് പറഞ്ഞു.

"ശരി, ശരി! ഞാനന്താണ് ചെയ്യേണ്ടത്! ഞങ്ങൾക്കുവരെ പേടിയാണ്. പിന്നെയെങ്ങനെയാണ് നിങ്ങൾക്ക് ഭയമില്ലാതിരിക്കാൻ കഴി

യുക?" ഒലെനിന്റെ ആത്മാഭിമാനത്തെ തെല്ലൊന്ന് ഇകഴ്ത്തിക്കൊണ്ട് ലുകാഷ്ക പറഞ്ഞു.

"എന്നാൽ എന്റെ കൂടെ വാ. നമുക്ക് ഒരുമിച്ച് കുറച്ചു സംസാരിച്ച് മദ്യപിച്ച് രാവിലെ തിരിച്ചുപോരാം."

"എനിക്ക് രാത്രി ചെലവഴിക്കാൻ ഒരു സ്ഥലം കണ്ടെത്താൻ കഴിയില്ലേ?"

പക്ഷേ, കോർപ്പറൽ എന്നോട് തിരിച്ചുപോരാൻ ആവശ്യപ്പെട്ടിട്ടുണ്ട്" ലുകാഷ്ക ചിരിച്ചുകൊണ്ട് പറഞ്ഞു.

"ഇന്നലെ നിങ്ങൾ പാടുന്നത് ഞാൻ കേട്ടു. നിങ്ങളെ കാണുകയും ചെയ്തു." ഒലെനിൻ പറഞ്ഞു.

"എല്ലാവരും കണ്ടു" ലുകാഷ്ക തലയാട്ടി.

"താങ്കൾ വിവാഹനാകാൻ പോകുന്നു എന്ന് പറഞ്ഞത് ശരിയാണോ?" ഒലെനിൻ ചോദിച്ചു.

"അമ്മയ്ക്കാണ് നിർബന്ധം. പക്ഷേ എനിക്ക് സ്വന്തമായി ഒരു കുതിരയെപ്പോലും വാങ്ങാൻ കഴിഞ്ഞിട്ടില്ല."

"താങ്കൾക്ക് സ്ഥിരം ജോലിയാണോ?"

"ഏയ്! ഞാനിപ്പോൾ സർവീസിൽ ചേർന്നതേയുള്ളു. ഒരു കുതിരയെപ്പോലും ലഭിച്ചിട്ടുമില്ല. എങ്ങനെയാണ് ഒന്ന് ലഭിക്കുക എന്ന് അറിഞ്ഞുകൂടാതാനും. അതുകൊണ്ടാണ് വിവാഹം നടക്കാത്തത്."

"ഒരു കുതിരയ്ക്ക് എത്ര വിലവരും?"

ഞങ്ങൾ നദിക്കപ്പുറത്തുള്ള ഒരാളുമായി വിലപേശുന്നുണ്ട്. ഒരു നേഗേയ് കുതിരയായിരുന്നിട്ടും അവർ അറുപത് റൂബിളാണ് ആവശ്യപ്പെടുന്നത്. ഇത്ര കൂടിയ വിലയ്ക്ക് ഞാൻ കുതിരയെ വാങ്ങിക്കില്ല."

"നിങ്ങൾ എന്റെ കൂടെവന്ന് എന്റെ അറ്റന്റർ ആവാമെങ്കിൽ ഒരു കുതിരയെ ലഭിക്കാനുള്ളതെല്ലാം ഞാൻ ശരിയാക്കിത്തരാം." ഒലെനിൻ പറഞ്ഞു. "ശരിക്കും! എനിക്കിപ്പോൾ രണ്ടെണ്ണമുണ്ട്. പക്ഷേ എനിക്കവയെ ആവശ്യമേയില്ല."

"എന്തുകൊണ്ടാണ് വേണ്ടാത്തത്?" ലുകാഷ്ക ഉറക്കെ ചിരിച്ചു. "നിങ്ങളെനിക്കെന്തിനാണ് ഒരു സമ്മാനം തരുന്നത്. ദൈവത്തിന്റെ സഹായമുണ്ടെങ്കിൽ നമുക്ക് സ്വയം ഒന്ന് വാങ്ങാൻ കഴിയും."

"പറ്റില്ല, തീർച്ച! നിങ്ങൾക്ക് എന്റെ അറ്റന്ററാകാൻ താൽപ്പര്യമില്ലേ?" ലുകാഷ്കയ്ക്ക് ഒരു കുതിരയെ കൊടുക്കുക എന്ന ചിന്ത അയാളിൽ സന്തോഷം ഉളവാക്കി. പക്ഷേ പിന്നീടുണ്ടായ നിശ്ശബ്ദതയിൽ അയാൾ വല്ലാതെ വിഷമിച്ചു.

ആദ്യം നിശ്ശബ്ദതയെ ഭഞ്ജിച്ചത് ലുകാഷ്കയായിരുന്നു.

"റഷ്യയിൽ നിങ്ങൾക്ക് സ്വന്തമായൊരു വീടുണ്ടോ?" അയാൾ ചോദിച്ചു. "ഒന്നല്ല ഒരുപാട് വീടുകളുണ്ട്" ഒലെനിൻ പറഞ്ഞു.

"ഞങ്ങളുടേതിനേക്കാൾ വലിയ നല്ല വീട്?"

"വളരെ വലുത്. നിങ്ങളുടെ വീടിനേക്കാൾ പത്തു മടങ്ങ് വലുത്. മൂന്ന് നിലയുള്ളത്" ഒലെനിൻ പറഞ്ഞു.

"കുതിരകളുണ്ടോ?"

"എനിക്ക് നൂറ് കുതിരകളുണ്ട്. ഓരോന്നും മുന്നൂറ് നാനൂറ് റൂബിൾ വിലവരുന്നവ. എന്നാൽ അത് നിങ്ങളുടേതുപോലുള്ളതല്ല. അവ ട്രോട്ടേഴ്സ് ആണ്. പക്ഷേ നിങ്ങളുടെ കുതിരകളെയാണ് എനിക്ക് കൂടുതൽ ഇഷ്ടം."

"നിങ്ങൾ സ്വന്തം ഇഷ്ടപ്രകാരമാണോ ഇങ്ങോട്ടു വന്നത്? അതോ നിർബന്ധിച്ച് പറഞ്ഞയച്ചതോ?"

ലുകാഷ്ക ചിരിച്ചുകൊണ്ട് ചോദിച്ചു: "നോക്ക് ഇവിടെനിന്നാണ് നിങ്ങൾക്ക് വഴിതെറ്റിയത്. നിങ്ങൾ വലത്തോട്ട് തിരിഞ്ഞാണ് പോകേണ്ടിയിരുന്നത്."

"ഞാൻ സ്വന്തം ഇഷ്ടപ്രകാരമാണ് വന്നത്. എനിക്ക് നിങ്ങളെയൊക്കെ കാണണമായിരുന്നു. പിന്നെ ഒരു സാഹസികയാത്രയും."

"ഒരു സാഹസികയാത്രയ്ക്ക് ഞാനെന്നും റെഡിയാണ്." ലുകാഷ്ക പറഞ്ഞു. "കുറുക്കൻ ഓലിയിടുന്നത് നിങ്ങൾ കേട്ടോ?" അയാൾ ചെവിയോർത്തുകൊണ്ട് ചോദിച്ചു.

"ഒരു മനുഷ്യനെ കൊന്നതിൽ ഒരു ഭയവും നിങ്ങൾക്ക് തോന്നുന്നില്ലേ?"

"പേടിക്കാനെന്തുണ്ട് ഇതിൽ. എനിക്ക് സാഹസികത ഇഷ്ടമാണ്" അയാൾ ആവർത്തിച്ചു. "എങ്ങനെയാണ് ഞാൻ പോവുക."

"നമ്മൾ ചിലപ്പോൾ ഒരുമിച്ച് സാഹസികയാത്രയ്ക്ക് പോവും. അവധിക്കുമുമ്പ് ഞങ്ങളുടെ കമ്പനി പോകാൻ പദ്ധതിയിട്ടിട്ടുണ്ട്."

"നിങ്ങളെന്തിനാണ് ഇവിടെ വന്നത്? നിങ്ങൾക്ക് വീടുണ്ട്. കുതിരയുണ്ട്, ജോലിക്കാരുണ്ട്. നിങ്ങളുടെ സ്ഥാനത്ത് ഞാനായിരുന്നെങ്കിൽ ഞാൻ ഒന്നുംചെയ്യാതെ സന്തോഷിച്ച് നടക്കുമായിരുന്നു."

"സൈന്യത്തിൽ താങ്കളുടെ റാങ്ക് ഏതാണ്?"

"ഞാനൊരു കേഡറ്റാണ്, ഒരു കമീഷനായി ശുപാർശചെയ്യപ്പെട്ടിരിക്കുകയാണ്."

"നിങ്ങൾ വീടിനെക്കുറിച്ച് പറഞ്ഞത് വെറും പൊങ്ങച്ചമല്ലെങ്കിൽ, നിങ്ങളുടെ സ്ഥാനത്ത് ഞാനായിരുന്നെങ്കിൽ ഒരിക്കലും ഞാനവിടം വിട്ടുപോരില്ലായിരുന്നു. ശരിക്കും! ഒരിക്കലും ഞാൻ ദൂരേക്ക് പോവില്ലായിരുന്നു. ഞങ്ങളുടെ കൂടെ ജീവിക്കുന്നതിൽ സന്തോഷം തോന്നുന്നുണ്ടോ?"

"അതെ, എനിക്ക് വലിയ സന്തോഷംതോന്നുന്നു." ഒലെനിൻ പറഞ്ഞു. ഇങ്ങനെ സംസാരിച്ചുകൊണ്ട് ഗ്രാമത്തിലെത്തുമ്പോഴേക്കും ഇരുട്ട് വീണിരുന്നു. കാടിന്റെ കറുപ്പ് അപ്പോഴും അവരെ വട്ടംചുറ്റി നിൽപ്പുണ്ടായിരുന്നു. മരത്തിന് മുകളിലൂടെ കാറ്റ് ചൂളമടിച്ച് പോയി. അവരുടെ പിറകിൽ വളരെയടുത്തുനിന്നും കുറുക്കന്മാർ ഓലിയിടുന്ന ശബ്ദം കേൾക്കാമായിരുന്നു. പക്ഷേ, മുന്നിൽ സ്ത്രീകളുടെ ശബ്ദവും നായ്ക്കളുടെ കുരയും വ്യക്തമായി കേൾക്കാമായിരുന്നു. കുടിലുകളുടെ ആകാരം ഇരുട്ടിലും വ്യക്തമായി കാണപ്പെട്ടു. വിളക്കുകൾ തെളിഞ്ഞു. വിളക്കെണ്ണ

കത്തുന്ന മണം അന്തരീക്ഷത്തിൽ പടർന്നു. ഇതാണ് തന്റെ ഗ്രാമമെന്നും, ഇവിടെയാണ് തന്റെ വീടും കുടുംബവും സന്തോഷവും എല്ലാമെന്നും ഒലെനിന് തോന്നി. ഈ രാത്രി പ്രത്യേകിച്ച് ജീവിതത്തിൽ ഒരിക്കലും അനുഭവിച്ചിട്ടില്ലാത്ത സന്തോഷം അയാൾ അനുഭവിച്ചു. അവിടെയുള്ള എല്ലാവരേയും, പ്രത്യേകിച്ച് ലുകാഷ്കയെ അയാൾ വല്ലാതെ ഇഷ്ടപ്പെട്ടു. വീട്ടിലെത്തിയപ്പോൾ ലുകാഷ്കയെ അത്ഭുതപ്പെടുത്തിക്കൊണ്ട് അയാൾ ഗ്രോഡ്നോയിൽനിന്നും വാങ്ങിച്ച ഒരു കുതിരയെ ഷെഡ്ഡിൽനിന്നും പുറത്ത് കൊണ്ടുനിർത്തി. അത് അയാൾ സ്ഥിരം സവാരിചെയ്യുന്ന കുതിരയായിരുന്നില്ല. കുറച്ച് പ്രായമായതെങ്കിലും മോശമല്ലാത്ത ആ കുതിരയെ അയാൾ ലുകാഷ്കയ്ക്ക് നൽകി.

"നിങ്ങൾ എന്തിനാണ് എനിക്കൊരു സമ്മാനം തരുന്നത്? ഞാൻ നിങ്ങൾക്കുവേണ്ടി ഒന്നും ചെയ്തിട്ടില്ല."

"ഇതൊന്നുമല്ല. ഇതിനെയെടുത്തോളൂ. എന്നിട്ട് എനിക്ക് ഒരു സമ്മാനം തരൂ! നമ്മളൊരുമിച്ച് പൊതുശത്രുവിനെതിരെ ഒരു സാഹസികയാത്രയ്ക്ക് പോകും."

ലുകാഷ്കയ്ക്ക് ഒന്നും പിടികിട്ടിയില്ല.

"നിങ്ങൾ പറയുന്നത് എനിക്ക് മനസിലാവുന്നില്ല! ഒരു കുതിരയ്ക്ക് ഒരു വിലയുമില്ലാത്തതുപോലെ! കുതിരയെ നോക്കുകപോലും ചെയ്യാതെ ലുകാഷ്ക പറഞ്ഞു.

"കുതിരയെ എടുത്തോളൂ! ഇല്ലെങ്കിൽ നിങ്ങൾ എന്നോട് മോശമായി പെരുമാറുന്നതിന് തുല്യമാവും. വന്യൂഷ ആ കുതിരയെ ഇയാളുടെ വീട്ടിലെത്തിക്കൂ."

ലുകാഷ്ക കുതിരയുടെ കടിഞ്ഞാൺ പിടിച്ചു.

"നന്ദി! ഇത് അപ്രതീക്ഷിതമായ സംഭവമാണ്. സ്വപ്നംകാണുകപോലും ചെയ്യാത്തത്."

ഒലെനിൻ പന്ത്രണ്ട് വയസായ ഒരു കുട്ടിയെപ്പോലെ സന്തോഷവാനായിരുന്നു.

"അതിനെ ഇവിടെ കെട്ടൂ. നല്ല കുതിരയാണ്. ഞാൻ ഗ്രോഡ്നോയിൽനിന്നും വാങ്ങിച്ചതാണ്. നന്നായി ഓടും. വന്യൂഷ ഞങ്ങൾക്ക് കുറച്ച് ചിക്കിർ എടുത്തുവെക്കൂ. ഉള്ളിലേക്ക് കടന്നുവരൂ."

വീഞ്ഞ് എത്തി. ലുകാഷ്ക അവിടെയിരുന്ന് വൈൻ ഗ്ലാസ് കൈയിലെടുത്തു.

"ദൈവഹിതം. ഞാൻ എങ്ങനെയെങ്കിലും ഇതിന് പ്രത്യുപകാരം ചെയ്യും." വീഞ്ഞ് കുടിച്ചുകൊണ്ട് അയാൾ പറഞ്ഞു.

"താങ്കളുടെ പേര്?"

"ഡിമിട്രി ആൻഡ്രേയിച്ച്"

"ഡിമിട്രി ആൻഡ്രേയിച്ച്, ദൈവം നിങ്ങളെ സഹായിക്കട്ടെ. നമ്മൾ എപ്പോഴും സുഹൃത്തുക്കളായിരിക്കും. നിങ്ങൾ ഞങ്ങളെ കാണാൻ വരണം. ധനികരല്ലെങ്കിലും ഒരു സുഹൃത്തിനെ നന്നായി സ്വീകരിക്കാൻ

ഞങ്ങൾക്ക് കഴിയും. നിങ്ങൾക്ക് കട്ടിക്രീമോ മുന്തിരിയോ വേണമങ്കിൽ ഞാനെന്റെ അമ്മയോട് പറഞ്ഞ് ഏർപ്പാടാക്കിത്തരാം. നിങ്ങൾ കോർഡനിൽ വരികയാണെങ്കിൽ ഞാൻ നിങ്ങളുടെ പരിചാരകനായിരിക്കും. നായാട്ടിന് പോകാനോ നദിക്കക്കരെ പോകാനോ അല്ലെങ്കിൽ നിങ്ങൾക്കിഷ്ടമുള്ള എവിടേക്കെങ്കിലും പോകാനോ ഞാൻ കൂടെയുണ്ടാവും. ഞാൻ കഴിഞ്ഞദിവസം ഒരു കാട്ടുപന്നിയെ കൊന്നു. എന്നിട്ട് കൊസാക്കുകളുടെ ഇടയിൽ പങ്കുവെച്ചു. നിങ്ങളെയെനിക്ക് മുമ്പ് അറിയാമായിരുന്നെങ്കിൽ തീർച്ചയായും അത് നിങ്ങൾക്ക് തരുമായിരുന്നു."

"ശരി, ശരി! ഒരു കാര്യം ഓർത്തുവെക്കണം. കുതിരയെ ഒരിക്കലും കടിഞ്ഞാണിടരുത്, കാരണം അത് അതിന് ശീലമില്ല."

"എന്തിനാണ് കുതിരയെ കടിഞ്ഞാണിടുന്നത്?" ലുകാഷ്ക ചോദിച്ചു.

"നിങ്ങൾക്കിഷ്ടമാവുമെങ്കിൽ എനിക്ക് ഒരുകാര്യം നിങ്ങളോട് പറയാനുണ്ട്," തലതാഴ്ത്തിക്കൊണ്ട് അയാൾ പറഞ്ഞു. "എനിക്കൊരു സുഹൃത്തുണ്ട്, ഗിരേഖോൻ. കുന്നിൻമുകളിൽനിന്നും അവർ ഇറങ്ങിവരുന്ന റോഡിൽ ആക്രമിക്കാനൊരുങ്ങി നിൽക്കാൻ അയാളെന്നോട് പറഞ്ഞു. നമുക്ക് ഒരുമിച്ച് പോകാം? ഞാൻ നിങ്ങളെ ചതിക്കില്ല. ഞാനെന്നും നിങ്ങളുടെ കൂടെയുണ്ടാവും."

"നമുക്ക് പോകാം, നമുക്കൊരുനാൾ പോകാം."

ഒലെനിന് തന്നെക്കുറിച്ചുള്ള അഭിപ്രായമറിയാൻ ലുകാഷ്ക തെല്ലിട മൗനം അവലംബിച്ചു. അയാളുടെ ശാന്തതയും ലാളിത്യവും ഒലെനിനെ വല്ലാതെ ആകർഷിച്ചു. അയാൾ മുമ്പൊരിക്കലും ഇത്രയും ശാന്തനായിരുന്നിട്ടില്ല. അവർ ഒരുപാടുനേരം സംസാരിച്ചു. നന്നായി മദ്യപിച്ച ലുകാഷ്ക അവിടെനിന്നും പോകുമ്പോൾ നേരം വളരെ വൈകിയിരുന്നു.

താനെന്താണ് ചെയ്യേണ്ടത് എന്നറിയാൻ ഒലെനിൻ ജനലിനുള്ളിലൂടെ പുറത്തേക്ക് നോക്കി. ലുകാഷ്ക തലകുനിച്ചുകൊണ്ട് പുറത്തേക്ക് പോയി. കുതിരയേയും തെളിച്ച് ഗേറ്റിനു പുറത്തെത്തിയ അയാൾ പെട്ടെന്ന് തലകുടഞ്ഞ് കടിഞ്ഞാൺ നേരെയാക്കി ഒരു പൂച്ചയെപ്പോലെ അതിന്റെ പുറത്തുകയറി വേഗത്തിൽ ഓടിച്ചുപോയി. ലുകാഷ്ക തന്റെ സന്തോഷം പങ്കുവെക്കാൻ മര്യാൻകയുടെ അടുത്തേക്ക് പോകുമെന്ന് ഒലെനിൻ കരുതി. അയാൾ അങ്ങനെ ചെയ്തില്ലെങ്കിലും ഒലെനിന്റെ മനസിൽ മുമ്പെങ്ങുമില്ലാത്ത സന്തോഷം കളിയാടി. അയാൾ ഒരു കുട്ടിയെപ്പോലെ സന്തോഷിക്കുകയായിരുന്നു. താൻ ലുകാഷ്കയ്ക്ക് കുതിരയെ കൊടുത്തകാര്യവും എന്തുകൊണ്ട് കൊടുത്തു എന്നതും സന്തോഷത്തെക്കുറിച്ചുള്ള തന്റെ പുതിയ കണ്ടെത്തലും അയാൾ വന്യൂഷയോട് പറഞ്ഞു. വന്യൂഷ അയാളുടെ സിദ്ധാന്തം അംഗീകരിച്ചില്ല എന്നു മാത്രമല്ല അതൊക്കെ ശുദ്ധഅസംബന്ധമാണെന്നും പറഞ്ഞു.

ലുകാഷ്ക വീട്ടിലേക്കാണ് പോയത്. കുതിരപ്പുറത്തുനിന്നും ചാടിയിറങ്ങി അതിനെ അമ്മയെ ഏൽപ്പിച്ച് അയാൾ പറഞ്ഞു: "കൊസാ

ക്കിലെ കുതിരകളുടെ കൂട്ടത്തിൽ വിട്." അയാൾക്ക് രാത്രിതന്നെ കോർഡനിലേക്ക് തിരിച്ചുപോകണമായിരുന്നു. കുതിരയുടെ കാര്യങ്ങൾ അയാളുടെ ഊമയായ സഹോദരി ഏറ്റെടുത്തു. ഇനി ഈ കുതിരയെത്തന്ന മനുഷ്യനെ കാണുമ്പോൾ അവൾ അയാളെ നമസ്കരിക്കുമെന്ന് മുദ്രകളിലൂടെ അവൾ പറഞ്ഞു. അമ്മ മകന്റെ കഥയ്ക്ക് തലയാട്ടിയെങ്കിലും ഇത് എവിടെനിന്നെങ്കിലും മോഷ്ടിച്ചതാവാമെന്ന് മനസിലുറപ്പിച്ചു. അതുകൊണ്ട് നേരംവെളുക്കുന്നതിന് മുമ്പുതന്നെ അതിനെ കുതിരക്കൂട്ടത്തിൽ വിടാൻ അവൾ തന്റെ മകളോട് നിർദേശിച്ചു.

ലുകാഷ്ക ഒലെനിന്റെ പ്രവൃത്തിയെക്കുറിച്ച് ആലോചിച്ചുകൊണ്ട് തനിച്ച് കോർഡനിലേക്ക് തിരിച്ചുപോയി. കുതിര അൽപ്പം പ്രായമുള്ളതാണെങ്കിലും നാൽപ്പത് റൂബിളെങ്കിലും വില വരുന്നതായിരുന്നു. ആ സമ്മാനത്തിൽ അയാൾ ആഹ്ലാദിച്ചു. എന്തിനായിരിക്കും തനിക്ക് അതിനെ നൽകിയതെന്ന് എത്ര ആലോചിച്ചിട്ടും അയാൾക്ക് പിടികിട്ടിയില്ല. അതുകൊണ്ടുതന്നെ നന്ദിയുടെ ഒരംശവും അയാളുടെ മനസിലേക്ക് കയറിവന്നില്ല. മാത്രമല്ല ആ കേഡറ്റിന് വല്ല ദുരുദ്ദേശ്യവും ഉണ്ടാവുമോ എന്ന് സംശയിക്കുകയും ചെയ്തു. എന്തായിരുന്നു എന്നത് ഊഹത്തിനപ്പുറത്തായിരുന്നു. എന്നാലും അപരിചിതനായ ഒരാൾക്ക് നാൽപ്പത് റൂബിൾ വിലവരുന്ന ഒരു കുതിരയെ വെറുതെ നൽകുക എന്നത് അയാൾക്ക് അംഗീകരിക്കാൻ കഴിഞ്ഞില്ല. "അത് അസാധ്യമാണ്."

"മദ്യപിച്ച് ലക്കുകെട്ടിട്ടാണെങ്കിൽ നമുക്ക് മനസിലാക്കാം. പക്ഷേ ഇതങ്ങനെയല്ല. അയാൾ തന്റെ വിശാലമനസ്കതയും ദാനശീലവും കാണിച്ചതായിരിക്കും. അയാൾ മദ്യപിച്ചിരുന്നില്ല. അതുകൊണ്ടുതന്നെ വല്ല കാര്യവും നേടിയെടുക്കാൻ കൈക്കൂലി തന്നതാവും." ലുകാഷ്ക ചിന്തിച്ചു. "എന്തായാലും എനിക്ക് കുതിരയെ കിട്ടിയല്ലോ. ബാക്കിയുള്ളത് പിന്നീട് ആലോചിക്കാം. ഞാനൊരു വിഡ്ഢിയല്ല, ആര് വിജയിക്കും എന്ന് നമുക്ക് കാണാം." അയാളുടെ അംഗരക്ഷകനായി ഇരിക്കേണ്ടുന്നതിന്റെ കാര്യമാലോചിച്ച് ലുകാഷ്കയ്ക്ക് ഒലെനിനോട് ദേഷ്യംതോന്നി. തനിക്കെങ്ങനെയാണ് കുതിരയെ ലഭിച്ചതെന്ന് അയാൾ ആരോടും പറഞ്ഞില്ല. ചിലരോട് അയാൾ പറഞ്ഞത് വാങ്ങിച്ചെന്നാണ്. മറ്റു ചിലരോട് വ്യക്തമായൊന്നും പറയാതെ ഒഴിഞ്ഞുമാറി. പക്ഷേ താമസിയാതെ ആ വാർത്ത ഗ്രാമത്തിൽ മുഴുവൻ അറിഞ്ഞു. ലുകാഷ്കയുടെ അമ്മയും മര്യാൻകയും ഏലിയാസ് വിസിലിച്ചും മറ്റ് കൊസാക്കുകാരും ഈ വാർത്തയറിഞ്ഞ് പൂർണമായും ആശയക്കുഴപ്പത്തിലായി. അവർ ഒലെനിനെ നിരീക്ഷിച്ചുകൊണ്ടിരുന്നു. ധനികനായിരുന്നിട്ടുകൂടി ഇത്രയും ലളിതസ്വഭാവക്കാരനായ അയാളുടെ പ്രവൃത്തി അവരിൽ അയാളോടുള്ള ബഹുമാനം വളർത്തി.

"നിങ്ങൾ കേട്ടോ", ഒരാൾ പറഞ്ഞു "ഏലിയാസ് വിസിലിച്ചിന്റെ വീട്ടിൽ താമസിക്കുന്ന ആ കേഡറ്റ് ലുകാഷ്കയ്ക്ക് നാൽപ്പത് റൂബിൾ വിലമതിക്കുന്ന കുതിരയെ വെറുതെ കൊടുത്തു. അയാൾ ധനികനാണ്."

"ഞാൻ കേട്ടു. പക്ഷേ ലുകാഷ്ക അയാൾക്ക് എന്തെങ്കിലും വലിയകാര്യം

ചെയ്തുകൊടുത്തുകാണും. ആ കേഡറ്റിന് എന്ത് സംഭവിക്കും എന്ന് നമുക്ക് കാണാം."

"ആ കേഡറ്റുകളൊക്കെ തന്ത്രശാലികളാണ്. എല്ലാവരും" മൂന്നാമതൊരാൾ പറഞ്ഞു. "അവർ ദാഹിക്കുന്നവന് വെള്ളംകൊടുക്കാത്ത വർഗമാണ്."

ഇരുപത്തിമൂന്ന്

ഒലെനിന്റെ ജീവിതം വിരസമായി നീങ്ങിക്കൊണ്ടിരുന്നു. കമാൻഡിങ് ഓഫീസർമാരുമായോ സമശീർഷരുമായോ അയാൾക്ക് യാതൊരു ബന്ധവും സ്ഥാപിക്കാൻ കഴിഞ്ഞില്ല. കൗക്കാസസിലെ ധനികനായ ഒരു കേഡറ്റിന്റെ സ്ഥിതി എല്ലായ്പ്പോഴും ഇങ്ങനെ തന്നെയാണ്. എന്തെങ്കിലും ജോലിചെയ്യാനോ ട്രെയിനിങ്ങിനോ അയാളെ ആരും ഉപയോഗപ്പെടുത്തിയില്ല. ഇത്രയും യാത്രചെയ്തതുകൊണ്ട് അയാൾ ഒരു കമ്മീഷനുവേണ്ടി ശുപാർശചെയ്യപ്പെട്ടു. ഉദ്യോഗസ്ഥർ അയാളെ ഒരു പ്രഭുവായിട്ടാണ് കരുതിയത്. അതുകൊണ്ടുതന്നെ ബഹുമാനത്തോടെയേ അയാളോട് പെരുമാറിയിട്ടുള്ളൂ. ശീട്ടുകളിയോ, ഉദ്യോഗസ്ഥന്മാരുടെ മദ്യസേവയോ, പട്ടാളക്കാരുടെ പാട്ടോ ഒന്നും അയാളെ സന്തോഷിപ്പിച്ചില്ല. മാത്രമല്ല, ഗ്രാമത്തിലെ ഉദ്യോഗസ്ഥന്മാരുടെ സൗഹൃദം അയാൾ ഇഷ്ടപ്പെട്ടതുമില്ല. കൊസാക്ക് ഗ്രാമത്തിൽ താമസമാക്കിയ ഒരു ഓഫീസറുടെ ജീവിതം എപ്പോഴും ക്രമപ്പെടുത്തിയതായിരുന്നു. ഒരു കോട്ടയിൽ ജോലിചെയ്യാൻ നിയോഗിക്കപ്പെട്ടതുപോലെ എല്ലാ ദിവസവും മദ്യപിക്കുക, ശീട്ടുകളിക്കുക, കിട്ടിയിട്ടുള്ള പാരിതോഷികങ്ങളെക്കുറിച്ച് സംസാരിക്കുക. അതുപോലെ അവർ ഇവിടെയും എല്ലാ ദിവസവും തങ്ങളുടെ ആതിഥേയരുമായി ചിക്കിർ കഴിച്ചു. പെൺകുട്ടികൾക്കായി മധുരപലഹാരങ്ങളും തേനും നൽകി. കൊസാക്ക് സ്ത്രീകളുടെ പിറകെ നടന്നു. അവരുമായി പ്രണയത്തിലായി, ചിലർ വിവാഹിതരാവുകയും ചെയ്തു. പക്ഷേ, ഒലെനിന് തന്റേതായ ഒരു വഴിയുണ്ടായിരുന്നു. എല്ലാവരും നടന്ന പാതയിലൂടെ നടക്കാൻ അയാൾ വിസമ്മതിച്ചു.

അയാൾ പ്രഭാതത്തിൽത്തന്നെ ഉണർന്നു. ചായകഴിച്ചതിനുശേഷം അയാൾ തന്റെ മുന്നിൽ നിരനിരയായി കാണപ്പെട്ട കുന്നിന്റെയും പ്രഭാതത്തിന്റെയും മര്യാൻകയുടേയും സൗന്ദര്യം ആസ്വദിച്ചു. കോട്ടും മൃഗത്തോലുകൊണ്ടുണ്ടാക്കിയ ചെരിപ്പും കത്തിയും തോക്കും സിഗരറ്റും, ഒരു പാത്രത്തിൽ ഉച്ചഭക്ഷണവുമെടുത്ത് തന്റെ നായയെയുംകൂട്ടി അയാൾ അഞ്ചുമണിയായപ്പോൾത്തന്നെ കാട്ടിലേക്ക് പുറപ്പെട്ടു. വൈകുന്നേരം ആറുമണിയാകുമ്പോൾ തന്റെ ബൽട്ടിൽ നാലഞ്ച് പ്രാവുകളെയും തൂക്കിയിട്ട്, അയാൾ ക്ഷീണിച്ച് വിശന്ന് തിരിച്ചുവന്നു. (ചില ദിവസങ്ങളിൽ അയാൾക്ക് മറ്റെന്തെങ്കിലും മൃഗത്തിനെ കിട്ടുമായിരുന്നു) കൂടെ കൊണ്ടുപോകുന്ന സിഗരറ്റും ഭക്ഷണവും അയാൾ തൊട്ടുനോക്കുകപോലും ചെയ്തില്ല. ബാഗിൽ ഉപയോഗിക്കാതെ വച്ച സിഗരറ്റും ഉച്ചഭക്ഷണവും

പോലെയായിരുന്നു അയാളുടെ ചിന്തയെങ്കിൽ കഴിഞ്ഞ പതിനാലുമണിക്കൂറായി അയാളെ ഒന്നും സ്വാധീനിക്കുന്നില്ല എന്ന് ഉറപ്പിക്കാമായിരുന്നു. അയാൾ തിരിച്ചുവന്നത് കൂടുതൽ സന്തോഷത്തോടെയും ശക്തിയോടെയും ഉഷാറോടെയുമായിരുന്നു. എന്തിനെക്കുറിച്ചായിരുന്നു താൻ ഇത്രയും സമയം ചിന്തിച്ചത് എന്ന് അയാൾക്ക് അറിയില്ലായിരുന്നു. ആശയങ്ങളായിരുന്നോ, ഓർമകളായിരുന്നോ അതോ സ്വപ്നങ്ങളായിരുന്നോ, അയാളുടെ ചിന്തകളിലൂടെ മിന്നിമറഞ്ഞത്? അയാൾക്ക് ഈ ചോദ്യം സ്വയം ചോദിക്കേണ്ടിവന്നു. മുന്തിരിത്തോട്ടത്തിൽ ഭാര്യയോടൊപ്പം ജോലി ചെയ്യുന്ന ഒരു കൊസാക്കായോ, കുന്നിന് മുകളിലെ ഒരു അബ്രക്സ തന്നിൽനിന്ന് ഓടിയകലുന്ന ഒരു കാട്ടുപന്നിയായോ സ്വയം സങ്കൽപ്പിക്കേണ്ടിവന്നു. എല്ലാ സമയവും അയാൾ ഒരു പ്രാവിന് വേണ്ടിയോ കാട്ടുപന്നിക്കായോ മാനിനായോ കാത്തിരിക്കുകയായിരുന്നു.

വൈകുന്നേരം പതിവായി ഇറോഷ്ക അയാളുടെ അടുത്തേക്ക് വരുമായിരുന്നു. വന്യൂഷ ഒരു കുപ്പി വീഞ്ഞുകൊണ്ടുവരും. പരസ്പരം സംസാരിച്ച്, മദ്യപിച്ച് പിരിഞ്ഞ് സന്തോഷത്തോടെ കിടന്നുറങ്ങും. പിറ്റേദിവസം വീണ്ടും നായാട്ടിനുപോകും. വീണ്ടും മദ്യപിക്കുകയും സംസാരിക്കുകയും സന്തോഷത്തോടെ കിടന്നുറങ്ങുകയും ചെയ്യും. ചിലപ്പോൾ ഒഴിവുദിനങ്ങളിൽ രാവിലെ മുതൽ വൈകുന്നേരംവരെ ഒലെനിൻ വീട്ടിൽത്തന്നെയിരിക്കും. അപ്പോൾ അയാളുടെ പ്രധാനവിനോദം മര്യാൻകയെ നോക്കിയിരിക്കലാണ്. തന്റെ ജനലിലൂടെയോ പോർച്ചിലിരുന്നിട്ടോ അവളുടെ ചലനങ്ങൾ ആർത്തിയോടെ അയാൾ നിരീക്ഷിച്ചുകൊണ്ടിരുന്നു. പർവതനിരകളുടെയും ആകാശത്തിന്റെയും സൗന്ദര്യം ഇഷ്ടപ്പെടുന്നതുപോലെ അയാൾ അവളെയും ഇഷ്ടപ്പെട്ടു. അവളുമായി യാതൊരു തരത്തിലുള്ള ബന്ധത്തിനും അയാൾ ശ്രമിച്ചില്ല. ലുകാഷ്കയും അവളും തമ്മിലുള്ളതുപോലുള്ള ബന്ധമോ, ധനികരായ മറ്റ് ഓഫീസർമാരും കൊസാക്കിലെ പെൺകുട്ടികളും തമ്മിലുള്ള ബന്ധമോ അയാൾക്കും അവൾക്കും ഇടയിൽ ഉണ്ടാക്കാൻ കഴിയില്ല എന്ന് ഉറപ്പായിരുന്നു. മാത്രമല്ല അങ്ങനെ ചെയ്താൽ അത് അഗാധമായ ദുരിതത്തിനും അപകടത്തിനുംവേണ്ടി ജീവിതത്തിലെ ഏറ്റവും വലിയ സന്തോഷം നശിപ്പിക്കുന്നതിന് തുല്യമാവും. കൂടാതെ അവളുടെ കാര്യത്തിൽ സ്വയം ബലിയർപ്പിക്കുന്നതിന്റെ ഒരു സുഖം അയാൾ അനുഭവിക്കുന്നുണ്ടായിരുന്നു. ഇതിലുപരിയായി അയാൾക്ക് അവളെ അൽപ്പം പേടിയുമായിരുന്നു. അതിനാൽ അയാൾ അവളോട് സ്നേഹത്തെക്കുറിച്ച് ഒരക്ഷരംപോലും ഉരിയാടാൻ ധൈര്യപ്പെട്ടിട്ടുമില്ല.

ഒരിക്കൽ ഒരു വേനൽക്കാലത്ത്, വേട്ടയ്ക്ക് പോവാതെ വീട്ടിൽത്തന്നെ ഇരിക്കുമ്പോൾ തികച്ചും അപ്രതീക്ഷിതമായി മോസ്കോയിൽവെച്ച് അയാൾ പരിചയപ്പെട്ട ഒരു ചെറുപ്പക്കാരൻ കയറിവന്നു.

"ഹലോ, സുഹൃത്തേ താങ്കൾ ഇവിടെയുണ്ടെന്ന് അറിഞ്ഞപ്പോൾ എനിക്ക് എത്രമാത്രം സന്തോഷമായെന്നോ!" അയാൾ മോസ്കോ

ഫ്രഞ്ചിൽ സംസാരിക്കാൻ തുടങ്ങി. ഫ്രഞ്ച് വാക്കുകൾ കൂടുതലായി കലർത്തിയാണ് അയാൾ സംസാരിച്ചത്. അവർ പറഞ്ഞു: “ഒലെനിൻ, എനിക്ക് വളരെ സന്തോഷമായി. വിചിത്രമായ വിധിയാണ് നമ്മെ ഇവിടെയെത്തിച്ചത്! പിന്നെ എന്തൊക്കെയുണ്ട്? എന്തൊക്കെ? ബാലെറ്റ്സ്കീ രാജകുമാരൻ അയാളുടെ കഥ മുഴുവൻ പറഞ്ഞു. ആയാളെങ്ങനെ ഈ താൽക്കാലിക റെജിമെന്റിൽ എത്തിയെന്നും ഒരു ഓർഡേർലിയായി എങ്ങനെ ജോലികിട്ടിയെന്നും ഈ ക്യാംപൈനുശേഷം എന്തുജോലി ചെയ്യുമെന്നുമെല്ലാം.”

“ഈ മാളത്തിനുള്ളിൽ കഴിയണമെങ്കിൽ ഒരാൾക്കു തീർച്ചയായും എന്തെങ്കിലും മെച്ചമുണ്ടായിരിക്കണം. ഒരു ബഹുമതി അല്ലെങ്കിൽ ഒരു സ്ഥാനക്കയറ്റം, എന്തെങ്കിലും. അത് തികച്ചും അനിവാര്യമാണ്, എനിക്കും എന്റെ സുഹൃത്തുക്കൾക്കും. രാജകുമാരൻ എന്നെ നന്നായി സ്വീകരിച്ചു. അയാളൊരു മാന്യനാണ്.” ബാലറ്റ്സ്കീ സംസാരിച്ചുകൊണ്ടേയിരുന്നു. “സെന്റ് അന്ന ക്രോസിനുവേണ്ടി ഞാൻ ശുപാർശചെയ്യപ്പെട്ടിരിക്കുകയാണ്. ഞങ്ങൾ ക്യാംപൈൻ തുടങ്ങുന്നതുവരെ ഇവിടെ തങ്ങും. ഇത് തലസ്ഥാനമാണ്. എന്തൊരു സ്ത്രീകളാണ് ഇവിടെ! പിന്നെ നിന്റെ ജീവിതമൊക്കെ എങ്ങനെപോകുന്നു? നിനക്കറിയില്ലേ ഞങ്ങളുടെ ക്യാപ്റ്റൻ സ്റ്റാർട്ട്സേവിനെ? അയാൾ പറഞ്ഞത് നീ തീർത്തും ഒരു അപരിഷ്കൃതനെപ്പോലെ ആരോടും സംസാരിക്കാതെ, ആരെയും കാണാതെ ജീവിക്കുകയാണ് എന്നാണ്. ഇവിടെയുള്ള ഉദ്യോഗസ്ഥന്മാരെ കാണുന്നത് നിനക്കിഷ്ടമല്ല എന്നെനിക്കറിയാം. നമുക്കൊരുമിച്ച് ചിലത് ആസ്വദിക്കാൻ കഴിഞ്ഞതിൽ എനിക്ക് വളരെയധികം സന്തോഷമുണ്ട്. ഞാൻ ഇവിടുത്തെ കോർപ്പറലിന്റെ വീട്ടിൽ പോയിരുന്നു. അവിടെയൊരു പെണ്ണുണ്ട്. യുസ്റ്റെൻക, എന്തൊരു ഭംഗിയാണ് കാണാൻ!”

വീണ്ടും വീണ്ടും റഷ്യൻ വാക്കുകൾ കലർത്തി അയാൾ സംസാരിച്ചുകൊണ്ടേയിരുന്നു. “ബാലറ്റ്സ്കീയെക്കുറിച്ച് ജനറലിന്റെ അഭിപ്രായം അയാൾ നല്ല വ്യക്തിയാണെന്നാണ്, ശരിക്കും അങ്ങനെയായിരിക്കാം. ഭംഗിയും പ്രസരിപ്പുമുള്ള മുഖമാണെങ്കിലും ഒലെനിന് അയാളെ ഇഷ്ടപ്പെട്ടില്ല. ഒലെനിൻ എന്നേ ഉപേക്ഷിച്ചതെല്ലാം വഹിച്ചുനടക്കുന്ന ഒരാളായി അദ്ദേഹം കാണപ്പെട്ടു. താൻ പിന്നിട്ടുപോന്ന ആ ലോകത്തുനിന്നും വന്നയാൾ എന്ന നിലയിൽ അയാളെ നിരസിക്കാൻ തനിക്ക് കഴിയുന്നില്ലല്ലോ എന്ന ചിന്ത ഒലെനിനെ പരിഭ്രമിപ്പിച്ചു. താൻ ഉപേക്ഷിച്ച ആ പഴയ ലോകത്തിന്റെ തടുക്കാൻപറ്റാത്ത സ്വാധീനം തന്നിലുണ്ടെന്ന വിശ്വാസം അയാളെ അത്ഭുതപ്പെടുത്തി. അയാൾ ബാലറ്റ്സ്കീയേയും തന്നെത്തന്നെയും വെറുക്കൻ തുടങ്ങി. മനഃപൂർവം അയാൾ തന്റെ സംഭാഷണത്തിൽ ഫ്രഞ്ച് വാക്കുകൾ കൂട്ടിക്കലർത്തി. ഇത് കമാണ്ടർ–ഇൻ–ചീഫിലും മോസ്കോയിൽനിന്നും വന്ന സുഹൃത്തുക്കളിലും താൽപ്പര്യം ജനിപ്പിച്ചു. ആ കൊസാക്ക് ഗ്രാമത്തിൽ അയാളും ബാലറ്റ്സ്കീയും മാത്രമായിരുന്നു ഫ്രഞ്ച് സംസാരിച്ചിരുന്നത്. അയാൾ മറ്റ് ഉദ്യോഗസ്ഥരോട് അവജ്ഞയോടെയും ബലറ്റ്സ്കീയോട് സൗഹൃദപരമായും സംസാരി

ച്ചു. മാത്രമല്ല ബലറ്റ്സ്കീയെ വന്ന് കാണുമെന്ന് വാക്കുകൊടുക്കുകയും ചെയ്തു. എന്നാൽ അയാൾ ഒരിക്കലും അങ്ങനെ ചെയ്തില്ല.

വന്യൂഷ ബാലറ്റ്സ്കീയെ അംഗീകരിക്കുകയും ഇഷ്ടപ്പെടുകയും ചെയ്തു"ശരിക്കുമുള്ള ഒരു ജന്റിൽമാൻ" അയാൾ മനസിൽ പറഞ്ഞു.

ബാലറ്റ്സ്കീ വൈകാതെ തന്നെ ഒരു ധനികനായ ഒഫീസറുടെ ജീവിതം നയിച്ചുതുടങ്ങി. ഒരുമാസംകൊണ്ടുതന്നെ ഗ്രാമത്തിലെ പരിചിതനായ ഒരാളെപ്പോലെ അയാൾ മാറി. പ്രായമായവർക്കുവേണ്ടി മദ്യം വിളമ്പുന്ന പാർട്ടികൾ സംഘടിപ്പിച്ചു. പെൺകുട്ടികൾ സംഘടിപ്പിച്ച പാർട്ടികളിൽപ്പോയി മദ്യംകഴിച്ചു. തന്റെ സൈനികവിജയങ്ങളെക്കുറിച്ച് വീമ്പുപറഞ്ഞു. താമസിയാതെ അയാളെ എല്ലാവരും 'ഗ്രാന്റ്ഡാഡ്' എന്ന് വിളിക്കാൻ തുടങ്ങി. കൊസാക്കുകളെ സംബന്ധിച്ചിടത്തോളം സ്ത്രീയും മദ്യവും ദൗർബല്യമായ ആ മനുഷ്യൻ ചിരപരിചിതനെപ്പോലെയായി. മാത്രമല്ല, അവർ തങ്ങൾക്കു മുന്നിൽ അപ്പോഴും ഒരു ചോദ്യചിഹ്നമായ ഒലെനിനെ സ്നേഹിച്ചതിനേക്കാൾ കൂടുതൽ അയാളെ സ്നേഹിക്കാൻ തുടങ്ങി.

ഇരുപത്തിനാല്

രാവിലെ അഞ്ചുമണി. വന്യൂഷ പോർച്ചിൽ സമോവറിൽ തീയിടുകയായിരുന്നു. തന്റെ വലിയ ബൂട്ട് ഊരി വീശിക്കൊണ്ട് അയാൾ തീ കത്തിച്ചു. ഒലെനിൻ ടെറക്കിൽ കുളിക്കാൻ പോയിരുന്നു. (ഈയിടെയായി കുതിരയെ വെള്ളത്തിൽ ഇറക്കുന്നത് അയാൾക്ക് ഒരു വിനോദമായിരിക്കുന്നു) വീട്ടുടമസ്ഥ ഔട്ട്ഹൗസിൽ ഉണ്ടായിരുന്നു. പുകക്കുഴലിലൂടെ കട്ടപ്പുക ഉയരുന്നുണ്ടായിരുന്നു. മര്യാൻക എരുമയെ കറക്കുകയായിരുന്നു. "നിനക്ക് അനങ്ങാതെ നിന്നുകൂടേ" അവളുടെ ക്ഷമകെട്ട ശബ്ദം ആലയിൽനിന്നും ഒഴുകിവന്നു. കൂടെ കറവയുടെ സംഗീതവും.

തെരുവിൽ കുതിരക്കുളമ്പടി ശബ്ദംകേട്ടു. ഒലെനിൻ ഒരു ഇരുണ്ട ചാരനിറത്തിലുള്ള ഒരു കുതിരപ്പുറത്ത് ഗേറ്റിനടുത്തേക്ക് വന്നു. കുതിര നനഞ്ഞ് തിളങ്ങുന്നുണ്ടായിരുന്നു. തൂവാലകെട്ടിയ മര്യാൻകയുടെ മനോഹരമായ ശിരസ്സ് ആലയിൽനിന്ന് ഉയരുകയും പിന്നീട് താഴുകയും ചെയ്തു. ഒലെനിൻ ഒരു ചുവന്ന സിൽക്ക് ഷർട്ടും കഠാര തൂക്കിയിട്ട ഒരു കോട്ടും ഉയരംകൂടിയ ഒരു തൊപ്പിയും ധരിച്ചിരുന്നു. തടിച്ചുകൊഴുത്ത സുന്ദരനായ തന്റെ കുതിരപ്പുറത്ത് തെല്ല് അഭിമാനത്തോടെയിരുന്ന അയാൾ തന്റെ പുറത്തുള്ള തോക്ക് അമർത്തിപ്പിടിച്ച് ഗേറ്റ് തുറക്കാനായി മുന്നോട്ടാഞ്ഞു. അയാളുടെ മുടി നനഞ്ഞതായിരുന്നു, മുഖം തിളങ്ങുന്നതും യുവത്വം തുളുമ്പുന്നതും. അയാൾ സ്വയം ധീരനും സുന്ദരനുമായി സങ്കൽപ്പിച്ചു. പക്ഷേ അയാൾക്ക് തെറ്റിപ്പോയി. ഒരു പരിചയസമ്പന്നനായ കാർക്കേഷ്യനെ സംബന്ധിച്ചിടത്തോളം അയാൾ വെറുമൊരു പട്ടാളക്കാരൻ മാത്രമായിരുന്നു. മര്യാൻക തന്നെ നോക്കിയെന്ന് ബോധ്യപ്പെട്ട അയാൾ കുറച്ചുകൂടെ ഊർജസ്വലനായി ഗേറ്റ് തള്ളിത്തു

റന്ന് കൈയിലുണ്ടായിരുന്ന ചാട്ടവാർ വായുവിലൊന്ന് വീശി മുറ്റത്തേക്ക് കടന്നു. “ചായ, റെഡിയായോ, വന്യൂഷാ?” തൊഴുത്തിന്റെ ഭാഗത്തേക്ക് നോക്കാതെ അയാൾ വിളിച്ചുചോദിച്ചു. തന്റെ കുതിരയുടെ ഭംഗിയും മസിലുകളുടെ മിഴിവും ഏത് വേലിയും ചാടിക്കടക്കാൻ തയാറായി നിൽക്കുന്ന ഉറച്ച കാലുകളും മുറ്റത്തെ ഉണങ്ങിയ ചളിക്കട്ടയിലൂടെയുള്ള ഭംഗിയുള്ള നടത്തവുമെല്ലാം അയാളെ കൂടുതൽ സന്തോഷവാനാക്കി. “ഇപ്പോൾ റഡിയാവും” വന്യൂഷ പറഞ്ഞു. ഷെഡ്ഡിൽനിന്ന് മര്യാൻക തന്നെത്തന്നെ നോക്കിക്കൊണ്ടിരിക്കുകയാണ് എന്ന ധാരണയിൽ അയാൾ പിറകിലേക്ക് നോക്കാതെ കുതിരപ്പുറത്തുനിന്നും താഴെക്കിറങ്ങി. വിചിത്രമായ ഒരു ചലനത്തിലൂടെ തോക്ക് പോർച്ചിനുനേരെ പിടിച്ച് അയാൾ പതുക്കെ ആലയുടെ ഭാഗത്തേക്ക് നോക്കി. പക്ഷേ അവിടെ ആരുമുണ്ടായിരുന്നില്ല. കറവയുടെ ശബ്ദം കേൾക്കുന്നുണ്ടായിരുന്നു.

അയാൾ വീട്ടിലേക്ക് കയറിയ ഉടനെ തിരിച്ചിറങ്ങി. സൂര്യപ്രകാശം വീണുതുടങ്ങിയിരുന്നില്ല. അയാൾ പോർച്ചിലേക്കിറങ്ങി. ഒരു സിഗരറ്റും ഒരു ബുക്കുമായി അയാൾ അവിടെയിരുന്നു. ഉച്ചഭക്ഷണംവരെ ഒരിടത്തേക്കും പോകാൻ അയാൾക്ക് പദ്ധതിയില്ലായിരുന്നു. എഴുതാൻ മാറ്റിവെച്ച ചില കത്തിടപാടുകൾ ചെയ്യാൻ അയാൾ തീരുമാനിച്ചു. പോർച്ചിൽനിന്നും എങ്ങോട്ടും മാറിയിരിക്കാൻ അദ്ദേഹം തയാറല്ലായിരുന്നു. മുറിക്കകം ജയിലുപോലെയാണ് അദ്ദേഹത്തിന് അനുഭവപ്പെട്ടത്. മര്യാൻക കറവകഴിഞ്ഞ് തിരിച്ചെത്തി. അമ്മ അടുപ്പിൽ തീ പൂട്ടിയിരുന്നു. ഒലെനിൻ വായിക്കുന്നുണ്ടായിരുന്നെങ്കിലും തന്റെ മുന്നിൽ തുറന്നുവെച്ച പുസ്തകത്തിൽ നിരത്തിവെച്ച ഒറ്റവാക്കുപോലും അദ്ദേഹത്തിന് മനസിലാവുന്നുണ്ടായിരുന്നില്ല. അയാൾ ഇടയ്ക്കിടെ മുഖമുയർത്തുകയും മുറ്റത്തുകൂടെ ജോലിചെയ്ത് അങ്ങോട്ടുമിങ്ങോട്ടും പോകുന്ന മര്യാൻകയെ നോക്കുകയും ചെയ്തുകൊണ്ടിരുന്നു. അവൾ വീടിന്റെ നിഴലിൽ നിൽക്കുമ്പോഴും ഇടയ്ക്ക് മുറ്റത്തിന്റെ നടുവിൽ തന്റെ കടുംനിറത്തിലുള്ള വസ്ത്രങ്ങൾ തിളങ്ങുമാറ് നിൽക്കുമ്പോഴും, തന്റെ അഭൗമമായ ആകാരവടിവ് അനുകരിക്കാൻ നിഴലിനെ അനുവദിക്കുമ്പോഴും ഒരു നിമിഷം പോലും നഷ്ടപ്പെടുത്താതെ അയാൾ അവളെ നോക്കിക്കൊണ്ടുനിന്നു. “അവൾ എത്ര വേഗത്തിലും ആയാസരഹിതവുമായാണ് കുനിയുന്നത്! അവളുടെ വസ്ത്രം മാറിടത്തിലും കാൽവണ്ണകളിലും എത്ര മടക്കുകളാണ് സൃഷ്ടിക്കുന്നത്! കുപ്പായക്കൈകൾ തെറുത്തുകയറ്റി മസിലുപിടിച്ചുകൊണ്ട് ദേഷ്യത്തിലെന്നപോലെ അവൾ എത്രവേഗത്തിലാണ് തൂമ്പയെടുത്ത് കിളയ്ക്കുന്നത്! എത്ര മനോഹരമായാണ് അവളുടെ ഇരുണ്ട കണ്ണുകൾ അയാളെ ഇടയ്ക്കിടയ്ക്ക് നോക്കുന്നത്! പുരികങ്ങൾ ചുളിച്ചാണെങ്കിലും അവളുടെ നോട്ടം സന്തോഷവും സ്വന്തം സൗന്ദര്യത്തെക്കുറിച്ചുള്ള ബോധവും വെളിവാക്കി.

“ഒലെനിൻ നീ കുറേ നേരമായോ എഴുന്നേറ്റിട്ട്?” ഒരു കാർക്കേഷ്യൻ ഓഫീസറുടെ വേഷം ധരിച്ച് മുറ്റത്തേക്ക് കയറിവന്ന ബാലറ്റ്സ്കീ ചോദിച്ചു.

"ഒ! ബാലറ്റിസ്കീ, നിങ്ങളെന്താ ഇത്ര നേരത്തെ പുറത്തിറങ്ങിയത്." ഒലെനിൻ ഹസ്തദാനം ചെയ്തുകൊണ്ട് ചോദിച്ചു.

"എനിക്ക് ജോലിയുണ്ടായിരുന്നു. ഇന്ന് വൈകുന്നേരം നമുക്ക് ഒരു പാർട്ടിയുണ്ട്. മര്യാൻക നീ യുസ്റ്റെൻകയുടെ വീട്ടിൽ ഉണ്ടാവില്ലേ?" മര്യൻകയുടെ നേരെ തിരിഞ്ഞ് അയാൾ ചോദിച്ചു.

ബാലറ്റ്സ്കീക്ക് ഇവളെയെങ്ങനെ ഇത്ര ലളിതമായി സംബോധന ചെയ്യാൻ കഴിയുന്നു എന്നോർത്ത് അയാൾ അത്ഭുതപ്പെട്ടു. പക്ഷേ മര്യാൻക അത് കേൾക്കാത്തതുപോലെ തലകുനിച്ച് തൂമ്പ ചുമലിലേക്കിട്ട് തന്റെ സ്വഃതസിദ്ധമായ ചുവടുവെപ്പുകളോടെ ഔട്ട്ഹൗസിലേക്ക് കയറിപ്പോയി.

"അവൾക്ക് നാണമാണ്." ബാലറ്റ്സ്കീ പറഞ്ഞു "നാണമാണല്ലേ." അയാൾ പോർച്ചിന്റെ പടികൾ കയറുമ്പോൾ ചിരിച്ചുകൊണ്ട് പറഞ്ഞു.

"നീ എങ്ങനെയാണ് ഈ പാർട്ടിയൊക്കെ സംഘടിപ്പിക്കുന്നതും പുറത്തുപോവുന്നതും?"

"ഇത് എന്റെ വീട്ടുടമസ്ഥ യുസ്റ്റെൻകയുടെയാണ്. നിനക്കും ക്ഷണമുണ്ട്. ഒരു പാർട്ടിയിൽ ഭക്ഷണമുണ്ടാകും. പിന്നെ പെൺകുട്ടികളുടെ കൂടിച്ചേരലും."

"നമ്മൾ എന്താ അവിടെ ചെയ്യേണ്ടത്?"

ബാലറ്റ്സ്കീ കണ്ണിറുക്കിക്കാണിച്ച് ചിരിച്ചു, പിന്നീട് അയാൾ മര്യാൻകയുടെ ഔട്ട്ഹൗസിനുനേരെ നോക്കി തലകുലുക്കി.

ഒലെനിൻ ചുമല് കുലുക്കി ലജ്ജയോടെ നിന്നു.

"ശരിക്കും നീയൊരു വിചിത്രമനുഷ്യനാണ്" അയാൾ പറഞ്ഞു.

"വന്നിരിക്ക് നാട്യംവേണ്ട"

ഒലെനിൻ നെറ്റിചുളിച്ചു. ഇതുകണ്ട ബാലറ്റ്സ്കീ വിശ്വാസമാവാത്തതുപോലെ ചിരിച്ചു. "എന്താ നീ ഉദ്ദേശിക്കുന്നത്?"

"ദേവസൗന്ദര്യമുള്ള ഇത്രയേറെ സൗന്ദര്യമുള്ള ഒരു പെൺകുട്ടിയോടൊപ്പം താമസിച്ചിട്ട്...."

"അതെ സുന്ദരിയാണ്. ഇതുപോലത്തെ സുന്ദരിയെ ഞാൻ മുൻപു കണ്ടില്ല" ഒലെനിൻ പറഞ്ഞു.

"പിന്നെയെന്താ?" ബാക്കി മനസിലാവാത്തതുപോലെ ബാലറ്റ്സ്കീ ചോദിച്ചു.

"വിചിത്രമായി തോന്നിയേക്കാം." ഒലെനിൻ പറഞ്ഞു. "ഞാനെന്തിന് കളവ് പറയണം! ഞാനിവിടെ താമസമാക്കിയതിൽപ്പിന്നെ ഒരു സ്ത്രീയും എന്റെ അരികിൽ വന്നിട്ടില്ല. അത് നല്ലതുമാണ്! നമ്മളും ഈ തരത്തിലുള്ള സ്ത്രീകളും തമ്മിൽ എന്ത് ബന്ധം? ഇലാഷ്ക അയാളൊരു പ്രത്യേക മനുഷ്യനാണ്. എനിക്കും അയാൾക്കുമിടയിൽ ചില സാമ്യതകളുണ്ട്. അതുകൊണ്ട് ഞങ്ങൾ ഒന്നിക്കുന്നു."

"അത് ശരി! സാമ്യതകൾ! ഞാനും അമലിയ ഇവാനോവയും തമ്മിൽ എന്ത് സാമ്യതയാണ്? അവർക്ക് വൃത്തിയില്ലെന്ന് ചിലപ്പോൾ നീ പറഞ്ഞേക്കാം അത് വേറെ കാര്യം."

പക്ഷേ അമലിയ ഇവാനോവമാരുമായി എനിക്കൊരിക്കലും ഒരു ബന്ധവും ഉണ്ടായിട്ടില്ല. അവരോട് എങ്ങനെ പെരുമാറണം എന്നും എനിക്കറിയില്ല. അവരെ ആർക്കും ബഹുമാനിക്കാനാവില്ല പക്ഷെ ഇവരെ ഞാൻ ബഹുമാനിക്കുന്നു" ഒലെനിൻ പറഞ്ഞു.

"ശരി ബഹുമാനിച്ചുകൊള്ളൂ, വേണ്ടുവോളം! ആരും നിങ്ങളെ തടയില്ല."

ഒലെനിൻ മറുപടി പറഞ്ഞില്ല. അയാൾക്ക് പറഞ്ഞുതുടങ്ങിയത് മുഴുമിപ്പിക്കണമായിരുന്നു. അത് അയാളുടെ ഹൃദയത്തിനടുത്തായി നിൽപ്പുണ്ടായിരുന്നു.

"എനിക്കറിയാം ഞാൻ വ്യത്യസ്തനാണ്. എന്റെ നിയമങ്ങൾ ലംഘിക്കേണ്ട ആവശ്യമില്ല എന്ന ധാരണയിലാണ് ഞാൻ വളർന്നുവന്നത്. പക്ഷേ എനിക്കിവിടെ ജീവിക്കാനാവില്ല. എനിക്ക് ഇഷ്ടമുള്ളതുപോലെ ഇഷ്ടമുള്ളിടത്ത് ജീവിക്കണം. അതുകൊണ്ടാണ് നിങ്ങളിൽനിന്ന് വ്യത്യസ്തമായി ചിലത് ഞാൻ കണ്ടെത്തുന്നത്."

ബാലറ്റ്സ്കീ വിശ്വസിക്കാനാവാതെ മുഖമുയർത്തി "എന്തായാലും ഇന്നുവൈകുന്നേരം എന്റെയടുത്തേക്ക് വാ. മര്യാൻക അവിടെയുണ്ടാകും. ഞാൻ നിങ്ങളെ അവളുമായി അടുപ്പിച്ചുതരാം. ദയവുചെയ്ത് വരിക. പിന്നെ വിരസമായി തോന്നുന്നെങ്കിൽ വേണ്ട നീ വരുമോ?"

"ഞാൻ വരാം. പക്ഷേ തുറന്ന് പറയാം ഗൗരവമായി ഇത്തരം കാര്യങ്ങൾ കണക്കാക്കുന്നത് എനിക്ക് പേടിയാണ്."

"ഓ ഓ! നീ വന്നാൽമതി. ബാക്കി ഞാൻ നോക്കിക്കൊള്ളാം. ഓകെ, വരുമല്ലോ? നിന്റെ വാക്ക് വിശ്വസിക്കാമല്ലോ?"

"ഞാൻ വരാം. പക്ഷേ എന്താണവിടെ ചെയ്യേണ്ടതെന്ന് എനിക്കറിയില്ല. നമ്മൾ ഏത് ഭാഗമാണ് അഭിനയിക്കേണ്ടത് എന്നും."

"അതൊന്നും പ്രശ്നമല്ല നീ വരണം."

"ശരി, ഞാൻ വരാം ശ്രമിക്കാം." ഒലെനിൻ പറഞ്ഞു.

"വരണം. ഇതുപോലൊരു പെൺകുട്ടിയെ നിനക്ക് എവിടെയും കാണാൻകഴിയില്ല. എന്നിട്ട് ഒരു സന്യാസിയെപ്പോലെ ജീവിക്കുന്നു! എന്തൊരു വിരോധാഭാസം. കൈയെത്തുംദൂരത്തുള്ളതിനെ ഉപയോഗിക്കാതെ എന്തിനാണ് ജീവിതം വെറുതെയാക്കുന്നത്? നീയറിഞ്ഞോ നമ്മുടെ കമ്പനി വോസ്ഡിവിമെൻസ്കിലേക്ക് നീങ്ങുകയാണ്."

"ഇല്ല എന്നോട് പറഞ്ഞത് 8–ാം കമ്പനിയാണ് അങ്ങോട്ട് പോകുന്നത് എന്നാണ്."

"അല്ല. എനിക്ക് ഒരെഴുത്തുണ്ടായിരുന്നു. രാജകുമാരൻ തന്നെയാണ് കാമ്പയിനിൽ പങ്കെടുക്കുന്നത്. അദ്ദേഹത്തെ കാണാൻ കഴിയുമല്ലോ മാത്രവുമല്ല. ഈ സ്ഥലം മടുത്തുതുടങ്ങിയിരിക്കുന്നു."

"ഞാൻ കേട്ടത് നമ്മൾ ഉടൻതന്നെ ഒരു റെയ്ഡ് തുടങ്ങും എന്നാണ്."

"ഞാനത് കേട്ടില്ലല്ലോ. പക്ഷേ ക്രിനോവിറ്റ്സിന് സെന്റ് അന്നയിൽനിന്നും റെയ്ഡ് നടത്താൻ ഓർഡർ കിട്ടിയെന്ന് ഞാൻ കേട്ടു. അദ്ദേഹം ഒരു

ലഫ്റ്റനൻസി പ്രതീക്ഷിച്ചിരുന്നു." ബാലറ്റ്സ്കീ ചിരിച്ചുകൊണ്ട് പറഞ്ഞു. "അയാൾ ഹെഡ്ക്വാർട്ടേഴ്സിലേക്ക് പുറപ്പെട്ടിരിക്കുന്നു."

വൈകുന്നേരമാവുകയായിരുന്നു. ഒലെനിൻ പാർട്ടിയെക്കുറിച്ച് ചിന്തിച്ചുകൊണ്ടിരുന്നു. അയാൾക്ക് കിട്ടിയ ക്ഷണം അയാളെ അലോസരപ്പെടുത്തിക്കൊണ്ടിരുന്നു. അയാൾക്ക് പോകാൻ ഇഷ്ടമായിരുന്നു. പക്ഷേ അവിടെ എന്ത് സംഭവിക്കും എന്നതിനെക്കുറിച്ച് ആലോചിക്കുമ്പോൾ ഭയവും ആശങ്കയും വന്ന് അയാളിൽ നിറഞ്ഞു. അവിടെ പെൺകുട്ടികളല്ലാതെ കൊസാക്കിലെ മുതിർന്ന സ്ത്രീകളോ പുരുഷന്മാരോ ഉണ്ടാവില്ലെന്ന് അയാൾക്ക് അറിയാമായിരുന്നു. എന്ത് ആയിരിക്കും സംഭവിക്കുക? എങ്ങനെയാണ് പെരുമാറുക അവർ എന്തായിരിക്കും പറയുക? അയാളും ആ കൊസാക്ക് പെൺകുട്ടികളും തമ്മിലെന്താണ് ബന്ധം? ചില ബന്ധങ്ങളെക്കുറിച്ച് ബാലറ്റ്സ്കീ വിശദീകരിക്കുകയുണ്ടായി. മര്യാൻകയുമായി ഒരേ മുറിയിലിരിക്കേണ്ടിവരും എന്നും സംസാരിക്കേണ്ടിവരും എന്നും ഉള്ളത് വളരെ വിചിത്രമായി അയാൾക്ക് തോന്നി. അവളുടെ പ്രകൃതംവെച്ച് നോക്കുമ്പോൾ അത് അസാധ്യമായിരിക്കും എന്ന് അയാൾക്കു തോന്നി. പക്ഷേ ബാലറ്റ്സ്കീ പറഞ്ഞത് ഇതൊക്കെ വളരെ നിഷ്പ്രയാസം സാധിക്കും എന്നാണ്. "മര്യാൻകയെ എല്ലാ സ്ത്രീകളേയുംപോലെ നിസ്സാരമായി കൈകാര്യം ചെയ്യാൻ കഴിയില്ല. പോകാതിരിക്കുന്നതാണ് നല്ലത്. വളരെ പ്രയാസമുള്ള കാര്യമാണ്., ... മാത്രവുമല്ല ഇതുകൊണ്ടും ഒന്നും നേടാനും പോകുന്നില്ല." അയാൾ വ്യാകുലപ്പെട്ടു. അതേസമയം ബാലറ്റ്സ്കീക്ക് നൽകിയ ഒരുറപ്പും അയാളുടെ മനസിനെ അലോസരപ്പെടുത്തി. മനസിനെ പാകപ്പെടുത്താതെ, ഒരു തീരുമാനവുമെടുക്കാതെ അയാൾ പുറത്തേക്ക് ഇറങ്ങി നടന്നു. പക്ഷേ എത്തിച്ചേർന്നത് ബാലറ്റ്സ്കീയുടെ വീട്ടിലായിരുന്നു.

ബാലറ്റ്സ്കീ താമസിച്ചത് ഒലെനിന്റേതുപോലുള്ള ഒരു വീട്ടിലായിരുന്നു. നിലത്തുനിന്നും അഞ്ചടി ഉയരത്തിലായിരുന്നു വീട്. രണ്ട് മുറികളുണ്ടായിരുന്നു. ഒന്നാമത്തെ മുറിയിൽ തൂവൽക്കിടക്കകളും പുതപ്പുകളും കുഷ്യനുകളും കൊസാക്ക് ഫാഷനിൽ ക്രമത്തിലും ഭംഗിയായും ഒരുക്കിയിരുന്നു. ചുമരിൽ ആയുധങ്ങളും പിച്ചളപ്പാത്രങ്ങളും തൂക്കിയിട്ടിരുന്നു. നിലത്ത് ബഞ്ചിനടിയിൽ തണ്ണിമത്തനും കുമ്പളങ്ങയും നിരത്തിവെച്ചിരുന്നു. രണ്ടാമത്തെ മുറിയിൽ വലിയൊരു അടുപ്പുണ്ടായിരുന്നു. അതിനടുത്തായി ഒരു മേശ ഇട്ടിരുന്നു. ഇവിടെയായിരുന്നു ബാലറ്റ്സ്കീ തന്റെ ക്യാമ്പ് ബെഡും പെട്ടികളും സൂക്ഷിച്ചിരുന്നത്. ചുമരിൽ ഒരു തുണിക്കഷണത്തിനു മുകളിൽ അയാളുടെ ആയുധങ്ങൾ തൂക്കിയിട്ടിരുന്നു. മേശമേൽ സോപ്പും ഷാംപൂവും ചില ചിത്രങ്ങളും ഒതുക്കിവെച്ചിരുന്നു. ബഞ്ചിനുമുകളിൽ ഒരു സിൽക്ക് ഡ്രസ്സിങ് ഗൗൺ ഇട്ടിരുന്നു. ബാലറ്റ്സ്കീ അടിവസ്ത്രം മാത്രം ധരിച്ച് വൃത്തിയിൽ കിടക്കയിൽ കിടന്ന് *ലേ ട്രെയിസ് മൗസ്കി റ്റൈറസ്* എന്ന പുസ്തകം വായിക്കുകയായിരുന്നു.

അയാൾ ചാടിയെഴുന്നേറ്റു.

"ഞാൻ എങ്ങനെയാണ് വീട് ഒരുക്കിയിരിക്കുന്നതെന്ന് നോക്ക്. നീ വന്നത് നന്നായി. അവർ പാർട്ടിക്കുവേണ്ടി ഭക്ഷണം ഒരുക്കാൻ കഠിനാധ്വാനം ചെയ്യുകയാണ്. എങ്ങനെയാണ് പൈ ഉണ്ടാക്കുന്നതെന്ന് നിനക്കറിയാമോ? മാവ് കുഴച്ച് മുന്തിരിചേർത്ത് പന്നിയിറച്ചി മുക്കിയെടുക്കുന്നു. അതാവും പ്രധാന കാര്യം. നീ പുറത്തെ ബഹളം ശ്രദ്ധിച്ചോ!"

പുറത്തേക്ക് നോക്കിയ അവർ പുറത്ത് അസാധാരണമായ തിരക്കും ബഹളവും ജനലിലൂടെ ആസ്വദിച്ചു. പെൺകുട്ടികൾ വേഗത്തിൽ അകത്തേക്കും പുറത്തേക്കും പല കാര്യങ്ങൾക്കായി ഓടിപ്പോകുന്നു.

"ഇപ്പോൾ ശരിയാവുമോ?" ബാലറ്റ്സ്കീ ഉറക്കെ ചോദിച്ചു.

"പെട്ടെന്ന് ശരിയാവും, എന്തേ ഗ്രാൻഡ് ഡാഡിന് വിശപ്പായോ?" അപ്പുറത്തെ കുടിലിൽനിന്നും ചിരിക്കിലുക്കം കേട്ടു.

തടിച്ച് ഉയരംകറഞ്ഞ റോസ്നിറമുള്ള സുന്ദരിയായ ഉസ്റ്റെൻക കുപ്പായക്കൈ തെറുത്ത് കയറ്റി ബെലറ്റ്സ്കിയുടെ വീട്ടിലേക്ക് കുറച്ച് പ്ലേറ്റുകൾ വാങ്ങിക്കാനായി ഓടിവന്നു.

"ദൂരേക്ക് മാറിനിൽക്ക്. അല്ലെങ്കിൽ ഞാനീ പ്ലേറ്റുകളെല്ലാം എറിഞ്ഞുടയ്ക്കും" ബാലറ്റ്സ്കീയിൽ നിന്നും കുതറിമാറിക്കൊണ്ട് അവൾ ഒച്ചവെച്ചു. "വന്ന് ഞങ്ങളെ സഹായിക്കുന്നതാ നല്ലത്." ഒലെനിനോടായി അവൾ പറഞ്ഞു. "പെൺകുട്ടികൾക്കായി മസാല ബ്രഡും മധുരവും ഞാൻ പ്രത്യേകം കരുതുന്നുണ്ട്."

"മര്യാൻക വന്നോ?"

"വന്നു! വന്നു! അവൾ കുറച്ച് മാവും കൊണ്ടുവന്നിട്ടുണ്ട്."

"നിനക്കറിയാമോ ആ ഉലീറ്റ്കയെ നന്നായൊന്ന് ഒരുക്കി വസ്ത്രം ധരിപ്പിച്ചാൽ ഏത് സുന്ദരിയേക്കാളും മുകളിലായിരിക്കും അവൾ. കേണലിനെ വിവാഹംചെയ്ത ആ ബോർഷേവയെ കണ്ടിട്ടുണ്ടോ, എന്തൊരു ഭംഗിയാണവൾക്ക്! എവിടുന്നാണ് ഈ സ്ത്രീകൾക്ക് ഇത്രയും സൗന്ദര്യം ലഭിക്കുന്നത്!"

"ഞാൻ ബോർഷേവയെ കണ്ടിട്ടില്ല. പക്ഷേ ഒരുകാര്യം ഉറപ്പാണ്. ഇവർ ധരിക്കുന്ന വസ്ത്രത്തേക്കാൾ സൗന്ദര്യം മറ്റൊന്നിനുമില്ല ."

"ഏതുതരം ജീവിതവുമായും ഇഴുകിച്ചേരാൻ എനിക്ക് കഴിയും." ബാലറ്റ്സ്കീ പറഞ്ഞു: "അവർ എവിടെവരെയെത്തി എന്ന് പോയിനോക്കിവരാം."

കോട്ട് ഊരി തോളത്തിട്ട് വേഗത്തിൽ പുറത്തേക്ക് പോവുന്നതിനിടയിൽ ബാലറ്റ്സ്കീ വിളിച്ചുപറഞ്ഞു. "നീ പെൺകുട്ടികൾക്കായുള്ള ഭക്ഷണം ഏർപ്പാടാക്ക്."

"ഒലെനിൻ ബാലറ്റ്സ്കീയുടെ പരിചാരകനെ ഭക്ഷണം വാങ്ങിക്കാനായി അയച്ചു. പക്ഷേ അതിനുള്ള പണം നൽകുന്നത് തികച്ചും നാണക്കേടായി അയാൾക്ക് തോന്നി. എത്ര ബ്രഡ്ഡും തേനുമാണ് വാങ്ങിക്കേണ്ടതെന്ന പരിചാരകന്റെ ചോദ്യത്തിന് അയാൾക്ക് കൃത്യമായി ഉത്തരം പറയാൻ കഴിഞ്ഞില്ല.

"നിനക്ക് ഇഷ്ടമുള്ളപോലെ വാങ്ങിക്കൂ."

"മുഴുവൻ പണവും ചെലവാക്കട്ടെ? പെപ്പർ മിന്റിന് വില കൂടുതലാണ്. പതിനാറ് കോപ്പക്ക് വരും."

"ശരി! ശരി!" ജനലിനരികിലേക്ക് ഇരുന്നുകൊണ്ട് അയാൾ പറഞ്ഞു. ഏതോ ഗൗരവമുള്ളതും എന്നാൽ മോശമായതുമായ ഒരു കാര്യം നടക്കാൻ പോകുന്നതുപോലെ അയാളുടെ ഹൃദയം ശക്തമായി മിടിക്കാൻ തുടങ്ങി.

ബാലറ്റ്സ്കീ അകത്തേക്ക് കയറിയപ്പോൾ പെൺകുട്ടികളുടെ കുടിലിൽനിന്നും ഉയർന്ന ചിരിയും അലർച്ചയും ഒലെനിൻ ശ്രദ്ധിച്ചു. കുറച്ചു നിമിഷങ്ങൾക്കുശേഷം ചിരിയുടെയും അലർച്ചയുടെയും അകമ്പടിയോടെതന്നെ അയാൾ ഓടി പുറത്തിറങ്ങി.

കുറച്ച് കഴിഞ്ഞപ്പോൾ ഉസ്റ്റെൻക പുറത്തുവന്ന് എല്ലാവരേയും അകത്തേക്ക് ക്ഷണിച്ചു.

അകത്ത് എല്ലാം ഒരുക്കിവെച്ചിരുന്നു. യുസ്റ്റെൻക ചുമരിനടുത്തുള്ള കുഷ്യനുകൾ ശരിയാക്കി വെക്കുകയായിരുന്നു. പാകമല്ലാത്ത തുണിവിരിച്ച മേശമേൽ ഒരു കുപ്പി ചിക്കിറും കുറച്ച് ഉണക്കമത്സ്യവും വെച്ചിരുന്നു. മുറിയിൽ മാവിന്റെയും മുന്തിരിയുടെയും മണം വ്യാപിച്ചിരുന്നു. ആറോളം പെൺകുട്ടികൾ സ്റ്റൗവിന് പിറകിലായിനിന്ന് പിറുപിറുക്കുകയും ചിരിക്കുകയും ചെയ്യുന്നുണ്ടായിരുന്നു. സാധാരണപോലെ അവർ തലയിൽ തൂവാല കെട്ടിയിരുന്നില്ല.

"എന്റെ കാവൽമാലാഖയെ നമിച്ചുകൊണ്ട് നമുക്ക് ആരംഭിക്കാം." എല്ലാവരേയും മേശയുടെ അടുത്തേക്ക് ക്ഷണിച്ചുകൊണ്ട് യുസ്റ്റെൻക പറഞ്ഞു.

പെൺകുട്ടികളുടെ ഇടയിൽ സൗന്ദര്യം പ്രസരിപ്പിച്ചുകൊണ്ടിരുന്ന മര്യാൻകയെ ഒലെനിൻ കണ്ടു. ഇത്തരമൊരു സന്ദർഭത്തിൽ അവളെ കണ്ടതിൽ അയാൾക്ക് വിഷമംതോന്നി. വല്ലായ്മതോന്നിയെങ്കിലും ബാലറ്റ്സ്കീ ചെയ്യുന്നത് അതുപോലെ അനുകരിക്കാൻ അയാൾ ശ്രദ്ധിച്ചു. ബലറ്റ്സ്കി ഭവ്യതയോടെ മുന്നോട്ടുവന്ന് യുസ്റ്റെൻകയുടെ ആരോഗ്യത്തിനായി പ്രാർഥിച്ചുകൊണ്ട് ഒരു ഗ്ലാസ് മദ്യം കഴിക്കുകയും മറ്റുള്ളവരെ അതിനായി ക്ഷണിക്കുകയും ചെയ്തു. പെൺകുട്ടികൾ മദ്യപിക്കില്ലെന്ന് യുസ്റ്റെൻക അറിയിച്ചു.

"ഞങ്ങൾ പകരം കുറച്ച് തേൻ കുടിക്കും." പെൺകുട്ടികളിലൊരാൾ പറഞ്ഞു.

തേനും മസാല ബ്രഡ്ഡുമായി വന്ന പരിചാരകനെ ഉള്ളിലേക്ക് വിളിച്ചു. അസൂയകൊണ്ടോ അവജ്ഞകൊണ്ടോ അയാൾ അവിടെ നിന്നിരുന്ന യുവാക്കളെ നോക്കി. അയാളുടെ അഭിപ്രായത്തിൽ അവരെല്ലാം സ്വർഗത്തിലാണ്. ഒരു കഷണം തേൻപലകയും ചാരനിറത്തിലുള്ള കടലാസിൽ പൊതിഞ്ഞ മസാലബ്രഡുകളും അവരുടെ കൈയിൽ

കൊടുത്ത അയാൾ അതിന്റെ വിലയെക്കുറിച്ച് സംസാരിക്കാൻ തുടങ്ങിയപ്പോൾ ബാലറ്റ്സ്കീ അയാളെ പുറത്തേക്ക് അയച്ചു.

തേനിൽ വൈൻ കലർത്തി ഗ്ലാസിലൊഴിച്ചുവെച്ച്, മസാല ബ്രഡ്സ് മേശമേൽ അടുക്കിവെച്ച് ബാലറ്റ്സ്കി പെൺകുട്ടികളെ മേശയുടെ അരികിലേക്ക് പിടിച്ചുവലിച്ചു. അവരെ കസേരമേൽ ഇരുത്തിയശേഷം ബ്രഡ്സ് വിതരണംചെയ്യാൻ തുടങ്ങി. എന്താണ് ചെയ്യേണ്ടതെന്നറിയാതെ മര്യാൻകയുടെ കൈകൾ മസാലബ്രഡ്സിനും തേനിനും അരികിൽ പരുങ്ങുന്നത് ഒലെനിൻ ശ്രദ്ധിച്ചു. പാർട്ടിയെ ജീവസ്സുറ്റതാക്കാൻ ബീലറ്റ്സ്കിയും യുസ്റ്റെൻകയും നടത്തുന്ന പരിശ്രമങ്ങൾ ഒഴിച്ചുനിർത്തിയാൽ അവിടെ ശാന്തമായിരുന്നു. തന്റെ ലജ്ജ മറ്റുള്ളവരിലേക്ക് വ്യാപിക്കുന്നു എന്ന് മനസിലാക്കി ഒലെനിൻ അൽപ്പം സംസാരിക്കാൻ ശ്രമിച്ചു. അയാൾക്ക് എന്തെന്നില്ലാത്ത ലജ്ജതോന്നി. മര്യാൻകയ്ക്ക് വല്ലാത്ത പ്രയാസം അനുഭവപ്പെടുന്നുണ്ടായിരുന്നു. 'അവര് നമ്മളിൽനിന്നും പണം പ്രതീക്ഷിക്കുന്നു എന്ന് തോന്നുന്നു. അത് എങ്ങനെയാണ് നൽകുക. വേഗത്തിൽ അത് നൽകി എങ്ങനെയാണ് ഇവിടെനിന്നും രക്ഷപ്പെടുക' അയാൾ ചിന്തിച്ചു.

ഇരുപത്തിഅഞ്ച്

"**നി**ന്റെ വീട്ടിൽ താമസിക്കുന്ന ഒരാളെ നിനക്കറിയില്ലെന്ന് പറഞ്ഞാൽ?" ബാലെറ്റ്സ്കീ മര്യാൻകയെ നോക്കി ചോദിച്ചു.

"ഞങ്ങളുടെ അടുത്തേക്ക് ഒരിക്കലും അയാൾ വന്നില്ലെങ്കിൽ ഞങ്ങളെങ്ങനെ അറിയും?" മര്യാൻക മറുപടി പറഞ്ഞു.

കാരണമറിയാത്ത ഒരു പരിഭ്രമം ഒലെനിൻ വന്ന് നിറഞ്ഞു. എന്താണെന്ന് പറയുന്നത് എന്നറിയാതെ അയാൾ പറഞ്ഞു "എനിക്ക് നിന്റെ അമ്മയെ പേടിയാണ്. ആദ്യമായി കണ്ടപ്പോൾ എന്നെയവർ വല്ലാതെ വഴക്കുപറഞ്ഞു." മര്യാൻക പൊട്ടിച്ചിരിച്ചു.

"അപ്പോൾ നിങ്ങൾ പേടിച്ചു അല്ലേ?" അവൾ അയാളെ നോക്കികൊണ്ട് ചോദിച്ചു.

അവളുടെ മുഖം കൃത്യമായി കാണുന്നത് ആദ്യമായിട്ടായിരുന്നു. അതുവരെ തൂവാലകൊണ്ട് പാതിമൂടിയ മുഖമായിരുന്നു അയാൾ കാണാറ്. ഗ്രാമത്തിലെ ഏറ്റവും സുന്ദരിയായി അവളെ കണക്കാക്കിയിരുന്നത് വെറുതെയായിരുന്നില്ല. യുസ്റ്റെൻക ഉയരംകുറഞ്ഞ് ശരീരപ്രകൃതിയുള്ള തടിച്ച, റോസ്നിറത്തിലുള്ള ഒരു സുന്ദരിയായിരുന്നു. അവളുടെ കണ്ണുകൾ ബ്രൗൺനിറത്തിലുള്ളതും ചുണ്ടുകൾ ചുവന്നതുമായിരുന്നു. അവളുടെ മനോഹരമായ ചിരിയും സംസാരവും ഏവരേയും ആകർഷിച്ചു. എന്നാൽ മര്യാൻകയ്ക്ക് ശരീരാവയവ സൗന്ദര്യത്തേക്കാൾ വശ്യത കൂടുതലായിരുന്നു. അവളുടെ ശരീരപ്രകൃതം പൗരുഷമുള്ളതായിരുന്നു. നീളമുള്ള ശരീരത്തിലെ ശക്തമായ കൈകളും ഉറച്ച മാറിടവും അത് പ്രകടമാക്കി. കറുത്ത പുരികങ്ങൾക്ക് കീഴിലെ ഇരുണ്ടകണ്ണുകൾ രൂക്ഷ

ഭാവങ്ങൾ നിറഞ്ഞതായിരുന്നു. അവൾ വല്ലപ്പോഴുമേ ചിരിച്ചുള്ളൂ. പക്ഷേ അവളുടെ ചിരി ആകർഷകമായിരുന്നു. കന്യകാത്വത്തിന്റെ കരുത്തും ആരോഗ്യവും അവൾ പ്രസരിപ്പിച്ചു. എല്ലാ പെൺകുട്ടികളും സുന്ദരികളായിരുന്നു. പക്ഷേ അവരെല്ലാവരും, ബാലറ്റ്സ്കീയും മസാലബ്രഡ്സ് കൊണ്ടുവന്ന പരിചാരകനടക്കം മറ്റെല്ലാവരും അറിയാതെയോ അറിഞ്ഞോ അവളെ ഒരുനോക്ക് നോക്കി. പെൺകുട്ടികളോടായി സംസാരിക്കുന്ന എല്ലാവരും അവളെ നോക്കിയായിരുന്നു സംസാരിച്ചിരുന്നത്. അവൾ അഭിമാനത്തോടെ സന്തോഷത്തോടെ അവരുടെ നടുവിൽ തലയുയർത്തി നിന്നു.

ബാലറ്റ്സ്കീ പാർട്ടിയുടെ അന്തരീക്ഷം സന്തോഷപ്രദമാക്കാൻ ശ്രമിച്ചുകൊണ്ടിരുന്നു. അയാൾ നിർത്താതെ സംസാരിച്ചുകൊണ്ടിരുന്നു. പെൺകുട്ടികളെ ചിക്കിർ കുടിക്കാൻ നിർബന്ധിച്ച് സ്വയം വിഡ്ഢിയായി, മര്യാൻകയെയും ഒലെനിനെയും ചേർത്ത് ചില അഭിപ്രായങ്ങൾ പറഞ്ഞു. അയാൾ അവളുടേതാണെന്ന് ഫ്രഞ്ച് ഭാഷയിൽ പറയുകയും താൻ ചെയ്യുമ്പോലൊക്കെ ചെയ്യാൻ പ്രേരിപ്പിക്കുകയും ചെയ്തു. ഒലെനിന് കൂടുതൽകൂടുതൽ അസ്വാരസ്യം അനുഭവപ്പെടുകയായിരുന്നു. തന്റെ 'സെയ്ന്റ്സ്ഡേ' ആയതുകൊണ്ട് യുസ്റ്റെൻക എല്ലാവർക്കും ഒരു ചുംബനത്തോടൊപ്പം ചിക്കിർ വിളമ്പണമെന്ന് ബാലെറ്റ്സ്കീ പറഞ്ഞപ്പോൾ എങ്ങനെയെങ്കിലും പുറത്ത് കടക്കണമെന്ന് അയാൾക്ക് തോന്നി. അവരുടെ ആചാരംപോലെ പ്ലേറ്റിൽ പണം ഇടുകയാണെങ്കിൽ അങ്ങനെ ചെയ്യാമെന്ന് അവൾ സമ്മതിക്കുകയും ചെയ്തു. ഏത് പിശാചാണ് എന്നെ ഈ പാർട്ടിയിലെത്തിച്ചത്? പോകാനെഴുന്നേറ്റുകൊണ്ട് ഒലെനിൻ ചിന്തിച്ചു.

"നീയെങ്ങോട്ടാണ് പോകുന്നത്?"

"ഞാൻ കുറച്ച് പുകയിലയെടുത്ത് വരാം." രക്ഷപ്പെടാനെന്നോണം അയാൾ പറഞ്ഞു. പക്ഷേ ബാലറ്റ്സ്കീ അയാളുടെ കൈ പിടിച്ചുവെച്ചു.

"പണം എന്റെ കൈയിലുണ്ട്." അയാൾ ഫ്രഞ്ചിൽ പറഞ്ഞു.

'ഇവിടെനിന്നാർക്കും പോകാൻ കഴിയില്ല. പണം കൊടുത്തേ പറ്റൂ' അയാൾ ചിന്തിച്ചു. "എനിക്ക് ബാലറ്റ്സ്കീയെപ്പോലെ പെരുമാറാൻ കഴിയില്ലേ? ഞാൻ വരരുതായിരുന്നു. പക്ഷേ വന്നാൽ അവരുടെ ആഘോഷത്തിന് വിഘാതമാവരുത്. ഞാനൊരു കൊസാക്കിനെപ്പോലെ മദ്യപിക്കണം." ഗ്ലാസുകൾ വെച്ച മരത്തിന്റെ ഒരു ട്രേ കൈയിലെടുത്ത് അത് മുഴുവൻ അയാൾ കുടിച്ചു. പെൺകുട്ടികൾ അയാളെ പേടിയോടെ നോക്കി. അവർക്ക് അത് വിചിത്രമായി അനുഭവപ്പെട്ടു. യുസ്റ്റെൻക വീണ്ടും ഓരോ ഗ്ലാസ് മദ്യം അവർക്ക് നൽകുകയും ചുംബിക്കുകയും ചെയ്തു. "ഇനി നമുക്ക് ചില തമാശകൾ കാണിക്കാം" പ്ലേറ്റിൽ അവരിട്ട റൂബിളുകൾ കിലുക്കിക്കൊണ്ട് യുസ്റ്റെൻക പറഞ്ഞു.

ഒലെനിന് തീരെ വിഷമം തോന്നിയില്ല. അയാൾ വാചാലനായി.

"മര്യാൻക, ഇനി നിന്റെ ഊഴമാണ്. ഒരു ഗ്ലാസ് വൈൻ ഒരു ചുംബനം." ബാലറ്റ്സ്കീ അവളുടെ കൈയിൽപ്പിടിച്ചു.

"ശരി ഞാൻ ചുംബിക്കാൻ പോവുകയാണ്!" അയാളെ അടിക്കാനോങ്ങിക്കൊണ്ട് അവൾ പറഞ്ഞു.

"പണം ഇല്ലാതെതന്നെ ഒരാൾക്ക് ഗ്രാൻഡ്ഡാഡിനെ ചുംബിക്കാം" മറ്റൊരു പെൺകുട്ടി പറഞ്ഞു.

"ഒരാൾക്കെങ്കിലും ബുദ്ധിയുണ്ട്" കുതറിമാറാൻ ശ്രമിക്കുന്ന കുട്ടിയെ ചുംബിക്കാൻ ശ്രമിച്ചുകൊണ്ട് അയാൾ പറഞ്ഞു.

"നീ തന്നേ മതിയാവൂ" മര്യാൻകയെ നോക്കിക്കൊണ്ട് അയാൾ പറഞ്ഞു. "നിന്റെ വീട്ടിൽ താമസിക്കുന്നയാൾക്കെങ്കിലും ഒരു ഗ്ലാസ് നൽകൂ."

അയാൾ അവളെ കൈപിടിച്ച് ഒലെനിന്റെ അരികിൽ ബഞ്ചിലിരുത്തി.

"എന്തൊരു ഭംഗി" അവളുടെ തലപിടിച്ച് തന്റെ മുഖത്തിന് നേരെ പിടിച്ച് അയാൾ പറഞ്ഞു.

മര്യാൻക ഒന്നുംപറഞ്ഞില്ല. അവൾ ഒലെനിന് നേരെ തിരിഞ്ഞ് ഒന്നുചിരിക്കുകമാത്രം ചെയ്തു.

"ഒരു സുന്ദരിക്കുട്ടി" ബാലറ്റ്സ്കീ വീണ്ടും പറഞ്ഞു.

"അതെ, എന്തൊരു സൗന്ദര്യമാണെനിക്ക്" മര്യാൻക സ്വയം പറയുന്നതുപോലെ ഇരുന്നു. എന്ത് സംഭവിക്കും എന്ന് ആലോചിക്കാതെ ഒലെനിൻ അവളെ കെട്ടിപ്പിടിച്ച് ചുംബിക്കാനാഞ്ഞു. പക്ഷേ അവൾ കുതറിമാറി. മേശ തള്ളിമാറ്റി അടുപ്പിന്റെ അടുത്തേക്ക് ഓടിപ്പോയി. എല്ലാവരും ബഹളത്തോടെ പുറത്തേക്ക് ഓടി. അവർക്ക് പിറകിൽ മുറി അടച്ചുപൂട്ടി.

"ബാലറ്റ്സകീയെ ചുംബിച്ച നീ എന്താ എന്നെ ചുംബിക്കാത്തത്?" അയാൾ ചോദിച്ചു.

"ഒന്നുമില്ല. എനിക്ക് അങ്ങനെയാണ് തോന്നിയത്?" ചുണ്ട് കടിച്ച് നെറ്റി ചുളിച്ചുകൊണ്ട് അവൾ പറഞ്ഞു. "അയാൾ ഗ്രാൻഡ് ഡാഡ്" ആണ് അവൾ കൂട്ടിച്ചേർത്തു. അവൾ വാതിലിനടുത്തുപോയി വാതിലിലിടിച്ചുകൊണ്ട് ഉറക്കെ വിളിച്ചു. "വാതിൽ തുറക്ക്, എന്തിനാ വാതിലടച്ചത് പിശാചുക്കളേ?"

"അവർ അവിടെയിരിക്കട്ടെ, നമ്മൾ ഇവിടെയും." അവളുടെ അടുത്തേക്ക് നീങ്ങിക്കൊണ്ട് അയാൾ പറഞ്ഞു.

അവൾ നെറ്റിചുളിച്ചുകൊണ്ട് അയാളെ തള്ളിമാറ്റി. വീണ്ടും അവൾ കൂടുതൽ സുന്ദരിയാവുന്നതായി അയാൾക്ക് തോന്നി, മാത്രമല്ല താൻ ചെയ്യുന്നത് മോശമാണെന്ന് തിരിച്ചറിയുകയും ചെയ്തു.

"ബാലറ്റ്സ്കീ, വാതിൽ തുറക്ക്! എന്ത് വിഡ്ഢിത്തമാണിത്?"

ഇതുകേട്ടതോടെ മര്യാൻക ഉറക്കെ ചിരിക്കാൻ തുടങ്ങി. "നിങ്ങൾക്ക് എന്നെ പേടിയാണോ?"

"അതേ, നിന്റെ അമ്മയെപ്പോലെതന്നെ നീയുമൊരു കുരിശാണ്."

"നിങ്ങൾ കുറെക്കൂടി സമയം ഇറോഷ്കയോടൊപ്പം ചെലവഴിക്കൂ. പെൺകുട്ടികളോട് എങ്ങനെ പെരുമാറണം എന്ന് അയാൾ പഠിപ്പിച്ചുതരും." അയാളുടെ കണ്ണുകളിലേക്ക് തുറിച്ചുനോക്കിക്കൊണ്ട് അവൾ പറഞ്ഞു.

എന്ത് മറുപടി പറയണം എന്ന് അയാൾക്ക് അറിയില്ലായിരുന്നു.

"നിന്നെ കാണാൻ വന്നാൽ."

അത് കാര്യം വേറെ". തലകുലുക്കിക്കൊണ്ട് അവൾ പറഞ്ഞു.

ആ സമയത്ത് ബാലറ്റ്സ്കീ വാതിൽ തുറന്നു. മര്യാൻക ഒലെനിനടുത്തുനിന്നും അപ്പുറത്തേക്ക് വേഗത്തിൽ മാറിനിന്നു. അവളുടെ തുട അയാളുടെ കാലിൽ തട്ടിയുരസി.

"ഞാൻ ചിന്തിക്കുന്നതെല്ലാം വിവരക്കേടുകളാണ്. സ്നേഹം, ത്യാഗം, ലുകാഷ്ക.... എല്ലാം. സന്തോഷമാണ് പ്രധാന കാര്യം. ആരാണോ സന്തോഷവാൻ അയാളാണ് ശരി." ചിന്തകൾ ഒലെനിന്റെ മനസിലൂടെ മിന്നിമറഞ്ഞു. എവിടെ നിന്നെന്നറിയാതെ അയാളിലേക്ക് ഉറഞ്ഞുകൂടിയ ശക്തിയാൽ അയാൾ മര്യാൻകയെ കെട്ടിപ്പിടിച്ച് നെറ്റിയിലും ചുണ്ടിലും ചുംബിച്ചു. അവൾ ദേഷ്യപ്പെട്ടില്ല. പൊട്ടിച്ചിരിച്ചുകൊണ്ട് മറ്റ് പെൺകുട്ടികളുടെ കൂട്ടത്തിലേക്ക് ഓടിപ്പോയി.

പാർട്ടിയുടെ അവസാനം അങ്ങനെയായിരുന്നു. യുസ്റ്റെൻകയുടെ അമ്മ ജോലികഴിഞ്ഞ് തിരിച്ചുവന്നു. അവർ എല്ലാ പെൺകുട്ടികളെയും വഴക്കുപറഞ്ഞ് വീടിന് വെളിയിലാക്കി.

ഇരുപത്തിആറ്

'എന്റെ കടിഞ്ഞാണുകൾ അൽപ്പമൊന്ന് അഴിച്ചിട്ടാൽമതി ഞാൻ ആ കൊസാക്കുകാരിയുമായി പ്രണയത്തിലാവും തീർച്ച.' വീട്ടിലേക്ക് നടക്കുംവഴി അയാൾ ഓർത്തു. പക്ഷേ കിടക്കയിൽ വിശ്രമിക്കുമ്പോൾ ഇപ്പോൾ കഴിഞ്ഞതെല്ലാം അങ്ങനെതന്നെ അവസാനിക്കുമെന്നും തന്റെ ജീവിതം മുൻപത്തെപ്പോലെ തന്നെ തുടരുമെന്നും അയാൾ വിശ്വസിച്ചു.

പക്ഷേ മുൻപത്തെ ജീവിതം ഒരിക്കലും തിരിച്ചുവന്നില്ല. അയാളും മര്യാൻകയുമായുള്ള ബന്ധം വളരെയേറെ മാറിപ്പോയിരുന്നു. അവർക്കിടയിലുണ്ടായിരുന്ന വൻമതിൽ മാഞ്ഞുപോയിരുന്നു. തമ്മിൽ കാണുമ്പോഴൊക്കെ അവർ പരസ്പരം സംസാരിച്ചു.

ഒലെനിന്റെ സമ്പത്തിനെക്കുറിച്ച് കേട്ടറിഞ്ഞ വീട്ടുടമസ്ഥൻ വാടക വാങ്ങി തിരിച്ചുപോരുമ്പോൾ അയാളെ വീട്ടിലേക്ക് ക്ഷണിച്ചു. മര്യാൻകയുടെ അമ്മ അയാളെ സ്നേഹപൂർവം സ്വീകരിച്ചു. ആ പാർട്ടിക്കുശേഷം വൈകുന്നേരങ്ങളിൽ ഇടയ്ക്കിടെ അയാൾ മര്യാൻകയുടെ വീട്ടിൽ പോകാനും രാത്രി വൈകുന്നതുവരെ അവരുടെകൂടെ ചെലവഴിക്കാനും തുടങ്ങി. ഗ്രാമത്തിൽ സാധാരണ ജീവിക്കുന്നതുപോലെയെ അയാൾക്ക് അനുഭവപ്പെട്ടുള്ളൂവെങ്കിലും അയാൾക്കുള്ളിൽ എല്ലാം മാറിയിരുന്നു. അയാൾ പകൽസമയം കാട്ടിൽ ചെലവഴിച്ചു. സന്ധ്യയാവുമ്പോൾ തനിച്ചോ ഇറോഷ്കയുടെ കൂടെയോ തന്റെ വീട്ടുടമസ്ഥന്റെ വീട്ടിൽ പോയിരിക്കും. അയാൾ അവരുടെ ഒരു പതിവുകാരനായി മാറിയിരുന്നു. വരാതിരിക്കുമ്പോൾ എന്തുപറ്റിയെന്ന് അവർ അന്വേഷിക്കാനും തുടങ്ങി. വീഞ്ഞിന് നല്ല വിലതന്നെ അയാൾ നൽകിയിരുന്നു. മാത്രമല്ല അയാൾ ഒരു ശാന്തനുമായിരുന്നു. വന്യൂഷ ചായ എത്തിച്ചുകൊടുക്കുകയും അയാൾ അത് ഒരു മൂലയിൽ അടുപ്പിനടുത്തിരുന്ന് കഴിക്കുകയും

ചെയ്തു. മര്യാൻകയുടെ അമ്മ അവരുടെ ജോലികളിൽ മുഴുകി ചായയോ ചിക്കിറോ കഴിച്ചുകൊണ്ടിരിക്കുമ്പോൾ അവർ കൊസാക്ക് കാര്യങ്ങളെക്കുറിച്ചോ, അയൽവാസികളെക്കുറിച്ചോ റഷ്യയെക്കുറിച്ചോ സംസാരിച്ചുകൊണ്ടിരുന്നു. മറ്റുള്ളവർ ചോദിക്കുകയും ഒലെനിൻ പറയുകയും ചെയ്യുകയായിരുന്നു പതിവ്. ചില സമയങ്ങളിൽ അയാൾ ഒരു പുസ്തകം കൊണ്ടുവരികയും അത് വായിച്ചുകൊണ്ടിരിക്കുകയും ചെയ്തു. മര്യാൻക ഒരു കാട്ടാടിനെപ്പോലെ തന്റെ മുട്ടുകൾ മടക്കി കാൽപ്പാദം മുകളിലേക്കാക്കി അടുപ്പിൻതിണ്ണയിലും ചിലപ്പോൾ വെളിച്ചമെത്താത്ത മൂലയിലും ഇഴഞ്ഞ് നടക്കുകയായിരുന്നു. അവൾ ഒരിക്കലും ഇത്തരം സംഭാഷണങ്ങളിൽ പങ്കെടുത്തില്ല. പക്ഷേ അവളുടെ തിളങ്ങുന്ന കണ്ണുകളും ജ്വലിക്കുന്ന മുഖവും അയാൾക്ക് കാണാമായിരുന്നു. സൂര്യകാന്തിക്കുരുക്കൾ കടിച്ചുപൊട്ടിക്കുന്ന ശബ്ദവും അയാൾക്ക് കേൾക്കാമായിരുന്നു. അയാൾ സംസാരിക്കുമ്പോൾ തികഞ്ഞ ജാഗ്രതയോടെ അവൾ ശ്രദ്ധിക്കുന്നുണ്ടായിരുന്നു. വായിക്കുമ്പോൾ അയാളുടെ സാന്നിധ്യം ആസ്വദിക്കുന്നുണ്ടെന്നും അയാൾക്കറിയാമായിരുന്നു. ചിലപ്പോൾ അവൾ തന്നെത്തന്നെ നോക്കിയിരിക്കുന്നതായി അയാൾക്കു തോന്നി. അവരുടെ കണ്ണുകൾ തമ്മിലിടഞ്ഞപ്പോഴൊക്കെ വിദ്യുത്സ്ഫുലിംഗങ്ങൾ പ്രസരിക്കുന്നതായി അയാൾക്ക് അനുഭവപ്പെട്ടു. അയാൾ അവളെത്തന്നെ നോക്കിയിരിക്കുകയും ചെയ്തു. ഉടൻതന്നെ അവൾ മുഖം മറയ്ക്കുകയും അയാൾ അമ്മയുമായി ആഴത്തിൽ ചർച്ചചെയ്യുന്നതുപോലെ സംഭാഷണത്തിൽ ഏർപ്പെടുകയും ചെയ്തു. സംസാരിക്കുമ്പോഴും അവളുടെ ചലനങ്ങളും നിശ്വാസങ്ങളും ശ്രദ്ധിച്ചുകൊണ്ട് അടുത്ത നോട്ടത്തിനായി അയാൾ കാത്തിരുന്നു. മറ്റുള്ളവരുടെ സാന്നിധ്യത്തിൽ അവൾ അയാളുമായി വെറും സൗഹൃദത്തിൽ മാത്രമായിരുന്നു. പക്ഷേ അവർ മാത്രമാവുമ്പോൾ അവൾ ലജ്ജിതയായി. ചില ദിവസങ്ങൾ മര്യാൻക എത്തുന്നതിന് മുൻപ് അയാൾ വീട്ടിലെത്തി. പെട്ടെന്നുതന്നെ അവളുടെ ഉറച്ച കാലടിശബ്ദവും കോട്ടൻ തുണിയുടെ തിളക്കവും വാതിൽപ്പടിയിൽ എത്തുകയായി. വീടിന്റെ നടുത്തളത്തിലെത്തിയാൽ അയാൾക്കൊരു മനോഹരമായ ചിരി സമ്മാനിച്ച് അൽപ്പം പേടിയോടെ അവൾ നിൽക്കും. അയാൾ അവളിൽനിന്ന് എന്തെങ്കിലും തേടുകയോ ആഗ്രഹിക്കുകയോ ചെയ്തില്ല. പക്ഷേ ഓരോ ദിവസം കഴിയുന്തോറും അവളുടെ സാന്നിധ്യം അയാൾക്ക് ഒഴിച്ചുകൂടാൻ കഴിയാത്തതായി.

ഒലെനിൻ പൂർണമായും കൊസാക്ക് ജീവിതത്തിലേക്ക് കയറിക്കഴിഞ്ഞിരുന്നു. തന്റെ കഴിഞ്ഞകാല ജീവിതം അയാൾക്ക് അന്യമായിത്തോന്നി. താൻ ജീവിക്കുന്ന ലോകത്തിന്റെ അപ്പുറത്തുള്ള ഒരു ഭാവിയിൽ അയാൾ തീരെ താൽപ്പര്യം കാണിച്ചില്ല. നാട്ടിൽനിന്നുവരുന്ന കത്തുകൾ അയാളെ അലോസരപ്പെടുത്തി. എന്നാലും തന്റെ പൂർവകാലത്തിൽ നിന്നും പൂർണമായും മുറിച്ചുമാറ്റപ്പെട്ടതിലും ഈ ഗ്രാമത്തിൽ ഏകാന്തമായ യഥാർഥജീവിതം നയിക്കുന്നതിലും ഒരിക്കലും ഖേദിക്കില്ലെന്ന്

അയാളുറപ്പിച്ചു. സാഹസികയാത്രയ്ക്ക് പോകുമ്പോഴും മിലിറ്ററി ക്യാമ്പിൽ ഇരിക്കുമ്പോഴും അയാൾക്ക് സന്തോഷമായിരുന്നു. പക്ഷേ ഇറോഷ്കയുടെ ചിറകിനു കീഴിൽ കാട്ടിൽ വേട്ടയാടുമ്പോഴും ഗ്രാമത്തിന്റെ അറ്റത്തുള്ള കുടിലിൽ താമസിക്കുമ്പോഴും മര്യാൻകയെയും ലുകാഷ്കയെയും കുറിച്ച് ചിന്തിക്കുമ്പോഴുമാണ് കഴിഞ്ഞ ജീവിതത്തിന്റെ നിരർഥകത അയാൾക്ക് കൃത്യമായി ബോധ്യമാവുന്നത്. ഈയൊരു ബോധം അയാൾക്ക് മുമ്പുണ്ടായിരുന്നു. പക്ഷേ അപ്പോഴാണ് കൃത്യമായും അതിന്റെ വിഡ്ഢിത്തം അയാൾക്ക് മനസിലായത്. ദിവസംതോറും സ്വതന്ത്രനാവുന്നതുപോലെയും ഒരു യഥാർഥ മനുഷ്യനാവുന്നതുപോലെയും അയാൾക്ക് അനുഭവപ്പെട്ടു. തന്റെ ഭാവനയിൽ നിന്നും എത്രയോ വ്യത്യസ്തമായി കാർകേഷ്യ അയാൾക്ക് അനുഭവപ്പെട്ടു. തന്റെ സ്വപ്നംപോലെയൊന്നും അയാൾ അവിടെ കണ്ടില്ല. അയാൾ വായിച്ചറിഞ്ഞതുപോലെയും കേട്ടതുപോലെയും ഒന്നും അവിടെയില്ലായിരുന്നു. "ചെങ്കുത്തായ പാറക്കൂട്ടങ്ങൾ, ഇവിടുത്തെ കുതിരകൾ, അമാലറ്റ്ബെക്സ്, നായകന്മാർ, വില്ലന്മാർ എല്ലാം അനുപമമാണ്" അയാൾ അത്ഭുതപ്പെട്ടു. "ആളുകൾ പ്രകൃതിയോടൊപ്പം ജീവിക്കുന്നു, മരിക്കുന്നു, ജനിക്കുന്നു, ഒന്നിക്കുന്നു, വീണ്ടും ജനിക്കുന്നു, യുദ്ധം ചെയ്യുന്നു, ഭക്ഷണം കഴിക്കുന്നു, മദ്യപിക്കുന്നു, സന്തോഷിക്കുന്നു. പ്രകൃതി ചെടികൾക്കും മൃഗങ്ങൾക്കും നിഷ്കർഷിക്കുന്ന പരിമിതികളല്ലാതെ ഒന്നും ഇവർക്ക് ബാധകമല്ല. വേറെ ഒരു നിയമവുമില്ല ഇവർക്ക്." അതുകൊണ്ടുതന്നെ ഈ ജനങ്ങൾ അയാൾക്ക് തന്നെക്കാൾ സ്വതന്ത്രരും സുന്ദരന്മാരും ശക്തന്മാരുമായി അനുഭവപ്പെട്ടു. അവരെ കാണുമ്പോൾ തന്റെ പരിമിതിയോർത്ത് ദുഃഖിക്കുകയും ലജ്ജിതനാവുകയും ചെയ്തു. എല്ലാമുപേക്ഷിച്ച് ഒരു കൊസാക്കുകാരനാവാൻ അയാൾ ആഗ്രഹിച്ചു. ഒരു കുടിലുവയ്ക്കാനും കന്നുകാലിയെ വാങ്ങാനും മര്യാൻകയൊഴിച്ച് ഒരു കൊസാക്കുസ്ത്രീയെ വിവാഹംചെയ്യാനും അയാൾക്കിഷ്ടമായിരുന്നു. മര്യാൻക അയാളുടെ മനസിൽ ലുകാഷ്കയുടെ പെണ്ണായിരുന്നു. ഇറോഷ്കയുടെകൂടെ ജീവിക്കുക, അയാളുടെ കൂടെ വേട്ടയ്ക്കും മത്സ്യബന്ധനത്തിനും പോവുക, കൊസാക്കുകളോടൊപ്പം സാഹസികയാത്രയ്ക്ക് പോവുക എല്ലാം അയാളുടെ സ്വപ്നങ്ങളായിരുന്നു. 'എന്താ ഞാൻ അങ്ങനെയൊന്നും ചെയ്യാത്തത്? എന്തിനെയാണ് ഞാൻ കാത്തിരിക്കുന്നത്?' അയാൾ സ്വയംചോദിച്ചു. 'ശരിയെന്നും യുക്തിപൂർവമെന്നും ഞാൻ ചിന്തിക്കുന്ന കാര്യങ്ങൾ ചെയ്യാൻ എനിക്ക് ധൈര്യമില്ലെന്നുണ്ടോ? ആരെയും ദ്രോഹിക്കാതെ മറ്റുള്ളവർക്ക് ഉപകാരംചെയ്ത് ഒരു സാധാരണ കൊസാക്കായി ജീവിക്കുക എന്നത്, തന്റെ പൂർവസ്വപ്നമായ മന്ത്രിയാവുക അല്ലെങ്കിൽ കേണലാവുക എന്നതിനേക്കാൾ വിഡ്ഢിത്തം നിറഞ്ഞതാണോ?' പക്ഷേ ഇപ്പോൾ ഒരു തീരുമാനമെടുക്കരുതെന്നും കാത്തിരിക്കണമെന്നും ആരോ പറയുന്നതുപോലെ അയാൾക്ക് തോന്നി. പൂർണമായും ഇറോഷ്കയെപ്പോലെയോ ലുകാഷ്കയെപ്പോലെയോ

ജീവിക്കാൻ തനിക്ക് കഴിയില്ല, കാരണം സന്തോഷത്തെക്കുറിച്ച് വ്യത്യസ്തമായ ഒരു ആശയമാണ് തനിക്ക് ഉള്ളതെന്നുള്ള ഒരു അവ്യക്തബോധം അയാളിലുണ്ടായിരുന്നു. സന്തോഷം ആത്മസമർപ്പണത്തിലാണ് എന്ന ആശയം അയാളുടെ മനസിലേക്ക് വീണ്ടും കയറിവന്നു. അയാൾ ലുകാഷ്കയ്ക്കുവേണ്ടി ചെയ്തത് അവന് എപ്പോഴും സന്തോഷം നൽകുന്നു. മറ്റുള്ളവർക്കുവേണ്ടി എന്തെങ്കിലും ചെയ്യാൻ അയാൾ കാത്തിരിക്കുകയായിരുന്നു. ചിലപ്പോൾ അയാൾ സ്വയം നിർമിച്ചെടുത്ത സന്തോഷത്തിന്റെ ഈ സൂത്രവാക്യം മറന്നുപോവുകയും ഇറോഷ്കയെപ്പോലെ ജീവിക്കാൻ ശ്രമിക്കുകയും ചെയ്യുമായിരുന്നു. പക്ഷേ പെട്ടെന്നുതന്നെ അയാൾ തന്റെ സൂത്രവാക്യം ഓർക്കുകയും മറ്റുള്ളവരുടെ സന്തോഷം കണ്ട് സംതൃപ്തിയടയുകയുംചെയ്തു.

ഇരുപത്തിഏഴ്

മുന്തിരിവിളവെടുപ്പിന്റെ തൊട്ടുമുന്നേ ലുകാഷ്ക കുതിരപ്പുറത്ത് ഒലെനിനെ കാണാനെത്തി. അയാൾ കുറച്ചുകൂടി ഊർജസ്വലനായിരുന്നു.

"നിങ്ങൾ വിവാഹം കഴിക്കുന്നില്ലേ?" സന്തോഷത്തോടെ അയാളെ സ്വീകരിച്ചുകൊണ്ട് ഒലെനിൻ ചോദിച്ചു.

ലുകാഷ്ക നേരിട്ട് ഒരുത്തരം നൽകിയില്ല.

"ഞാൻ താങ്കൾ തന്ന കുതിരയെ നദിക്കപ്പുറത്ത് കൊണ്ടുപോയി മാറ്റിയെടുത്തു. ഇതൊരു കബാർഡ കുതിരയായി, ലോവ്സ്റ്റെഡിൽനിന്ന്. എനിക്കിപ്പോൾ കുതിരകളെക്കുറിച്ച് നന്നായി അറിയാം.

അവർ കുതിരയെ പരിശോധിക്കുകയും അതിനെ മുറ്റത്ത് കെട്ടിയിടാൻ സൗകര്യമൊരുക്കുകയും ചെയ്തു. അത് വളരെ നല്ല ഒരു കുതിരയായിരുന്നു. തിളങ്ങുന്ന രോമങ്ങളും മിനുസമുള്ള വാലും മൃദുവായ കുഞ്ചിരോമങ്ങളും കുലീനന്റെ തലയെടുപ്പുമെല്ലാം അതിനെ സുന്ദരമാക്കി. "നന്നായി തീറ്റകൊടുത്ത് വളർത്തിയതിനാൽ നമുക്കതിന്റെ പുറത്ത് കിടന്ന് ഉറങ്ങാം" ലുകാഷ്ക പറഞ്ഞു. നല്ല വർഗത്തിൽപ്പെട്ട കുതിരകൾക്ക് മാത്രം കാണുന്ന മനോഹരമായ കുളമ്പുകളും, പല്ലും കണ്ണുകളും അതിന്റെ പ്രത്യേകതയായിരുന്നു. ഒലെനിന് ആ കുതിരയോട് ആരാധനതോന്നി. കൗക്കാസസിൽ ഒരിടത്തും അയാൾ അതുപോലൊരു കുതിരയെ കണ്ടിട്ടില്ലായിരുന്നു.

"അതിന്റെയൊരു നടത്തം!" ലുകാഷ്ക പറഞ്ഞു. "തലയാട്ടിക്കൊണ്ട്, ഉറച്ച കാൽവെയ്പ്പോടെ..... നല്ല ബുദ്ധിയുമുണ്ട്, അതിന്റെ യജമാനന്റെ പുറകെ ഓടിക്കൊള്ളും."

"ഈ മാറ്റക്കച്ചവടത്തിൽ നിനക്ക് പണം വല്ലതും കൂടുതൽ ചെലവായോ?" ഒലെനൻ ചോദിച്ചു.

"ഞാൻ കണക്ക് നോക്കിയില്ല." ലുകാഷ്ക ചിരിച്ചുകൊണ്ട് പറഞ്ഞു." ഇവനെയെനിക്ക് എന്റെ സുഹൃത്തിൽനിന്നും കിട്ടി."

“നല്ല കുതിര എത്ര കിട്ടിയാൽ നീ ഇതിനെ വിൽക്കും?” ഒലെനൻ ചോദിച്ചു.

“ഇതിന് നൂറ്റി അമ്പത് റൂബിൾ വില പറഞ്ഞുകഴിഞ്ഞു. പക്ഷേ നിങ്ങൾക്ക് ഞാനിത് വെറുതെ തരും.” ലുകാഷ്‌ക ചിരിച്ചുകൊണ്ട് പറഞ്ഞു. “ചോദിച്ചാൽ മതി അപ്പോൾ ഞാനിതിനെ നിങ്ങൾക്ക് തരും. പിന്നെയത് നിങ്ങളുടേതാണ്. എനിക്ക് എന്റെ ജോലിക്ക് യോജിച്ച ഒരു കുതിരയെ കിട്ടിയാൽ മതി.”

“എനിക്ക് വേണ്ട.”

“എന്നാൽ ഈ കഠാര എടുക്കൂ. നിങ്ങൾക്കായി കൊണ്ടുവന്നതാണ്.” ലുകാഷ്‌ക ബെൽറ്റ് അഴിച്ച് അതിൽ തൂക്കിയിട്ടിരുന്ന രണ്ട് കഠാരകളിൽ ഒന്നെടുത്ത് കൈയിൽ പിടിച്ചുകൊണ്ട് പറഞ്ഞു; “എനിക്കിത് നദിക്കപ്പുറത്തുനിന്ന് കിട്ടിയതാണ്.”

“ഓ! നന്ദി!”

“നിങ്ങൾക്ക് കുറച്ച് മുന്തിരി എത്തിച്ചുതരാമെന്ന് അമ്മ പറഞ്ഞിട്ടുണ്ട്.”

“അത് വേണ്ടായിരുന്നു. നമുക്ക് അന്യോന്യം കണക്ക് തീർക്കണം. ഇപ്പോൾത്തന്നെ ഞാൻ കഠാരയ്ക്ക് പണമൊന്നും തന്നിട്ടില്ല.”

“എങ്ങനെയാണ് കണക്ക് തീർക്കുക? നമ്മൾ സുഹൃത്തുക്കളാണ്. ഗിരേഖാൻ എന്നെ വീട്ടിൽ വിളിച്ചുകൊണ്ടുപോയി പറഞ്ഞു “നിനക്ക് ഇഷ്ടമുള്ളത് എന്താണെങ്കിലും എടുത്തുകൊള്ളൂ.” ഞാൻ ഈ വാൾ എടുത്തു. അത് ഞങ്ങളുടെ ആചാരമാണ്. അതുപോലെയാണ് ഇതും.”

അവർ കുടിലിനുള്ളിലേക്ക് കയറി കുറച്ച് മദ്യപിച്ചു. “കുറച്ചുസമയം ഇവിടെ തങ്ങുന്നോ?” ഒലെനിൻ ചോദിച്ചു.

“ഇല്ല ഞാൻ യാത്രപറയാൻ വന്നതാണ്. അവരെന്നെ ടെറക്കിനപ്പുറത്തുള്ള ഒരു കമ്പനിയിലേക്ക് അയയ്ക്കുകയാണ്. എന്റെ സുഹൃത്ത് നസാർക്കയ്ക്കൊപ്പം ഞാൻ ഇന്നുരാത്രിതന്നെ പുറപ്പെടുകയാണ്.”

“പിന്നെ, കല്യാണം എന്നായിരിക്കും?”

വിവാഹനിശ്ചയത്തിനായി ഞാൻ തിരിച്ചെത്തും. പിന്നീട് കമ്പനിയിലേക്ക് തിരിച്ചുപോവുകയും ചെയ്യും.” ലുകാഷ്‌ക മനസില്ലാമനസോടെ പറഞ്ഞു.

“പിന്നെ, നിങ്ങൾക്ക് കാണണ്ടേ?”

“കണ്ടുകൊണ്ടിരുന്നിട്ടെന്താ? നിങ്ങൾ കാമ്പയിനിന് പോകുമ്പോൾ എന്റെ കമ്പനിയിൽ പോയി ശക്തനായ ലുകാഷ്‌കയെക്കുറിച്ചു ചോദിച്ചുനോക്കൂ. നമ്മുടെ ഈ ഭാഗത്ത് എത്രമാത്രം കാട്ടുപന്നികളാണ്. ഞാൻ രണ്ടെണ്ണത്തിനെ കൊന്നു. ഒരുനാൾ താങ്കളെയും ഞാൻ കൂടെക്കൂട്ടാം!”

“ശരി! ശരി ആ ക്രിസ്തു നിങ്ങളെ രക്ഷിക്കട്ടെ.”

ലുകാഷ്‌ക കുതിരപ്പുറത്ത് കയറി. മര്യാൻകയെ വിളിക്കാതെതന്നെ നസാർക്ക നിന്നിടത്തേക്ക് അയാൾ നീങ്ങി.

“നമുക്കൊന്ന് കറങ്ങിവന്നാലോ?” യാംകയുടെ വീടിനുനേരെ കണ്ണുകാണിച്ചുകൊണ്ട് നസാർക്ക ചോദിച്ചു.

“അത് ശരിയാണ്! എന്റെ കുതിരയെ അവളുടെ അടുത്തേക്ക്

കൊണ്ടുപോകൂ. ഞാൻ വേഗം തിരിച്ചിറങ്ങിയില്ലെങ്കിൽ അതിന് കുറച്ച് വൈക്കോൽ ഇട്ടുകൊടുക്കണം. എന്തായാലും നാളെ രാവിലയേ നമ്മൾ കമ്പനിയിൽ എത്തുകയുള്ളൂ."

"കേഡറ്റ് നിനക്ക് കൂടുതലായൊന്നും തന്നില്ലേ?"

"ഞാനയാൾക്കൊരു കഠാരകൊടുത്തു. അയാൾ കുതിരയെ ചോദിക്കാൻ തയാറെടുക്കുകയായിരുന്നു." ലുകാഷ്ക കുതിരപ്പുറത്തുനിന്ന് ഇറങ്ങി കുതിരയെ നസാർക്കയ്ക്ക് കൈമാറിക്കൊണ്ട് പറഞ്ഞു.

അയാൾ ശരവേഗത്തിൽ ഒലെനിൻ ജനൽ കഴിഞ്ഞ് കോനറ്റിന്റെ വീടിന്റെ ജനലിനടുത്തേക്ക് നീങ്ങി. ഇരുട്ട് പൂർണമായും മൂടിക്കഴിഞ്ഞിരുന്നു. മര്യാൻക നിശാവസ്ത്രം ധരിച്ച് മുടിചീകുകയായിരുന്നു.

"ഞാനാണ്" – ലുകാഷ്ക പിറുപിറുത്തു.

മര്യാൻകയുടെ നോട്ടം തീവ്രമായിരുന്നു. പക്ഷേ അവളുടെ പേര് വിളിച്ചുകേട്ടപ്പോൾ അവളുടെ മുഖം പ്രസന്നമായി. അവൾ ജനൽതുറന്ന് വെളിയിലേക്ക് നോക്കി. അവളിൽ സന്തോഷവും ഭയവും കലർന്നിരുന്നു.

"എന്താ? എന്താണ് വേണ്ടത്?"

"തുറക്ക്! ഞാനകത്തേക്ക് വരട്ടെ! എത്രനേരമായി കാത്തിരിക്കുന്നു!"

അയാൾ ജനലിനിടയിലൂടെ അവളുടെ മുഖത്ത് പിടിച്ച് ചുംബിച്ചു.

"തുറക്ക്! വാതിൽ തുറക്ക്!"

"നിങ്ങൾ എന്ത് വിവരദോഷമാണ് പറയുന്നത്? ഞാൻ തുറക്കില്ലെന്ന് പറഞ്ഞില്ലേ. കുറേ നേരമായോ വന്നിട്ട്?"

അയാൾ മറുപടി പറഞ്ഞില്ല. പകരം അവളെ ചുംബിച്ചുകൊണ്ടേയിരുന്നു. അവൾ കൂടുതലൊന്നും ചോദിച്ചുമില്ല.

"ഈ ജനലിനിടയിലൂടെ ഒന്ന് കെട്ടിപ്പിടിക്കാൻപോലും കഴിയില്ല." ലുകാഷ്ക പറഞ്ഞു.

"മര്യാൻക! ആരാണവിടെ" അമ്മയുടെ ശബ്ദം അകത്തുനിന്നും കേട്ടു.

ലുകാഷ്ക തൊപ്പിയൂരി ജനലിനടിയിലൂടെ ഇഴഞ്ഞ് ദൂരേക്കുപോയി.

"വേഗം പോയ്ക്കോ." മര്യാൻക പതുക്കെ പറഞ്ഞു.

"ലുകാഷ്ക വിളിച്ചതാണ്. അച്ഛനെപ്പറ്റി ചോദിക്കുകയായിരുന്നു."

"എന്നാൽ അവനോട് ഇങ്ങോട്ട് വരാൻ പറ."

"അയാൾ പോയി. തിരക്കാണെന്ന് പറഞ്ഞു."

യഥാർഥത്തിൽ ലുകാഷ്ക കുനിഞ്ഞുകൊണ്ട് വേഗത്തിൽ ജനലിനടിയിലൂടെ നടന്ന് മുറ്റംകടന്ന് യാംകെയുടെ വീടിന് നേരെയായിരുന്നു പോയത്. ഒലെനിനൊഴിച്ച് മറ്റാരും അത് കാണുന്നുണ്ടായിരുന്നില്ല. രണ്ട് ഗ്ലാസ് ചിക്കിർ കഴിച്ചതിനുശേഷം അയാളും നസാർക്കയും ഔട്ട്പോസ്റ്റിനടുത്തേക്ക് പോയി. ഇരുട്ട് ശാന്തവും ചൂടുള്ളതുമായിരുന്നു. അവർ നിശ്ശബ്ദമായി മുന്നോട്ടു നീങ്ങി. കുതിരയുടെ കുളമ്പടിശബ്ദം മാത്രം കേൾക്കാമായിരുന്നു. അയാൾ കൊസാക്കുകളെക്കുറിച്ചുള്ള ഒരു പാട്ട് പാടാൻ തുടങ്ങി. പക്ഷേ ആദ്യത്തെ വരികൾ പാടുമ്പോഴേക്കും നിർത്തി നസാർക്കയ്ക്കു നേരെ തിരിഞ്ഞ് ചോദിച്ചു.

"അവളെന്നെ അകത്ത് കയറ്റില്ല!"

"ഹേ? അത് എനിക്കറിയാം. യാംക എന്നോട് പറഞ്ഞതെന്തെന്ന് അറിയുമോ? നമ്മുടെ ആ കേഡറ്റുണ്ടല്ലോ, അവൻ അവരുടെ വീട്ടിൽപ്പോകാൻ തുടങ്ങിയിരിക്കുന്നു. ഡാഡി ഇറോഷ്ക പൊങ്ങച്ചം പറഞ്ഞത് എന്താണെന്നറിയുമോ, മര്യൻകയെ കേഡറ്റിന് വിവാഹം കഴിപ്പിച്ചുകൊടുക്കാൻ അയാൾക്ക് ഒരു തോക്കാണ് കിട്ടിയത് എന്നാണ്."

"അയാൾ കളവ് പറയുന്നതാണ്. കള്ളപ്പിശാച്." ലുകാഷ്ക കാലുഷ്യത്തോടെ പറഞ്ഞു; "അവൾ അങ്ങനെയുള്ള ഒരു കുട്ടിയല്ല. സൂക്ഷിച്ചില്ലെങ്കിൽ അയാളുടെ തല ഞാൻ അടിച്ചുപൊളിക്കും. അയാൾ തന്റെ ഇഷ്ട ഗാനം പാടാൻ തുടങ്ങി..

ഇസ്മായ്ലോവ് ഗ്രാമത്തിൽനിന്നും
യജമാനന്റെ പ്രിയപ്പെട്ട പൂന്തോപ്പിൽനിന്നും
ഒരിക്കലൊരു പ്രാപ്പിടിയൻ പറന്നുപോയി
അവന് പിന്നാലെയൊരു വേട്ടക്കാരൻ ഓടിച്ചെന്നു
ചുറ്റിക്കറങ്ങുന്ന അവനെ മാടിവിളിച്ചു
ചെങ്കണ്ണൻ പക്ഷി ഇങ്ങനെ പറഞ്ഞു
"സ്വർണക്കൂട്ടിൽ നീയെന്നെ പാർപ്പിക്കൂല
നിന്റെ കൈയിൽ നീയെന്നെ കൊണ്ടുനടക്കൂല
അതിനാൽ ഞാൻ നീല സാഗരത്തിന് മുകളിൽ പറക്കട്ടെ
അവിടെയൊരരയന്നത്തെ കൊല്ലും ഞാൻ
രുചിയേറും ഇറച്ചിയാൽ വയറുനിറയ്ക്കും."

ഇരുപത്തിഎട്ട്

കോർനറ്റിന്റെ വീട്ടിൽ വിവാഹനിശ്ചയം നടക്കുകയാണ്. ലുകാഷ്ക ഗ്രാമത്തിലേക്ക് തിരിച്ചുവന്നിട്ടുണ്ടെങ്കിലും ഒലെനിനെ പോയി കണ്ടില്ല. ക്ഷണമുണ്ടായിരുന്നെങ്കിലും വിവാഹനിശ്ചയത്തിന് ഒലെനിൻ പോയുമില്ല. കൊസാക്ക് ഗ്രാമത്തിൽ താമസമാക്കിയതിനുശേഷം ആദ്യമായി അയാൾക്ക് വളരെക്കൂടുതൽ ദുഃഖംതോന്നി. വൈകുന്നേരം അയാൾ ലുകാഷ്കയെ കണ്ടിരുന്നു, പക്ഷേ, അയാൾ എന്താണ് തന്നോട് ഇത്രയും തണുപ്പൻ പ്രതികരണം കാണിക്കുന്നത് എന്ന് അയാൾ അത്ഭുതപ്പെട്ടു. ഒലെനിൻ വാതിലടച്ച് അകത്തിരുന്ന് തന്റെ ഡയറി തുറന്ന് എഴുതി.

"പല കാര്യങ്ങളും ഞാൻ വളരെ വൈകിയാണ് മനസിലാക്കാൻ തുടങ്ങിയത്. ചിലത് ഞാൻ മാറ്റുകയുംചെയ്തു. ഞാൻ മാമൂലുകളെ പരമാവധി മനസിലാക്കി. സന്തോഷത്തിലേക്കുള്ള ഏകവഴി സ്നേഹമാണ്. ആത്മനിഷേധത്തോടെയുള്ള സ്നേഹം, എല്ലാറ്റിനോടും എല്ലാവരോടുമുള്ള സ്നേഹം, സ്നേഹത്തിന്റെ ഒരു വല എല്ലായിടത്തും വിരിക്കുകയും അതിലേക്ക് എത്തിപ്പെടുന്നവരെയെല്ലാം സ്വീകരിക്കുകയും ചെയ്യും. ഇങ്ങനെയാണ് ഞാൻ വന്യൂഷയെയും ഇറോഷ്കയെയും ലുകാ

ഷ്കയെയും മര്യാൻകയെയും തന്നിലേക്ക് അടുപ്പിച്ചത്." ഒലെനിൻ ഈ വാചകം പൂർത്തിയാക്കുമ്പോഴേക്കും ഇറോഷ്ക മുറിയിലേക്ക് കയറിവന്നു.

ഇറോഷ്ക വളരെ സന്തോഷവാനായിരുന്നു. കുറച്ചുനാൾമുമ്പ് ഒലെനിൻ അയാളെ കാണാൻ ചെന്നിരുന്നു. അയാൾ വളരെ സന്തോഷത്തോടെ മുറ്റത്തിരുന്ന് ഒരു കാട്ടുപന്നിയുടെ തോല് പൊളിക്കുകയായിരുന്നു. ല്യാം അടക്കമുള്ള അയാളുടെ നായ്ക്കൾ അയാളുടെ വളരെ അടുത്തുനിന്ന് അയാൾ ചെയ്യുന്നത് നോക്കുകയും വാലാട്ടുകയും ചെയ്യുന്നുണ്ടായിരുന്നു. ചെറിയ കുട്ടികൾ വേലിക്കുള്ളിലൂടെ ഭവ്യതയോടെ അയാളെ നോക്കുന്നുണ്ടായിരുന്നു. സാധാരണപോലെ അയാളെ അവർ കളിയാക്കുന്നുണ്ടായിരുന്നില്ല. അയൽക്കാരായ സ്ത്രീകൾ അയാൾക്ക് ഒരു പാത്രം ചിക്കിറും കട്ടിക്രീമും അരിമാവും കൊണ്ടുവന്ന് കൊടുത്തു. പിറ്റേദിവസം ഇറോഷ്ക മേലാസകലംപുരണ്ട രക്തംപോലും കഴുകിക്കളയാതെ അടുപ്പിനടുത്തിരുന്ന് പണവും മദ്യവും വാങ്ങി പന്നിയിറച്ചി വിതരണംചെയ്തു. "ദൈവം എനിക്ക് ഭാഗ്യം തന്നിരിക്കുന്നു. ഞാനൊരു കാട്ടുപന്നിയെ കൊന്നു. അതുകൊണ്ട് ഞാൻ എല്ലാവർക്കും സ്വീകാര്യനായി." അയാളുടെ മുഖഭാവം വ്യക്തമാക്കി. നാലുദിവസം ഗ്രാമത്തിൽനിന്നും ദൂരേക്ക് പോകാതെ അയാൾ മദ്യപിച്ച് കഴിച്ചുകൂട്ടി. കൂടാതെ വിവാഹനിശ്ചയത്തിനും അയാൾ മദ്യപിച്ചു.

ഒലെനിനടുത്ത് വരുമ്പോൾ അയാൾ നന്നായി മദ്യപിച്ചിരുന്നു. മുഖം ചുവക്കുകയും താടിരോമങ്ങൾ കൂട്ടിപ്പിണയുകയും ചെയ്തിരുന്നു. പക്ഷേ അയാൾ സ്വർണനൂലുകൾ തുന്നിപ്പിടപ്പിച്ച ഒരു ബെഷ്മെന്റ് ധരിച്ചിരുന്നു. നദിക്കപ്പുറത്തുനിന്നും ലഭിച്ച ഒരു ഗിറ്റാർ അയാൾ കൂടെ കൊണ്ടുനടക്കുന്നുണ്ടായിരുന്നു. ഒലെനിന് ആ സൽക്കാരം അയാൾ ഒരുപാട് മുമ്പേ വാഗ്ദാനം ചെയ്തതായിരുന്നു. പക്ഷേ എഴുതുന്ന ഒലെനിനെ കണ്ടപ്പോൾ അയാൾക്ക് നിരാശയായി. "എഴുതിക്കോളൂ! എഴുതിക്കോളൂ!" അയാൾ പതുക്കെ പറഞ്ഞു. ഒരു ആത്മാവ് എഴുത്തുകാരനും കടലാസിനുമിടയിൽ ഉണ്ടെന്നും അതിനെ പേടിപ്പിച്ച് പറഞ്ഞയയ്ക്കരുതെന്നും വിചാരിച്ച് അയാൾ പതുക്കെ നിലത്തിരുന്നു. മദ്യപിച്ചുകഴിഞ്ഞാൽ അയാളുടെ ഇഷ്ടപ്പെട്ട ഇരിപ്പിടം തറയായിരുന്നു. ഒലെനിൻ ചുറ്റുംനോക്കി. കുറച്ച് വീഞ്ഞിന് ഓർഡർ നൽകിയശേഷം എഴുതാൻ തുടങ്ങി. തനിച്ച് മദ്യപിക്കുന്നത് വിരസമായി തോന്നിയ ഇറോഷ്ക സംസാരിക്കാൻ തുടങ്ങി.

"ഞാൻ കോർനറ്റിന്റെ വീട്ടിൽ വിവാഹനിശ്ചയത്തിന് പോയതായിരുന്നു. പക്ഷേ അവർക്ക് എന്നെ ബോധിക്കുന്നില്ല! അതുകൊണ്ടാണ് നിന്റെയരികിൽ വന്നത്."

"നിങ്ങൾക്ക് എവിടുന്നാണ് ഈ ഗിറ്റാർ കിട്ടിയത്" ഒലെനിൻ എഴുതിക്കൊണ്ട് ചോദിച്ചു.

"ഞാൻ നദിക്കപ്പുറം ആയിരുന്നു. അവിടെനിന്നു കിട്ടിയതാണ്." അയാൾ ശാന്തനായി പറഞ്ഞു. "ഞാൻ ഒരു ഗിറ്റാർ വിദഗ്ധനാണ്. ടാർട്ടാർ, കൊസാക്ക്, സോൾജിയേഴ്സ് ഏതുതരത്തിലുള്ള പാട്ടും ഞാൻ വായിക്കും."

ഒലെനിൻ ചിരിച്ചുകൊണ്ട് അയാളെ നോക്കി. വീണ്ടും എഴുത്ത് തുടർന്നു.

"നിർത്ത് എഴുത്ത് നിർത്ത്!" അയാൾ ശക്തമായി പറഞ്ഞു.

"ഞാൻ നിർത്താം."

"നിന്നെ പലരും മുറിവേൽപ്പിച്ചിട്ടുണ്ടാവാം. അവരെ വിട്ടേയ്ക്ക്. അവരുടെ മുഖത്തേക്ക് കാർക്കിച്ച് തുപ്പ്. ഇങ്ങനെ എഴുതിക്കൊണ്ടിരുന്നിട്ടെന്ത് കാര്യം? എന്ത് ഗുണം?"

തന്റെ തടിച്ച വിരൽ തറയിൽ തട്ടിക്കൊണ്ട് അയാൾ ഒലെനിനെ അനുകരിക്കുകയും ദേഷ്യത്തോടെ നോക്കുകയും ചെയ്തു.

"വിരോധവും ദേഷ്യവുമൊക്കെ ഇങ്ങനെ എഴുതി തീർത്തിട്ടെന്ത് കാര്യം. ധീരതയോടെ ചെയ്യേണ്ട കാര്യം ചെയ്യ്. എന്നിട്ട് ഒരാണാണെന്ന് തെളിയിക്ക്."

നിയമത്തിലെ ചില തന്ത്രങ്ങളല്ലാതെ എഴുതാനായി മറ്റൊന്നും അയാളുടെ തലയിലുദിച്ചില്ല.

ഒലെനിൻ ഉറക്കെ ചിരിച്ചു. കൂടെ ഇറോഷ്കയും. ഇരുന്നിടത്തു നിന്നും തുള്ളിക്കൊണ്ട് ഇറോഷ്ക ഗിറ്റാറിൽ തന്റെ കഴിവ് തെളിയിച്ചുകൊണ്ട് ടാർട്ടാർ പാട്ടുകൾ പാടാൻ തുടങ്ങി.

"എന്തിനാ എഴുതുന്നത്? ഞാൻ പാടുന്നത് ശ്രദ്ധിക്കൂ. മരിച്ചാൽപ്പിന്നെ ഒരു പാട്ടും കേൾക്കാൻ കഴിയില്ല. അതുകൊണ്ട് ഇപ്പോൾ ശ്രദ്ധിക്കൂ..... സന്തോഷിക്കൂ!"

"ഹാ! ഡീ, ഡീ, ഡീ, ഡീ ഡീ, ഡീം
പറയൂ അവരെവിടെയവസാനം കണ്ടുമുട്ടി.
ചന്തയിലെ ഒരു ബൂത്തിൽ
അവിടെയവൻ പിന്നുവിൽക്കുകയായിരുന്നു."

പിന്നീടയാൾ തന്റെ മുൻപത്തെ സെർജന്റ് ലാജറിൽനിന്നും പഠിച്ച ഒരു പാട്ട് പാടാൻ തുടങ്ങി.

"തിങ്കളാഴ്ച ഞാനൊരു കാമുകനായി
ചൊവ്വയോ ദീർഘനിശ്വാസം മാത്രം
പ്രണയമഭ്യർഥിച്ചു ബുധനാഴ്ച ഞാൻ
വ്യാഴമോ മറുപടി കാത്തിരുന്നു.
പിന്നെന്റെ ആശയെല്ലാം പോയ്മറഞ്ഞു.
ശനിയാഴ്ച ഞാനെന്റെ ജീവിതം തീർക്കുവാൻ
ധീരനായ് തീരുമാനിച്ചുറച്ചു.
എന്നാലെനിക്കെന്തോ മുക്തിപോലെ
ഞായറാഴ്ച ചിന്തകൾ മാറിമറിഞ്ഞു."

പിന്നീട് അയാൾ വീണ്ടും പാടി.

"ഓ! ഡീ, ഡീ, ഡീ, ഡീ, ഡീ, ഡീം
അവരെവിടെയവസാനം കണ്ടുമുട്ടി."

അതിനുശേഷം കണ്ണുമിഴിച്ച് പാട്ടിന്റെ താളത്തിൽ ചുമല് ചലിപ്പിച്ച് അയാൾ പാടി.

“ഞാൻ നിന്നെ വാരിപ്പുണർന്ന് ചുംബിക്കും
ചുവന്ന നൂലിനാൽ കെട്ടിയിടും
നിന്നെ ഞാൻ ദേവിയെന്ന് വിളിക്കും
എന്റെ ദേവീ നീയിനി പറയൂ
നിനക്കെന്നെയിഷ്ടമല്ലേ?”

മുറിക്കുചുറ്റും ഉറഞ്ഞാടിക്കൊണ്ട് അയാൾ തന്റെ പ്രകടനം തുടർന്നു.

‘ഡീ, ഡീ, ഡീ’, ‘ചെറുപ്പക്കാരന്റെ പാട്ട്’ എന്നിവ അയാൾ ഒലെനിനുവേണ്ടി പാടിയതായിരുന്നു. പക്ഷേ മൂന്നു ഗ്ലാസ് ചിക്കിർ കൂടെ കഴിച്ചുകഴിഞ്ഞപ്പോൾ കഴിഞ്ഞകാലം അയാളുടെ മനസിലേക്ക് കയറിവരികയും യഥാർഥ കൊസാക്ക്-ടാർട്ടാർ ഗാനങ്ങൾ പാടാൻ തുടങ്ങുകയും ചെയ്തു. പാടിക്കൊണ്ടിരിക്കെ അയാളുടെ ശബ്ദം പതറുകയും പാട്ട് നിർത്തുകയുംചെയ്തു. അപ്പോഴും അയാൾ തന്റെ ഗിറ്റാർ വായിച്ചുകൊണ്ടിരുന്നു.

പെട്ടെന്ന് ഇറോഷ്ക ചുമരിൽ തൂക്കിയിട്ടിരുന്ന തോക്ക് വലിച്ചെടുത്തു. പുറത്തേക്ക് ഓടിയിറങ്ങി തോക്ക് ആകാശത്തേക്കുചൂണ്ടി തുരുതുരാ വെടിയുതിർത്തു. കൂട്ടത്തിൽ ഉച്ചത്തിൽ തന്റെ “ഏയ് ഡായ്! ഡാലാ ലായ്!”

ഒലെനിൻ പോർച്ചിലേക്ക് ഓടിച്ചെന്നു. ഇറോഷ്ക വെടിയുതിർത്തുന്ന നക്ഷത്രംനിറഞ്ഞ ആകാശത്തേക്കുനോക്കി. കോർനെറ്റിന്റെ വീട്ടിൽ വെളിച്ചമുണ്ടായിരുന്നു. ആളുകൾ സംസാരിക്കുന്ന ശബ്ദം പുറത്തേക്ക് കേൾക്കുന്നുണ്ടായിരുന്നു. മുറ്റത്ത് പോർച്ചിലും ജനലിനടുത്തുമായി പെൺകുട്ടികൾ കൂട്ടംകൂട്ടി നിൽക്കുകയും ചിലർ വീടിനകത്തേക്കും ഔട്ട്ഹൗസിലേക്കും എന്തൊക്കെയോ ആവശ്യങ്ങൾക്കായി കയറിയിറങ്ങുകയും ചെയ്തു. ചില കൊസാക്കുകൾ ഇറോഷ്കയുടെ അട്ടഹാസവും വെടിയും കേട്ട് വീട്ടിൽനിന്നും ഓടിപ്പുറത്തിറങ്ങി.

“നിങ്ങളെന്താണ് വിവാഹനിശ്ചയത്തിന് പോകാത്തത്?” ഒലെനിൻ ചോദിച്ചു.

“സാരമില്ല! അവർ നടത്തട്ടെ!” ഇറോഷ്ക പിറുപിറുത്തു. അയാൾക്ക് അവിടെനിന്നും എന്തോ ദുരനുഭവം ഉണ്ടായതുപോലെ തോന്നി. “എനിക്കവരെ ഇഷ്ടമല്ല. ഈ ആളുകളുടെ ഒരു കാര്യം! നമുക്ക് മുറിക്കകത്തേയ്ക്ക് പോകാം. അവർ അവിടെ സന്തോഷിക്കട്ടെ! നമുക്കിവിടെയാവാം.”

ഒലെനിൻ അകത്തേക്ക് പോയി.

“ലുകാഷ്കയ്ക്ക് സന്തോഷമായില്ലേ? അവൻ എന്നെ കാണാൻ വരില്ലേ?” അയാൾ ചോദിച്ചു.

“എന്ത്! ലുകാഷ്കയോ? ഞാൻ ആ പെൺകുട്ടിയെ നിന്നെക്കൊണ്ട് വിവാഹം ചെയ്യിപ്പിക്കാൻ ശ്രമിക്കുകയാണെന്ന് എല്ലാവരുംകൂടെ അയാളെ തെറ്റിദ്ധരിപ്പിച്ചു.” ഇറോഷ്ക പതുക്കെ പറഞ്ഞു “പക്ഷേ എന്ത് പെണ്ണ്? നമ്മൾ വേണമെന്ന് വിചാരിച്ചാൽ അവൾ നമ്മുടെ മുറിയിലുണ്ടാവും. പണം നൽകിയാൽ അവൾ നിങ്ങളുടേതാകും. ഞാൻ ശരിയാക്കിത്തരാം.”

"വേണ്ട അവളെന്നെ സ്നേഹിക്കുന്നില്ലെങ്കിൽ പണത്തിന് ഒന്നും ചെയ്യാൻ കഴിയില്ല. ഇങ്ങനെയൊന്നും സംസാരിക്കാതിരിക്കുന്നതാണ് നല്ലത്."

"നമ്മൾ ഒരിക്കലും സ്നേഹിക്കപ്പെടില്ല, നീയും ഞാനും. നമ്മളെന്നും തനിച്ചായിരുന്നു." ഇറോഷ്ക പറഞ്ഞുകൊണ്ട് വീണ്ടും കരയാൻ തുടങ്ങി.

വൃദ്ധന്റെ വാക്കുകൾ കേട്ട് സങ്കടപ്പെട്ട് ഒലെനിൻ സാധാരണത്തെക്കാൾ കൂടുതൽ മദ്യപിച്ചു. "ഇപ്പോൾ എന്റെ ലുകാഷ്ക സന്തുഷ്ടനാണ്. അയാൾ വിചാരിച്ചു. എന്നാലും അയാൾക്ക് സങ്കടംതോന്നി. അമിതമായി മദ്യപിച്ച ഇറോഷ്ക നിലത്ത് വീണുപോയിരുന്നു. വന്യൂഷ മറ്റ് പട്ടാളക്കാരെ വിളിച്ചുവരുത്തി ഇറോഷ്കയെ പുറത്തേക്ക് എടുക്കുമ്പോൾ അയാൾ അവർക്കുനേരെ തുപ്പിക്കൊണ്ടിരുന്നു. ഒരു ഫ്രഞ്ച് വാക്കുപോലും പറയാതിരുന്ന അയാളോട് അവർക്ക് ദേഷ്യംതോന്നി.

ഇരുപത്തി ഒൻപത്

ആഗസ്റ്റ് മാസം. ദിവസങ്ങളോളം ആകാശം തെളിഞ്ഞുകിടക്കുകയായിരുന്നു. സൂര്യൻ അസഹനീയമായ ചൂടോടെ ഇഴഞ്ഞുനീങ്ങി. രാവിലെമുതൽ വീശിക്കൊണ്ടിരുന്ന ചുടുകാറ്റ് മണൽത്തിട്ടയിൽനിന്നും റോഡിൽനിന്നും ചുടുമണൽ പുല്ലുകൾക്കും മരത്തിനും മുകളിലൂടെ ഉയർത്തിപ്പറത്തി. പുല്ലുകളും മരത്തിന്റെ ഇലകളും പൊടിപിടിച്ചു കിടന്നു. റോഡും ചതുപ്പുനിലങ്ങളും വരണ്ട് ഉണങ്ങിപ്പോയിരുന്നു. ടെറക്കിലെ ജലംതന്നേ താഴ്ന്നുപോയിരുന്നു. ചെറുകുളങ്ങൾ വറ്റിവരണ്ടു പോയിരുന്നു. കുളക്കരയുടെ അതിരുകൾ കന്നുകാലികൾ ചവിട്ടി മെതിച്ചിരുന്നു. കുട്ടികൾ കുളിക്കാനായി വെള്ളത്തിനുള്ള കുട്ടികളുടെ ബഹളം ദിവസംമുഴുവൻ കേൾക്കാമായിരുന്നു. പുൽമേടുകളിൽ പുല്ലുകൾ ഉണങ്ങിത്തുടങ്ങിയിരുന്നു. കന്നുകാലികൾ പകൽ സമയങ്ങളിൽ കരഞ്ഞുകൊണ്ട് പാടത്തിലൂടെ ഓടിനടന്നു. കാട്ടുപന്നികൾ ടെറക്കിനു പിറകിലെ കുന്നിലേക്കും പുൽമേടുകളിലേക്കും കുടിയേറിത്തുടങ്ങിയിരുന്നു. താഴ്ന്നപ്രദേശങ്ങളിൽ കൊതുകുകൾ കൂട്ടംകൂട്ടമായി പാറിനടന്നു. പർവതശിഖരങ്ങൾ മഞ്ഞുപാളികളാൽ മൂടിക്കിടന്നു. അന്തരീക്ഷത്തിൽ പുകപടലം നിറഞ്ഞുനിന്നു. വെള്ളംകുറഞ്ഞ നദികടന്ന് അബ്രെക്സകൾ ഇപ്പുറത്തേക്ക് കയറിയെന്ന ശ്രുതിപരന്നു. സൂര്യാസ്തമനത്തിനു ചുവപ്പും തിളക്കവും കൂടുതലായിരുന്നു. വർഷത്തെ ഏറ്റവും തിരക്കുപിടിച്ച സമയമായിരുന്നു അത്. ഗ്രാമീണർ മുഴുവനും മത്തൻ കൃഷിയിടത്തിലും മുന്തിരിത്തോട്ടത്തിലും ശ്രദ്ധകേന്ദ്രീകരിച്ചു. ഇടതൂർന്ന് വളർന്ന മുന്തിരിവള്ളികൾ ചുറ്റുപാടും ശീതളമാക്കി. ഇലകൾക്കിടയിലെല്ലാം തിങ്ങിനിറഞ്ഞ കറുത്ത മുന്തിരിക്കുലകൾ കാണാമായിരുന്നു. മുന്തിരിത്തോട്ടത്തിൽ നിന്നും വരുന്ന പൊടിനിറഞ്ഞ റോഡിലൂടെ കറുത്തമുന്തിരി നിറച്ച കാളവണ്ടികൾ ഞരങ്ങിക്കൊണ്ട് നീങ്ങി. വണ്ടിച്ചക്രത്തിനിടയിൽപ്പെട്ട്

ഞെരിഞ്ഞുപോയ മുന്തിരിക്കുലകൾ പൊടിമണ്ണിൽ കുതിർന്നുകിടന്നു. കുട്ടികൾ വായിലും കൈയിലും നിറയെ മുന്തിരികളുമായി അവരുടെ അമ്മമാരുടെ പിറകെ ഓടിനടന്നു. റോഡിൽ തോളത്ത് മുന്തിരിനിറച്ച കുട്ടകളുമായി തൊഴിലാളികൾ നടന്നുപോകുന്നത് കാണാം. മുകളിൽവരെ മുന്തിരിനിറച്ച കാളവണ്ടികൾ തെളിച്ചുകൊണ്ടുപോയത് കൊസാക്ക് സ്ത്രീകളായിരുന്നു. മുന്തിരി ചോദിക്കുന്ന പട്ടാളക്കാർക്ക് വണ്ടിനിർത്താതെ അവർ കൈനിറയെ മുന്തിരിയെടുത്ത് എറിഞ്ഞുകൊടുത്തു. ചില തറവാടുകളിൽ മുന്തിരിപിഴിയൽ ആരംഭിച്ചുകഴിഞ്ഞിരുന്നു. മുന്തരിച്ചണ്ടിയുടെ മണം അന്തരീക്ഷത്തിൽ തങ്ങിനിന്നു. വീട്ടുമുറ്റങ്ങളിൽ ചോരനിറമുള്ള പാത്രങ്ങൾ കാണപ്പെട്ടുതുടങ്ങി. തൊഴിലാളികളുടെ കാലുകളിൽ മുന്തരിച്ചോപ്പ് പറ്റിപ്പിടിച്ചുകിടന്നു. പന്നികൾ മുന്തിരിച്ചണ്ടി തിന്നാൻ തിരക്കുകൂട്ടി. ഔട്ട്ഹൗസുകളുടെ നിരപ്പായ മേൽക്കൂരകളെല്ലാം മുന്തിരി ഉണങ്ങാൻ ഉപയോഗിക്കപ്പെട്ടു. പ്രാവുകൾ മുന്തിരിക്കുരു കൊത്തിപ്പെറുക്കിക്കൊണ്ട് ഒരിടത്തുനിന്നും മറ്റൊരിടത്തേക്ക് പാറിനടന്നു.

ഒരുവർഷത്തെ വിയർപ്പിന്റെ പ്രതിഫലം വിളവെടുത്തു കഴിഞ്ഞിരുന്നു. മുൻവർഷങ്ങളെ അപേക്ഷിച്ച് ആ വർഷം വിളവ് വളരെ നല്ലതായിരുന്നു.

മുന്തിരിവള്ളികളുടെ സാഗരത്തിനിടയ്ക്കുള്ള ചോലകൾ ചിരിയും പാട്ടും സ്ത്രീകളുടെ ശബ്ദവുംകൊണ്ട് മുഖരിതമായി. അവിടവിടെയായി അവരുടെ വസ്ത്രത്തിന്റെ നിറം പ്രത്യേകം ശ്രദ്ധിക്കപ്പെട്ടു.

ഉച്ചയ്ക്ക് മര്യാൻക അവരുടെ മുന്തിരിത്തോട്ടത്തിൽ ഒരു പീച്ച്മരത്തിന്റെ ചുവട്ടിൽ ഇരുന്ന് കാളവണ്ടിയിൽനിന്നും ഇറക്കിവെച്ച ഭക്ഷണം വിളമ്പികഴിക്കുകയായിരുന്നു. കോർനറ്റ് അവളുടെ എതിർവശത്ത് ഒരു തുണിവിരിച്ച് ഇരിക്കുന്നുണ്ടായിരുന്നു. ജഗ്ഗിൽനിന്നും വെള്ളമെടുത്ത് അയാൾ കൈകഴുകി. കുളത്തിൽനിന്നും കുളികഴിഞ്ഞ് ഓടിക്കിതച്ചെത്തിയ അവളുടെ സഹോദരൻ നീളമുള്ള തന്റെ കുപ്പായക്കൈകൊണ്ട് മുഖംതുടച്ച് ഭക്ഷണത്തിനായി കാത്തിരുന്നു. അമ്മ കൈതെറുത്തുവെച്ച് മുന്തിരിയും ഉണക്കമത്സ്യവും കട്ടിക്രീമും ഒരു ചെറിയ ടാർട്ടാർ മേശമേൽ നിരത്തിവെച്ചു. കൊർനറ്റ് കൈ തുടച്ച്, തൊപ്പിയൂരി, കുരിശുവരച്ച് മേശയ്ക്കരികിലേക്ക് നീങ്ങി. സഹോദരൻ ആർത്തിയോടെ ജഗ്ഗ് എടുത്ത് വെള്ളംകുടിക്കാൻ തുടങ്ങി. മര്യാൻകയും അമ്മയും ഉയരംകുറഞ്ഞ ആ മേശയ്ക്കരികിൽ ചമ്രംപടിഞ്ഞിരുന്നു. മരത്തിന്റെ നിഴലിൽപ്പോലും അസഹനീയമായ ചൂട് അനുഭവപ്പെട്ടു. മുന്തിരിത്തോപ്പിനു മുകളിലെ വായുവിന് രൂക്ഷഗന്ധമായിരുന്നു. ചില്ലകൾക്കിടയിലൂടെ വീശുന്ന കാറ്റിന് തണുപ്പില്ലായിരുന്നു. പകരം അവ മുന്തിരിവള്ളി പടർത്തിയ മരങ്ങളുടെ ചില്ലകളെ ഉലച്ചുകൊണ്ടിരുന്നു. കൊർനറ്റ് ഒന്നുകൂടി കുരിശുവരച്ച് തന്റെ പിറകിൽ മുന്തിരിയിലകൊണ്ട് മൂടിവെച്ച വീഞ്ഞുപാത്രമെടുത്ത് ഒരു കവിൾ കുടിച്ച് ബാക്കി തന്റെ ഭാര്യക്കുനേരെ നീട്ടി. അയാൾ ഷർട്ടിനു മുകളിൽ ഒന്നും ധരിച്ചിരുന്നില്ല. ബട്ടനഴിച്ചിട്ട ഷർട്ടിനിടയിലൂടെ അയാളുടെ നെഞ്ചിലെ ഇടതൂർന്ന രോമം പുറത്ത്

കാണാമായിരുന്നു. അയാളുടെ മുഖം പ്രസന്നമായിരുന്നു. സാധാരണ അയാളുടെ മുഖത്ത് കാണാറുള്ള കുടിലഭാവം തീരെയില്ലായിരുന്നു. "ഷെഡ്ഡിന് പിറകുവശത്തുള്ളതുകൂടി നമുക്കിന്ന് തീർക്കാം" നനഞ്ഞ താടി തുടച്ചുകൊണ്ട് അയാൾ പറഞ്ഞു.

"നമുക്ക് ശ്രമിക്കാം" ഭാര്യ പറഞ്ഞു. "കാലാവസ്ഥ തടസമായില്ലെങ്കിൽ മാത്രം. ഡെംകിനൊന്നും പകുതിപോലും ജോലിതീർത്തിട്ടില്ല. യുസ്റ്റെൻക മാത്രമാണ് ജോലിചെയ്യുന്നത്."

"നീയെത്ര പ്രതീക്ഷിക്കുന്നു?" അയാൾ ചോദിച്ചു.

"മര്യാൻകാ... ഇത് കുടിക്ക്" പാത്രം മര്യാൻകയ്ക്കു നേരെ നീട്ടിക്കൊണ്ട് അവൾ പറഞ്ഞു. "നന്നായിത്തന്നെ ലഭിക്കും. കല്യാണ സദ്യക്കുള്ള ചിലവ് ഇതിൽനിന്നും കിട്ടുമെന്ന് തോന്നുന്നു."

"അതിന് സമയമുണ്ടല്ലോ" കൊർനറ്റ് നെറ്റിചുളിച്ചുകൊണ്ട് പറഞ്ഞു. മര്യാൻക തലതാഴ്ത്തിയിരുന്നു.

"അതെന്താ നമ്മൾ സൂചിപ്പിക്കാത്തത്?" അമ്മ പറഞ്ഞു. "കാര്യം എന്തായാലും തീർച്ചപ്പെടുത്തി. സമയം അടുത്തുവരികയും ചെയ്യുന്നു."

"ഒന്നും മുൻകൂട്ടി പറഞ്ഞുവെക്കരുത്" അയാൾ പറഞ്ഞു "ഇപ്പോൾ നമ്മുടെ ജോലി വിളവെടുക്കുക എന്നതാണ്."

"നിങ്ങൾ ലുകാഷ്കയുടെ പുതിയ കുതിരയെ കണ്ടോ?" അവൾ ചോദിച്ചു–

"ഒലെനിൻ കൊടുത്തതൊക്കെപ്പോയി. അയാൾ അത് കൈമാറ്റം ചെയ്തു."

"ഇല്ല, ഞാൻ കണ്ടില്ല. പക്ഷേ ഞാൻ അയാളുടെ പരിചാരകനുമായി സംസാരിച്ചു." അയാൾ പറഞ്ഞു. "അയാൾ പറഞ്ഞത് അയാളുടെ യജമാനന് വീണ്ടും ആയിരം റൂബിൾ കിട്ടിയെന്നാണ്."

"ചുരുക്കത്തിൽ പറഞ്ഞാൽ ധനികനായിക്കൊണ്ടിരിക്കുന്നു" അമ്മ സന്തോഷത്തോടെ പറഞ്ഞു.

ആ മൂവരും സന്തുഷ്ടരായിരുന്നു, സംതൃപ്തരും.

ജോലി വിജയകരമായി മുന്നേറിക്കൊണ്ടിരുന്നു. മുന്തിരി അവർ പ്രതീക്ഷിച്ചതിനെക്കാൾ കൂടുതലും നല്ലതും ആയിരുന്നു.

ഭക്ഷണത്തിനുശേഷം മര്യാൻക കാളകൾക്ക് പുല്ല് ഇട്ടുകൊടുത്തശേഷം തുണിചുരുട്ടി തലയിണയാക്കി മുന്തിരി ചവിട്ടിയരഞ്ഞ ഉണക്കപ്പുല്ലിൽ കിടന്നുറങ്ങി. അവൾ നേരിയ ഒരു കുപ്പായവും തലയിൽ ഒരു തൂവാലയും മാത്രമേ ധരിച്ചിരുന്നുള്ളൂ. എന്നിട്ടും കഠിനമായ ചൂട് അനുഭവപ്പെട്ടു. അവളുടെ മുഖം തിളയ്ക്കുകയായിരുന്നു. കാൽ ചുട്ടുപൊള്ളുന്ന ഭൂമിയിൽ എവിടെ വെക്കണമെന്നറിയില്ലായിരുന്നു. കണ്ണുകളിൽ ഉറക്കച്ചടവും ക്ഷീണവും കാണാമായിരുന്നു. ചുണ്ടുകൾ വിടരുകയും മാറിടം ഉയരുകയും ചെയ്തുകൊണ്ടിരുന്നു. രണ്ടാഴ്ച മുമ്പ് തുടങ്ങിയതാണ് ഈ തിരക്ക്. തുടർച്ചയായ കഠിനാധ്വാനം അവളെ തളർത്തിക്കളഞ്ഞിരുന്നു. രാവിലെ തന്നെ അവൾ ചാടിയെഴുന്നേൽക്കും. തണുത്തവെള്ളത്തിൽ മുഖം

കഴുകി ദേഹത്ത് ഒരു ഷാൾചുറ്റി കന്നുകാലികളുടെയടുത്തേക്ക് ഓടും. പിന്നീട് ഷൂവും മേൽവസ്ത്രവും ധരിച്ച് കുറച്ച് ബ്രഡ്ഡും കൈയിലെടുത്ത് കന്നുകാലികളെ മുന്തിരിപ്പാടത്തേക്ക് തെളിക്കുകയായി, പിന്നെ വൈകുന്നേരംവരെ അവിടെ ചെലവഴിക്കും. അവിടെ മുന്തിരി പറിക്കുക, കുട്ടയിലാക്കുക തുടങ്ങിയ ജോലികൾ. ഒരു മണിക്കൂർ മാത്രം വിശ്രമം. വൈകുന്നേരം ഗ്രാമത്തിലേക്ക് തിരിക്കുന്ന അവൾ ക്ഷീണിക്കാത്ത മുഖവുമായി കൈയിൽ ഒരു വടിയുമേന്തി കന്നുകാലിക്കൂട്ടത്തെ നയിച്ചു. കന്നുകാലികൾക്ക് പുല്ലും വെള്ളവും കൊടുത്തുകഴിഞ്ഞാൽ കൈയിൽ കുറച്ച് സൂര്യകാന്തിക്കുരുക്കളുമായി തെരുവിന്റെ മൂലയിൽ മറ്റ് പെൺകുട്ടികളോട് തമാശ പറഞ്ഞിരിക്കും. സന്ധ്യയാവുമ്പോൾ വീട്ടിലെത്തിയാൽ തന്റെ മാതാപിതാക്കളോടും സഹോദരനോടുംകൂടെയിരുന്ന് ഭക്ഷണം കഴിച്ച് അവൾ തന്റെ മുറിയിലേക്ക് പോകും. അവിടെയിരുന്ന് അവൾ ഒലെനിന്റെ വാക്കുകൾ ശ്രദ്ധിക്കും. അയാൾ പോയിക്കഴിഞ്ഞാൽ അവൾ നിലത്തുകിടന്ന് ഗാഢനിദ്രയിലാകും. നേരം വെളുക്കുന്നതുവരെ യാതൊരു തടസവുമില്ലാതെ ഉറങ്ങാൻ അവൾക്ക് കഴിയുമായിരുന്നു. ദിവസങ്ങൾ ഇങ്ങനെ കടന്നുപോയി. വിവാഹനിശ്ചയത്തിനുശേഷം അവൾ ലുകാഷ്കയെ കണ്ടിരുന്നില്ല. എന്നാലും അവൾ ശാന്തയായി വിവാഹസുദിനം കാത്തിരുന്നു. അവൾ ദിവസേന ഒലെനിനെ കണ്ടു. അയാളുടെ വാക്കുകൾ ആസ്വദിച്ചു.

മുപ്പത്

കൊതുകുകളിൽനിന്നും ചൂടിൽനിന്നും രക്ഷയില്ലായിരുന്നു. മര്യാൻകയുടെ സഹോദരൻ കാളവണ്ടിയിൽ കിടക്കുന്ന അവളെ കിടക്കുന്നേടത്തുനിന്നും തള്ളിമാറ്റിക്കൊണ്ടിരുന്നു. അവൾ തന്റെ തൂവാല തലയിലൂടെ പുതച്ച് ഉറങ്ങാൻ ശ്രമിച്ചു. പെട്ടെന്ന് അവളുടെ അയൽക്കാരി യുസ്റ്റെൻക അവളുടെ അടുത്തേക്ക് ഓടിവന്ന് അവളുടെ അരികിലായി കിടന്നു. "ഉറങ്ങിക്കോ! ഉറങ്ങിക്കോ!" വണ്ടിക്കടിയിൽ സുരക്ഷിതമായി കിടന്നുകൊണ്ട് അവൾ പറഞ്ഞു.

"നിൽക്ക് നിൽക്ക്! ഇങ്ങനെ പോര" അവൾ പറഞ്ഞുകൊണ്ടിരുന്നു.

കിടന്നേടത്തുനിന്ന് ചാടിയെഴുന്നേറ്റ് അവൾ കുറച്ച് പച്ചിലക്കൊമ്പുകൾ വണ്ടിക്കുചുറ്റും കുത്തിനിർത്തി, തന്റെ വസ്ത്രം അതിന് മേലേ വിരിച്ചു.

"ഇനി ഞാൻ ഉള്ളിലേക്ക് വരാം" അവൾ ഉള്ളിലേക്ക് നുഴഞ്ഞ് കയറുമ്പോൾ സഹോദരനോടായി പറഞ്ഞു.

"ഒരു കൊസാക്ക് ഇവിടെയാണോ കിടക്കേണ്ടത്? പെൺകുട്ടികളുടെ കൂടെ! പോ ഇവിടെനിന്ന്." അവൻ അവിടെ നിന്നും ഇറങ്ങിപ്പോയി.

മര്യാൻകയും അവളും മാത്രമായപ്പോൾ അവൾ മര്യൻകയെ കെട്ടിപ്പുണർന്നു. അവളുടെ കഴുത്തിലും കവിളിലും ഉമ്മവെച്ചു.

"പ്രിയപ്പെട്ടവളെ" യുസ്റ്റൊൻക പറഞ്ഞുകൊണ്ടിരുന്നു.

"നീയിത് നമ്മുടെ ഗ്രാൻഡ് ഡാഡിൽനിന്നും പഠിച്ചതാണോ? നിർത്ത്" മര്യാൻക ഒച്ചവെച്ചു.

അവർ രണ്ടുപേരും ഉറക്കെ ചിരിക്കാൻ തുടങ്ങി. ഇതുകേട്ട മര്യാൻക യുടെ അമ്മ അവരോട് നിശ്ശബ്ദരായിരിക്കാൻ പറഞ്ഞു.

"നിനക്ക് അസൂയയാണോ?" യുസ്റ്റെൻക പതുക്കെ ചോദിച്ചു.

"എന്തിന്! നീയെന്തിനാ ഇപ്പോൾ വന്നത്? ഞാനുറങ്ങട്ടെ."

പക്ഷേ യുസ്റ്റെൻക തുടർന്നു. "എനിക്ക് നിന്നോട് പ്രധാനപ്പെട്ട ഒരു കാര്യമാണ് പറയാനുള്ളത്."

മര്യാൻക കൈമുട്ടിൽ ഉയർന്നുനിന്ന് ഊരിപ്പോയ തൂവാല നേരെ യാക്കി, "എന്താണ് പറയാനുള്ളത്."

"നിന്റെ വീട്ടിൽ താമസിക്കുന്നയാളെക്കുറിച്ച് എനിക്ക് ചിലതറിയാം."

"ഒന്നും അറിയാനില്ല" മര്യാൻക പറഞ്ഞു.

"ഓ! തെമ്മാടിക്കുട്ടി" യുസ്റ്റെൻക കൈമുട്ടുകൊണ്ട് മര്യൻകയെ മുട്ടി ചിരിച്ചുകൊണ്ട് പറഞ്ഞു.

"അയാൾ നിന്റെയരികിൽ വരാറുണ്ടോ?"

"ഉണ്ട്. അതിനെന്താ?" മര്യാൻക പെട്ടെന്നു തന്നെ ചോദിച്ചു.

"എന്നാൽ എനിക്കൊന്നും പറയാനില്ല. ഞാനിത് എല്ലാവരോടും പറയാം. എന്തിന് പറയാതിരിക്കണം." ചിന്താധീനയായി അവൾ പറഞ്ഞു.

"ഞാനാരെയാണ് വേദനിപ്പിക്കേണ്ടത്? എനിക്കയാളെ ഇഷ്ടമാണ്."

"നീ ഉദ്ദേശിക്കുന്നത് ഗ്രാൻഡ് ഡാഡിനെയാണോ?"

"അതെ."

"അത് പാപമല്ലേ."

"ഓ! മര്യാൻക! സ്വതന്ത്രമാകുമ്പോഴല്ലെങ്കിൽ പിന്നെ എപ്പോഴാണ് ഒരാൾക്ക് സന്തോഷിക്കാൻ കഴിയുക? ഞാനൊരു കൊസാക്കിനെ വിവാഹം ചെയ്താൽ കുട്ടികളുണ്ടാവും, സംരക്ഷണവും. നീ ലുകാഷ്കയെ വിവാഹം ചെയ്താൽ സന്തോഷത്തിന്റെ ഒരു കണികപോലും നിന്റെ മനസിലുണ്ടാവില്ല. കുട്ടികളുണ്ടാവും ജോലിചെയ്യും. അത്രതന്നെ!"

"ശരിക്കും? ചിലർ വിവാഹംചെയ്ത് സുഖമായി ജീവിക്കുന്നുണ്ട്" മര്യാൻക മറുപടി പറഞ്ഞു.

"നിനക്കും ലുകാഷ്കയ്ക്കുമിടയിൽ എന്താണ് നടന്നതെന്ന് എന്നോട് പറയൂ."

"എന്ത് സംഭവിക്കാൻ? വിവാഹാലോചന വന്നു. അച്ഛൻ ഒരുകൊല്ലം അത് മറുപടി പറയാതെ നിർത്തി. ഇപ്പോൾ എല്ലാം ശരിയായി. ഈ ഹേമന്തകാലത്ത് ഞങ്ങൾ വിവാഹിതരാവും."

"അവൻ നിന്നോട് പറഞ്ഞതെന്താണെന്ന് പറയൂ."

മര്യാൻക ചിരിച്ചു.

"എന്ത് പറയാൻ? അവൻ പറഞ്ഞത് അവനിഷ്ടമാണെന്നാണ്. മുന്തിരിത്തോട്ടത്തിലേക്ക് വരാൻ ഒരുപാട് തവണ ക്ഷണിച്ചു."

"കണ്ടില്ലേ! എന്നിട്ട് നീ പോയോ? അവനെന്തൊരു ധൈര്യമാണ്. ധീരന്മാരിൽ ഒന്നാമൻ. പട്ടാളത്തിലും അവൻ ഒരുപാട് തമാശകൾ ഉണ്ടാക്കുന്നു. കഴിഞ്ഞദിവസം കിർക്ക വീട്ടിൽ വന്നിരുന്നു. അവൻ പറഞ്ഞു

"ലുകാഷ്കയ്ക്ക് കിട്ടിയത് എന്ത് നല്ല കുതിരയാണ്. എന്തായാലും അവൻ നിന്റെ പിറകെ നടന്നിട്ടുണ്ടാവും. പിന്നെയെന്തൊക്കെയാണ് അവൻ പറഞ്ഞത്?"

"എല്ലാം നീയറിയണോ?" മര്യാൻക ചിരിച്ചുകൊണ്ട് ചോദിച്ചു.

"ഒരുദിനം അയാൾ മദ്യപിച്ച് എന്റെ ജനലിനരികിൽ വന്നു, എന്നിട്ട് വാതിൽ തുറന്നുതരാൻ പറഞ്ഞു."

"എന്നിട്ട് നീ തുറന്ന് കൊടുത്തോ?"

"തീർച്ചയായും. ഞാനൊരു കാര്യം പറഞ്ഞാൽ അത് പാലിക്കും." മര്യാൻക ഗൗരവത്തോടെ പറഞ്ഞു.

"അയാൾക്കൊരു പെൺകുട്ടിയെ ഇഷ്ടമായാൽ അവൾ ഒരിക്കലും അയാളെ നിരസിക്കില്ല."

"നമുക്ക് മറ്റു വല്ലതും സംസാരിക്കാം " മര്യൻക പറഞ്ഞു.

"നിനക്കയാളോട് സഹതാപമില്ലേ?"

"തീർച്ചയായും. പക്ഷേ വിവരക്കേട് തോന്നില്ല, ചെയ്യുകയുമില്ല"

യുസ്റ്റെൻക പെട്ടെന്ന് തന്റെ തല സുഹൃത്തിന്റെ മാറിടത്തിലേക്ക് ചായ്ച്ചുവെച്ചു. അവളെ കെട്ടിപ്പിടിച്ച് കുലുങ്ങിച്ചിരിച്ചു. "ഒ! നീയൊരു വിഡ്ഢിയാണ്. നിനക്ക് സന്തോഷിക്കേണ്ട അല്ലേ?" അവൾ മര്യൻകയെ ഇക്കിളിപ്പെടുത്താൻ തുടങ്ങി.

"നിർത്ത്, നിർത്ത്!" മര്യാൻക അലറിച്ചിരിച്ചുകൊണ്ട് പറഞ്ഞു

"ഓ! ഈ കുട്ടിപ്പിശാചുക്കൾക്ക് ഉറക്കവുമില്ല, ക്ഷീണവുമില്ല." മര്യാൻകയുടെ അമ്മ വണ്ടിക്കുള്ളിൽനിന്നും വിളിച്ചുപറഞ്ഞു.

"സന്തോഷിക്കണ്ടേ?" യുസ്റ്റെൻക പിറുപിറുത്തു. "പക്ഷേ നീ ഭാഗ്യ വതിയാണ്. നിന്നെയവർ വല്ലാതെ സ്നേഹിക്കുന്നു. നീ പെട്ടെന്ന് ദേഷ്യം വരുന്നവളാണ്. എന്നിട്ടും അവർ നിന്നെ സ്നേഹിക്കുന്നു. ഞാനായിരുന്നു നിന്റെ സ്ഥാനത്തെങ്കിൽ ഇപ്പോൾ ഞാൻ ആ ഒലെനിന്റെ തലയിലിരിക്കു മായിരുന്നു. നമ്മൾ എന്റെ വീട്ടിൽ കൂടിയപ്പോൾ ഞാനയാളെ ശ്രദ്ധിച്ചി രുന്നു. അയാൾ നിന്നെ കണ്ണുകൊണ്ട് തിന്നാൻ തയാറായിരുന്നു. എനിക്ക് ഗ്രാന്റ്ഡാഡ് എന്തെല്ലാം തന്നു! പക്ഷേ അയാളാണത്രെ റഷ്യക്കാരിൽ ഏറ്റവും ധനികൻ. അയാളുടെ പരിചാരകൻ പറഞ്ഞത് അവരുടെ കീഴിൽ കുറെ ജന്മിമാരുണ്ടെന്നാണ്."

മര്യാൻക എഴുന്നേറ്റിരുന്നു. കുറച്ചുനേരം ചിന്തിച്ചതിനുശേഷം യുസ്റ്റെൻകയെ നോക്കിച്ചിരിച്ചു.

"നിനക്കറിയാമോ അയാളൊരിക്കൽ എന്നോട് പറഞ്ഞത് എന്തെന്ന്." പുല്ലിന്റെ നാമ്പ് കടിച്ചുകൊണ്ട് അവൾ പറഞ്ഞു: "അയാൾ പറഞ്ഞു, എനിക്ക് കൊസാക്കുകാരനായ ലുകാഷ്കയാവണം, അല്ലെങ്കിൽ മര്യാൻകയുടെ സഹോദരൻ ലസുറ്റ്കയാവണം. അതിന്റെ അർഥമെന്താണ്? ഒ! ഇനി യെന്ത് പറയാൻ?"

മര്യാൻക തല, മടക്കിവെച്ച തുണിയിലേക്ക് വെച്ച കൈ, യുസ്റ്റെൻക യുടെ ചുമലിലൂടെയിട്ട് കണ്ണുകളടച്ചു.

"അയാൾക്ക് ഇന്ന് മുന്തിത്തോപ്പിൽവന്ന് ജോലി ചെയ്യണമെന്നുണ്ട്.

നിന്റെ അച്ഛൻ അയാളെ ക്ഷണിച്ചിട്ടുണ്ട്. അവൾ പറഞ്ഞു. കുറച്ചുസമയത്തെ നിശ്ശബ്ദതയ്ക്കുശേഷം അവൾ ഉറക്കത്തിലേക്ക് ഊർന്നുവീണു.

മുപ്പത്തി ഒന്ന്

കാളവണ്ടിക്ക് തണൽ നൽകിയ പിയർമരത്തിന് മുകളിലെത്തിയിരുന്നു സൂര്യൻ. ചില്ലകൾക്കിടയിലൂടെ സൂര്യപ്രകാശം ഉറങ്ങുന്ന പെൺകുട്ടികളുടെ മുഖത്ത് പതിച്ചു. മര്യാൻക എഴുന്നേറ്റ് തൂവാല ശരിയാക്കി ചുറ്റുംനോക്കി. പിയർമരത്തിനപ്പുറം ഒലെനിൻ നിൽക്കുന്നത് അവളുടെ ശ്രദ്ധയിൽപ്പെട്ടു. തോളിൽ തോക്കുമായി അയാൾ അവളുടെ അച്ഛനോട് സംസാരിക്കുകയായിരുന്നു. അവൾ യുസ്റ്റെൻകയെ തട്ടിയുണർത്തി ചിരിച്ചുകൊണ്ട് അയാളെ കാണിച്ചുകൊടുത്തു.

“ഞാനിന്നലെ പോയിരുന്നു. പക്ഷേ ഒന്നിനെയും കണ്ടില്ല” അയാൾ മര്യാൻകയെ കണ്ടിരുന്നില്ല.

“ഈ ദിശയിലൂടെ പോവുക. പിന്നെ വലത്തോട്ട് തിരിയുക. അവിടെ ആ ഒഴിച്ചിട്ടിരിക്കുന്ന മുന്തിരിത്തോപ്പിൽ എപ്പോഴും മുയലുകളെ കാണാറുണ്ട്.” സംസാരത്തിന്റെ രീതി മാറ്റിക്കൊണ്ട് കൊർനറ്റ് പറഞ്ഞു.

“ഈ തിരക്കുള്ള സമയത്താണോ മുയലിനെ അന്വേഷിച്ച് പോകുന്നത്! നിങ്ങൾക്കിപ്പോൾ നല്ലത് ഞങ്ങളെ സഹായിക്കുന്നതാണ്. ഈ പെൺകുട്ടികളുടെ കൂടെ എന്തെങ്കിലും ജോലിചെയ്യൂ.” അമ്മ പറഞ്ഞു. “കുട്ടികൾ നിങ്ങളുടെകൂടെ ജോലിചെയ്യും.”

വണ്ടിക്കടിയിൽനിന്ന് മര്യാൻകയും യുസ്റ്റെൻകയും പിറുപിറുക്കുന്നുണ്ടായിരുന്നു. അവർക്ക് ചിരിയടക്കാൻ കഴിഞ്ഞില്ല.

ലുകാഷ്കയ്ക്ക് അൻപത് റൂബിൾ വിലയുള്ള കുതിരയെ കൊടുത്തു എന്നറിഞ്ഞതുമുതൽ തന്റെ മകൾ ഒലെനിനുമായി അടുക്കുന്നതിൽ കൊർനെറ്റിന് സന്തോഷമേ ഉണ്ടായിരുന്നുള്ളൂ.

“പക്ഷേ ഈ ജോലി എങ്ങനെ ചെയ്യണമെന്ന് എനിക്കറിയില്ല.” ഒലെനിൻ പറഞ്ഞു. പക്ഷേ അയാൾ വണ്ടിക്കടിയിലേക്ക് നോക്കിയില്ല. എന്നാൽ പച്ചിലകൾക്കിടയിലൂടെ മര്യാൻകയുടെ ചുവന്ന തൂവാലയും നീല ഉടുപ്പും അയാൾ കണ്ടിരുന്നു.

“വാ, ഞാൻ നിനക്ക് കുറച്ച് പീച്ചസ് തരാം.” അമ്മ പറഞ്ഞു.

“ഇത് പുരാതനമായ കൊസാക്ക് മര്യാദയാണ്. പ്രായമായ സ്ത്രീകളൊക്കെ ഇത് കൊണ്ടുനടക്കുന്നു.” കൊർനെറ്റ് വിശദീകരിച്ചു.

“റഷ്യയിൽ കൈതച്ചക്കയുടെയത്ര പീച്ചസ് ഉണ്ടാവാറില്ല.”

“അപ്പോൾ നിങ്ങൾ പറയുന്നത് അപ്പുറത്തെ മുന്തിരിത്തോപ്പിൽ മുയലുകൾ ഉണ്ടാവും എന്നാണോ?” ഒലെനിൻ ചോദിച്ചു. “ഞാനവിടെ പോകും.” തൊപ്പിയുയർത്തി മരച്ചില്ലകളിലൂടെ ഒരു നോട്ടം വണ്ടിക്കടിയിലേക്ക് നോക്കി അയാൾ മുന്തിരിവള്ളികൾക്കിടയിലൂടെ അപ്രത്യക്ഷനായി.

മുന്തിരിവള്ളികൾക്കപ്പുറം സൂര്യൻ അസ്തമിക്കുകയായിരുന്നു.

ഒലെനിൻ തിരിച്ച് കൊർനെറ്റിന്റെ മുന്തിരിത്തോപ്പിൽ എത്തുമ്പോൾ അസ്തമയസൂര്യന്റെ ചിതറിയ വെളിച്ചം മുന്തിരിയിലകൾക്കിടയിലൂടെ ഊർന്നുവീഴുന്നുണ്ടായിരുന്നു. കാറ്റ് വീശി ചുറ്റും അൽപ്പം തണുപ്പ് വീണു. ദൂരെ മുന്തിരിവള്ളികൾക്കിടയിൽ തലയിൽ ചുവന്ന തൂവാലയും നീല ഉടുപ്പു മായി നിന്നിരുന്ന മര്യാൻകയുടെ അടുത്തേക്ക് വഴിയിൽവീണ മുന്തിരികൾ പെറുക്കിക്കൊണ്ട് അയാൾ നടന്നു. താഴത്തേക്ക് ഞാന്നുകിടന്ന മുന്തിരി ക്കുലകൾ ഇടയ്ക്കിടെ അയാളുടെ നായ കടിച്ചുകൊണ്ടിരുന്നു. ചുവന്ന് തുടുത്ത മുഖവുമായി ഉടുപ്പിന്റെ കൈ തെറുത്തുയറ്റി മര്യാൻക വേഗ ത്തിൽ വലിയ വലിയ മുന്തിരിക്കുലകൾ മുറിച്ചെടുത്ത് കുട്ടയിലേക്ക് ഇട്ടു കൊണ്ടിരുന്നു. താൻ പിടിച്ചിരുന്ന വള്ളിയിൽനിന്നും പിടിവിടാതെ അവൾ അയാളെ നോക്കി. സന്തോഷത്തോടെ പുഞ്ചിരിച്ചു. പിന്നീട് തന്റെ ജോലി തുടർന്നു. ഒലെനിൻ തന്റെ കൈയിലുണ്ടായിരുന്ന തോക്ക് തോളിൽകുത്തി. "നിന്റെ കൂടെയുള്ളവർ എവിടെ? ദൈവമാണോ നിന്നെ സഹായിക്കുന്നത്? തനിച്ചാണോ?" അയാൾ ചോദിക്കാൻ വിചാരിച്ചു. പക്ഷേ ചോദിച്ചില്ല. നിശ്ശബ്ദമായി തൊപ്പി ഉയർത്തുകമാത്രം ചെയ്തു.

അയാൾക്ക് മര്യാൻകയുടെകൂടെ നിൽക്കുമ്പോൾ വല്ലായ്മ അനുഭവ പ്പെട്ടു. സ്വയം വേദനിപ്പിക്കാനെന്നോണം അയാൾ അവളുടെ അടുത്തേക്ക് നീങ്ങിനിന്നു.

"നിങ്ങൾ പെണ്ണുങ്ങളെയും ആ തോക്കുകൊണ്ട് വെടിവെക്കുമായി രിക്കും." മര്യാൻക ചോദിച്ചു.

"ഇല്ല, ഒരിക്കലുമില്ല."

പിന്നീട് ഇരുവരും നിശ്ശബ്ദരായി.

കുറച്ചുകഴിഞ്ഞ് അവൾ പറഞ്ഞു: "നിങ്ങൾക്കെന്നെ സഹായിക്കാമോ?"

അയാൾ കത്തിയെടുത്ത് മുന്തിരിക്കുലകൾ അറുത്തെടുക്കാൻ തുടങ്ങി.

ഇലകൾക്കടിയിൽനിന്നും അയാൾ ഒരു വലിയകുല മുന്തിരിയുടെ അടുത്തെത്തി. അത് മൂന്ന് പൗണ്ട് ഭാരമുണ്ടായിരുന്നു. അയാളത് മര്യാൻകയ്ക്ക് കാണിച്ചുകൊടുത്തു.

"എല്ലാം അറുത്തെടുക്കണോ? ഇത് പച്ചയല്ലേ?"

"അത് ഇങ്ങ് തരൂ."

അവരുടെ കൈകൾ പരസ്പരം തൊട്ടു. ഒലെനിൻ അവളുടെ കൈയിൽ പിടിച്ചു. അവൾ ചിരിക്കുകമാത്രം ചെയ്തു.

"നീ ഉടനെതന്നെ വിവാഹിതയാവുമോ?"

അവൾ മറുപടി പറഞ്ഞില്ല. പക്ഷേ ദൂരേക്ക് നോക്കുകമാത്രം ചെയ്തു.

"നിനക്ക് ലുകാഷ്കയെ ഇഷ്ടമാണോ?"

"എങ്കിലെന്ത്?"

"എനിക്കയാളോട് അസൂയതോന്നുന്നു."

"ശരിക്കും?"

"ശരിക്കും, നീ അത്രയ്ക്ക് സുന്ദരിയാണ്."

പെട്ടെന്നുതന്നെ അങ്ങനെ പറഞ്ഞതിൽ അയാൾക്ക് ലജ്ജതോന്നി.

അതൊരു സാധാരണ വാചകമായി അയാൾക്ക് തോന്നി. അയാൾ ലജ്ജിതനായി, നിയന്ത്രണം നഷ്ടപ്പെട്ട് അവളുടെ ഇരുകൈകളും മുറുകെപ്പിടിച്ചു.

"ഞാനെന്തു തന്നെയായാലും താങ്കളുടേതാവില്ലല്ലോ! പിന്നെയെന്തിന് ഇങ്ങനെയൊക്കെ? എന്നെ കളിയാക്കുകയാണോ?" അയാൾ വെറുതെ പറയുകയല്ല എന്ന് അറിഞ്ഞുകൊണ്ടുതന്നെ മര്യാൻക ചോദിച്ചു.

"കളിയാക്കാനോ? എനിക്കെങ്ങനെ അതിന് കഴിയും?"– ഈ വാക്കുകളും സാധാരണ വാക്കുകളായി അദ്ദേഹത്തിന് തോന്നി. അയാളുടെ മനസിലുള്ളത് പ്രകടിപ്പിക്കാൻ അത് മതിയാവുമായിരുന്നില്ല. എങ്കിലും അയാൾ തുടർന്നു. "എനിക്കറിയില്ല നിനക്കുവേണ്ടി എന്തൊക്കെ എനിക്ക് ചെയ്യാൻ കഴിയുമെന്ന്."

"എന്നെ വെറുതെ വിട്ടേക്ക്."

പക്ഷേ അവളുടെ മുഖവും തിളങ്ങുന്ന കണ്ണുകളും വികസിച്ച മാറിടവും കാലുകളും തികച്ചും വ്യത്യസ്തമായ എന്തോ ഒന്ന് പറഞ്ഞുകൊണ്ടിരുന്നു. താൻ പറഞ്ഞതൊക്കെ നിസ്സാരകാര്യങ്ങളായാണ് അവൾ കാണുന്നതെന്ന് അയാൾക്ക് തോന്നി. തനിക്ക് തോന്നിയ കാര്യങ്ങൾ വളരെ മുമ്പേ അവൾക്ക് മനസിലായിരുന്നെന്ന് അയാൾക്ക് തോന്നി. പക്ഷേ, അയാൾക്കത് പറയാൻ കഴിഞ്ഞില്ല. അവൾക്ക് അയാളിൽനിന്നുതന്നെ അത് കേൾക്കണമായിരുന്നു. "എങ്ങനെ അവളെ അറിയിക്കും" അയാൾ ചിന്തിച്ചു "എനിക്ക് പറയേണ്ടത് ഞാൻ അവളെ എങ്ങനെ കാണുന്നു എന്ന് മാത്രമാണ്. പക്ഷേ അവളത് കേൾക്കാൻ തയാറാവുന്നില്ല, മറുപടി പറയുന്നില്ല."

"ഹലോ!" യുസ്റ്റെൻകയുടെ ഉച്ചത്തിലുള്ള ശബ്ദം വളരെ അകലെനിന്നല്ലാതെ മുന്തിരിവള്ളികൾക്കിടയിൽനിന്നും ഉയർന്നു.

"വന്ന് എന്നെ സഹായിക്കൂ, ഒലെനിൻ ഞാൻ ഒറ്റയ്ക്കാണ്." മുന്തിരിവള്ളികൾക്കിടയിലൂടെ തന്റെ സുന്ദരമായ മുഖംനീട്ടി അവൾ ഉച്ചത്തിൽ പറഞ്ഞു.

ഒലെനിൻ മറുപടി പറയുകയോ നിന്നിടത്തുനിന്നും ഇളകുകയോ ചെയ്തില്ല.

മര്യാൻക മുന്തിരിക്കുലകൾ അറുക്കുകയും ഒലെനിനെ നോക്കുകയും ചെയ്തുകൊണ്ടിരുന്നു. അയാൾ എന്തോ പറയാനോർത്തു. പക്ഷേ പറഞ്ഞില്ല. ചുമല് കുലുക്കി തോക്ക് നേരെയാക്കി അയാൾ തോട്ടത്തിന് പുറത്തേക്ക് നടന്നു.

മുപ്പത്തിരണ്ട്

ഉച്ചത്തിൽ സംസാരിക്കുന്ന മര്യാൻകയുടെയും യുസ്റ്റെൻകയുടെയും ചിരിക്കിലുക്കം ശ്രദ്ധിച്ചുകൊണ്ട് അയാൾ ഒന്നുരണ്ടു തവണനിന്നു. ആ വൈകുന്നേരം മുഴുവൻ അയാൾ നായാട്ടിനായി ചെലവഴിച്ചു. ഒരു മൃഗത്തെപ്പോലും കൊല്ലാതെ സന്ധ്യക്ക് അയാൾ തിരിച്ച് വീട്ടിലെത്തി. റോഡ് മുറിച്ചുകടക്കുമ്പോൾ അവൾ ഔട്ട്ഹൗസിന്റെ വാതിൽ തുറക്കുന്നത് അയാൾ കണ്ടു. അയാളുടെ നീല ഉടുപ്പ് വാതിലിനിടയിലൂടെ പുറത്ത് കാണാമായിരുന്നു. അയാൾ വന്യൂഷയെ ഉച്ചത്തിൽ

വിളിച്ചു. അത് അയാൾ തിരിച്ചുവന്നു എന്ന് അവളെ അറിയിക്കാനായിരുന്നു. പിന്നീട് അയാൾ പതിവുപോലെ പോർച്ചിൽ ഇരുന്നു. മുന്തിരിത്തോട്ടത്തിൽനിന്നും തിരിച്ചെത്തിയ കോർനെറ്റ് പടിപ്പുരകടന്ന് മുറിക്കകത്തേക്ക് കയറിപ്പോയി. പക്ഷേ അയാൾ ഒലെനിനെ അകത്തേക്ക് ക്ഷണിച്ചില്ല. മര്യാൻക രണ്ടുപ്രാവശ്യം ഗേറ്റിനടുത്തേക്ക് പോയി. ഒരിക്കൽ അസ്തമയസൂര്യന്റെ വെളിച്ചത്തിൽ അവൾ അയാളെ കണ്ടെന്നുതോന്നി. അയാൾ അവളെ പിൻതുടരുകയായിരുന്നു. പക്ഷേ അവളെ സമീപിക്കാൻ ധൈര്യം കാണിച്ചില്ല. അവൾ കുടിലിനകത്തേക്ക് കയറിപ്പോയപ്പോൾ അയാൾ പോർച്ച് വിട്ട് മുറ്റത്ത് അങ്ങോട്ടുമിങ്ങോട്ടും നടക്കാൻ തുടങ്ങി. പക്ഷേ മര്യാൻക പിന്നീട് പുറത്തേക്ക് വന്നില്ല. അയാൾ ആ രാത്രി മുഴുവൻ മര്യാൻകയുടെ വീട്ടിൽനിന്നും വരുന്ന ചെറിയ ശബ്ദം പോലും ശ്രദ്ധിച്ച് കിടന്നു. രാത്രി നേരത്തെ അവർ സംസാരിക്കുന്ന ശബ്ദം അയാൾ കേട്ടു. ഭക്ഷണംകഴിച്ച് കിടക്ക നേരെയാക്കി നേരത്തെ അവർ ഉറങ്ങാനാരംഭിച്ചു. മര്യാൻക എന്തോ പറഞ്ഞ് ചിരിച്ചു. പിന്നീട് എല്ലാവരും നിശ്ശബ്ദരായി. കൊർനറ്റും ഭാര്യയും എന്തോ പിറുപിറുത്തു. ഒരാൾ കൂർക്കംവലിക്കുന്നുണ്ടായിരുന്നു. ഒലെനിൻ തന്റെ മുറിയിലേക്ക് തിരിച്ചുകയറി. വന്യൂഷ ഉറക്കത്തിലായിരുന്നു. അയാൾക്ക് അവനോട് അസൂയ തോന്നി. അയാൾ പുറത്തേക്കിറങ്ങി. എപ്പോഴും നാം ഒരാളെ കാത്തിരിക്കുന്നു. പക്ഷേ ആരും വരുന്നില്ല. അയാൾ മൂന്നുപേരുടെ കൂർക്കംവലി കേട്ടു. മര്യാൻകയുടെ ശ്വാസഗതി അയാൾക്ക് തിരിച്ചറിയാമായിരുന്നു. അയാളത് ശ്രദ്ധിച്ചു, അവളുടെ ഹൃദയമിടിപ്പും. ഗ്രാമത്തിൽ എല്ലാം നിശ്ശബ്ദമായിരുന്നു. ചന്ദ്രനുദിച്ചപ്പോൾ മുറ്റത്ത് കിടക്കുകയും എഴുന്നേൽക്കുകയും ചെയ്യുന്ന പശുക്കളെ വ്യക്തമായി കണ്ടു. ഒലെനിൻ ദേഷ്യത്തോടെ സ്വയംചോദിച്ചു. 'എനിക്കെന്താണ് വേണ്ടത്?' പക്ഷേ രാത്രിയുടെ മാസ്മരികതയിൽനിന്നും സ്വയം അടർത്തിമാറ്റാൻ അയാൾക്ക് കഴിഞ്ഞില്ല. പെട്ടെന്ന് കൊർനറ്റിന്റെ വീട്ടിൽനിന്നും കാലടിയൊച്ച കേട്ടതായി അയാൾക്ക് തോന്നി. അയാൾ വാതിൽക്കലേക്ക് പാഞ്ഞു. പക്ഷേ എല്ലാം നിശ്ശബ്ദമായിരുന്നു. കൂർക്കംവലി ശബ്ദമൊഴികെ. മുറ്റത്ത് പശു ദീർഘമായ ഉറക്കത്തിനുശേഷം മുൻകാൽമുട്ടുകളിൽനിന്ന് പിന്നീട് പിൻകാലുകളിൽ നിവർന്നുനിന്നു. വാല് ചുഴറ്റി ചാണകമിട്ട് വീണ്ടും മങ്ങിയ ചന്ദ്രന്റെ വെളിച്ചത്തിൽ കിടന്നു. അയാൾ സ്വയംചോദിച്ചു 'ഞാനെന്താണ് ചെയ്യേണ്ടത്?' എന്നിട്ട് പോയി കിടന്നുറങ്ങാൻ തീരുമാനിച്ചു. പക്ഷേ വീണ്ടും അയാളൊരു ശബ്ദംകേട്ടു. അയാളുടെ ഭാവനയിൽ മര്യൻകയുടെ രൂപം ചന്ദ്രന്റെ പ്രകാശത്തിൽ തെളിഞ്ഞുകണ്ടു. അയാൾ അവളുടെ ജനലിനരികിലേക്ക് ഓടിച്ചെന്നു. വീണ്ടും അയാൾ കാലടിയൊച്ച കേട്ടു. അയാൾ വാതിൽത്തഴുതിൽ പിടിച്ച് മുട്ടി. കാലൊച്ച വാതിലിനടുത്തേക്ക് വന്നു. തഴുത് നീങ്ങി, വാതിൽ ഒച്ചവെച്ചു. മസാലയുടെയും മത്തന്റെയും മണം ഒഴുകിവന്നു. വാതിലിൽ മര്യാൻകയുടെ രൂപം പ്രത്യക്ഷപ്പെട്ടു. ചന്ദ്രന്റെ പ്രകാശത്തിൽ ഒരു പ്രാവശ്യം അയാൾ അവ

ളുടെ രൂപം കണ്ടു. അവൾ വാതിൽ വലിച്ചടച്ച് എന്തോ പിറുപിറുത്തു. പിന്നീട് ശബ്ദമുണ്ടാക്കാതെ തിരിച്ചുപോയി. ഒലെനിൻ മുഷ്ടിചുരുട്ടി തലയിലിടിച്ച് ഒന്നുംമിണ്ടാതെ നിന്നു. പിന്നീടയാൾ ജനലിനടുത്ത് പോയി നിന്നു. പെട്ടെന്ന് അയാൾ ഒരു കനത്ത ശബ്ദംകേട്ട് ഞെട്ടിത്തിരിഞ്ഞു.

"ഉഗ്രൻ! ഞാൻ എല്ലാം കണ്ടു." ചെറുപ്പക്കാരനായ ഒരു കൊസാക്ക് ഒരു വെള്ളത്തൊപ്പി ധരിച്ച് മുറ്റത്തേക്ക് കയറിവന്നു.

ഒലെനിൻ നസാർക്കയെ തിരിച്ചറിഞ്ഞു. നിശ്ശബ്ദനായി എന്തുചെയ്യണമെന്നറിയാതെ അയാൾനിന്നു.

"നല്ലത്! ഞാൻ ഓഫീസിൽ പോയി അവളുടെ അച്ഛനോട് പറയാം. അവളുടെ അച്ഛൻ ഒരു നല്ല മനുഷ്യനാണ്, അവളും. അവൾക്ക് ഒരാൾ മതിയാവില്ല."

"നിങ്ങൾക്കെന്താണ് വേണ്ടത്? നിങ്ങളെന്തിനാണ് എന്നെയിങ്ങനെ പിന്തുടരുന്നത്?" ഒലെനിൻ ചോദിച്ചു.

"വെറുതെ. ഞാൻ അവളുടെ അച്ഛന്റെ ഓഫീസിൽ പോയി പറയാം."

നസാർക്ക ഉച്ചത്തിൽ പറഞ്ഞു. മനഃപൂർവം അയാൾ വിളിച്ചുപറഞ്ഞു, നോക്കു എന്തൊരു ബുദ്ധിമാൻ."

ഒലെനിൻ വിളറിവെളുത്തു. അയാൾ വിറയ്ക്കാൻ തുടങ്ങി.

"ഇങ്ങു വാ! അയാൾ നസാർക്കയെ പിടിച്ചുവലിച്ച് തന്റെ കുടിലിലേക്ക് കൊണ്ടുപോവാൻ ശ്രമിച്ചു.

"ഒന്നും സംഭവിച്ചിട്ടില്ല, അവൾ എന്നെ ഉള്ളിൽ കടക്കാൻ അനുവദിച്ചിട്ടില്ല. എനിക്കങ്ങനെയൊരു ലക്ഷ്യവുമില്ലായിരുന്നു. അവൾ സത്യസന്ധയാണ്."

"ഹും! നമുക്ക് സംസാരിക്കാം."

"അതെ, ഞാൻ നിങ്ങൾക്ക് ചില സാധനങ്ങൾ തരാം, ഒരുമിനിറ്റ് നിൽക്കൂ!"

നസാർക്ക ഒന്നും പറഞ്ഞില്ല. ഒലെനിൻ മുറിക്കകത്തേക്ക് പോയി പത്ത് റൂബിളുമായി തിരിച്ചുവന്നു. അത് അയാൾ നസാർക്കായ്ക്ക് കൊടുത്തു. "ഒന്നും സംഭവിച്ചില്ല എന്നാലും ഞാൻ കുറ്റക്കാരനാവും. അതുകൊണ്ടാണ് ഇത് തരുന്നത്. ദൈവത്തെയോർത്ത് ആരോടും പറയരുത്."

"നിങ്ങൾക്ക് സന്തോഷം ഉണ്ടാവട്ടെ" നസാർക്ക ചിരിച്ചുകൊണ്ട് പുറത്തേക്കുപോയി.

അന്നുരാത്രി നസാർക്ക ലുകാഷ്കയുടെ വീട്ടിൽ മോഷ്ടിച്ച ഒരു കുതിരയെ ഒളിപ്പിക്കാൻ പോയി. വീട്ടിലേക്ക് പോകുന്നവഴി അയാൾ ഒരു കാലടിയൊച്ച കേട്ടു. പിറ്റേന്ന് കമ്പനിയിൽ തിരിച്ചെത്തിയ അയാൾ ബുദ്ധിപൂർവം പത്ത് റൂബിൾ കൈക്കലാക്കിയ കഥ അയാളുടെ ഉറ്റസുഹൃത്തിനോട് പറഞ്ഞു. പിറ്റേന്ന് രാവിലെ ഒലെനിൻ കൊർനറ്റിനെ കണ്ടു. അവൻ തലേന്ന് രാത്രിയിലെ സംഭവം അറിഞ്ഞിരുന്നില്ല. അയാൾ മര്യാൻകയോട് സംസാരിച്ചില്ല. അവൾ അയാളെ നോക്കിയപ്പോൾ ഒന്ന് ചിരിക്കുക മാത്രം ചെയ്തു. പിറ്റേന്ന് രാത്രിയും അയാൾക്ക് ഉറക്കമില്ലായിരുന്നു. അയാൾ മുറ്റത്തുകൂടെ നടന്നുകൊണ്ടിരുന്നു. പിറ്റേന്ന് അയാൾ

മുഴുവൻ സമയവും വേട്ടയാടാൻ ഉപയോഗിച്ചു. വൈകുന്നേരം തന്റെ ചിന്തകളിൽനിന്നും രക്ഷപ്പെടാൻ ബാലറ്റ്സ്കീയുടെ വീട്ടിലേക്ക് പോയി. അയാൾ പേടിച്ചിരുന്നു. തന്റെ വീട്ടിലേക്ക് തിരിച്ചുപോവില്ലെന്ന് അയാൾ തീരുമാനമെടുത്തു.

അന്ന് അയാളെ ഉണർത്തിയത് സെർജന്റ് മേജറായിരുന്നു. അയാളുടെ കമ്പനിക്ക് ഒരു പരിശോധനയ്ക്കു പോവാൻ നിർദേശം ലഭിച്ചിരുന്നു. ഒലെനിന് സന്തോഷമായി. ഇനിയൊരിക്കലും ഈ ഗ്രാമത്തിലേക്ക് തിരിച്ചുവരില്ലെന്ന് അയാൾ ഉറപ്പിച്ചു.

പരിശോധന നാലുദിവസം നീണ്ടുനിന്നു. കമാണ്ടർ ഒലെനിന്റെ ഒരു ബന്ധുവായിരുന്നു. അയാൾ ഒലെനിനോട് അവിടെത്തന്നെ തുടരാൻ ആവശ്യപ്പെട്ടു. പക്ഷേ ഒലെനിൻ അത് നിരസിച്ചു. ഗ്രാമത്തിൽനിന്നും അകലേക്ക് മാറിപ്പോകാൻ കഴിയില്ലെന്ന് അയാൾക്ക് ബോധ്യമായി. ഗ്രാമത്തിലേക്ക് തിരിച്ചുപോകാൻ അനുവദിക്കണമെന്ന് അയാൾ അപേക്ഷിച്ചു. പരിശോധനയിൽ പങ്കെടുത്തതിന് അയാൾക്ക് ഒരു പാരിതോഷികം ലഭിച്ചു. അത് അയാളുടെ ഒരു ചിരകാലാഭിലാഷമായിരുന്നു. പക്ഷേ ഇപ്പോൾ അയാൾക്കതിനോടൊ തന്റെ വരാനിരിക്കുന്ന സ്ഥാനക്കയറ്റത്തോടൊ താൽപ്പര്യമില്ലായിരുന്നു. വന്യൂഷയോടൊപ്പം അയാൾ കോർഡനിലേക്ക് തിരിച്ചുപോന്നു. അന്ന് വൈകുന്നേരം അയാൾ മര്യാൻകയെ നോക്കിക്കൊണ്ട് പോർച്ചിൽ കഴിച്ചുകൂട്ടി. രാത്രിയിൽ അയാൾ മനസിൽ ലക്ഷ്യമോ ചിന്തകളോ ഇല്ലാതെ മുറ്റത്തുകൂടെ അങ്ങോട്ടുമിങ്ങോട്ടും നടന്നുകൊണ്ടിരുന്നു.

മുപ്പത്തിമൂന്ന്

പിറ്റേദിവസം അയാൾ ഉണരുമ്പോൾ വൈകിയിരുന്നു. മര്യാൻകയുടെ വീട്ടിലുള്ളവരെല്ലാം പുറത്തുപോയിരുന്നു. അയാൾ വേട്ടയ്ക്ക് പോയില്ല. ഒരു പുസ്തകമെടുത്ത് പോർച്ചിലേക്ക് പോയി. പക്ഷേ തിരിച്ചുവന്ന് കിടക്കയിൽ കിടന്നു. അയാൾക്ക് അസുഖമായിരിക്കുമെന്ന് വന്യൂഷ കരുതി.

വൈകുന്നേരമായപ്പോൾ ഒലെനിൻ എഴുന്നേറ്റു. പിന്നീടയാൾ എഴുതാനാരംഭിച്ചു. രാത്രി വൈകുന്നതുവരെ അയാൾ എഴുതിക്കൊണ്ടിരുന്നു. അയാൾ ഒരു കത്തെഴുതി. പക്ഷേ അത് പോസ്റ്റുചെയ്തില്ല. കാരണം അയാൾക്ക് പറയാനുള്ളതെന്തെന്ന് ആർക്കും മനസിലാവുമായിരുന്നില്ല. മാത്രമല്ല അയാളൊഴികെ വേറെ ആരെങ്കിലും അത് മനസിലാക്കേണ്ടിയുമിരുന്നില്ല. അയാൾ എഴുതിയത് ഇങ്ങനെയായിരുന്നു.

"റഷ്യയിൽനിന്നും അനുശോചനക്കുറിപ്പുകൾ എനിക്ക് കിട്ടി. അവർ വിചാരിച്ചത് ഞാനിവിടെ മൃതിയടഞ്ഞ് ഈ കാട്ടിൽ സംസ്കരിക്കപ്പെടുമെന്നാണ്. അവർ എന്നെപ്പറ്റി പറയുന്നു 'അവനൊരു പരുക്കനാണ്. എല്ലാറ്റിനും അവന് പ്രത്യേകം പ്രത്യേകം ന്യായമുണ്ട് പറയാൻ. മദ്യപനാകാൻ സാധ്യതയുമുണ്ട്. ഒരു കൊസാക്ക് പെൺകുട്ടിയെ വിവാഹം ചെയ്തി

ല്ലെന്ന് ആരു കണ്ടു. ഏർമലോവ് പറഞ്ഞത് വെറുതെയാവില്ല. കൗക്കാസസിൽ പത്തുവർഷം ജോലിചെയ്യുന്ന ഒരാൾ ഒന്നുകിൽ മദ്യപനാകും. അല്ലെങ്കിൽ ഇവിടുത്തെ ഒരു സ്ത്രീയെ വിവാഹംചെയ്യും. എന്ത് ഭീകരം. കൗണ്ടസ്-ബിയുടെ ഭർത്താവോ കോർട്ട്എംപർലെയ്നോ ആവാൻ ആഗ്രഹിക്കുന്ന ഞാൻ ഒരിക്കലും മദ്യപനാവില്ല. എത്ര മോശമായാണ് എന്നെക്കുറിച്ചവർ ചിന്തിക്കുന്നത്. ജീവിതമെന്തെന്നും സന്തോഷമെന്തെന്നും നിങ്ങൾക്കറിയില്ല. ജീവിതത്തെ അതിന്റെ യഥാർഥ ഭംഗിയോടെ ആസ്വദിക്കുന്ന ഒരാൾ ഒരിക്കലും കീഴടക്കാൻ പറ്റാതെ തലയുയർത്തി നിൽക്കുന്ന ഈ മഞ്ഞുമലകളെ അറിയണം, അതുപോലെ സ്രഷ്ടാവിന്റെ കൈകളിൽനിന്നും നേരിട്ടുവരുന്ന പ്രാകൃത സ്ത്രീസൗന്ദര്യവും. എന്നാലേ ജീവിതം നശിപ്പിക്കുകയോ ജീവിച്ചുതീർക്കുകയോ ചെയ്യുന്ന ഒരാൾക്ക് അത് മനസിലാവുകയുള്ളൂ. ഞാനെന്നെ വരച്ച് കാണിക്കുമ്പോൾ, അത് കുടിലിലായാലും കാട്ടിലായാലും, എന്റെ പ്രണയത്തോടൊപ്പമായാലും, വിശ്രമമുറികളിലായാലും, മുഷ്ടിചുരുട്ടിക്കൊണ്ട് ആ സ്ത്രീകളോടൊപ്പമായാലും, അലസ സൗന്ദര്യമായാലും, ശക്തിയില്ലാത്ത ക്ഷീണിച്ച അവരുടെ അവയവമായാലും അതിഥിമുറിയിലെ സംഭാഷണമായാലും ഞാൻ വളരെയേറെ സ്വാതന്ത്ര്യമനുഭവിക്കുന്നു. ഞാൻ പിന്നീട് നിഗൂഢഭാവങ്ങളുള്ള മുഖങ്ങൾ എന്റെ മുന്നിൽ കാണുന്നു. ധനാഢ്യരായ സ്ത്രീകൾ, അവരുടെ നോട്ടം വിളിച്ചുപറയുന്നു 'ഞാൻ ആഢ്യയാണെങ്കിലും നീയെന്റെ അരികിലേക്ക് വന്നുകൊള്ളൂ. ഇരിപ്പിടങ്ങൾ മാറ്റിമാറ്റി ജോഡിചേർന്നുള്ള ഇരുത്തം നാട്യം, കൈപിടിച്ച് കുലുക്കൽ, അർഥമില്ലാത്ത സംഭാഷണങ്ങൾ തലമുറകളിൽനിന്നും തലമുറകളിലേക്ക് രക്തത്തിലൂടെ കൈമാറ്റം ചെയ്യപ്പെടുന്ന വിരസത. ഈ ഒരുകാര്യം മാത്രം മനസിലാക്കുക. നിങ്ങൾ അറിയുകയും മനസിലാക്കുകയും വേണ്ടത് സൗന്ദര്യവും സത്യവും എന്താണെന്ന് മാത്രം. പിന്നെ എന്നെക്കുറിച്ചുള്ള നിങ്ങളുടെ ഇപ്പോഴത്തെ ചിത്രങ്ങളെല്ലാം മാറിമറിയും. അവളെ കാണുന്നതിലും സംസാരിക്കുന്നതിലുമാണ് സന്തോഷം കുടികൊള്ളുന്നത്. "അവൻ ചിലപ്പോൾ ഒരു കൊസാക്ക് കുട്ടിയെ വിവാഹംചെയ്തെന്നും വരാം. എന്നിട്ട് സകലതും നഷ്ടപ്പെടാം." എനിക്കറിയാം അവർ പറയുമെന്ന്. പക്ഷേ എന്റെ ആഗ്രഹം നിങ്ങൾ പറയുന്ന ഈ നഷ്ടപ്പെടലാണ്. ഞാനൊരു കൊസാക്കുകാരിയെ വിവാഹം ചെയ്യാൻ ആഗ്രഹിക്കുന്നു. പക്ഷേ ഞാൻ ചെയ്യില്ല. കാരണം, അങ്ങനെ ചെയ്താൽ അർഹിക്കുന്ന സന്തോഷത്തിന്റെ പാരമ്യതയിൽ ഞാൻ എത്തിച്ചേരും.

'മര്യാൻക എന്ന കൊസാക്ക് പെൺകുട്ടിയെ കണ്ടിട്ട് മൂന്നുമാസം തികയുന്നു. ലോകത്തെക്കുറിച്ചുള്ള കാഴ്ചപ്പാടുകളും മുൻവിധികളും ഇപ്പോഴും എന്റെ മനസിൽ കിടക്കുന്നു. എനിക്കവളെ സ്നേഹിക്കാൻ കഴിയില്ല എന്നായിരുന്നു എന്റെ വിശ്വാസം. ആകാശത്തിന്റെയും കുന്നുകളുടെയും സൗന്ദര്യത്തിൽ ഭ്രമിച്ചതുപോലെ അവളുടെ സൗന്ദര്യവും ഞാനാസ്വദിച്ചു. അവളുടെ സൗന്ദര്യം എന്റെ ജീവിതത്തിന്റെ ഒരു അനി

വാര്യതയായിത്തീർന്നു. പിന്നെ ഞാൻ സ്വയം ചോദിക്കാൻ തുടങ്ങി "ഞാനവളെ സ്നേഹിക്കുന്നില്ലേ? "പക്ഷേ എന്റെയുള്ളിൽ പ്രണയം എന്നൊന്ന് കണ്ടെത്താൻ എനിക്ക് കഴിഞ്ഞില്ല. എന്റേത് ഏകാന്തതയുടെ വിരസതയും വിവാഹിതനാവാനുള്ള ആഗ്രഹവുമായിരുന്നു. യഥാർഥ പ്രണയമായിരുന്നില്ല. മാംസനിബന്ധമായ ഒന്ന് മാത്രമായിരുന്നു. എനിക്കവളെ കാണണമായിരുന്നു, കേൾക്കണമായിരുന്നു, അവൾ അരികിലുണ്ടെന്ന് അറിയണമായിരുന്നു. ഞാൻ സന്തോഷത്തിലല്ലെങ്കിലും സമാധാനത്തിലായിരുന്നു.

ഞാനവളെ ആദ്യമായി സ്പർശിച്ച ഒരു വൈകുന്നേരത്തെ കൂടിച്ചേരലിനുശേഷം ഞാൻ മനസിലാക്കി എനിക്കും അവൾക്കും ഇടയിൽ അലിഞ്ഞുപോവാത്ത എന്നാൽ തിരിച്ചറിയാൻ കഴിയുന്ന എന്തോ ഒന്ന് നിലനിൽക്കുന്നുണ്ടെന്ന്. ഞാൻ സ്വയം ചോദിച്ചു. 'എന്റെ ജീവിതത്തിന്റെ ഏറ്റവും ഉയർന്ന ലക്ഷ്യവും താൽപ്പര്യങ്ങളും തിരിമറിക്കുന്ന ഒരു സ്ത്രീയെ എനിക്ക് പ്രണയിക്കാൻ കഴിയുമോ?' പക്ഷേ ഞാനപ്പോഴേക്കും അവളുമായി പ്രണയത്തിലായിരുന്നു. അപ്പോഴും എന്റെ വികാരങ്ങളിൽ എനിക്ക് വിശ്വാസമുണ്ടായിരുന്നില്ല.

ഞാൻ ആദ്യമായി അവളോട് സംസാരിച്ച ആ വൈകുന്നേരത്തിനുശേഷം ഞങ്ങളുടെ ബന്ധത്തിന്റെ സ്വഭാവം മാറി. അതുവരെ അവൾ പ്രകൃതിയിലെ സുന്ദരമായ ഒരു വസ്തുമാത്രമായിരുന്നു. പക്ഷേ അതിനുശേഷം അവൾ ഒരു മനുഷ്യസ്ത്രീയായി. ഞാനവളെ കണ്ടുമുട്ടാൻ തുടങ്ങി, സംസാരിക്കാനും. അവളുടെ അച്ഛന്റെകൂടെ ജോലിക്കുപോകാനും. വൈകുന്നേരങ്ങൾ മുഴുവനും അവരുടെകൂടെ ചെലവഴിക്കാനും തുടങ്ങി. ഈ ഇടപെടലുകളിൽ അവൾ എന്റെ മുന്നിൽ പരിശുദ്ധയായിനിന്നു. അവൾ എപ്പോഴും ശാന്തമായി പ്രതികരിച്ചു. ചിലപ്പോഴവൾ സൗഹൃദത്തിൽ പെരുമാറി. പക്ഷേ പലപ്പോഴും അവളുടെ വാക്കുകളും നോട്ടവും ചലനങ്ങളും വളരെ ശാന്തമായിരുന്നു. എല്ലാദിവസവും മുഖത്ത് ഒരു പുഞ്ചിരിയുമായി ഞാൻ അവളുടെ മുന്നിലെത്തി, മനസിൽ അതി വൈകാരികതയുടെയും ആഗ്രഹങ്ങളുടെയും വേദന ഒളിപ്പിച്ചു വെച്ച് സംസാരിച്ചു. ഞാൻ പലതും മറയ്ക്കുന്നതായി അവൾക്ക് മനസിലായെങ്കിലും അവൾ എന്നോട് ചിരിക്കുകയും സംസാരിക്കുകയും ചെയ്തു. ഈ അവസ്ഥ അസഹനീയമായിത്തുടങ്ങി. അവളെ വഞ്ചിക്കാതെ മനസിൽ തോന്നിയത് പറയാൻ ഞാൻ തീരുമാനിച്ചു. ഞാൻ പൂർണമായും വികാരാധീനനായി മാറിക്കഴിഞ്ഞിരുന്നു. അങ്ങനെയാണ് മുന്തിരിത്തോപ്പിൽ വച്ച് ഞാനെന്റെ പ്രണയം അവളോട് പറയാൻ ശ്രമിച്ചത്. അന്നുപയോഗിച്ച വാക്കുകൾ ഇന്നും എന്നെ ലജ്ജിതനാക്കുന്നു. കാരണം ഞാൻ ഉപയോഗിച്ച വാക്കുകളെക്കാൾ എത്രയോ ഉയരത്തിലായിരുന്നു അവൾ. കൂടാതെ, ആ വാക്കുകൾക്ക് എന്റെ വികാരങ്ങളെ പ്രതിഫലിപ്പിക്കാൻ ശക്തിയും ഇല്ലായിരുന്നു. പിന്നെ ഞാനൊന്നും പറഞ്ഞില്ല. പക്ഷേ, പിന്നീടെന്റെ അവസ്ഥ അസഹനീയമായിരുന്നു. ഞങ്ങ

ളുടെ മുൻപത്തെ സാധാരണ ബന്ധം തുടർന്നുകൊണ്ടു സ്വന്തം വില യിടിച്ചുകളയാൻ ഞാൻ തയാറല്ലായിരുന്നു. പക്ഷേ അവളുമായി നേരി ട്ടുള്ള ഒരു ബന്ധത്തിൽ എത്തിയതായും എനിക്ക് തോന്നിയില്ല. ഞാൻ സ്വയം ചോദിച്ചു 'ഞാനെന്താണ് ചെയ്യേണ്ടത്?' എന്റെ വിഡ്ഢിസ്വപ്ന ങ്ങളിൽ ഞാനവളെ എന്റെ കാമുകിയായും ഭാര്യയായും സങ്കൽപ്പിച്ചു. പക്ഷേ പിന്നീട് അത് മറന്നു കളയുകയും ചെയ്തു. അവളെ വഴിപിഴ പ്പിക്കും എന്നത് ഭയാനകമാണ്. അത് കൊലപാതകത്തിന് തുല്യമാണ്. അവളെ വിവാഹംകഴിച്ച് കൊസാക്കിലെ ഒരു സാധാരണ സ്ത്രീയെ പ്പോലെ കൊണ്ടുവരുന്നത് അതിലും മോശം. പിന്നെ ലുകാഷ്കയെ പ്പോലെ ഒരു കൊസാക്കാവുക, കുതിരയെ മോഷ്ടിക്കുക, ചിക്കിർ കഴിച്ച് ഉന്മത്തനായി കൊസാക്ക് ഗാനങ്ങൾ പാടിനടക്കുക, ആളുകളെ കൊല്ലു ക, മദ്യപിച്ച് താനാരെന്നോ എന്തെന്നോ ചിന്തിക്കാതെ അവളുടെ ജന ലിൽ ഓടിക്കയറുക. ഇതും അസാധ്യം, അപ്പോൾ ബാക്കിയുള്ളത് പര സ്പരം മനസിലാക്കുക, സന്തോഷിക്കുക അത്രമാത്രം.

ഞാൻ ആ രീതിയിലുള്ള ഒരു ജീവിതം നയിക്കാൻ ശ്രമിച്ചു. പക്ഷേ എന്റെ ദൗർബല്യങ്ങളെയും കൃത്രിമത്വത്തെയുംകുറിച്ച് ഞാൻ ബോധ വാനായിരുന്നു. എനിക്കെന്റെ സങ്കീർണമായ ഭൂതകാലം മറക്കാനാവു ന്നില്ല. മാത്രമല്ല പ്രതീക്ഷകളില്ലാത്ത ഭാവികാലത്തെക്കുറിച്ച് ഓർക്കാ നും. എല്ലാ ദിവസവും എന്റെ മുന്നിൽ ആ മഞ്ഞുമൂടിയ പർവതനിര കളും ഈ സ്ത്രീയും ബാക്കിയാവുന്നു. പക്ഷേ രണ്ടും എനിക്കല്ല എന്ന താണ് ഏറ്റവും വലിയ സന്തോഷം. എനിക്ക് ഈ പെൺകുട്ടിയെ സ്വന്ത മാക്കാൻ കഴിയില്ല. എന്റെ ജീവിതത്തിലെ ഏറ്റവും ഭീകരവും അതേസ മയം മധുരതരവുമായ കാര്യം ഞാൻ അവളെ പൂർണമായി മനസിലാ ക്കുന്നു, എന്നാൽ അവളെന്നെ മനസിലാക്കുന്നില്ല എന്നതാണ്. അവൾ സന്തുഷ്ടയാണ്. പ്രകൃതിയെപ്പോലെ, ഒരേപോലെ, ശാന്തയായി. ഞാനാ ണെങ്കിൽ ദുർബലൻ. എന്റെ ദൗർബല്യങ്ങളും പ്രശ്നങ്ങളും അവളെ ബോധിപ്പിക്കാൻ ശ്രമിക്കാതെ ഞാൻ രാത്രി ഉറങ്ങിയില്ല. എന്നിലെന്താണ് സംഭവിക്കുന്നതെന്നറിയാതെ അവളുടെ ജനലിനരികിലൂടെ അങ്ങോട്ടു മിങ്ങോട്ടും നടന്നു. 18-ാം തീയതി ഞങ്ങളുടെ കമ്പനി ഒരു പരിശോ ധനയ്ക്കായി പുറപ്പെട്ടു. ഞാൻ മൂന്നുദിവസം ഗ്രാമത്തിൽനിന്നും മാറി ത്താമസിച്ചു. ഞാൻ ദുഃഖിതനായിരുന്നു. ക്യാമ്പിൽ സാധാരണയുള്ള മദ്യപാനവും ചീട്ടുകളിയും റിവാർഡുകളെക്കുറിച്ചുള്ള ചർച്ചകളും എനിക്ക് അരോചകമായി തോന്നി. ഇന്നലെ ഞാൻ തിരിച്ചുവന്നു. പോർച്ചി ലിരുന്ന് അവളെയും മഞ്ഞുമൂടിയ പർവതനിരകളെയും ഇറോഷ്കയെയും ഞാൻ കണ്ടു. വീണ്ടുമെന്നിലേക്ക് ശക്തിയും സന്തോഷവും പ്രവഹി ച്ചു. ഞാൻ ഉറപ്പിച്ചു. 'ഈ പെൺകുട്ടിയെ ഞാൻ സ്നേഹിക്കുന്നു, അതും ജീവിതത്തിലെ ആദ്യത്തെ പ്രണയം' എന്നിൽ സംഭവിച്ചതെന്തെന്ന് ഞാൻ തിരിച്ചറിഞ്ഞു. ഇതുമൂലം എനിക്കുണ്ടാവുന്ന അപചയങ്ങളെ ഞാൻ ശ്രദ്ധിക്കുന്നേയില്ല. ഞാൻ എന്റെ പ്രണയത്തിൽ ലജ്ജിതനല്ല,

അഭിമാനിക്കുകയാണ്. ഞാൻ പ്രണയിക്കുന്നു എന്നത് എന്റെ കുറ്റമല്ല. എന്റെ ആഗ്രഹത്തിന് വിരുദ്ധമായി എന്നിലേക്ക് കടന്നുവന്നതാണത്. ആത്മപരിത്യാഗത്തിലൂടെ അതിനെ തടയാൻ ഞാൻ ശ്രമിച്ചതാണ്. ലുകാഷ്കയുടെയും മര്യാൻകയുടെയും പ്രണയത്തിൽ സന്തോഷം കാണാൻ ശ്രമിച്ചതുമാണ്. പക്ഷേ എന്റെ പ്രണയം ഉയർന്നുയർന്നു വന്നു. ഇത് ഞാൻ മുൻപ് അറിഞ്ഞതുപോലുള്ള പ്രണയമല്ല. സ്വയം ആരാധിക്കുന്ന, ഉത്ഭവം നമ്മളിൽനിന്ന് തന്നെയെന്ന് കരുതുന്ന എല്ലാം നാം തന്നെയെന്ന് കരുതുന്ന പ്രണയമല്ല ഇത്. അതും ഞാൻ അനുഭവിച്ചതാണ്. ആസ്വാദനത്തിനായുള്ളതിന്റെയും അപ്പുറത്തുള്ള പ്രണയമാണിത്. തികച്ചും വ്യത്യസ്തമായത്. ചിലപ്പോൾ അവളിലൂടെ ഞാൻ പ്രകൃതിയെയാവും പ്രണയിക്കുന്നത്, പ്രകൃതിയിൽ സുന്ദരമായതിന്റെയെല്ലാം മൂർത്തിമദ്ഭാവം. എന്നാലും ഞാൻ സ്വയമേവ ചെയ്യുന്നതാണ് ഇതെന്ന് ഇപ്പോഴും എനിക്ക് പറയാൻ വയ്യ. ദേവലോകവും പ്രകൃതിയും സകല ശക്തികളുംകൂടി എന്നിലൂടെ ആവശ്യപ്പെടുകയാണ്, അവളെ സ്നേഹിക്കാൻ. ഞാൻ അവളെ സ്നേഹിക്കുന്നത് എന്റെ മനസുകൊണ്ടോ ഭാവനകൊണ്ടോ അല്ല, എന്റെ ശരീരവും മനസും ആത്മാവുമെല്ലാം ഒരുമിച്ചുചേർത്താണ്. അവളെ സ്നേഹിക്കുന്നതിലൂടെ ദൈവത്തിന്റെ സന്തോഷംനിറഞ്ഞ ലോകത്തിന്റെ ഒരു സമഗ്രരൂപമാണ് ഞാൻ കാണുന്നത്. എന്റെ ഏകാന്തജീവിതം എനിക്ക് സമ്മാനിച്ച ആശയങ്ങളെക്കുറിച്ച് ഞാൻ മുൻപ് എഴുതിയിട്ടുണ്ട്. എങ്ങനെയാണ് അവ രൂപപ്പെട്ടത് എന്ന് ആർക്കുമറിയില്ല. ഞാനവ എങ്ങനെ തിരിച്ചറിഞ്ഞു എന്നും ജീവിതത്തിന്റെ പുതിയ വാതായനങ്ങൾ എനിക്കു മുൻപിൽ എങ്ങനെ തുറക്കപ്പെട്ടു എന്നും ആർക്കും അറിയില്ല. പക്ഷേ എനിക്കവയേക്കാൾ പ്രധാനമായി ഒന്നുമില്ല. ശരി.... പ്രണയമുണ്ടായി. പക്ഷേ അതോ അതിനെച്ചൊല്ലിയുള്ള പശ്ചാത്താപമോ നിലനിൽക്കുകയില്ല. അത്തരത്തിലുള്ള ഒരുവശത്തേക്ക് മാത്രമുള്ള, തണുത്ത അമൂർത്തമായ ഒരു മാനസികാവസ്ഥയെ എനിക്കുതന്നെ വിശ്വസിക്കാനാവുന്നില്ല. സൗന്ദര്യം വന്ന് കാറ്റിൽ ചിതറി ലയിച്ചുപോയി. അപ്രത്യക്ഷമായതിനെ ഓർത്ത് ഒരു പശ്ചാത്താപവും ഇപ്പോൾ നിലനിൽക്കുന്നില്ല. ആത്മപരിത്യാഗമെന്നത് വിഡ്ഢിത്തമാണ്. അത് അഹംബോധമാണ്. വൈവാഹികജീവിതത്തിന്റെ അസന്തുഷ്ടികളിൽനിന്നുള്ള ഒളിച്ചോട്ടം. മറ്റുള്ളവരുടെ സന്തോഷം നമ്മിലുണ്ടാക്കുന്ന അസഹ്യതയിൽനിന്നുള്ള ഒളിച്ചോട്ടം. 'മറ്റുള്ളവർക്കുവേണ്ടി ജീവിക്കുക, നന്മചെയ്യുക!' –എന്തിന്? എന്നെക്കുറിച്ചുള്ള ചിന്തയും അവളോടുള്ള പ്രണയവും അവളോടൊപ്പം ജീവിക്കാനുള്ള ആഗ്രഹവും മനസിലുള്ളപ്പോൾ എന്തിന്? ലുകാഷ്കയ്ക്ക് വേണ്ടിയല്ല, മറ്റുള്ളവർക്ക് വേണ്ടിയല്ല – ഞാൻ എനിക്കുവേണ്ടിയാണ് സന്തോഷം അന്വേഷിക്കുന്നത്. മുൻപ് ഞാൻ സ്വയം പറഞ്ഞു 'ഇത് തെറ്റാണ്.' ഞാൻ സ്വയം ഈ ചോദ്യംചോദിച്ച് വേദനിച്ചു. 'അവൾക്ക് എന്തുസംഭവിക്കും? എനിക്കും ലുകാഷ്കയ്ക്കും എന്തുസംഭവിക്കും?' ഇപ്പോൾ ഞാനത്

ശ്രദ്ധിക്കുന്നേയില്ല. ഞാനെന്റെ ജീവിതം സ്വയം ജീവിക്കില്ല. അതിനെ നിയന്ത്രിക്കുന്ന എന്നേക്കാൾ ശക്തമായ എന്തോ ഒന്നുണ്ട്. ഞാൻ വേദനിക്കുന്നു. ഇപ്പോഴാണ് ഞാൻ ശരിക്കും ജീവിക്കുന്നത്. ഇന്ന് ഞാൻ അവളുടെ വീട്ടിൽപ്പോയി എല്ലാം പറയുകയാണ്."

മുപ്പത്തിനാല്

അന്നുരാത്രി, ഈ കത്ത് എഴുതിക്കഴിഞ്ഞശേഷം ഒലെനിൻ കൊർനെറ്റിന്റെ വീട്ടിൽപ്പോയി. അമ്മ അടുപ്പിനരികിൽ ഒരു ബഞ്ചിലിരുന്ന് സിൽക്ക് നൂലുകൾ ഇഴപിരിക്കുകയായിരുന്നു. മര്യാൻക ഒരു മെഴുകുതിരി വെട്ടത്തിൽ ഇരുന്ന് തുന്നുകയായിരുന്നു. അയാളെ കണ്ടപാടെ അവൾ തന്റെ തൂവാല കൈയിലെടുത്ത് അടുപ്പിന്റെ അരികിലേക്ക് മാറിയിരുന്നു.

"മര്യാൻക, നിനക്ക് കുറച്ചുസമയം എന്റെ അരികിൽ ഇരുന്നുകൂടേ?" അമ്മ ചോദിച്ചു.

"ഇല്ല ഞാൻ തലയിൽ തുണിയിട്ടിട്ടില്ല." അവൾ പറഞ്ഞു.

ഒലെനിന് അവളുടെ ഒരു കാലടിയും അടുപ്പിന്റെ തിണ്ണക്കിടയിലൂടെ താഴേക്കു തൂക്കിയിട്ട ഒരു കാലും കാണാമായിരുന്നു. അയാൾ അമ്മയ്ക്ക് ചായ നൽകി. പകരം അവർ കട്ടിക്രീം അയാൾക്ക് നൽകി. ഒരു പ്ലേറ്റ് ക്രീം മേശമേൽ വെച്ചശേഷം മര്യാൻക വീണ്ടും താൻ എഴുന്നേറ്റുവന്ന സ്ഥലത്ത് പോയിരുന്നു. പക്ഷേ അവിടെയിരുന്ന് അവൾ അയാളെ നോക്കുന്നത് അയാൾ തിരിച്ചറിഞ്ഞു. അവർ വീട്ടുകാര്യങ്ങളായിരുന്നു സംസാരിച്ചത്. ഉലീറ്റ്ക ആതിഥേയത്വത്തിന്റെ ഗ്രാമീണമുഖം പുറത്തെടുക്കാൻ തുടങ്ങി. ഒലെനിന് ഭരണിയിൽ സൂക്ഷിച്ച മുന്തിരിയും മുന്തിരിയപ്പവും ഏറ്റവും നല്ല മുന്തിരിവീഞ്ഞും നൽകി സൽക്കരിച്ചു. ഇത്തരം സൽക്കാരങ്ങൾ അധ്വാനശീലരിൽമാത്രം കാണുന്നതായിരുന്നു. തുടക്കത്തിൽ പരുഷസ്വഭാവംകൊണ്ട് ഒലെനിനെ ഭയപ്പെടുത്തിയ ഉലീറ്റ്ക ഇപ്പോൾ മൃദുലമായ പെരുമാറ്റംകൊണ്ട് അയാളുടെ ഹൃദയത്തെ തൊട്ടു.

"നമ്മൾ പരാതിപറഞ്ഞ് ദൈവത്തെ ദേഷ്യപ്പെടുത്തരുത്." നമുക്ക് വേണ്ടതെല്ലാം ദൈവം തന്നിട്ടുണ്ട്. ദൈവത്തിന് സ്തുതി. നമുക്ക് ആവശ്യത്തിന് ചിക്കിർ ലഭിച്ചു. മൂന്നോ നാലോ ബാരൽ മുന്തിരി വിൽക്കാൻ കഴിയുന്നു. എല്ലാംകൊണ്ടും സുഖം. പിന്നെ വേഗം ഇവിടെ വിട്ടുപോവരുത്. നമുക്ക് വിവാഹത്തിന് ഇവിടെ ഒരുമിച്ചുകൂടി സന്തോഷം പങ്കുവെക്കണം."

"വിവാഹം എപ്പോഴായിരിക്കും?" ഒലെനിൻ ചോദിച്ചു. ഹൃദയം ശക്തമായും വേദനയോടെയും മിടിച്ചപ്പോൾ രക്തം മുഖത്തേക്ക് തള്ളിക്കയറുന്നതായി അയാൾക്ക് അനുഭവപ്പെട്ടു. അടുപ്പിനപ്പുറത്ത് ഒരു ചലനം അയാൾ കേട്ടു. സൂര്യകാന്തിക്കുരുക്കൾ പൊട്ടുന്ന ശബ്ദവും.

"അത്.... എന്തായാലും അടുത്ത ആഴ്ചയാവും. ഞങ്ങൾ തയാറായി നിൽക്കുകയാണ്." വളരെ സാധാരണഭാവത്തോടെ അമ്മ പറഞ്ഞു. "ഞങ്ങൾ തയാറായി, മര്യാൻകയെ തയാറാക്കി. ഞങ്ങൾ അവളെ മാന്യ

മായി പറഞ്ഞയക്കും. ഒരു പ്രശ്നംമാത്രം. ഞങ്ങളുടെ ലുകാഷ്ക നിർത്താത്ത ഓട്ടത്തിലാണ്. അവൻ വേണ്ടതിലധികം ഓടിനടക്കുന്നു. എന്തൊക്കെയോ ചെയ്തുകൂട്ടുകയാണ്! കഴിഞ്ഞദിവസം ഒരു കൊസാക്ക് വന്നുപറഞ്ഞു; അവൻ നോഗേടിലാണെന്ന്.

"അവൻ പിടിക്കപ്പെടാതെ നോക്കണം." ഒലെനിൻ പറഞ്ഞു.

"ഞാനും അതാണ് അവനോട് പറയാറ്. ലുകാഷ്ക നീ കെണികളിലൊന്നും പോയി പെടരുത്. ചെറുപ്പക്കാർക്ക് സാധാരണ കുറച്ച് എടുത്തുചാട്ടമുണ്ടാകും. അത് സാരമില്ല. പക്ഷേ എല്ലാറ്റിനും ഒരു സമയമുണ്ട്. നീ ചിലത് പിടിച്ചടക്കി, ഒരു അബ്രക്സിനെ കൊന്നു. നല്ലതുതന്നെ. പക്ഷേ ഇപ്പോൾ നീ ശ്രദ്ധിച്ച് കഴിയണം. ഇല്ലെങ്കിൽ അപകടത്തിൽപ്പെടും."

'അതെ! ഒരിക്കൽ ഞാനവനെ അതിർത്തിയിൽ കണ്ടു. അവൻ ഉന്മാദത്തിലായിരുന്നു. അവൻ ഒരു കുതിരയെക്കൂടി വിറ്റു." അടുപ്പിനടുത്തേക്ക് നോക്കിക്കൊണ്ട് ഒലെനിൻ പറഞ്ഞു.

വലിയ ഇരുണ്ട രണ്ട് കണ്ണുകൾകൊണ്ട് അവളെ പിൻതുടർന്നു. അവളെ കാണാതായപ്പോൾ അവളെ പ്രതീക്ഷിച്ച് വാതിൽക്കലേക്ക് നോക്കിയിരുന്നു. ഉലീറ്റ്ക പറയുന്നുതൊന്നും അയാൾ ശ്രദ്ധിക്കുന്നുണ്ടായിരുന്നില്ല.

കുറച്ച് സമയങ്ങൾക്കുശേഷം ചില സന്ദർശകർ വീട്ടിലേക്ക് കയറിവന്നു. ഉലീറ്റ്കയുടെ സഹോദരൻ, ഇറോഷ്ക, യുസ്റ്റെൻക പിന്നെ ഏറ്റവും പിറകിലായി മര്യാൻകയും.

"ഗുഡ് ഈവനിങ്." യുസ്റ്റെൻക പറഞ്ഞു. "ഇന്നും ഒഴിവാണോ?" ഒലെനിനുനേരെ തിരിഞ്ഞ് അവൾ ചോദിച്ചു.

"അതെ അവധിയാണ്." അയാൾ പറഞ്ഞു. എന്തിനെന്നറിയാത്ത ഒരു ലജ്ജ അയാളിലുണ്ടായിരുന്നു.

അയാൾക്ക് അവിടെനിന്നും രക്ഷപ്പെടണമെന്നുണ്ടായിരുന്നു. പക്ഷേ കഴിഞ്ഞില്ല. നിശ്ശബ്ദനായിരിക്കാനും കഴിഞ്ഞില്ല. ഇറോഷ്ക മദ്യത്തിന് ചോദിച്ചുകൊണ്ട് സംസാരിക്കാനാരംഭിച്ചു. അവർ ഒരുമിച്ച് മദ്യപിച്ചു. പിന്നീട് അടുത്തയാളുടെ കൂടെയും അയാൾ മദ്യപിച്ചു. കൂടുതൽ മദ്യപിക്കുന്നതിനനുസരിച്ച് അയാളുടെ ഹൃദയം കൂടുതൽ ഭാരമുള്ളതായി. പക്ഷേ ആ രണ്ട് വൃദ്ധന്മാർ സന്തോഷത്തോടെ ആഘോഷിച്ചു. പെൺകുട്ടികൾ രണ്ടും അടുപ്പിൻതിണ്ണയിൽ കയറിയിരുന്ന് നേരം വൈകുന്നതുവരെ മദ്യപിക്കുന്ന അവരെ നോക്കിനിന്നു. ഒലെനിൻ ഒന്നും സംസാരിച്ചില്ല. പക്ഷേ മറ്റുള്ളവരെക്കാൾ മദ്യപിച്ചു. കൊസാക്കുകൾ ഒച്ചവെക്കുന്നുണ്ടായിരുന്നു. ഉലീറ്റ്ക പിന്നീടവർക്ക് മദ്യം നൽകിയില്ല. അവസാനം പിടിച്ച് പുറത്താക്കുകയും ചെയ്തു. പെൺകുട്ടികൾ ഇറോഷ്കയെ കളിയാക്കി ചിരിച്ചു. അവരെല്ലാവരും പുറത്ത് പോർച്ചിൽ ഇറങ്ങിനിൽക്കുമ്പോഴേക്കും സമയം പത്തുമണിയായിരുന്നു. വൃദ്ധന്മാർ പിന്നീട് ഉല്ലസിക്കാനായി ഒലെനിന്റെ വീട്ടിലേക്ക് കയറാൻ തയാറായി. ഉസ്റ്റെൻക വീട്ടിലേക്ക് ഓടിപ്പോയി. ഇറോഷ്ക ആ വൃദ്ധനെ വെന്യൂഷയുടെ അടുക്കലെത്തിച്ചു. ഉലീറ്റ്ക തൊഴുത്ത് വൃത്തിയാക്കാനായി പുറത്തേക്കിറങ്ങി.

വീട്ടിൽ മര്യാൻക തനിച്ചായി. ഒലെനിൻ ഇപ്പോൾ ഉറക്കമുണർന്നതു പോലെ ഊർജസ്വലനായി. അയാൾ എല്ലാം വീക്ഷിച്ചു. വൃദ്ധന്മാരെ തന്റെ വീട്ടിലാക്കി അയാൾ മര്യാൻകയുടെ അടുത്തേക്ക് നടന്നു. അവൾ കിട ക്കാനൊരുങ്ങുകയായിരുന്നു. അയാൾ അവളുടെ അടുത്തുചെന്ന് എന്തോ പറയാനൊരുങ്ങി. പക്ഷേ അയാളുടെ വാക്കുകൾ മുറിഞ്ഞുപോയി. അവൾ അയാളിൽനിന്നും അകന്ന് കിടക്കയുടെ ഒരു അറ്റത്ത് ചമ്രംപടി ഞ്ഞിരുന്ന് പേടിയോടെ അയാളെ നോക്കി. അവളുടെ കണ്ണുകളിൽ ഭയം നിഴലിച്ചിരുന്നു. അയാൾക്ക് ലജ്ജയും അതേസമയം ഇങ്ങനെയെങ്കിലും ഒരു വികാരം അവളിൽ സൃഷ്ടിക്കാൻ കഴിഞ്ഞതിൽ അഭിമാനവും തോന്നി.

"മര്യാൻക" അയാൾ വിളിച്ചു. "എന്നോട് ഒരിക്കലും ദയതോന്നി യിട്ടില്ലേ നിനക്ക്? നിന്നെ ഞാൻ എത്രമാത്രം സ്നേഹിക്കുന്നു എന്ന് എനിക്ക് പറയാൻ അറിഞ്ഞുകൂടാ."

അവൾ കുറച്ചുകൂടെ അകലേക്ക് മാറിയിരുന്നു.

"കണ്ടില്ലേ മദ്യം സംസാരിക്കുന്നത്! എന്നിൽനിന്ന് നിങ്ങൾക്ക് ഒന്നും കിട്ടില്ല."

"മദ്യമല്ല സംസാരിക്കുന്നത്. ലുകാഷ്കയെ നീ വിവാഹം കഴിക്കരുത്. ഞാൻ നിന്നെ വിവാഹം കഴിക്കാം."അയാൾ പറഞ്ഞു. 'ഞാനെന്താണീ പറ യുന്നത് നാളെ എനിക്കിത് പറയാൻ കഴിയുമോ?' അയാൾ ചിന്തിച്ചു. 'അതെ കഴിയും. എനിക്ക് പറയാൻ കഴിയും.' ഉള്ളിൽനിന്ന് ഒരു സ്വരം അയാളോട് പറഞ്ഞു.

"നിങ്ങളെന്നെ വിവാഹം ചെയ്യുമോ?" അവൾ അയാളെ ഗൗരവ ത്തോടെ നോക്കി. അവളുടെ ഭയം മാഞ്ഞുപോയിരുന്നു.

"മര്യാൻക എനിക്ക് ഭ്രാന്തുപിടിക്കും. നീ ആജ്ഞാപിക്കുന്നതെന്തും ചെയ്യാൻ ഞാൻ തയാറാണ്." അയാളുടെ ചുണ്ടിൽനിന്ന് ഇത്രയും വാക്കു കൾ ഉതിർന്നുവീണു.

"നിങ്ങളെന്ത് വിഡ്ഢിത്തമാണ് പറയുന്നത്?" തന്റെ നേരെ നീളുന്ന അയാളുടെ കൈകൾ പിടിച്ചുകൊണ്ട് അവൾ ചോദിച്ചു. പക്ഷേ അവൾ കൈ തട്ടിമാറ്റിയില്ല. പകരം തന്റെ കരുത്തുള്ള വിരലുകൾകൊണ്ട് അയാളുടെ കൈകൾ അമർത്തിപ്പിടിച്ചു. "മാന്യന്മാർ കൊസാക്ക് പെൺകുട്ടികളെ വിവാഹം ചെയ്യുമോ? ദൂരെപോ!"

"നീ തയാറാണോ?"

"അപ്പോൾ നാം ലുകാഷ്കയെ എന്തുചെയ്യും?" അവൾ ചിരിച്ചു കൊണ്ട് ചോദിച്ചു.

അവൾ പിടിച്ചുവച്ചിരുന്ന കൈകൾ അയാൾ വലിച്ചെടുത്തു എന്നിട്ട് അവളെ ഗാഢമായി പുണർന്നു. അവൾ കുതറിമാറി പോർച്ചിലേക്ക് ഓടി പ്പോയി. ഒലെനിന് പരിസരബോധം തിരിച്ചുകിട്ടിയപ്പോൾ പേടിതോന്നി. അവളെ അപേക്ഷിച്ച് താൻ ചപലനാണെന്ന് അയാൾക്ക് തോന്നിയെങ്കിലും താൻ ചെയ്തിൽ പശ്ചാത്തപിക്കാതെ അയാൾ വീട്ടിലേക്ക് കയറിപ്പോയി. മദ്യപി ച്ചുകൊണ്ടിരിക്കുന്ന കൊസാക്കുകളെ ശ്രദ്ധിക്കാതെ കട്ടിലിൽ കയറിക്കിടന്ന അയാൾ എന്നത്തേക്കാളും ഗാഢമായ നിദ്രയിലേക്ക് വഴുതിവീണു.

മുപ്പത്തി അഞ്ച്

പിറ്റേദിവസം അവധിയായിരുന്നു. വൈകുന്നേരം എല്ലാവരും തങ്ങളുടെ നല്ല വസ്ത്രങ്ങൾ ധരിച്ച് തെരുവിലേക്ക് ഇറങ്ങിയിരുന്നു. അവരുടെ വസ്ത്രങ്ങൾ സൂര്യപ്രകാശത്തിൽ വെട്ടിത്തിളങ്ങി. ആ സീസണിൽ മുൻപത്തേക്കാളും കൂടുതൽ വീഞ്ഞ് ഉൽപ്പാദിപ്പിക്കപ്പെട്ടിരുന്നു. അതുകൊണ്ട് ആളുകളെല്ലാം ജോലികളിൽനിന്നും മുക്തരായിരുന്നു. മിക്കവാറും കുടുംബങ്ങളിൽ വിവാഹത്തിനുള്ള തയാറെടുപ്പുകൾ നടക്കുന്നുണ്ടായിരുന്നു.

മിക്കവാറും ആളുകൾ കൊസാക്ക് ഗവൺമെന്റ് ഓഫീസിനു മുൻപിലുള്ള കവലയിൽ നിൽക്കുകയായിരുന്നു. അവിടെ രണ്ട് കടകൾ ഉണ്ടായിരുന്നു. ഒന്നിൽ തണ്ണിമത്തനും സൂര്യകാന്തിക്കുരുവും കേക്കുകളും വിൽക്കാൻ വച്ചിരുന്നു. രണ്ടാമത്തേതിൽ വസ്ത്രങ്ങളും. ഓഫീസ് ബിൽഡിങ്ങിന്റെ മൺതിട്ടമേൽ നരച്ചതോ കറുത്തതോ ആയ കോട്ടുകൾ ധരിച്ച് വൃദ്ധന്മാർ ഇരിക്കുന്നുണ്ടായിരുന്നു. അവർ ഒരുതരത്തിലുള്ള അലങ്കാരങ്ങളും ധരിച്ചിരുന്നില്ല. അവർ സ്വയം നിയന്ത്രിച്ച ശബ്ദത്തിൽ കൊയത്തിനെക്കുറിച്ചും യുവാക്കളെക്കുറിച്ചും ഗ്രാമത്തിലെ മറ്റ് കാര്യങ്ങളെക്കുറിച്ചും കഴിഞ്ഞകാലത്തെക്കുറിച്ചും പുതിയ തലമുറയിലെ നന്മകളെക്കുറിച്ചും എല്ലാം സംസാരിച്ചുകൊണ്ടിരുന്നു. അതിലേ കടന്നുപോകുന്ന സ്ത്രീകളും പെൺകുട്ടികളും തലകുനിച്ച് അവരെ ബഹുമാനിച്ചു. യുവാക്കൾ തൊപ്പിയൂരി അവരെ നമസ്കരിച്ചു. വൃദ്ധന്മാർ സംസാരം നിർത്തി. ചിലർ അതിലൂടെ കടന്നുപോവുന്നവരെ ശ്രദ്ധിച്ചു.

പെൺകുട്ടികൾ തങ്ങളുടെ ഖൊരോവോഡ്സ് നൃത്തം തുടങ്ങിയിരുന്നില്ല. പക്ഷേ അവർ വർണശബളമായ വസ്ത്രങ്ങളും ചുവന്ന തൂവാലയും ധരിച്ച് കൂട്ടംകൂടി നിലത്തോ സൂര്യന്റെ ചരിഞ്ഞ രശ്മികളെ തടഞ്ഞ് നിഴൽവീഴ്ത്തുന്ന വീടിന്റെ ഇറയത്തോ നിന്ന് കളിപറഞ്ഞ് ചിരിച്ചു. ചെറിയകുട്ടികൾ പന്തുകൾ ആകാശത്തേക്ക് എറിഞ്ഞ് ഉറക്കെ ഒച്ചവെച്ചുകൊണ്ടിരുന്നു. അൽപ്പം മുതിർന്ന കുട്ടികൾ ഖൊരോവോഡ്സ് കളിക്കാൻ തുടങ്ങിയിരുന്നു. അവരുടെ പാട്ടുകൾ ലജ്ജനിറഞ്ഞ ശബ്ദത്തിൽ ഉയർന്നുകേട്ടു. ക്ലാർക്കുമാരും സർവീസിലില്ലാത്ത ആൺകുട്ടികളും സ്വർണക്കരയിട്ട് മനോഹരമായ കോട്ടുകൾ ധരിച്ച് രണ്ടും മൂന്നും പേരടങ്ങുന്ന ഗ്രൂപ്പുകളായി കൈകോർത്ത് കൂട്ടംകൂടി നിൽക്കുന്ന പെൺകുട്ടികളുടെ അടുത്തുചെന്ന് തമാശപറഞ്ഞ് ചിരിക്കുന്നുണ്ടായിരുന്നു. സ്വർണക്കരയിട്ട നീലക്കോട്ടണിഞ്ഞ അർമേനിയൻ കടക്കാരൻ ഉപഭോക്താക്കളെക്കാത്ത് വാതിൽക്കൽത്തന്നെ നിൽപ്പുണ്ടായിരുന്നു. വാതിലിലൂടെ മനോഹരമായ വസ്ത്രങ്ങളുടെയും തൂവാലകളുടെയും കൂട്ടം കാണാം. ചുവന്ന താടിയുള്ള, ചെരിപ്പ് ധരിക്കാത്ത രണ്ട് ചെചനിയക്കാർ ടെറക്ക് കടന്ന് ഉത്സവം കാണാൻ എത്തിയിരുന്നു. അവർ അവരുടെ സുഹൃത്തിന്റെ വീടിന്റെ മുറ്റത്ത് കുന്തിച്ചിരുന്ന് പൈപ്പ് വലിക്കുകയും തുപ്പുകയും എന്തൊക്കെയോ അഭിപ്രായങ്ങൾ പറയുകയും ചെയ്തുകൊണ്ടിരുന്നു. ഇടയ്ക്ക്

ഒരു സാധാരണ പട്ടാളക്കാരൻ പഴയ ഒരു ഓവർകോട്ട് ധരിച്ച്, തിളങ്ങുന്ന വസ്ത്രം ധരിച്ച പെൺകുട്ടികളുടെ ഇടയിലൂടെ നടന്നുപോയി. മദ്യപിച്ച കൊസാക്കുകളുടെ പാട്ടുകൾ അങ്ങിങ്ങ് മുഴങ്ങിക്കേട്ടു. എല്ലാ വീടുകളും അടച്ചിട്ടിരുന്നു. പോർച്ചുകളെല്ലാം അടിച്ചു വൃത്തിയാക്കിയിരുന്നു. വൃദ്ധകൾവരെ തെരുവിൽ ഇറങ്ങിയിരുന്നു. നിലത്ത് എല്ലായിടത്തും തണ്ണിമത്തന്റെയും കുമ്പളങ്ങയുടെയും വിത്തുകൾ മിന്നിക്കളിച്ചു. അന്തരീക്ഷം ചൂടുള്ളതും നിശ്ചലവുമായിരുന്നു. ആകാശം മേഘങ്ങളില്ലാതെ തെളിഞ്ഞുകിടന്നു. വളരെയടുത്തായി കാണപ്പെട്ട വെള്ളക്കുന്നുകൾ സൂര്യപ്രകാശമേറ്റ് ചുവന്നുകൊണ്ടിരുന്നു. നദിക്കപ്പുറത്തുനിന്നും പീരങ്കിയുടെ ഒച്ച കേൾക്കാമായിരുന്നു. എന്നാൽ ഇപ്പുറം ആളുകൾ ആഘോഷിച്ചുകൊണ്ടിരുന്നു.

ഒലെനിൻ രാവിലെ മുതൽ മര്യാൻകയെ കാണാൻ മുറ്റത്ത് അങ്ങോട്ടുമിങ്ങോട്ടും നടക്കുകയായിരുന്നു. പക്ഷേ അവൾ മനോഹരമായ വസ്ത്രങ്ങൾ ധരിച്ച് പള്ളിയിൽപ്പോയി തിരിച്ചുവന്ന് മറ്റ് പെൺകുട്ടികളുടെകൂടെ തെരുവിൽ മൺതിട്ടയിലിരുന്ന് സൂര്യകാന്തി വിത്തുചവച്ച് തമാശകൾ പറഞ്ഞിരിക്കുകയായിരുന്നു. ഇടയ്ക്കിടക്ക് അവൾ തന്റെ സുഹൃത്തുക്കളൊപ്പം വീട്ടിലേക്ക് ഓടിവരികയും ഓരോ തവണയും ഒലെനിനെ നോക്കുകയുംചെയ്തു. ഒലെനിന് മറ്റുള്ളവരുടെ മുൻപിൽ അവളോട് സംസാരിക്കാൻ ഭയമായിരുന്നു. കഴിഞ്ഞദിവസം രാത്രി അയാൾ സംസാരിച്ച് തുടങ്ങിയത് മുഴുമിപ്പിക്കാൻ അയാൾ ആഗ്രഹിച്ചു; അവളിൽനിന്ന് ഒരു മറുപടി കിട്ടാനും. ഇന്നലെത്തെപ്പോലെ മറ്റൊരു അവസരമായിരുന്നു അയാൾ കാത്തിരുന്നത്. പക്ഷേ അങ്ങനെയൊരു അവസരം അയാൾക്ക് കിട്ടിയാലും ഇങ്ങനെയൊരു അനിശ്ചിതത്വത്തിൽ നിൽക്കുന്നത് ശരിയല്ലെന്ന് അയാൾക്ക് ബോധ്യമായി. അവൾ വീണ്ടും പുറത്തേക്ക് പോയി. എവിടേക്കാണ് പോകുന്നതെന്നറിയാതെ അയാളും അവളുടെ പിറകെ പോയി. തിളങ്ങുന്ന വസ്ത്രംധരിച്ച് അവളിരിക്കുന്ന മൂലയിലൂടെ അയാൾ കടന്നുപോയി. തനിക്ക് പിറകിൽ പെൺകുട്ടികൾ ചിരിക്കുന്ന ശബ്ദം അയാൾ വേദനിക്കുന്ന ഹൃദയത്തോടെ കേട്ടു.

ബാലറ്റ്സ്കീയുടെ വീട് തെരുവിലേക്ക് മുഖമുള്ളതായിരുന്നു. വീടിന്റെ മുന്നിലൂടെ നടക്കുമ്പോൾ അയാൾ ബാലറ്റ്സ്കീയുടെ വിളികേട്ടു.

"വാ... കയറിവാ."

അയാൾ വീട്ടിലേക്ക് കയറി.

ഒരു ചെറിയ സംസാരത്തിനുശേഷം അവർ ജനലിനരികിൽ ഇരുന്നു. അപ്പോഴവിടേക്ക് ഇറോഷ്കയും കടന്നുവന്നു. ഒരു പുതിയ കോട്ട് ധരിച്ചിരുന്ന അയാൾ അവരുടെ അരികിലായി നിലത്ത് ഇരുന്നു.

"അതാണ് പ്രഭുക്കന്മാരുടെ പാർട്ടി." ബാലറ്റ്സ്കീ തന്റെ കൈയിലുണ്ടായിരുന്ന സിഗരറ്റ് മൂലയ്ക്കിരിക്കുന്ന, വർണവസ്ത്രങ്ങൾ ധരിച്ച ഗ്രൂപ്പിനെ ചൂണ്ടിക്കൊണ്ട് പറഞ്ഞു. "എന്റെ പെൺകുട്ടിയും അവിടെയുണ്ട്. നീ കണ്ടില്ലേ? ആ പുതിയ ചുവന്നവസ്ത്രത്തിൽ."

"എന്താ നിങ്ങൾ ഖൊരോവോഡ് ആരംഭിക്കാത്തത്?" അയാൾ ജനലിലൂടെ പുറത്തേക്ക് നോക്കി ഉറക്കെ വിളിച്ചുചോദിച്ചു.

"ഇരുട്ട് കൂടുമ്പോൾ നമുക്കും അങ്ങോട്ടു പോകാം. നമുക്കവരെ യുസ്റ്റെൻകയുടെ വീട്ടിലേക്ക് വിളിക്കാം. ഒരു പാർട്ടിയും സംഘടിപ്പിക്കാം."

"ഞാനും യുസ്റ്റെൻകയുടെ വീട്ടിൽ വരാം" ഒലെനിൻ പറഞ്ഞു; "മര്യാൻക അവിടെ ഉണ്ടാവുമോ?"

"ഉണ്ടാവും. നീ തീർച്ചയായും വരണം. "യാതൊരു അസാധാരണത്തവും കാണിക്കാതെ ബാലറ്റ്സ്കീ പറഞ്ഞു. അതൊരു നല്ല ചിത്രമല്ലേ?" കൂട്ടംകൂടി നിൽക്കുന്ന ജനങ്ങളെ ചൂണ്ടി അയാൾ ചോദിച്ചു.

"ശരിയാണ്" ഒലെനിൻ സമ്മതിച്ചു. "ഇത്തരം ആഘോഷങ്ങൾ പലപ്പോഴും എന്നെ അത്ഭുതപ്പെടുത്താറുണ്ട്. എങ്ങനെയാണ് ഇത്രവേഗം സന്തുഷ്ടരും സംതൃപ്തരുമാകുന്നത്? ഉദാഹരണം ഈ ഉത്സവംതന്നെ മാസത്തിലെ പതിനഞ്ചാം ദിവസമായതിനാൽ എല്ലായിടത്തും ഉത്സവപ്രതീതി! കണ്ണുകളും മുഖങ്ങളും ശബ്ദങ്ങളും ചലനങ്ങളും വസ്ത്രങ്ങളും അന്തരീക്ഷവും സൂര്യനും എല്ലാം ഉത്സവപ്രതീതിയിലാണ്. നമുക്കാണെങ്കിൽ ഒരാഘോഷവുമില്ല."

"അതെ, ശരിയാണ്!" ഇതുപോലുള്ള പ്രതികരണങ്ങൾ ഇഷ്ടമല്ലാത്ത ബാലറ്റ്സ്കീ പറഞ്ഞു "ഇറോഷ്ക നിങ്ങളെന്താണ് ഇന്ന് മദ്യപിക്കാത്തത്?" ബാലറ്റ്സ്കീ ചോദിച്ചു.

ഇറോഷ്ക ഒലെനിന് നേരെ കണ്ണിറുക്കി ബാലറ്റ്സ്കീയെ ചൂണ്ടി പറഞ്ഞു: "ഏയ്! നിങ്ങളുടെ സുഹൃത്ത് ഒരു ഗംഭീരനാണ്."

ബാലറ്റ്സ്കീ ഗ്ലാസ് ഉയർത്തിക്കൊണ്ട് പറഞ്ഞു "ദൈവം തന്നത്!" (കാർക്കേഷ്യൻസ് സാധാരണ മദ്യപിക്കുമ്പോൾ ഇങ്ങനെയാണ് പരസ്പരം പറയുന്നത്)

"സൗബു!" (നിങ്ങളുടെ ആരോഗ്യത്തിനായ്) ഇറോഷ്ക തന്റെ ഗ്ലാസ് കാലിയാക്കിക്കൊണ്ട് പറഞ്ഞു.

"ഒഴിവുദിന ആഘോഷങ്ങളെക്കുറിച്ചാണ് സംസാരിക്കുന്നത്." എഴുന്നേറ്റ് ജനലിനടുത്തേക്ക് പോയി ഒലെനിനോട് അയാൾ പറഞ്ഞു. "എന്ത് ഒഴിവുദിനാഘോഷമാണിത്? മുൻപത്തെക്കാലത്ത് ആളുകൾ ആഘോഷിക്കുന്നത് നിങ്ങളൊന്ന് കാണണമായിരുന്നു. സ്ത്രീകൾ സ്വർണക്കരയുടെ സർഫാൻസ് ധരിച്ചാണ് വരിക. കഴുത്തിൽ സ്വർണനാണയങ്ങൾകൊണ്ടുള്ള മാലയുണ്ടാവും. തലയിൽ സ്വർണം പൊതിഞ്ഞ പതക്കങ്ങൾ, അവർ കടന്നുപോകുമ്പോൾ വസ്ത്രങ്ങളുടെ "സ്ലു സ്ലു" ശബ്ദം കേൾക്കാം. എല്ലാ പെണ്ണുങ്ങളും രാജകുമാരിമാരെപ്പോലുണ്ടാവും. ചില സമയങ്ങളിൽ അവർ കൂട്ടത്തോടെ തെരുവിൽനിന്ന് അന്തരീക്ഷത്തെ പ്രകമ്പനംകൊള്ളിച്ച് പാട്ടുപാടും. രാത്രി മുഴുവൻ ആഘോഷിക്കും. ആണുങ്ങൾ മദ്യംനിറച്ച ഒരു വലിയ ഭരണി പോർച്ചിൽ കൊണ്ടുവെച്ച് നേരംവെളുക്കുന്നതുവരെ മദ്യപിക്കും. അല്ലെങ്കിൽ കൈകോർത്തുപിടിച്ച് ഗ്രാമം മുഴുവൻ അലയും. വഴിയിൽ കാണുന്നവരെയൊക്കെ പിടിച്ച് അവരുടെ കൂട്ടത്തിൽ കൂട്ടും. വീടുകൾതോറും കയറിയിറങ്ങും. ചിലപ്പോൾ അവർ മൂന്നുദിവസം തുടർച്ചയായി ആഘോഷിക്കും. ഞാനിപ്പോഴു

മോർക്കുന്നു അച്ഛൻ തിരിച്ചുവരിക ആകെ ചുവന്ന് തടിച്ച് തൊപ്പിയടക്കം എല്ലാം നഷ്ടപ്പെട്ടായിരിക്കും. എന്നിട്ട് വന്നപാടെ കിടന്നുറങ്ങും. അമ്മ യ്ക്കറിയാം എന്തുചെയ്യണമെന്ന്. അവർ കുറച്ച് 'കാവിയറും' 'ചിക്കിറും' കലർത്തി കുടിക്കാൻ കൊടുക്കും. എന്നിട്ട് നഷ്ടപ്പെട്ടുപോയ തൊപ്പി യും മറ്റ് വസ്തുക്കളും തിരഞ്ഞ് കണ്ടുപിടിക്കാൻ വഴിനീളെ നടക്കും. പിന്നീട് അച്ഛൻ രണ്ടുദിവസം തുടർച്ചയായി ഉറങ്ങും. അങ്ങനെയുള്ളവ രായിരുന്നു അന്ന്. പക്ഷേ ഇപ്പോഴെന്ത്?"

"ശരി! പക്ഷേ 'സർഫാൻസ്' ധരിച്ച പെൺകുട്ടികളെക്കുറിച്ച് പറഞ്ഞില്ല. അവർ തനിച്ച് ആഘോഷിക്കുകയാണോ?" ബാലറ്റ്സ്കീ ചോദിച്ചു.

"അതെ! ചിലപ്പോൾ കുതിരപ്പുറത്തോ കാൽനടയായോ ആണുങ്ങൾ വന്ന് പറയും 'നമുക്ക് ഖോരോവോഡ്സ് പൊടിക്കാം,' പക്ഷേ അപ്പോൾ പെൺ കുട്ടികൾ വടി കയ്യിലെടുക്കും. ചിലപ്പോൾ കാർണിവെൽ സമയത്ത് ചില കൊസാക്കുകൾ കുതിരപ്പുറത്ത് അവിടേക്ക് വരും. അവരുടെ കുതിരയ്ക്കോ അവർക്ക് തന്നെയോ അടികൊള്ളുമെന്ന് ഉറപ്പാണ്. പക്ഷേ അവൻ ബലം പ്രയോഗിച്ച് സ്നേഹിക്കുന്ന പെണ്ണിനെ പിടിച്ചുകൊണ്ടുപോവും. പിന്നെ യവൾ അവനെ തന്റെ ഹൃദയത്തിന്റെ ഭാഗമാക്കും! ശരിക്കും ആ കാലത്ത് പെൺകുട്ടികൾ എല്ലായ്പ്പോഴും രാജ്ഞിമാരെപ്പോലെയായിരുന്നു.

മുപ്പത്തി ആറ്

അപ്പോൾ രണ്ടുപേർ ആ തെരുവിലേക്ക് കുതിരപ്പുറത്തുവന്നു. ഒന്ന് നസാർക്കയായിരുന്നു, മറ്റേത് ലുകാഷ്കയും. അവർ തടിച്ചുകൊഴുത്ത കബാർഡ കുതിരപ്പുറത്തായിരുന്നു വന്നത്. ചളി കട്ടപിടിച്ചുപോയ റോഡി ലൂടെ പതുക്കെ, മനോഹരമായ തല ഇളക്കിക്കൊണ്ട്, കുഞ്ചിരോമങ്ങൾ തുള്ളിച്ചുകൊണ്ട് കുതിര നടന്നു. കൃത്യമായി തൂക്കിയിട്ടിരുന്ന നിറതോ ക്കും പുറത്ത് കാണാമായിരുന്ന കൈത്തോക്കും ചുരുട്ടിവെച്ച വസ്ത്ര ങ്ങളും അവർ വരുന്നത് സമാധാനമുള്ള സ്ഥലത്തുനിന്നല്ലെന്നും അടു ത്തുനിന്നല്ലെന്നും വിളിച്ചോതി. ലുകാഷ്കയുടെ ഇരിപ്പും ചാട്ടവാറു കൊണ്ട് കുതിരയുടെ വയറിനടിയിലുള്ള അലസമായുള്ള തട്ടലും പാതി യടഞ്ഞ ഇരുണ്ട കണ്ണുകളും ആ യുവാവിന്റെ കരുത്തും ആത്മവിശ്വാ സവും വെളിവാക്കുന്നതായിരുന്നു. 'ഇത്രയും നല്ലൊരു ചെറുപ്പക്കാരനെ ഇതിനുമുമ്പ് കണ്ടിട്ടുണ്ടോ?' അയാളുടെ കണ്ണുകൾ ചോദിക്കുന്നതുപോലെ തോന്നി. ഭംഗിയുള്ള ആ കുതിരയും അതിന്റെ വെള്ളികൊണ്ടുള്ള ആഭര ണങ്ങളും ആയുധങ്ങളും ആ സുന്ദരനായ ചെറുപ്പക്കാരനും അവിടെയു ള്ളവരുടെയെല്ലാം ശ്രദ്ധയാകർഷിച്ചു. മെലിഞ്ഞ്, നീളംകുറഞ്ഞ നസാർക്ക പക്ഷേ അത്രയും ഭംഗിയായി വസ്ത്രംധരിച്ചിരുന്നില്ല. പ്രായം ചെന്നവ രുടെ അടുത്തുകൂടെ പോയപ്പോൾ ലുകാഷ്ക തന്റെ മുടി പറ്റെവെട്ടിയ തല പുറത്തുകാണുമാറ് വെളുത്ത തൊപ്പി ഉയർത്തി ബഹുമാനം കാണിച്ചു.

"നീ ഒരുപാട് നോഗേ കുതിരകളെ കൊണ്ടുവന്നിട്ടുണ്ടോ?" മെലിഞ്ഞ് ശരീരം ചുളിഞ്ഞ ഒരു വൃദ്ധൻ ചോദിച്ചു.

"ഗ്രാൻഡ്ഡാഡ് നിങ്ങളത് എണ്ണിയോ?" ലുകാഷ്ക ചോദിച്ചു.

"എല്ലാം നല്ലതാണ്, പക്ഷേ നീ എന്റെ മകനെ കൂടെക്കൊണ്ടുപോയില്ല." വൃദ്ധൻ പിറുപിറുത്തു.

"കേട്ടില്ലേ! ആ കിളവൻ പിശാചിന് എല്ലാമറിയും." ലുകാഷ്ക മുഖത്ത് ഒരു ഭയപ്പാടോടെ സ്വയംപറഞ്ഞു. പെട്ടെന്ന്, അപ്പുറത്ത്, മൂലയിൽ നിൽക്കുന്ന കൊസാക്ക് പെൺകുട്ടികളെ കണ്ട് അയാൾ തന്റെ കുതിരയെ അങ്ങോട്ട് തിരിച്ചു.

"ഗുഡ് ഈവനിങ്" അയാൾ ഉച്ചത്തിൽ പറഞ്ഞു. "നിങ്ങൾ എന്നെപ്പോലെ വളർന്ന് പോയിരിക്കുന്നു" അയാൾ ചിരിച്ചുകൊണ്ട് കൂട്ടിച്ചേർത്തു.

"ഗുഡ് ഈവനിങ് ലുകാഷ്ക, ഗുഡ് ഈവനിങ് നസാർക്ക" പെൺകുട്ടികൾ പറഞ്ഞു. "ഒരുപാട് പണം കൊണ്ടുവന്നിട്ടുണ്ടോ? പക്ഷേ ഞങ്ങൾക്ക് അൽപ്പം മധുരം കൊണ്ടുവന്നിട്ടില്ല അല്ലേ? വന്നിട്ട് കുറേനേരമായോ?....... ഞങ്ങൾ നിങ്ങളെ കണ്ടിട്ട് ഒരുപാടായി."

"ഞാനും നസാർക്കയും നദികടന്ന് വന്നതാണ്, ഒരു രാത്രി ആഘോഷിക്കാൻ." അയാൾ കുതിരയെ പെൺകുട്ടികളുടെ നേരെ നടത്തിച്ചുകൊണ്ട് പറഞ്ഞു.

"എന്താ ഇതുവരെ വരാതിരുന്നത്? മര്യാൻകപോലും നിങ്ങളെ മറന്നിട്ടുണ്ടാവും." യുസ്റ്റെൻക മര്യാൻകയെ കൈമുട്ടുകൊണ്ട് തട്ടി, ചിരിച്ചുകൊണ്ട് പറഞ്ഞു. മര്യാൻക കുതിരയുടെ അടുത്തുനിന്നും മാറി തന്റെ തിളങ്ങുന്ന കണ്ണുകളാൽ ശാന്തമായി അയാളെ നോക്കിക്കൊണ്ടിരുന്നു.

"ശരിക്കും! കുറേക്കാലമായി നിങ്ങളിങ്ങോട്ട് വന്നിട്ട്. എന്താ! കുതിരയെക്കൊണ്ട് ഞങ്ങളെ ചവിട്ടിക്കുകയാണോ?" അവൾ അലസമായി പറഞ്ഞുകൊണ്ട് തിരിഞ്ഞുനിന്നു.

ലുകാഷ്ക സന്തോഷവാനായിരുന്നു. അയാളുടെ മുഖം ആനന്ദം കൊണ്ട് തിളങ്ങുന്നുണ്ടായിരുന്നു. മര്യാൻകയുടെ മറുപടി കേട്ടതോടെ ലുകാഷ്ക ഒന്നുംപറയാനാവാതെ പതറി.

"കുതിരപ്പുറത്ത് കയറ് നിന്നെ ഞാൻ മലമുകളിലേക്ക് കൊണ്ടുപോകാം." തന്റെ ചിന്തകളെ മാറ്റിയെടുക്കാൻ മര്യാൻകയുടെ അടുത്തേക്ക് കുനിഞ്ഞുകൊണ്ട് അയാൾ പറഞ്ഞു. "ഞാൻ നിന്നെ ചുംബിക്കും. ഓ! എങ്ങനെ ഞാൻ നിന്നെ ചുംബിക്കും!"

അവരുടെ കണ്ണുകൾ തമ്മിലിടഞ്ഞു. അവൾ ലജ്ജിച്ച് അൽപ്പം പിറകിലേക്ക് മാറിനിന്നു.

"ഓ! നീ മാറിനിൽക്കുകയാണോ! ഞാൻ എന്റെ കാലുകൾ പൊട്ടിച്ചുകളയും." അവളുടെ മനോഹരമായ കാലുകളിലേക്ക് നോക്കി അയാൾ പറഞ്ഞു.

അവൾ ഇറുകിയ കാലുറയും വെള്ളിവരകളുള്ള ചെരിപ്പുമായിരുന്നു ധരിച്ചിരുന്നത്.

ലുകാഷ്ക യുസ്റ്റെൻകയുടെ നേരെ തിരിഞ്ഞു. മര്യാൻകയുടെ അടുത്ത് കുഞ്ഞിനെ എടുത്തുകൊണ്ട് ഒരു സ്ത്രീ ഉണ്ടായിരുന്നു.

കുഞ്ഞ് അതിന്റെ തടിച്ച കൈകൾ അവൾക്കു നേരെ നീട്ടിയിരുന്നു. അവളുടെ നീലനിറത്തിലുള്ള ബെഷ്മെറ്റിന് മുകളിൽ തൂങ്ങുന്ന നെക്ലേയ്സ് കുട്ടി പിടിച്ചുകളിക്കുന്നുണ്ടായിരുന്നു. മര്യാൻക കുട്ടിയുടെ നേരെ കുനിഞ്ഞ് കൺകോണുകളാൽ ലുകാഷ്കയെ നോക്കി. ലുകാഷ്ക തന്റെ പോക്കറ്റിൽനിന്നും കുറച്ച് മിഠായികളും സൂര്യകാന്തിക്കുരുക്കളും എടുത്തു.

"ഇത് നിങ്ങൾക്കെല്ലാവർക്കും വേണ്ടി" അയാൾ അവ യുസ്റ്റെൻകയുടെ കയിൽ കൊടുത്ത് മര്യാൻകയോട് ചിരിച്ചുകൊണ്ട് പറഞ്ഞു.

അവളുടെ മുഖത്ത് വീണ്ടും ആശയക്കുഴപ്പം പ്രത്യക്ഷപ്പെട്ടു. അവളുടെ മനോഹരമായ കണ്ണിൽ മഞ്ഞുമൂടിയ പോലെയായിരുന്നു അത്. അവൾ തന്റെ തൂവാല ചുണ്ടുവരെ താഴ്ത്തിയിട്ട് തന്റെ കഴുത്തിലും മാലയിൽ പിടിച്ചിരുന്ന കുഞ്ഞിനുനേരെ തലതാഴ്ത്തി അതിനെ തുരുതുരെ ചുംബിക്കാൻ തുടങ്ങി. കുട്ടി അതിന്റെ ചെറിയ കൈയുകൾ അവളുടെ ഉയർന്നുനിൽക്കുന്ന മാറിടത്തിൽ അമർത്തി പല്ലില്ലാത്ത വായ തുറന്നുപിടിച്ച് അലറാൻ തുടങ്ങി.

"നീയതിനെ ശ്വാസംമുട്ടിക്കല്ലേ" കുട്ടിയെ എടുത്തുമാറ്റി, അതിന് പാലുകൊടുക്കാൻ തന്റെ ബെഷ്മെന്റിന്റെ കുടുക്കുകളൂരിക്കൊണ്ട് കുഞ്ഞിന്റെ അമ്മ പറഞ്ഞു. "നിനക്ക് പോയി ആ ലുകാഷ്കയോട് വല്ലതും സംസാരിക്കരുതോ?"

"ഞാൻ പോയി കുതിരയെക്കെട്ടി തിരിച്ചുവരാം. രാത്രി മുഴുവൻ നമുക്ക് ആഘോഷിക്കാം. ലുകാഷ്ക തന്റെ കുതിരയെ ചാട്ടകൊണ്ട് തട്ടി അവിടെനിന്നും പോകാനൊരുങ്ങിക്കൊണ്ട് പറഞ്ഞു.

അവിടെനിന്നും തിരിഞ്ഞുകൊണ്ട് ലുകാഷ്കയും നസാർക്കയും അരികിലായുള്ള രണ്ട് കുടിലുകളിലേക്ക് കയറി. "ഇവിടെ ഞങ്ങളെല്ലാം തയാറാക്കി വച്ചിരിക്കുന്നു. വേഗത്തിൽ വാ!" ലുകാഷ്ക ഒരു കുടിലിനു പിന്നിൽ ഇറങ്ങിക്കൊണ്ട് തന്റെ സഹപ്രവർത്തകരെ വിളിച്ചു. പിന്നീടയാൾ കുതിരയെ ശ്രദ്ധാപൂർവം തന്റെ വീടിന്റെ വേലിക്കരികിലേക്ക് തെളിച്ചു.

"സ്റ്റെപ്കാ, എന്തൊക്കെയുണ്ട് വിശേഷങ്ങൾ?" അയാൾ തന്റെ ഊമയായ സഹോദരിയോട് ചോദിച്ചു. അവൾ എല്ലാവരെയുംപോലെ മനോഹരമായി വസ്ത്രം ധരിച്ചിരുന്നു. തെരുവിലായിരുന്ന അവൾ അയാളുടെ കുതിരയെ സ്വീകരിക്കാൻ വന്നതായിരുന്നു. കുതിരയെ വൈക്കോലിനടുത്തേക്ക് കെട്ടാനും മുദ്രകളിലൂടെ അവൾ പറഞ്ഞു.

അവൾ സാധാരണത്തേതുപോലെ ചില മൂളക്കങ്ങൾ പുറപ്പെടുവിച്ചു. കുതിരയെ ചൂണ്ടിക്കാണിച്ചപ്പോൾ ചുണ്ടുകൾ കടിക്കുകയും അതിന്റെ മൂക്കിൽ ചുംബിക്കുകയും ചെയ്തു. അവൾക്ക് കുതിരയെ ഇഷ്ടപ്പെട്ടെന്നും അത് ഭംഗിയുള്ളതാണെന്നുമായിരുന്നു അവളുടെ പ്രകടനത്തിന്റെ അർഥം.

"അമ്മേ.... എന്തൊക്കെയുണ്ട് വിശേഷം?" എന്താ ഇതുവരെ പുറത്തേയ്ക്ക് പോവാതിരുന്നത്?" തോക്കുമെടുത്ത് പോർച്ചിലേക്ക് കയറുമ്പോൾ ലുകാഷ്ക ഉറക്കെ ചോദിച്ചു.

അമ്മ വാതിൽ തുറന്നു.

"പൊന്നുമോനെ! നീ വരുമെന്ന് ഞാൻ പ്രതീക്ഷിച്ചിരുന്നില്ല" അമ്മ പറഞ്ഞു. "കിർക്കയെന്താ പറഞ്ഞത്, നീ ഇവിടെ ഉണ്ടാവില്ലെന്ന്?"

"അമ്മേ, പോയി കുറച്ച് ചിക്കിർ കൊണ്ടുവരൂ. നസാർക്ക ഇവിടെ യുണ്ട്. ഞങ്ങൾ ഈ ദിവസം ആഘോഷിക്കാൻ പോവുകയാണ്."

"ആഘോഷിക്കണം. നമ്മുടെ എല്ലാ സ്ത്രീകളും ആഘോഷിക്കു കയാണ്. നമ്മുടെ ഊമക്കുട്ടിയും ആഘോഷിക്കാനായി പുറത്തുപോയി രുന്നു." അമ്മ പറഞ്ഞു.

അവൾ താക്കോലെടുത്ത് ഔട്ട്ഹൗസിലേക്ക് പോയി. നസാർക്ക കുതിരയെ കെട്ടി തോളത്തുനിന്ന് തോക്കുമെടുത്ത് ലുകാഷ്കയുടെ വീടി നുള്ളിലേക്ക് കയറിപ്പോയി.

മുപ്പത്തി ഏഴ്

"**നി**ങ്ങളുടെ ആരോഗ്യത്തിനായി!" അമ്മയുടെ കൈയിൽനിന്നും നിറച്ച ഗ്ലാസ് വാങ്ങി തന്റെ തലയ്ക്കുനേരെ ഉയർത്തി ലുകാഷ്ക പറഞ്ഞു.

"ഇതൊരു മോശം കാര്യമാണ്. ബുർലക്ക് പറഞ്ഞ് കേട്ടില്ലേ "നീ ഒരുപാട് കുതിരകളെ മോഷ്ടിച്ചിട്ടുണ്ടോ? അയാൾക്കെല്ലാമറിയാമെന്നു തോന്നുന്നു." നസാർക്ക പറഞ്ഞു.

"അയാളൊരു അതിബുദ്ധിമാനാണ്" ലുകാഷ്ക പറഞ്ഞു.

"പക്ഷേ അതിനെന്താ?" അയാൾ തലകുലുക്കിക്കൊണ്ടിരുന്നു. "അവയൊക്കെ നദിക്കപ്പുറത്താണ്. ഇവർ പോയി കണ്ടുപിടിക്കട്ടെ."

"എന്നാലും ഇതൊരു മോശമാണ്."

"എന്താണ് മോശം? പോയി അയാൾക്ക് നാളത്തേക്ക് കുറച്ച് ചിക്കിർ എടുത്തുവെക്ക്. പിന്നെ ഒന്നും സംഭവിക്കില്ല. ഇപ്പോൾ നമുക്ക് ആഘോഷി ക്കാം. കുടിക്ക്!" ഇറോഷ്ക പറഞ്ഞ താളത്തിൽ ലുകാഷ്ക ഉറക്കെ പറഞ്ഞു.

"നമ്മൾ തെരുവിലിറങ്ങും പെൺകുട്ടികളുമായി ആഘോഷിക്കും. നീ പോയി കുറച്ച് തേനെടുത്ത് വാ. അല്ലെങ്കിൽ വേണ്ട ഞാൻ എന്റെ ഊമക്കുട്ടിയെ വിടാം. നമ്മൾ നേരംവെളുക്കുവോളം ആഘോഷിക്കും."

"നമ്മൾ കുറേദിവസം ഇവിടെ തങ്ങുമോ ?" അയാൾ ചോദിച്ചു.

"നമുക്ക് സന്തോഷിക്കാൻ ഒരുവക കിട്ടുന്നതുവരെ. നീ പോയി വോഡ്ക വാങ്ങിച്ചുവാ. ഇതാ പണം."

യംകയിൽനിന്നും വോഡ്ക വാങ്ങിക്കാൻ നസാർക്ക ഓടി.

ഈ ആഘോഷങ്ങൾക്ക് നടുവിൽ ഇറോഷ്കയും എർഗ്യൂഷോവും ബോധമില്ലാതെ കുടിലിൽ കിടക്കുകയായിരുന്നു.

"ഞങ്ങൾക്ക് ഇനിയും മദ്യം താ" ലുകാഷ്ക അമ്മയോടായി പറഞ്ഞു.

"ഇപ്പോൾ പറ, നീ എവിടെനിന്നാണ് അവ മോഷ്ടിച്ചത്."

"പിശാചേ! നിന്നെയെനിക്ക് ഇഷ്ടമാണ്. അതാണ് ചോദിക്കുന്നത്." ഇറോഷ്ക പറഞ്ഞു.

"ഇഷ്ടംതന്നെ............" ലുകാഷ്ക ചിരിച്ചു.

"കേഡറ്റുകളിൽനിന്നും മധുരംവാങ്ങി പെൺകുട്ടികൾക്ക് കൊടുക്കുന്ന കിളവൻ........."

"ആ പറഞ്ഞത് ശരിയല്ല." ആ വൃദ്ധൻ ഉറക്കെ ചിരിക്കാൻ തുടങ്ങി. "ആ പിശാച് എന്നോടെത്ര കേണപേക്ഷിച്ചതാ. പൊയ്ക്കോ" അവൻ പറഞ്ഞു. "പോയി എല്ലാം ശരിയാക്ക്" എനിക്ക് ഒരു തോക്കും വാഗ്ദാനം ചെയ്തു. പക്ഷേ ഞാനങ്ങനെ ചെയ്തില്ല. നിനക്കുവേണ്ടി..... നിനക്കുവേണ്ടി മാത്രം. ഇനി ഞങ്ങളോട് പറ നീയെവിടെയായിരുന്നു." പിന്നീട് ആ വൃദ്ധൻ ടാർട്ടാറിൽ സംസാരിക്കാൻ തുടങ്ങി.

പെട്ടെന്നുതന്നെ ലുകാഷ്ക മറുപടി പറഞ്ഞു.

ടാർട്ടാർ അറിഞ്ഞുകൂടാത്ത എർഗ്യൂഷോവ് ചില വാക്കുകൾ റഷ്യനിൽ പറഞ്ഞു.

"എനിക്കറിയാവുന്ന ഒരു കാര്യം ഇവൻ കുതിരകളെ കടത്തിക്കൊണ്ടു വരുന്നു എന്നതാണ്." അയാൾ പറഞ്ഞു.

"ഗിരേയും ഞാനും ഒരുമിച്ചാണ് പോയത്." (ഗിരേഖാനെ ഗിരേയെന്ന് വിളിക്കുന്നത് ലുകാഷ്കയ്ക്ക് തന്റെ ധൈര്യം അവരുടെ മുന്നിൽ കാണിക്കാനായിരുന്നു) നദിക്കപ്പുറത്തെത്തിയപ്പോൾ തനിക്ക് പുൽമേട് മുഴുവൻ അറിയാമെന്നും ഞങ്ങളെ നയിക്കാൻ കഴിയുമെന്നും അയാൾ വീമ്പ് പറഞ്ഞു. രാത്രിയായിരുന്നു. ഞങ്ങൾ മുന്നോട്ടുപോയി. പക്ഷേ ഇടയ്ക്കുവെച്ച് ഗിരേക്ക് വഴിതെറ്റി. ഞങ്ങൾ ഒരിടത്തുമെത്താതെ ചുറ്റിക്കറങ്ങാൻ തുടങ്ങി. ഞങ്ങൾ ഒരുപാട് ദൂരം സഞ്ചരിച്ച് കഴിഞ്ഞിരുന്നു. പാതിരാത്രിവരെ ഞങ്ങൾ യാത്ര ചെയ്തു. പിന്നെ ഞങ്ങൾ നായ്ക്കളുടെ കുരകേട്ടു.

"വിഡ്ഢികൾ" ഇറോഷ്ക പറഞ്ഞു. "ഞങ്ങൾക്കും ഇതുപോലെ പുൽമേട്ടിൽവച്ച് വഴിതെറ്റിപ്പോകാറുണ്ട്. പക്ഷേ അപ്പോൾ ഞങ്ങൾ കുന്നിൻമുകളിലേക്ക് കയറിപ്പോകും. എന്നിട്ട് ഇതേപോലെ ചെന്നായ്ക്കളെപ്പോലെ ഓളിയിടും." അയാൾ തന്റെ കൈ വായ്ക്കുനേരെ പിടിച്ച് ചെന്നായ് ഓളിയിടുന്നതുപോലെ ഒച്ചവെച്ചു.

"അതിന് നായ്ക്കൾ മറുകൂവൽ തരും." ബാക്കി പറയൂ നിങ്ങൾ നായ്ക്കളെ കണ്ടോ?"

"ഞങ്ങൾ വേഗം ദൂരേക്ക് പോയി. നസാർക്ക സ്ത്രീകളുടെ കൈയിൽ അകപ്പെടുമായിരുന്നു."

"പിടിക്കപ്പെട്ടു ശരിക്കും." അപ്പോൾ തിരിച്ചെത്തിയ നസാർക്ക മുറിവേറ്റ ശബ്ദത്തിൽ പറഞ്ഞു.

ഞങ്ങൾ വീണ്ടും മുന്നോട്ടുപോയി. വീണ്ടും ഗിരേക്ക് വഴിതെറ്റി. അവസാനം ഞങ്ങൾ നദിക്കരയിലെത്തി. ഞങ്ങൾ വിചാരിച്ചത് ടെറക്കിൽ എത്തിയെന്നാണ്. പക്ഷേ ഞങ്ങൾ ടെറക്കിൽനിന്നും ദൂരേക്ക് പോയ്ക്കൊണ്ടിരിക്കുകയായിരുന്നു."

"നിങ്ങൾ നക്ഷത്രങ്ങൾ നോക്കി പോകേണ്ടതായിരുന്നു" ഇറോഷ്ക പറഞ്ഞു.

"അതാണ് ഞാനും പറയുന്നത്" എർഗ്യൂഷോവ് പറഞ്ഞു.

“അതെ എല്ലാം ഇരുട്ടാവുമ്പോൾ അത് നയിക്കും. ഞാൻ ഒരുപാട് ശ്രമിച്ചു. അവസാനം ഞാൻ ഒരു കുതിരയുടെ കടിഞ്ഞാൺ പിടിച്ച് എന്റെ കുതിരയെ നിയന്ത്രണമില്ലാതെ വിട്ടു. ഞാൻ കരുതിയത് അത് നമ്മെ നയിക്കുമെന്നാണ്. എന്നിട്ടെന്തായി എന്നറിയാമോ? അത് നിലത്ത് മൂക്ക് തട്ടിച്ച് ഒന്നോ രണ്ടോ പ്രാവശ്യം തുമ്മി. പിന്നീട് ചുറ്റിലും നോക്കി നേരെ ഞങ്ങളെ ഇവിടുത്തേക്ക് എത്തിച്ച ദൈവത്തിന് സ്തുതി. ഗ്രാമത്തിലെത്തുമ്പോഴേക്കും നേരം പുലർന്നിരുന്നു. കുതിരകളെ കാട്ടിൽ ഒളിപ്പിക്കാൻ ഞങ്ങൾക്ക് സമയമില്ലായിരുന്നു. നാഗിം നദിക്ക് കുറുകെവന്ന് അവയെയെല്ലാം കൊണ്ടുപോയി.”

“എർഗ്യൂഷോവ് തലകുലുക്കിക്കൊണ്ട് പറഞ്ഞു; “അതാണ് ഞാൻ പറഞ്ഞത്, വളരെ ഉഷാറായി. എത്ര പണം കിട്ടി നിനക്ക്?”

‘‘അതെല്ലാം ഇവിടുണ്ട്.’’ കീശയിൽ തട്ടിക്കാണിച്ചുകൊണ്ട് ലുകാഷ്ക പറഞ്ഞു.

അപ്പോൾ അയാളുടെ അമ്മ മുറിയിലേക്ക് കയറിവന്നു. ലുകാഷ്ക അപ്പോഴും പറഞ്ഞുകൊണ്ടിരുന്നു. “കുടിക്ക്!”

“ഞങ്ങളും, അതായത് ഞാനും ഗിരേവിച്ചും, ഒരിക്കൽ ഒരു പാതി രാത്രിയിൽ ഇതുപോലെ പോയിട്ടുണ്ട്.” ഇറോഷ്ക പറഞ്ഞുതുടങ്ങി.

“ഒ തുടങ്ങി! നിങ്ങളുടെ കഥയുടെ അവസാനം എന്നാണുണ്ടാവുക! ലുകാഷ്ക പറഞ്ഞു: “ഞാൻ പോവുകയാണ്.”ഗ്ലാസ് കാലിയാക്കി അരപ്പട്ട കുലുക്കി അയാൾ പുറത്തേക്ക് പോയി.

മുപ്പത്തി എട്ട്

ലുകാഷ്ക തെരുവിലേക്ക് ഇറങ്ങിയപ്പോഴേക്കും ഇരുട്ടായിരുന്നു. ശരത്കാല രാത്രി ശാന്തമായിരുന്നു. മുഴുചന്ദ്രൻ കവലയുടെ ഒരുവശത്ത് വളർന്നുനിന്ന പോപ്ലാർ മരത്തിനു മുകളിൽ ഉദിച്ചുനിന്നു. ഔട്ട്ഹൗസുകളുടെ പുകക്കുഴലുകളിൽനിന്നു പുക ഉയർന്ന് ഗ്രാമം മുഴുവൻ വ്യാപിച്ചിരുന്നു. അവിടവിടെയായി ജനലിനുള്ളിലൂടെ വെളിച്ചം കാണാമായിരുന്നു. മുന്തിരിനീരിന്റെയും കിസ്യാക്കിന്റെയും മഞ്ഞിന്റെയും മണം വായുവിൽ കലർന്നിരുന്നിരുന്നു. ചിരിയുടെയും പാട്ടിന്റെയും ശബ്ദം കൂടിക്കലർന്ന് കേൾക്കാമായിരുന്നു. വേലിക്കരികിലും വീടിനരികിലുമായി വെള്ള തൂവാലകളും തൊപ്പികളും മിന്നിത്തിളങ്ങി.

കടകളിൽനിന്ന് വരുന്ന വെളിച്ചത്തിൽ കറുത്തതും വെളുത്തതുമായ കൊസാക്ക് സ്ത്രീകളുടെയും പുരുഷന്മാരുടെയും രൂപങ്ങൾ കാണാമായിരുന്നു. ദൂരെനിന്നെല്ലാം ജനക്കൂട്ടത്തിന്റെ ചിരിയും പാട്ടും കേൾക്കാമായിരുന്നു. പൊടിനിറഞ്ഞ തെരുവിൽ പെൺകുട്ടികൾ കൈകൾ കോർത്ത് വട്ടത്തിൽനിന്ന് നൃത്തംവെച്ചു. ഒരു മെലിഞ്ഞ പെൺകുട്ടി പാട്ടുപാടി.

മരങ്ങൾക്കപ്പുറം വനത്തിനിരുളിൽനിന്നും
പൂന്തോപ്പിൽനിന്നും പാർക്കിൻ ചോലയിൽനിന്നും

ഒരുദിനം രണ്ട് കോമളന്മാർ ചിരിതൂകി വന്നു.
യുവകോമളന്മാർ ഹേയ്! ധീര സുന്ദരന്മാർ
നടന്ന് നടന്ന് വന്നവർ പറഞ്ഞു തമാശകൾ
ഉടനവിടെ ബഹളമയം
അതേയവൻ സ്വർണമുടിയുള്ള സുന്ദരൻ
അവളുടെ ധവളമാം കൈപിടിച്ചു
പിന്നെ തൻ സുഹൃത്തുക്കളെ കാട്ടുവാനായി
അവിടെ മുഴുവൻ കറങ്ങിനടന്നു.
പിന്നെയവനുറക്കെമൊഴിഞ്ഞു
നിങ്ങളിതുവരെ കണ്ടിട്ടുണ്ടോ
സുന്ദരിയായവൾ എന്റെ ഭാര്യയെപ്പോൽ?

വൃദ്ധകളെല്ലാം ഈ പാട്ട് കേട്ടുകൊണ്ട് ചുറ്റുംനിന്നു. ചെറിയകുട്ടികൾ ഇരുട്ടിൽ ഓടിക്കളിച്ചു. ആണുങ്ങൾ പെൺകുട്ടികളെ കൈക്ക് പിടിച്ചുനിർത്തി വാതിലിന്റെ വെളിച്ചമില്ലാത്ത ഭാഗത്ത് ബാലറ്റ്സ്കീയും ഒലെനിനും നിൽക്കുന്നുണ്ടായിരുന്നു. അവർ കാർക്കേഷ്യൻ കോട്ടും ആടിന്റെ തോലുകൊണ്ടുണ്ടാക്കിയ തൊപ്പിയും ധരിച്ചിരുന്നു. പതിഞ്ഞ ശബ്ദത്തിൽ കൊസാക്കുകളിൽനിന്നും വ്യത്യസ്തമായ രീതിയിൽ അവർ സംസാരിച്ചുകൊണ്ടിരുന്നു. അവൻ മറ്റുള്ളവരുടെ ശ്രദ്ധ ആകർഷിക്കുന്നു എന്ന് അവർക്ക് അറിയാമായിരുന്നു. ഖൊരോവോഡ് വൃത്തത്തിൽ ചുവന്ന ബെഷ്മന്റ് ധരിച്ച യുസ്റ്റെൻകയും പുതിയ വസ്ത്രങ്ങൾ ധരിച്ച മര്യൻകയും അടുത്തടുത്തായി നിന്നിരുന്നു. അവരെ എങ്ങനെ വൃത്തത്തിൽനിന്നും പുറത്തെത്തിക്കും എന്നായിരുന്നു ബാലറ്റ്സ്കീയും ഒലെനിനും സംസാരിച്ചുകൊണ്ടിരുന്നത്. ബാലറ്റ്സ്കീ കരുതിയത് ഒലെനിൻ വെറുമൊരു സന്തോഷത്തിനായി അവളെ നോക്കുകയാണെന്നാണ്. പക്ഷേ ഒലെനിനെ സംബന്ധിച്ചിടത്തോളം അയാളുടെ ഭാവി നിർണയിക്കപ്പെടുകയായിരുന്നു. അയാൾക്ക് എങ്ങനെയെങ്കിലും അന്നുതന്നെ മര്യാൻകയെ കാണുകയും അവളോട് കാര്യങ്ങൾ തുറന്ന് പറയുകയും ചെയ്യണമായിരുന്നു. തന്റെ ഭാര്യയാവാൻ കഴിയുമോ എന്നും അറിയണമായിരുന്നു. ഈ ചോദ്യത്തിന് പ്രതികൂലമായ മറുപടിയെ കിട്ടു എന്ന് അയാൾക്ക് അറിയാമായിരുന്നു. എന്നാലും തന്റെ മനസിലുള്ളതെല്ലാം തുറന്ന് പറഞ്ഞാൽ അവൾക്ക് തന്നെ മനസിലാവുമെന്ന് അയാൾ വിശ്വസിച്ചു.

"നീയെന്താ എന്നോട് നേരത്തെ പറയാതിരുന്നത്?" ബലറ്റ്സ്കീ ചോദിച്ചു. "ഞാൻ യുസ്റ്റെൻകയെ ചട്ടംകെട്ടുമായിരുന്നു. നീ വേണ്ട കാര്യങ്ങളൊന്നും വേണ്ടപ്പോൾ പറയില്ലല്ലോ!"

"എന്താ ഇപ്പോൾ പറയുക!..... ഒരുനാൾ ഞാൻ നിന്നോട് എല്ലാം പറയാം. ഇപ്പോൾ തൽക്കാലം അവളെ യുസ്റ്റെൻകയുടെ വീട്ടിൽ എത്തിക്ക്."

"ശരി, അത് നമുക്ക് ശരിയാക്കാം." ബാലറ്റ്സ്കീ പറഞ്ഞു.

"മര്യാൻകാ, നീയാ സുന്ദരന്റേതായി കഴിഞ്ഞോ? ലുകാഷ്കയെ ഒഴിവാക്കിയോ?" മര്യാൻക മറുപടി പറയാതായപ്പോൾ അയാൾ യുസ്റ്റെൻക

യോട് മര്യാൻകയെക്കൂട്ടി അവളുടെ വീട്ടിലേക്ക് വരാൻ അഭ്യർഥിച്ചു. അയാൾക്ക് മുഴുവൻ പറയാൻ കഴിയുംമുമ്പേ പാട്ടുകാരി അടുത്ത പാട്ട് പാടാനും പെൺകുട്ടികൾ തിരക്കുകൂട്ടി തിരക്കുകൂട്ടി നൃത്തത്തിന് തയാറാവാനും തുടങ്ങി. അവർ പാടി.

പൂന്തോപ്പിനപ്പുറം പൂന്തോപ്പിലൂടെ
ഒരു യുവകോമളൻ ഉല്ലസിച്ചുവന്നു.
തെരുവിനപ്പുറം കവലയിലൂടെ
ആദ്യമായി നടന്നെത്തുമ്പോഴയാൾ
വലത് കൈ ഉയരെ വീശിയിരുന്നു.
പിന്നെയയാൾ നടന്നെത്തുമ്പോൾ
കിന്നരിത്തൊപ്പിയൂരി വീശിയിരുന്നു.
മൂന്നാമതയാൾ നടന്നെത്തിയപ്പോൾ
അവളുടെ മുന്നിൽ നമസ്കരിച്ചു.
എങ്ങനെയെങ്ങനെ ജീവിതം പ്രിയേ
എന്നെയെങ്ങാനും പേടിയാണോ?
രാത്രിയിലിങ്ങനെ നടക്കുന്നതെന്തേ
നമുക്ക് പരസ്പരം പറയാനൊന്നുമില്ലേ?
മറുപടി പറയൂ പ്രിയേ
നിനക്കെന്നോടെന്തേ അപ്രിയം?
പിന്നെ നീ അറിയുമെന്തായാലും
നീ കരയും ഖേദിക്കും
നീ ഇനി തേങ്ങുമ്പോൾ ഞാനെത്തും.
എന്ന് നമ്മളൊന്നാകും?
നീയെന്നേയോർത്ത് വിലപിക്കും.
എന്തോ കാണുമെന്നെനിക്കറിയാം പക്ഷേ
ഞാനൊന്നുമോതിയില്ല
അവനെ ഞാൻ എതിർത്തുമില്ല.
പോയി ഞാനാ പാർക്കിലേക്ക്
എന്റെ പ്രിയനേ കാണുവാനായ്
എന്റെ പ്രിയനെ സ്വീകരിക്കാനായ്
പ്രിയയെ ഞാൻ നമസ്കരിക്കുന്നു.
ഈ തൂവാലതു സ്വീകരിച്ചാലും
നിൻ തുടുത്ത കൈയാല സ്വീകരിച്ചാലും
നിന്റെ പ്രിയനെന്ന് ചൊല്ലിയാലും
നിനക്കെന്ത് നൽകണമെ-
ന്നെനിക്കറിയില്ല പ്രിയേ
ഞാനൊരുത്തരീയവുമൊപ്പം
അഞ്ചുചുംബനങ്ങളും തരാം.

ലുകാഷ്കയും നസാർക്കയും വലയംഭേദിച്ച് അകത്തു കടന്ന് പെൺകു

ട്ടികളുടെ ഇടയിലൂടെ നടക്കാൻ തുടങ്ങി. ലുകാഷ്‌ക അവരുടെകൂടെ പാടാൻ തുടങ്ങി. കൈവീശി വലയത്തിന്റെ നടുവിൽ നിന്നുകൊണ്ട് അയാൾ പറഞ്ഞു: "ഒരാൾ ഇങ്ങോട്ട് വാ!" ഒരു കുട്ടി മര്യാൻകയെ അയാളുടെ അടുത്തേക്ക് തള്ളി. പക്ഷേ അവൾ വലയത്തിനകത്തേക്ക് പോയില്ല. ചിരിയും കൈയടിയും ചുംബനങ്ങളും പിറുപിറുക്കലും പാട്ടിൽ കലർന്നു.

ഒലെനിനടുത്തുകൂടെ പോയപ്പോൾ ലുകാഷ്‌ക അയാളോട് തലയാട്ടി.

"ഡിമിട്രി ആൻഡ്രിച്ച്! നിങ്ങളും ഞങ്ങളുടെകൂടെ കൂടുന്നോ?"

"അതെ." ഒലെനിൻ പറഞ്ഞു.

ബാലറ്റ്സ്കീ കുനിഞ്ഞുനിന്ന് യുസ്റ്റെൻകയുടെ ചെവിയിൽ എന്തോ പറഞ്ഞു. വലയത്തിൽ കറങ്ങിക്കൊണ്ടിരുന്ന അവൾക്ക് മറുപടി പറയാൻ സമയമില്ലായിരുന്നു. അടുത്തവട്ടം അവൾ അയാളുടെ അടുത്തെത്തിയപ്പോൾ അവൾ പറഞ്ഞു. "ശരി, ശരി ഞങ്ങൾ എത്തിക്കോളാം."

"മര്യാൻകയുമുണ്ടാവുമോ?"

ഒലെനിൻ മര്യാൻകയുടെയടുത്തേക്ക് കുനിഞ്ഞുകൊണ്ട് ചോദിച്ചു. "നീ വരുമോ? ദയവുചെയ്ത് വരണേ. ഒരുമിനിറ്റ് നേരത്തേക്ക്. എനിക്ക് നിന്നോട് സംസാരിക്കാനുണ്ട്."

"മറ്റുള്ളവർ വരികയാണെങ്കിൽ ഞാൻ വരും."

"ഞാൻ ചോദിച്ച ചോദ്യങ്ങൾക്ക് ഇന്ന് മറുപടി തരുമോ? ഇന്നു നീ നല്ല സന്തോഷത്തിലാണല്ലോ?" അവൾക്ക് നേരെ കുനിഞ്ഞുകൊണ്ട് അയാൾ പറഞ്ഞു.

അയാൾ വലയത്തിൽ ചലിച്ചുകഴിഞ്ഞിരുന്നു. അയാൾ അവൾക്കൊപ്പം നടന്നു.

"നീ ഇന്ന് മറുപടി തരുമോ?"

"എന്തിനുള്ള മറുപടി?"

"കഴിഞ്ഞ ദിവസം ഞാൻ ചോദിച്ച ചോദ്യത്തിനുള്ള മറുപടി."

ഒലെനിൻ അവളുടെ ചെവിക്കരികിലേക്ക് കുനിഞ്ഞു. "എന്നെ വിവാഹം കഴിക്കുമോ എന്ന്."

മര്യാൻക കുറച്ച് സമയം ആലോചിച്ചു പിന്നീട് പറഞ്ഞു.

"ഞാൻ പറയാം. ഇന്ന് രാത്രിതന്നെ പറയാം."

ഇരുട്ടിൽ അവളുടെ കണ്ണുകൾ ദയയോടെ അയാളുടെ നേരെ തിളങ്ങി.

അയാൾ അവളെ പിൻതുടർന്നു. അവളുടെ അരികിലൂടെ നടക്കുന്നത് അയാൾ ആസ്വദിച്ചു.

പക്ഷേ ലുകാഷ്‌ക പെട്ടെന്ന് പാട്ട് നിർത്താതെതന്നെ അവളെ നിന്നിടത്തുനിന്ന് പിടിച്ച് വലയത്തിന്റെ മധ്യത്തിലേക്ക് കൊണ്ടുവന്നു. ഒലെനിൻ പറഞ്ഞു: "യുസ്റ്റെൻകയുടെ വീട്ടിലേക്ക് വരൂ."

പിന്നീടയാൾ തന്റെ സുഹൃത്ത് നിന്നിടത്തേക്ക് തിരിച്ചുപോയി. പാട്ട് കഴിഞ്ഞു. ലുകാഷ്‌ക തന്റെ ചുണ്ടുകൾ തുടച്ചു. മര്യാൻകയും അങ്ങനെതന്നെ ചെയ്തു. പിന്നീടവർ ചുംബിച്ചു "മതിയായില്ല! അഞ്ച് പ്രാവശ്യം ചുംബിക്കണം." ലുകാഷ്‌ക പറഞ്ഞപ്പോൾ എല്ലാവരും ചിരിച്ചു. എല്ലാവ

രുടെയും ചലനം താളാത്മകമായിരുന്നു. ഒരുപാട് മദ്യപിച്ചിരുന്ന ലുകാഷ്ക പെൺകുട്ടികൾക്കെല്ലാം മധുരംനൽകി.

"ഇത് എല്ലാവർക്കുംവേണ്ടി." അയാൾ അഭിമാനത്തോടെ, എന്നാൽ മറ്റുള്ളവർക്ക് ചിരിവരുന്ന രീതിയിലുള്ള പൊങ്ങച്ചത്തോടെ പറഞ്ഞു. "പക്ഷേ കേഡറ്റിനൊപ്പം ആരെങ്കിലും പോകുന്നെങ്കിൽ വലയത്തിനു പുറത്തേക്ക് പോകുക!" ഒലെനിനെ ദേഷ്യത്തോടെ നോക്കിക്കൊണ്ട് അയാൾ പറഞ്ഞു.

പെൺകുട്ടികൾ അയാളിൽനിന്ന് മിഠായികൾ പിടിച്ചുവാങ്ങി, അവർ ചിരിച്ചുല്ലസിച്ചു. മിഠായിക്കുവേണ്ടി പിടിവലികൂടി. ബാലറ്റ്സ്കീയും ഒലെനിനും ഒരറ്റത്തേക്ക് മാറിനിന്നു.

ധാരാളിത്തത്തിൽ സ്വയം ലജ്ജതോന്നിയ ലുകാഷ്ക തൊപ്പിയൂരി നെറ്റിയിലെ വിയർപ്പുതുള്ളികൾ കുപ്പായക്കൈകൊണ്ട് തുടച്ച് മര്യാൻക യുടെയും യുസ്റ്റെൻകയുടെയും അടുത്തേക്ക് ചെന്നു.

"എന്നോട് പറയൂ, നീയെന്നെ തീരാദുഃഖത്തിലാക്കുമോ?" അവർ അതുവരെ പാടിയ പാട്ടിലെ വാക്കുകൾ ഉപയോഗിച്ച് ലുകാഷ്ക ചോദിച്ചു. മര്യാൻകയുടെ നേരെതിരിഞ്ഞ് ദേഷ്യത്തോടെ അയാൾ ആ വാക്കുകൾ ആവർത്തിച്ചു. "എന്നെ ദുഃഖത്തിലാക്കുമോ? എങ്കിൽ എന്നെയോർത്ത് നീ വിലപിക്കും." യുസ്റ്റെൻകയെയും മര്യാൻകയെയും ഒരുമിച്ച് കെട്ടിപ്പിടിച്ചു കൊണ്ട് അയാൾ പറഞ്ഞു. യുസ്റ്റെൻക അയാളിൽനിന്നും ഒഴിഞ്ഞുമാറി. പിന്നീട് കൈവീശി അയാളുടെ പുറത്ത് ഒരടികൊടുത്തു. അവളുടെ കൈ വേദനിച്ചു.

"ഒരു പ്രാവശ്യംകൂടി നൃത്തം ചെയ്യുന്നോ?" ലുകാഷ്ക ചോദിച്ചു.

"മറ്റുള്ള പെൺകുട്ടികൾ അവർക്ക് ഇഷ്ടമെങ്കിൽ ചെയ്യും." യുസ്റ്റൻക പറഞ്ഞു. "പക്ഷേ ഞാൻ വീട്ടിൽ പോവുകയാണ്. മര്യാൻക എന്റെകൂടെ വരികയാണ്."

ചുറ്റിപ്പിടിച്ചുകൊണ്ടുതന്നെ ലുകാഷ്ക മര്യാൻകയെ തെരുവിനടു ത്തുള്ള ഒരു വീടിന്റെ ഇരുണ്ട മൂലയിലേക്ക് കൊണ്ടുപോയി.

"മര്യാൻക, നീ പോകരുത്." അയാൾ പറഞ്ഞു. "നമുക്കൽപ്പം ആഘോ ഷിക്കാം. നീ നിന്റെ വീട്ടിലേക്ക് പോയ്ക്കോളൂ. ഞാൻ അങ്ങോട്ട് വരാം."

"വീട്ടിൽ ഞാൻ എന്ത് ചെയ്യാനാണ്. ഇന്ന് ആഘോഷിക്കാനുള്ള താണ്. ഞാൻ യുസ്റ്റൻകയുടെ വീട്ടിലേക്ക് പോവുകയാണ്." അവൾ പറഞ്ഞു.

"ഞാനാണ് നിന്നെ വിവാഹംചെയ്യാൻ പോകുന്നത് അറിയാമല്ലോ!"

"അറിയാം! കല്യാണമാവുമ്പോൾ നമുക്ക് കാണാം."

"അപ്പോൾ നീ പോവുകയാണ്, അല്ലേ?" ലുകാഷ്ക അവളെ ചേർത്തുപിടിച്ച് കവിളിൽ ഉമ്മവെച്ചു.

"എന്നെ വിട്, നമുക്ക് പിന്നീട് കാണാം." മര്യാൻക കുതറിമാറി ദൂരേയ്ക്ക് നടന്നുപോയി.

"ഇത് നല്ല രീതിയിൽ അവസാനിക്കില്ല" ലുകാഷ്ക തലകുലുക്കി ക്കൊണ്ട് പറഞ്ഞു; "നീ കരയേണ്ടിവരും." ഉറക്കെപ്പറഞ്ഞുകൊണ്ട് അയാൾ മറ്റ് പെൺകുട്ടികളുടെ നേരെ തിരിഞ്ഞു.

"കളി തുടരൂ!"

അയാൾ പറഞ്ഞകാര്യം മര്യാൻകയെ ഭയപ്പെടുത്തി. അവൾ പാതി വഴിയിൽനിന്നു. "എന്താണ് നല്ല രീതിയിൽ അവസാനിക്കാത്തത്?"

"അത്..... അത്!"

"എന്ത്?"

"അത് നീ ആ കോഡറ്റുമായി സൗഹൃദത്തിലായിരിക്കുകയാണ്. എന്നിട്ട് എന്നെ ശ്രദ്ധിക്കുന്നുമില്ല!"

"ഞാൻ തിരഞ്ഞെടുക്കുന്നയാളെയാണ് ഞാൻ ശ്രദ്ധിക്കുക. നിങ്ങളെന്റെ അച്ഛനോ അമ്മയോ ഒന്നുമല്ലല്ലോ! നിങ്ങൾക്കെന്താണ് വേണ്ടത്? എനിക്കിഷ്ടമുള്ളയാളെയാണ് ഞാൻ ശ്രദ്ധിക്കുക."

"ശരി" ലുകാഷ്ക പറഞ്ഞു; "പക്ഷേ ശ്രദ്ധിക്കുക!" അയാൾ കടയുടെ അടുത്തേക്ക് നീങ്ങി. "കുട്ടികളേ!" അയാൾ ഉച്ചത്തിൽ പറഞ്ഞു.

"എന്താ നിർത്തിക്കളഞ്ഞത്? നൃത്തംചെയ്യൂ. നസാർക്കാ, നീ പോയി കുറച്ചുകൂടെ മദ്യം കൊണ്ടുവാ."

"അവർ വരുമോ?" ഒലെനിൻ ബാലറ്റ്സ്കീയോട് ചോദിച്ചു.

"അവർ വന്നിരിക്കും. എന്റെ കൂടെവാ. നമുക്ക് പാർട്ടി ഏർപ്പാടാക്കാം."

മുപ്പത്തി ഒൻപത്

മര്യാൻകയോടും യുസ്റ്റൻകയോടുംകൂടെ ബാലറ്റ്സ്കീയുടെ വീട്ടിൽനിന്നും ലുകാഷ്ക പുറത്തേക്ക് വരുമ്പോൾ സമയം വൈകിയിരുന്നു. തെരുവിൽ പെൺകുട്ടികളുടെ വെളുത്ത തൂവാല തിളങ്ങുന്നുണ്ടായിരുന്നു. സ്വർണനിറത്തിലുള്ള ചപ്രൻ പുൽമേടുകളിൽ സൂര്യൻ അസ്തമിക്കാറായിരുന്നു. വെള്ളിയുടെ നിറമുള്ള മഞ്ഞ് ഗ്രാമത്തെ മൂടി. എല്ലാം നിശ്ചലം. വെളിച്ചം കാണാനില്ലായിരുന്നു. ഇടയ്ക്കിടെ ആഘോഷം കഴിഞ്ഞ് തിരിച്ചുപോകുന്ന പെൺകുട്ടികളുടെ കാലൊച്ച കേൾക്കാമായിരുന്നു. ഒലെനിന്റെ ഹൃദയമിടിപ്പ് കൂടി. ഈർപ്പമുള്ള അന്തരീക്ഷം അയാളുടെ ജ്വലിക്കുന്ന മുഖത്തെ തണുപ്പിച്ചു. അയാൾ ആകാശത്തേക്ക് നോക്കി. പിന്നീട് താൻ ഇറങ്ങിവന്ന കുടിലിലേക്കും. മെഴുകുതിരി കെട്ടുപോയിരുന്നു. തിരിച്ചുപോവുന്ന പെൺകുട്ടികളുടെ നിഴലിലേക്ക് അയാൾ തുറിച്ചുനോക്കി. വെളുത്ത തൂവാലകൾ മഞ്ഞിൽ അപ്രത്യക്ഷമായി. തനിച്ച് നിൽക്കാൻ അയാൾക്ക് ഭയമായിരുന്നു. അയാൾ വളരെ സന്തോഷത്തിലായിരുന്നു. പോർച്ചിൽ നിന്നുമിറങ്ങി അയാൾ പെൺകുട്ടികളുടെ പിറകെ ഓടി.

"ശ്രദ്ധിക്ക് ആരെങ്കിലും കാണും" യുസ്റ്റെൻക പറഞ്ഞു.

"അത് സാരമില്ല!"

ഒലെനിൻ ഒടിച്ചെന്ന് മര്യാൻകയെ വാരിപ്പുണർന്നു. മര്യാൻക തടയാൻ ശ്രമിച്ചില്ല.

"ആവശ്യത്തിന് ചുംബനം നൽകിയില്ലേ?" യുസ്റ്റെൻക ചിരിച്ചു

കൊണ്ട് ചോദിച്ചു. “ആദ്യം വിവാഹംചെയ്യ് എന്നിട്ട് ചുംബനങ്ങൾ നൽകൂ.”

“മര്യാൻക, ഗുഡ് നൈറ്റ്. നാളെ ഞാൻ നിന്റെ വീട്ടിൽ വന്ന് നിന്റെ അച്ഛനോട് സംസാരിക്കും. നിനക്ക് ഒന്നും പറയാനില്ലേ?”

“ഞാനെന്ത് പറയാൻ?”

രണ്ട് പെൺകുട്ടികളും ഓടാൻ തുടങ്ങി. ഒലെനിൻ നടന്ന കാര്യങ്ങളെല്ലാം ആലോചിച്ചുകൊണ്ട് തനിച്ച് നടന്നു. അയാൾ രാത്രി മുഴുവൻ അടുപ്പിനടുത്തായി അവളോടൊപ്പം ചെലവഴിച്ചതായിരുന്നു. യുസ്റ്റെൻക കുടിലിന് പുറത്തേക്ക് പോയിരുന്നില്ല. അത്രയും സമയം അവൾ ബലറ്റ്സ്കീയോടും കൂട്ടുകാരോടുമൊത്ത് സംസാരിച്ചിരിക്കുകയായിരുന്നു. ഒലെനിൻ മര്യാൻകയുടെ കാതിൽ മന്ത്രിച്ചു.

“നീയെന്നെ വിവാഹം ചെയ്യുമോ?”

“നിങ്ങളെന്നെ സ്വീകരിക്കാതെ വഞ്ചിക്കും.” അവൾ ശാന്തമായി മറുപടി പറഞ്ഞു.

“നീയെന്നെ സ്നേഹിക്കുന്നോ? ദൈവത്തെയോർത്ത് സത്യം പറയൂ.”

“എന്തുകൊണ്ടില്ല? എന്നെയിങ്ങനെ നോക്കുന്നതെന്തിന്?” ചിരിച്ചുകൊണ്ട് മര്യാൻക ചോദിച്ചു. അവൾ തന്റെ കരുത്തുറ്റ കൈകൊണ്ട് അയാളുടെ കൈകളെ പിടിച്ചമർത്തി.

“നിങ്ങളുടേത് വെളുത്ത കൈകളാണ്. വെണ്ണ കട്ടിയായതുപോലെ മൃദുലം.” അവൾ പറഞ്ഞു.

“ഞാൻ കേണപേക്ഷിക്കുകയാണ്. എന്നോട് പറയൂ നീയെന്നെ വിവാഹം ചെയ്യുമോ?”

“തീർച്ചയായും. അച്ഛൻ സമ്മതിച്ചാൽ ഞാൻ തയാറാണ്.”

“ശരി. പക്ഷേ ഒന്നോർക്കൂ, നീയെന്നെ വഞ്ചിച്ചാൽ എനിക്ക് ഭ്രാന്താവും തീർച്ച. നാളെ ഞാൻ നിന്റെ വീട്ടിൽവന്ന് അച്ഛനോടും അമ്മയോടും നേരിട്ട് പെണ്ണ് ചോദിക്കും.”

മര്യാൻക പെട്ടെന്ന് ഉറക്കെ ചിരിക്കാൻ തുടങ്ങി.

“എന്താ കാര്യം?”

“ഇത് വളരെ രസകരമായി തോന്നുന്നു.”

“സത്യമാണിത്. ഞാനൊരു മുന്തിരിത്തോപ്പ് വാങ്ങും. ഒരു വീടുവയ്ക്കും. പിന്നെ ഒരു കൊസാക്കായി രജിസ്റ്റർചെയ്യും.”

“പക്ഷേ പിന്നീട് നിങ്ങൾ വേറെ സ്ത്രീകളുമായി ചങ്ങാത്തം കൂടരുത്. അക്കാര്യത്തിൽ ഞാൻ വളരെ കർക്കശക്കാരിയാണ്.” അവൾ പറഞ്ഞു.

ഒലെനിൻ ആ വാക്കുകളത്രയും സന്തോഷത്തോടെ ഉരുവിടാൻ തുടങ്ങി. ഈ ഓർമകൾ അയാൾക്ക് വേദനിക്കുന്ന സന്തോഷം പകർന്നു. അവൾ അയാളുമായി സംസാരിക്കുന്ന സമയമത്രയും സാധാരണത്തേതുപോലെ ശാന്തമായിരുന്നു. പുതിയ സംഭവവികാസങ്ങൾ അവളെ ഒരു കാരണവശാലും പരിഭ്രമിപ്പിച്ചിരുന്നില്ല. അതവൾക്ക് അയാളിൽ വിശ്വാസമില്ല എന്നും ഭാവിയെക്കുറിച്ച് അവൾ ചിന്തിച്ചിരുന്നില്ല എന്നും തോന്നി

പ്പിച്ചു. അയാൾക്ക് തോന്നിയത് അവൾ അയാളെ ആ സമയത്ത് മാത്രം പ്രണയിക്കുന്നുവെന്നും അയാളൊന്നിച്ചുള്ള ഭാവിജീവിതത്തെക്കുറിച്ച് അവൾ ചിന്തിക്കുന്നില്ല എന്നുമാണ്. പക്ഷേ അവളുടെ വാക്കുകളിലെ സത്യസന്ധതയും ഒരുമിച്ചു ജീവിക്കാം എന്ന് അവൾ നൽകിയ വാക്കും അയാളെ സന്തോഷിപ്പിച്ചു. "എന്റേതായിക്കഴിഞ്ഞാൽ മാത്രമാണ് അവൾക്ക് എന്നെയും എനിക്കവളെയും പൂർണമായി മനസിലാക്കാൻ കഴിയുക. ഉദാത്തപ്രണയത്തിന് വാക്കുകളില്ല. അതിന് ആവശ്യം ജീവിതമാണ്. ഒരു മുഴുനീള ജീവിതം. നാളെ എല്ലാം ശുഭമാവും. എനിക്കിനി ഇങ്ങനെ ജീവിക്കാനാവില്ല. ഞാൻ അവളുടെ അച്ഛനോടും ബാലറ്റ്സ്കീയോടും ഈ ഗ്രാമത്തോട് മുഴുവനായും എല്ലാംപറയാൻ പോവുകയാണ്."

ഉറക്കമില്ലാത്ത രണ്ട് രാത്രികൾക്കുശേഷം അന്ന് ലുകാഷ്ക നിലത്ത് കാലുറയ്ക്കാത്തവിധം മദ്യപിച്ചു. പിന്നെ യാംകയുടെ വീട്ടിൽ കിടന്നുറങ്ങി.

നാൽപ്പത്

പിറ്റേന്ന് സാധാരണയിലും നേരത്തെ ലുകാഷ്ക എഴുന്നേറ്റു. പെട്ടെന്നുതന്നെ തന്റെ മുന്നിലുള്ള ദൗത്യം അയാൾ ഓർത്തു. കൂട്ടത്തിൽ അവളുടെ ചുടുചുംബനങ്ങളും ഉറപ്പുള്ള കൈകളും വാക്കുകളും "എന്തൊരു വെളുത്ത കൈകളാണ് നിങ്ങളുടേത്." അയാൾ ചാടിയെഴുന്നേറ്റ് കോർനെറ്റിന്റെ വീട്ടിലേക്ക് പോകാനൊരുങ്ങി. സൂര്യനുദിച്ചിരുന്നില്ല. പക്ഷേ തെരുവിൽ സാധാരണത്തേതിലുള്ള ബഹളം കേൾക്കാമായിരുന്നു. ആളുകൾ കാൽനടയായും കുതിരപ്പുറത്തും അങ്ങോട്ടുമിങ്ങോട്ടും പൊയ്ക്കൊണ്ടിരുന്നു. അയാൾ തന്റെ കാർക്കേഷ്യൻ കോട്ടിട്ട് പോർച്ചിലിറങ്ങിനിന്നു. മര്യാൻകയുടെ വീട്ടിൽ ആരും ഉണർന്നിരുന്നില്ല.

അഞ്ച് കൊസാക്കുകൾ ഉറക്കെ സംസാരിച്ചുകൊണ്ട് വേഗത്തിൽ പോകുന്നുണ്ടായിരുന്നു. ഏറ്റവും മുന്നിൽ തന്റെ കബാർഡ കുതിരപ്പുറത്ത് ലുകാഷ്ക ഉണ്ടായിരുന്നു. എല്ലാവരും ഒരുമിച്ച് സംസാരിക്കുന്നതുകൊണ്ട് എന്താണവർ പറയുന്നതെന്ന് വ്യക്തമല്ലായിരുന്നു.

"മുകളിലെ ക്യാമ്പിലേക്ക് പോകാം." ഒരാൾ പറഞ്ഞു.

"വേഗത്തിൽ" വേറൊരാൾ പറഞ്ഞു.

"അപ്പുറത്തെ ഗേറ്റിലൂടെ പോയാൽ വേഗത്തിൽ എത്താം." ലുകാഷ്ക പറഞ്ഞു. "പക്ഷേ നമ്മൾ നടുക്കുള്ള ഗേറ്റിലൂടെ തന്നെ പോകണം."

"എന്നാലങ്ങനെ തന്നെ അതും എളുപ്പവഴിയാണ്." പൊടിയിൽ കുളിച്ച ഒരു കൊസാക്ക് പറഞ്ഞു. അയാൾ ഒരു കുതിരപ്പുറത്തായിരുന്നു. തലേന്നത്തെ ആഘോഷത്തിൽ ലുകാഷ്കയുടെ മുഖം ചുവന്ന് വീർത്തിരുന്നു. അയാളുടെ തൊപ്പി പിറകിലേക്ക് തിരിഞ്ഞിരുന്നു. ഒരു ഓഫീസറെപ്പോലെ അധികാരസ്വരത്തിലായിരുന്നു അയാൾ സംസാരിച്ചിരുന്നത്.

"എന്താ കാര്യം? നിങ്ങളെവിടേക്കാണീ പോകുന്നത്?" ഒലെനിൻ പിടിച്ചുനിർത്തി ചോദിച്ചു.

“ഞങ്ങൾ അബ്രക്സുകളെ പിടിക്കാൻ പോവുകയാണ്. അവർ മണൽത്തിട്ടകളിൽ ഒളിച്ചിരിപ്പുണ്ട്. ഞങ്ങൾക്ക് ആവശ്യത്തിന് ആളുകളെ കിട്ടിയിട്ടില്ല.”

കൊസാക്കുകൾ വീണ്ടും ഉച്ചത്തിൽ സംസാരിക്കാൻ തുടങ്ങി. അവർ തെരുവിലൂടെ നീങ്ങുമ്പോൾ കൂടുതൽ കൂടുതൽ ആളുകൾ അവരോടൊപ്പം കൂടാൻ തുടങ്ങി. അവിടെ മടിച്ചുനിൽക്കുന്നത് ശരിയല്ല എന്ന് ഒലെനിന് തോന്നി. അവരുടെകൂടെ പോയാലും ഉടൻതന്നെ തിരിച്ചുപോരാമെന്ന് അയാൾ വിചാരിച്ചു. അയാൾ വസ്ത്രംമാറി, തോക്കിൽ ഉണ്ടകൾ നിറച്ച് വന്യൂഷ ശരിയാക്കി നിർത്തിയ കുതിരയുടെ പുറത്ത് കയറി കൊസാക്കുകൾ പോയ ദിക്കിനുനേരെ ഓടിച്ചുപോയി. ഗ്രാമത്തിന്റെ ഗേറ്റിനടുത്തുവെച്ച് അയാൾ കൊസാക്കുകളുടെ മുന്നിൽ കയറി. കൊസാക്കുകൾ അവിടെ കുതിരപ്പുറത്ത് നിന്നിറങ്ങിനിന്ന്, കയ്യിൽ കരുതിയ കുപ്പിയിൽനിന്നും ചാക്കിർ എടുത്ത് മരക്കപ്പിൽ ഒഴിച്ച് പരസ്പരം കൈമാറി കഴിച്ചു. അവരുടെ യാത്ര തടസമില്ലാതെ അവിടെയെത്തിയത് ആഘോഷിക്കുകയായിരുന്നു അവർ. അവരുടെ ഇടയിൽ വളരെ നന്നായി വസ്ത്രംധരിച്ച ഒരു കോർനെറ്റ് ഉണ്ടായിരുന്നു. അയാൾ ഒൻപത് പേരടങ്ങുന്ന ഒരു ഗ്രൂപ്പിന്റെ തലവനായിരുന്നു. അവിടെ കൂടിനിന്നവരൊന്നുംതന്നെ സൈന്യത്തിലുള്ളവരായിരുന്നില്ല. കോർനെറ്റ് ഒരു കമാന്റിങ് ഓഫീസറുടെ ഭാവം കാണിച്ചെങ്കിലും അവർ ലുകാഷ്കയെ മാത്രമായിരുന്നു അനുസരിച്ചിരുന്നത്. യാത്ര പുനരാരംഭിച്ചപ്പോൾ ഒലെനിൻ കോർനെറ്റിനൊപ്പം തന്റെ കുതിരയെ ഓടിച്ചു. അയാൾ വളരെ സൗഹൃദത്തോടെയായിരുന്നു ഒലെനിനോട് പെരുമാറിയത്. എന്താണ് നടന്നതെന്ന് ഒലെനിൻ അയാളോട് ചോദിച്ചു. എന്താണ് നടന്നതെന്നും നടക്കുന്നതെന്നും അയാളിൽനിന്ന് മനസിലാക്കാൻ ഒലെനിൻ തന്നെ പാടുപെട്ടു. അബ്രക്സുകളെ തിരഞ്ഞുകണ്ടെത്താൻ നിയോഗിക്കപ്പെട്ട സ്കൗട്ടുകൾ ഗ്രാമത്തിൽനിന്നും ആറ് മൈൽ അകലെ കുറെ ഗിരിവർഗക്കാരെ കണ്ടെത്തി. ആ അബ്രക്സുകൾ കുഴികളിൽ തങ്ങുകയും സ്കൗട്ടുകൾക്കുനേരെ വെടിയുതിർക്കുകയും ചെയ്തു. അവർ കീഴടങ്ങാൻ തയാറായിരുന്നില്ല. രണ്ട് കൊസാക്കുകൾക്കൊപ്പം ഒരു കോർപ്പറൽ അവിടെത്തന്നെ തങ്ങുകയും ഒരാൾ ഗ്രാമത്തിൽനിന്നും കൂടുതൽ ആളെ വിളിക്കാൻ തിരിച്ചുവരികയും ചെയ്തു.

സൂര്യനുദിക്കുകയായിരുന്നു. ഗ്രാമത്തിൽനിന്നും മൂന്നുമൈലുകൾക്കപ്പുറത്ത്പുൽമേടുകൾ കാണാറായി. പുല്ല് ഉണങ്ങി തരിശായിക്കൊണ്ടിരുന്ന ആ പ്രദേശത്ത് കന്നുകാലികളുടെ കാലടിപ്പാടുകൾ മാത്രം കാണാമായിരുന്നു. അവിടവിടെയായി കരിഞ്ഞുപോയ പുല്ലിന്റെ കുറ്റികൾ അവശേഷിച്ചിരുന്നു. അധികമാരും സഞ്ചരിക്കാത്ത നടപ്പാതകൾക്ക് അപ്പുറം അപരിഷ്കൃതരായ നോഗേയ്കളുടെ തൊപ്പികൾ കണ്ടുതുടങ്ങി. നിഴലില്ലാ എന്നതും തരിശായി കിടക്കുന്നു എന്നതും ആ പ്രദേശത്തെ പ്രത്യേകം ശ്രദ്ധിക്കപ്പെടുന്നതാക്കി. പുൽമേട്ടിൽ സൂര്യൻ ഉദിക്കുകയും അസ്തമിക്കുകയും ചെയ്യുക എപ്പോഴും ചുവപ്പ് നിറത്തിലായിരുന്നു. കാറ്റടിക്കുമ്പോൾ മണൽക്കൂനകൾ ഒരിടത്തുനിന്നും മറ്റൊരിടത്തേക്ക്

മാറിയിരുന്നു. അന്നത്തെപ്പോലുള്ള ശാന്തമായ പ്രഭാതങ്ങളിൽ ഒരു ശബ്ദവും നിശ്ശബ്ദതയെ ഭഞ്ജിക്കുമായിരുന്നില്ല. ആ പ്രഭാതത്തിൽ പുൽമേട് ശാന്തമായിരുന്നു. എല്ലായിടത്തും ദുഃഖംനിറഞ്ഞ് നിൽക്കുന്നതുപോലെ തോന്നി. കാലടിയൊച്ചകളും കുതിരകളുടെ ശബ്ദവും മാത്രം ഉയർന്നു കേട്ടു. അവ പെട്ടെന്നുതന്നെ നിലയ്ക്കുകയും ചെയ്യുന്നുണ്ടായിരുന്നു.

കൊസാക്കുകൾ ഒച്ചയുണ്ടാക്കാതെയായിരുന്നു മുന്നോട്ട് നീങ്ങിയത്. അവരുടെ ആയുധങ്ങൾ ഒരിക്കലും കിലുങ്ങില്ലായിരുന്നു. കിലുങ്ങുന്ന ആയുധങ്ങൾ ഒരു കൊസാക്കിനെ സംബന്ധിച്ചിടത്തോളം ഒരപമാനമായിരുന്നു. ഗ്രാമത്തിൽനിന്നുള്ള മറ്റ് രണ്ട് കൊസാക്കുകൾ അവരുടെ ഗ്രൂപ്പിനെ കുറച്ച് മുന്നിലേക്ക് മാറ്റിനിർത്തി എന്തോ പറഞ്ഞു. ലുകാഷ്കയുടെ കുതിര അതിന്റെ കാലിൽ എന്തോ തറഞ്ഞതുപോലെ പ്രയാസമനുഭവിച്ചു. അത് കൊസാക്കുകാർ ദുഃശകുനമായാണ് കരുതിയത്. മറ്റുള്ളവർ പരസ്പരംനോക്കി, കണ്ടത് ശ്രദ്ധിക്കാതെ പിന്നാക്കം തിരിഞ്ഞു. ലുകാഷ്ക കുതിരയുടെ കടിഞ്ഞാൺ പിടിച്ചുവലിച്ചു. ചാട്ടവാർ തലയ്ക്കുമീതെ ഉയർത്തി, പല്ലുഞെരിച്ചു. അയാളുടെ കബാർഡ കുതിര ഏത് കാലുവെച്ച് തുടങ്ങണം എന്നറിയാത്തതുപോലെ നിലത്ത് മാറിച്ചവിട്ടിക്കൊണ്ടിരുന്നു. പിന്നെ പറക്കാനായുന്നതുപോലെ മുട്ടുമടക്കി, നിവരാൻ തുടങ്ങി. ലുകാഷ്ക അതിന്റെ വയറിൽ തന്റെ ചാട്ടവാറുകൊണ്ട് പലപ്രാവശ്യം അടിച്ചു. കുതിര അതിന്റെ പല്ലുകാണിച്ച്, വാൽ ഉയർത്തിപ്പിടിച്ച്, പിൻകാലിൽനിന്ന്, പിറകിലേക്ക് ഒന്നുരണ്ട് അടി നടന്നു.

"ഹ! ഒരു നല്ല കുതിരതന്നെ" കോർനെറ്റ് പറഞ്ഞു.

"കുതിരകളിലെ അധിപൻ" ഒരു കിഴവൻ കൊസാക്ക് പറഞ്ഞു.

കൊസാക്കുകൾ നിശ്ശബ്ദമായി മുന്നോട്ടുനടന്നു. കാൽനടയായും കുറച്ച് വേഗത്തിലും അവർ നടന്നു. അവരുടെ യാത്രയുടെ ഏകാന്തതയെ ഹനിച്ച ഒരേയൊരു സംഭവം യാത്രയ്ക്കിടയിലെ ഈ മാറ്റങ്ങൾ മാത്രമായിരുന്നു.

പുൽമേട്ടിലൂടെ ആറുമൈൽ പോയിക്കഴിഞ്ഞപ്പോഴും അവർ ഒരു നോഗേയ് കൂടാരം ഒഴികെ മറ്റൊന്നും കണ്ടിരുന്നില്ല. കൂടാരം ഒരു കാളവണ്ടിയിലായിരുന്നു. ഒരു മൈലിനപ്പുറം കാണപ്പെട്ട അത് പതുക്കെ നീങ്ങിക്കൊണ്ടിരുന്നു. പുൽമേടിന്റെ ഒരുഭാഗത്തുനിന്നും മറുഭാഗത്തേക്ക് മാറിപ്പോകുന്ന ഒരു നഗേയ് കുടുംബമായിരുന്നു അത്. പിന്നീടവർ ഉയർന്ന കവിളെല്ലുകളോടുകൂടിയ രണ്ട് നോഗേയ് സ്ത്രീകളെ കണ്ടുമുട്ടി. അവർ പുൽമേടുകളിലൂടെ നടന്ന് ഉണക്കച്ചാണകം പെറുക്കി തങ്ങളുടെ പുറത്ത് തൂക്കിയിട്ട കുട്ടകളിൽ നിറയ്ക്കുകയായിരുന്നു. അവരുടെ ഭാഷ ശരിക്കും വശമില്ലാത്ത കൊർനെറ്റ് അവരെ ചോദ്യംചെയ്യാനാരംഭിച്ചു. അവർക്ക് അയാൾ പറയുന്നത് മനസിലായിരുന്നില്ല. അവർ ഭയത്തോടെ എല്ലാവരേയും മാറിമാറി നോക്കി.

ലുകാഷ്ക അവരുടെ നേരെപോയി. കുതിരയെ നിർത്തി സാധാരണരീതിയിൽ അവരെ അഭിവാദ്യംചെയ്തു. അവർക്ക് സമാധാനമായി. പിന്നീടവർ ഒരു സാധാരണക്കാരനോടെന്നപോലെ അയാളോട് സംസാരിച്ചു.

"ഏയ്! ഏയ് അബ്രക്സ്!" കൊസാക്കുകൾ പോയിക്കൊണ്ടിരുന്ന

ദിശയിലേക്ക് ചൂണ്ടിക്കാട്ടി അവർ പറഞ്ഞു. ഒരുപാട് അബ്രെക്സുകൾ ഉണ്ടെന്നാണ് അവർ പറയുന്നത് എന്ന് ഒലെനിന് മനസിലായി.

ഇറോഷ്കയുടെ കഥകളിൽനിന്നു മാത്രമായിരുന്നു ഒലെനിന് ഇതു പോലൊരു അനുഭവം കേൾക്കാൻ കഴിഞ്ഞത്. അതുകൊണ്ടുതന്നെ കൊസാക്കുകളോടൊപ്പം യാത്ര തുടരാൻ അയാൾ തീരുമാനിച്ചു. അയാൾക്ക് കൊസാക്കുകളോട് ആരാധനതോന്നി. അയാൾ സ്വയം കാര്യങ്ങൾ നിരീക്ഷിക്കാൻ തുടങ്ങി. അയാൾ ഒരു തോക്കും വാളും കരുതിയിരുന്നെങ്കിലും തന്നെ ഒഴിവാക്കാൻ കൊസാക്കുകൾ ശ്രമിക്കുകയാണ് എന്നറിഞ്ഞതു മുതൽ ഒന്നും ചെയ്യാതിരുന്നു. അയാളുടെ ധൈര്യം മുൻപ് തെളിയിക്കപ്പെട്ടതായിരുന്നു.

പെട്ടെന്ന് ദൂരെനിന്നും ഒരു വെടിയൊച്ച കേട്ടു.

കോർനെറ്റ് ജിജ്ഞാസുവായി. എങ്ങനെ ഗ്രൂപ്പുകളാകണമെന്നും ഏതൊക്കെ ദിശകളിൽനിന്നും ആക്രമിക്കണമെന്നും അയാൾ കൊസാക്കുകൾക്ക് നിർദേശം നൽകിക്കൊണ്ടിരുന്നു. പക്ഷേ അവരാരും അത് ശ്രദ്ധിക്കുന്നുണ്ടായിരുന്നില്ല. അവർ ലുകാഷ്ക പറയുന്നത് കേൾക്കാൻ ചെവിയോർത്തിരിക്കുകയായിരുന്നു. ലുകാഷ്കയുടെ മുഖത്ത് ശാന്തതയും ഗൗരവവും തളംകെട്ടിനിന്നു. മറ്റുള്ളവരിൽനിന്നും വ്യത്യസ്തമായി അയാൾ തന്റെ കുതിരയെ അൽപ്പം മുന്നിലേക്ക് നടത്തിച്ചു. മുന്നിൽ നടക്കുന്നതെന്തെന്ന് അയാൾ ശ്രദ്ധാപൂർവം വീക്ഷിക്കുന്നുണ്ടായിരുന്നു.

“കുതിരപ്പുറത്ത് ഒരാളുണ്ട്.” തന്റെ കുതിരയെ മറ്റുള്ളവരുടെ കുതിരകളുടെ നിരയിലേക്ക് നീക്കിനിർത്തി അയാൾ പറഞ്ഞു.

ഒലെനിൻ സൂക്ഷിച്ചുനോക്കി. പക്ഷേ ഒന്നും കണ്ടില്ല. രണ്ട് കൊസാക്കുകൾ കുതിരപ്പുറത്ത് അവർക്കുനേരെ വരുന്നത് ഉടൻ അവർ കണ്ടു.

അവർ അബ്രെക്സുകളാണോ?” ഒലെനിൻ ചോദിച്ചു.

കൊസാക്കുകൾ അയാളുടെ ചോദ്യത്തിന് മറുപടി പറഞ്ഞില്ല. അവർക്ക് ചോദ്യം തികച്ചും അർഥശൂന്യമായി തോന്നി. കുതിരപ്പുറത്ത് നദിക്കിക്കരെ വരാൻ അബ്രെക്സുകൾ അത്രയ്ക്ക് വിഡ്ഢികളായിരുന്നില്ല.

“റോഡ്ക അതാ കൈവീശിക്കാണിക്കുന്നു. അയാൾ തന്നെ” ലുകാഷ്കക്ക് അപ്പോൾ വ്യക്തമായി കാണാമായിരുന്നു. രണ്ട് കുതിരസവാരിക്കാരെ ചൂണ്ടി പറഞ്ഞു: “നോക്ക്, അയാൾ നമുക്കുനേരെ വരുന്നു.”

കുറച്ച് നിമിഷങ്ങൾക്കുള്ളിൽ അവർ കൊസാക്കുകാരാണെന്നുള്ളത് വ്യക്തമായി. കോർപ്പറൽ ലുകാഷ്കയുടെ അടുത്തേയ്ക്ക് വന്നു.

നാൽപ്പത്തി ഒന്ന്

“**അ**വർ ഒരുപാട് ദൂരെയാണോ?” ലുകാഷ്ക ചോദിച്ചു.

അപ്പോഴവർ ഏകദേശം മുപ്പതടി അകലെനിന്ന് ഒരു വെടിയൊച്ച കേട്ടു. കോർപ്പറൽ ചിരിച്ചു.

“നമ്മുടെ ഗൂർക്കയ്ക്ക് അവരുടെ നേരെ വെടിയുതിർക്കാൻ കഴിയുന്നുണ്ട്” വെടിയൊച്ച കേട്ട സ്ഥലം തലകൊണ്ട് കാണിച്ച് അയാൾ പറഞ്ഞു.

കുറച്ചുദൂരം മുന്നോട്ട് പോയപ്പോൾ ഗൂർക്ക മണൽത്തിട്ടമേലിരുന്ന് തോക്ക് നിറയ്ക്കുന്നത് കണ്ടു. കുറച്ചുമുമ്പുവരെ അയാൾ അബ്രക്സു കൾക്ക് നേരെ നിറയൊഴിക്കുകയായിരുന്നു. അബ്രക്സുകൾ വേറൊരു മണൽത്തിട്ടയ്ക്കപ്പുറത്തായിരുന്നു. ഒരു വെടിയുണ്ട ചൂളമടിച്ചുകൊണ്ട് അവർക്ക് നേരെ പാഞ്ഞുവന്നു.

കോർനെറ്റ് വിളറിവെളുത്തു. അയാൾ ആകെ പരിഭ്രമിച്ചിരുന്നു. ലുകാഷ്ക കുതിരപ്പുറത്ത് നിന്നുമിറങ്ങി, കടിഞ്ഞാൺ മറ്റൊരു കൊസാക്കിനെ ഏൽപ്പിച്ച് ഗൂർക്കയുടെ സമീപത്തേക്ക് പോയി. ഒലെനിനും താഴെയിറങ്ങി കുനിഞ്ഞുകൊണ്ട് ലുകാഷ്കയെ പിന്തുടർന്നു. അവർ ഗുർക്കയുടെ അടുത്തെത്തും മുൻപ് രണ്ട് വെടിയുണ്ടകൾ അവരുടെ തലയ്ക്കു മുകളിലൂടെ പാഞ്ഞുപോയി. ലുകാഷ്ക ചുറ്റുംനോക്കി. പിന്നീട് കുനിഞ്ഞുനിന്ന് ഒലെനിനെ നോക്കിച്ചിരിച്ചു. "ശ്രദ്ധിച്ചിരിക്കുക അല്ലെങ്കിൽ അവർ നിങ്ങളെ കൊല്ലും. നിങ്ങൾ പോകുന്നതാണ് നല്ലത്. നിങ്ങൾക്കിവിടെ ഒന്നും ചെയ്യാനില്ല." ലുകാഷ്ക പറഞ്ഞു.

പക്ഷേ ഒലെനിന് അബ്രക്സുകളെ കാണണമായിരുന്നു. മണൽത്തിട്ടയ്ക്ക് പിറകിൽനിന്ന് ഇരുന്നൂറ് അടി അകലെ തോക്കും തൊപ്പികളും അയാൾ കണ്ടു. പെട്ടെന്ന് അവിടെ പുകപടലം നിറഞ്ഞു. ഒരു വെടിയുണ്ട പാഞ്ഞുപോയി. അബ്രക്സുകൾ കുന്നിന്റെ താഴ്വാരത്തിൽ ചതുപ്പുനിലത്ത് ഒളിച്ചിരിക്കുകയായിരുന്നു. അവർ ഇരുന്നസ്ഥലം ഒലെനിന് വളരെ ഇഷ്ടപ്പെട്ടു. യഥാർഥത്തിൽ അത് പുൽമേട്ടിലെ മറ്റ് പ്രദേശംപോലെ തന്നെയായിരുന്നു. പക്ഷേ അബ്രക്സുകൾ ഒളിച്ചിരുന്നതുകൊണ്ട് ആ പ്രദേശം വ്യത്യസ്തമായി കണക്കാക്കപ്പെട്ടു. അത് അബ്രക്സുകൾക്ക് ഒളിക്കാനുള്ള ഏറ്റവും ഉചിതമായ സ്ഥലമായി ഒലെനിന് തോന്നി. ലുകാഷ്ക അയാളുടെ കുതിരയുടെ അടുത്തേക്കുപോയി. ഒലെനിൻ അയാളെ അനുഗമിച്ചു.

"നമുക്കൊരു പുൽവണ്ടി കിട്ടണം. അല്ലെങ്കിൽ അവർ നമ്മളിൽ കുറച്ചുപേരെ കൊല്ലും." ലുകാഷ്ക പറഞ്ഞു. ആ മണൽക്കൂനയ്ക്കപ്പുറം പുല്ല് നിറച്ച ഒരു നെഗേയ് വണ്ടിയുണ്ട്.

കോർനെറ്റ് അയാൾ പറയുന്നത് ശ്രദ്ധിച്ചുകേട്ടു. കോർപ്പറൽ അത് അംഗീകരിച്ചു. പുല്ലുവണ്ടി കൊണ്ടുവന്നു. കൊസാക്കുകൾ അതിന് പിന്നിൽ ഒളിച്ചിരുന്ന് അതിനെ മുന്നോട്ട് തള്ളാൻ തുടങ്ങി. ഒലെനിൻ എല്ലാം കാണാൻ കഴിയുന്ന ചെറിയൊരു കുന്നിന് മുകളിലേക്ക് കയറിനിന്നു. പുല്ല് വണ്ടി നീങ്ങിക്കൊണ്ടിരുന്നു. കൊസാക്കുകളെല്ലാം അതിന് പിറകിൽ അണനിരന്നു. കൊസാക്കുകൾ മുന്നേറി. പക്ഷേ ആ ഒൻപത് ചെചനിയന്മാർ ഒരേ നിരയിൽ മുട്ടുകുത്തിനിന്നു. അവർ വെടിയുതിർക്കുന്നുണ്ടായിരുന്നില്ല.

എല്ലാവരും നിശ്ശബ്ദരായി. പെട്ടെന്ന് ചെചനിയന്മാരുടെ ഇടയിൽനിന്നും ഒരു ശോകഗാനം കേട്ടു. അത് ഇറോഷ്കയുടെ "ആയ് ഡേയ് ഡലാലയ്" പോലൊന്നായിരുന്നു. ചെചനിയൻസിന് അറിയാമായിരുന്നു അവർ രക്ഷപ്പെടില്ലെന്ന്. പിന്തിരിഞ്ഞോടാതിരിക്കാൻ അവർ ഒരുമിച്ച് തോക്ക് ശരിയാക്കി മുട്ടുകുത്തി മരണഗാനം പാടിയിരിക്കുകയായിരുന്നു.

കൊസാക്കുകൾ പുല്ലുവണ്ടിയുന്തി വളരെയടുത്തുവരെയെത്തി. എപ്പോൾ വേണമെങ്കിലും വെടിവയ്പ് തുടങ്ങുമെന്ന് ഒലെനിന് തോന്നി. അബ്രെക്സുകളുടെ മരണഗാനംമാത്രം നിശ്ശബ്ദതയെ ഭഞ്ജിച്ചു. പെട്ടെന്ന് പാട്ടു നിന്നു. ഒരു വെടിയുണ്ട വണ്ടിയുടെ മുന്നിൽ വന്നുതറച്ചു. പിന്നെ ചെചെനിയക്കാരുടെ ശാപവാക്കുകളും വിലാപവും നിശ്ശബ്ദതയെ കീറിമുറിച്ചു. പിന്നീട് ഒന്നിനു പിറകെ ഒന്നായി വെടിയുണ്ടകൾ വന്ന് വണ്ടിയിൽ തറയ്ക്കാൻ തുടങ്ങി. കൊസാക്കുകൾ വെടിയുതിർത്തില്ല. അവർ അബ്രെക്സുകളിൽനിന്ന് വെറും അഞ്ചടി അകലെയായിരുന്നു.

അൽപ്പംകഴിഞ്ഞപ്പോൾ കൊസാക്കുകൾ പുല്ലുവണ്ടിയുടെ ഉരുവശങ്ങളിലൂടെയും പുറത്തേക്ക് വന്നു. ആർത്തുല്ലസിച്ച അവരുടെ മുന്നിൽ ലുകാഷ്കയായിരുന്നു ഉണ്ടായിരുന്നത്. ഒലെനിൻ ചില ബഹളങ്ങളും ഞരക്കങ്ങളുമേ കേട്ടുള്ളൂ. ചോരയും വെടിപ്പുകയും കാണാമായിരുന്നു. അയാൾ തന്റെ കുതിരയെവിട്ട് കൊസാക്കുകൾക്കുനേരെ ഓടി. ഭയം അയാളെ അന്ധനാക്കിക്കളഞ്ഞു. പക്ഷേ എല്ലാം കഴിഞ്ഞെന്ന് അയാൾക്ക് ബോധ്യമായി. വിളറിവെളുത്ത ലുകാഷ്ക കൈയിൽ മുറിവേറ്റ ഒരു ചെചനിയനെ പിടിച്ച് അലറി; "ഇവനെ കൊല്ലരുത് ജീവനോടെ വേണം." ആ ചെചനിയൻ ചുവന്ന തലമുടിയുള്ളവനായിരുന്നു. ലുകാഷ്ക കൊന്ന ചെചനിയന്റെ ശവശരീരം ഏറ്റുവാങ്ങാൻ വന്നയാളാണതെന്ന് ഒലെനിന് മനസിലായി. ലുകാഷ്ക തന്റെ കൈ വായുവിൽ ചുഴറ്റിക്കൊണ്ടിരുന്നു. പെട്ടെന്ന് ആ ചെചനിയൻ തിരിഞ്ഞുനിന്ന് കൈത്തോക്ക് എടുത്ത് വെടിവെച്ചു. ലുകാഷ്ക താഴെവീണു. അയാളുടെ വയറ്റിൽനിന്നും രക്തമൊഴുകി. എഴുന്നേൽക്കാൻ ശ്രമിച്ചെങ്കിലും വീണ്ടും താഴെവീണു. അയാൾ റഷ്യനിലും ടാർട്ടാറിലും പിറുപിറുക്കുന്നുണ്ടായിരുന്നു. അയാളുടെ വസ്ത്രം വേഗത്തിൽ രക്തത്തിൽ കുതിർന്നുകൊണ്ടിരുന്നു. ചുറ്റും രക്തം തളംകെട്ടി. ചില കൊസാക്കുകൾ അയാളുടെ അരപ്പട്ട അയച്ചുകൊടുത്തു. നസാർക്ക അയാളെ സഹായിക്കും മുമ്പ് ഉറയിൽനിന്നും വാളെടുക്കാൻ ശ്രമിക്കുന്നുണ്ടായിരുന്നു. വാളിന്റെ അറ്റത്ത് ചോരയുണ്ടായിരുന്നു.

ചുവന്ന മുടിയുള്ള ചെചനിയന്മാർ നിലത്തു മരിച്ചുകിടന്നു. ലുകാഷ്കയെ വെടിവെച്ചയാൾമാത്രം, ശരീരത്തിൽ എല്ലായിടത്തും മുറിവേറ്റെങ്കിലും മരിക്കാതെ കിടക്കുന്നുണ്ടായിരുന്നു. മുറിവേറ്റ ഒരു പരുന്തിനെപ്പോലെ അയാൾ നിലത്തുകിടന്നു. അയാളുടെ വലതുകണ്ണിന് താഴെയുള്ള മുറിവിൽനിന്നും രക്തം ഒഴുകുന്നുണ്ടായിരുന്നു. വിളറിവെളുത്ത അയാൾ തന്റെ മുറിവേറ്റ ശരീരത്തിലേക്ക് നോക്കി. അപ്പോഴും പ്രതിരോധിക്കാനായി ഒരു കത്തി അയാളുടെ കൈയിൽ ഉണ്ടായിരുന്നു. അതിലൂടെ വെറുതെ കടന്നുപോവാനെന്നപോലെ അയാളുടെ അരികിലേക്ക് വന്ന കോർനെറ്റ് പെട്ടെന്ന് തോക്കെടുത്ത് അയാളുടെ ചെവിയിൽ വെടിവച്ചു. ചെചനിയൻ കുതറാൻ ശ്രമിച്ചു. പക്ഷേ വൈകിപ്പോയിരുന്നു. അയാൾ പിടഞ്ഞുവീണു.

സ്തബ്ധരായിപ്പോയ കൊസാക്കുകൾ ശവശരീരങ്ങൾ ഒരുവശത്തേക്ക് വലിച്ചുകൂട്ടി ആയുധങ്ങൾ ഊരിയെടുത്തു. ഓരോ ചെചനിയന്റെയും

മുഖത്ത് പ്രത്യേകം പ്രത്യേകം ഭാവങ്ങളായിരുന്നു. ലുകാഷ്കയെ വണ്ടിയിലേക്ക് എടുത്ത് കൊണ്ടുപോയി. അയാൾ അപ്പോഴും റഷ്യനിലും ടാർട്ടാറിലും സംസാരിക്കുന്നുണ്ടായിരുന്നു.

"പേടിക്കേണ്ട. ഞാനവനെ എന്റെ കൈകൊണ്ടുതന്നെ കഴുത്ത് ഞെരിച്ചു കൊല്ലും." ലുകാഷ്ക വിഷമിച്ചുകൊണ്ട് പറഞ്ഞു. പക്ഷേ ഉടൻതന്നെ അയാൾ ബോധരഹിതനായി.

ഒലെനിൻ വീട്ടിലേക്കുപോയി. ലുകാഷ്ക മരിക്കാറായെന്ന് വൈകുന്നേരം അയാൾ അറിഞ്ഞു. പക്ഷേ പുഴയ്ക്കപ്പുറമുള്ള ടാർട്ടാർ ചില പച്ചിലമരുന്നുകൾ കൊണ്ട് അയാളെ സുഖപ്പെടുത്താൻ ശ്രമിക്കുന്നുണ്ടായിരുന്നു.

ശവശരീരങ്ങൾ ഗ്രാമത്തിലേക്ക് കൊണ്ടുവന്നു. കുട്ടികളും സ്ത്രീകളും അത് കാണാൻ തിരക്കുകൂട്ടി.

ഒലെനിൻ തിരിച്ചുവരുമ്പോൾ നേരം ഇരുട്ടിയിരുന്നു. രാവിലെ കണ്ട ദൃശ്യത്തിനുശേഷം ഒന്നും അയാളുടെ മനസിലുണ്ടായിരുന്നില്ല. പക്ഷേ പെട്ടെന്ന് തലേന്ന് രാത്രിയിലെ സംഭവങ്ങൾ അയാളുടെ മനസിലേക്ക് ഓടിവന്നു. അയാൾ ജനലിലൂടെ പുറത്തേക്ക് നോക്കി. മര്യാൻക തൊഴുത്തിലേക്കും തിരിച്ച് വീട്ടിലേക്കും ഓടിക്കൊണ്ടിരുന്നു. അവളുടെ അമ്മ മുന്തിരിത്തോപ്പിലും അച്ഛൻ ഓഫീസിലുമായിരുന്നു. അവളുടെ ജോലി കഴിയുന്നതുവരെ കാത്തിരിക്കാൻ ഒലെനിന് കഴിഞ്ഞില്ല. അയാൾ അവളെ കാണാൻ ചെന്നു. അവൾ അയാൾക്ക് നേരെ പുറംതിരിഞ്ഞ് നിൽക്കുകയായിരുന്നു. അവൾക്ക് ലജ്ജയായിരിക്കുമെന്ന് ഒലെനിൻ കരുതി.

"മര്യാൻക, മര്യാൻക, ഞാൻ അകത്തു വരട്ടെ?"

അയാൾ പെട്ടെന്ന് തിരിഞ്ഞുനിന്നു. അവളുടെ മുഖത്ത് കണ്ണുനീരിന്റെ ഒരു ചാലുണ്ടായിരുന്നു. അവളുടെ മുഖം സങ്കടംകൊണ്ട് ചുവന്നിരുന്നു. നിശ്ശബ്ദയായി അവൾ അയാളെ നോക്കി. ഒലെനിൻ പറഞ്ഞു:

"മര്യാൻക, ഞാൻ വന്നു."

"കുറച്ച് സമയത്തേക്ക് എന്നെ വെറുതെവിട്." അവൾ പറഞ്ഞു.

അവളുടെ മുഖഭാവം മാറിയിരുന്നില്ല. കണ്ണുനീർ ഒഴുകിക്കൊണ്ടിരുന്നു.

"എന്തിനാ കരയുന്നത്? എന്തുപറ്റി?"

"എന്ത്? നിങ്ങൾക്കറിയില്ലേ കൊസാക്ക് കൊല്ലപ്പെട്ടു. അതാണ്."

"ലുകാഷ്ക?" ഒലെനിൻ ചോദിച്ചു.

"ദയവുചെയ്ത്..... നിങ്ങൾക്കെന്താണ് വേണ്ടത്?"

"മര്യാൻക" ഒലെനിൻ അവളുടെ അടുത്തേക്ക് നീങ്ങി.

"നിങ്ങൾക്ക് ഒരിക്കലും എന്നിൽനിന്ന് ഒന്നും ലഭിക്കില്ല."

"മര്യാൻക! ഒരിക്കലും അങ്ങനെ പറയരുത്!"

"പോയ്ക്കൊള്ളൂ! എനിക്ക്............." നിലത്ത് ഉറക്കെ ചവിട്ടിക്കൊണ്ട് അവൾ ഉറക്കെപ്പറഞ്ഞു. അവളുടെ മുഖത്ത് അവജ്ഞയും ദേഷ്യവും സങ്കടവും കലർന്ന വികാരം കാണാമായിരുന്നു. തനിക്ക് പ്രതീക്ഷയ്ക്ക്

വകയില്ലെന്നും, ഈ പെൺകുട്ടിയെക്കുറിച്ചുള്ള തന്റെ ആദ്യത്തെ അഭിപ്രായമാണ് ശരിയെന്നും അയാൾക്ക് തോന്നി.

ഒലെനിൻ ഒന്നും പറഞ്ഞില്ല. അയാൾ കുടിലിൽനിന്നും പുറത്തേക്ക് ഇറങ്ങി.

നാൽപ്പത്തി രണ്ട്

വീട്ടിലേക്ക് തിരിച്ചെത്തിയതിനുശേഷം അയാൾ രണ്ടുമണിക്കൂർ നേരം അനങ്ങാതെ കിടന്നു. പിന്നീട് അയാൾ കമ്പനിയിലേക്ക് പോയി തന്റെ സഹപ്രവർത്തകരെ സന്ധിക്കാനായി അവധി വാങ്ങി. വന്യൂഷയെ വീട്ടുവാടക കണക്കുകൂട്ടി കൊടുക്കാനായി വീട്ടുടമസ്ഥന്റെ അടുത്തേക്ക് അയച്ചു. അയാൾ തന്റെ റെജിമെന്റ് സ്ഥിതിചെയ്യുന്ന കോട്ടയിലേക്ക് പോകാൻ തയാറെടുത്തു. അയാളെ യാത്രയാക്കാൻ ഇറോഷ്ക മാത്രമായിരുന്നു എത്തിയത്. അവർ പലതവണ മദ്യപിച്ചു. മോസ്കോയിൽ നിന്ന് യാത്രയായതുപോലെ. അപ്പോഴേക്ക് മൂന്നു കുതിരകളെകെട്ടിയ വണ്ടി തയാറായിനിന്നു. താൻ അവളെക്കുറിച്ച് ചിന്തിച്ചതും പിന്നീട് പ്രവർത്തിച്ചതുമെല്ലാം ശരിയായിരുന്നോ? അതോ തെറ്റായിരുന്നോ എന്ന് തീർച്ചയാക്കാൻ അയാൾക്ക് കഴിഞ്ഞില്ല. പുതിയൊരു ജീവിതം എന്തു തന്നെയായാലും അവൾ പ്രതീക്ഷിച്ചില്ല. അയാൾ മര്യാൻകയെ മുൻപത്തേക്കാളുമേറെ സ്നേഹിച്ചു. പക്ഷേ തിരിച്ചുണ്ടാവില്ലെന്ന് അയാൾക്ക് അറിയാമായിരുന്നു.

"ഗുഡ്ബൈ" ഇറോഷ്ക പറഞ്ഞു. "എപ്പോഴെങ്കിലും സാഹസിക യാത്രയ്ക്ക് പോവുമ്പോൾ ഈ വൃദ്ധന്റെ വാക്കുകൾ ഓർക്കുക. ഞാനൊരു വയസൻ ചെന്നായയാണ്, ഒരുപാട് അനുഭവങ്ങളുള്ളയാൾ. പരിശോധനയ്ക്കു പോവുമ്പോൾ, അല്ലെങ്കിൽ ശത്രുക്കൾ വെടിയുതിർക്കുമ്പോൾ ഒരിക്കലും ഒരുപാടുപേർ കൂടിനിൽക്കുന്നിടത്ത് നിൽക്കരുത്. നമുക്ക് ഭയമുണ്ടാവുമ്പോൾ മറ്റുള്ളവരുടെകൂടെ ചേർന്ന് നിൽക്കണം. നമ്മൾ സുരക്ഷിതരാണെന്ന് വിചാരിക്കും. പക്ഷേ ശത്രുക്കൾ ഉന്നംവെക്കുക ജനക്കൂട്ടത്തെയാണ്. ഞാൻ എപ്പോഴും ജനക്കൂട്ടത്തിൽനിന്ന് അകന്ന് ഒറ്റയ്ക്കാണ് നിൽക്കുക. അതുകൊണ്ട് ഒരിക്കലും മുറിവേറ്റില്ല. എന്തൊക്കെ കാര്യങ്ങൾ ഈ ജീവിതത്തിൽ ഞാൻ കണ്ടിരിക്കുന്നു."

"പക്ഷേ നിങ്ങളുടെ പിറകിൽ ഒരിക്കൽ വെടിയേറ്റിട്ടുണ്ടല്ലോ?" സാധനങ്ങൾ കെട്ടിവെച്ച് പുറപ്പെടാനൊരുങ്ങുന്ന വെന്യൂഷ ചോദിച്ചു.

"അത് ആ കൊസാക്കുകൾ വെറുതെ ചെയ്തതാണ്."

"കൊസക്കുകളോ? അതെങ്ങനെ?" ഒലെനിൻ ചോദിച്ചു.

"അതെ! ഞങ്ങൾ മദ്യപിക്കുകയായിരുന്നു. ഒരു കൊസാക്ക് വാൻക സിറ്റ്കിൻ, അമിതമായി മദ്യപിച്ച് എന്റെ പുറത്തേക്ക് നിറയൊഴിച്ചു."

"നിങ്ങളെയത് വേദനിപ്പിച്ചില്ലേ?" ഒലെനിൻ ചോദിച്ചു.

"വന്യൂഷ പോകാൻ തയാറായില്ലേ?"

“ഓ! എന്തിനാണിത്ര തിരക്ക് പിടിക്കുന്നത്. ഞാൻ പറയട്ടെ അവൻ വെടിയുതിർത്തപ്പോൾ വെടിയുണ്ട എന്റെ എല്ലുകളിലൊന്നും പോറലേൽപ്പിച്ചില്ല. അത് ദേ കണ്ടില്ലേ ഇവിടെ തങ്ങിനിന്നു. ഞാനവനോട് പറഞ്ഞു ‘നീയെന്നെ കൊന്നല്ലോ? എ്! നീയെന്താ ചെയ്തത് എന്ന് വല്ല ഓർമയുമുണ്ടോ? നിന്നെ വെറുതെ വിടില്ല. ഒരു ഭരണി നിറയെ മദ്യം നീയെനിക്ക് തരണം.”

“നിങ്ങൾക്ക് വേദനിച്ചോ എന്ന് പറ.” കഥ ശ്രദ്ധിക്കാതെ ഒലെനിൻ ചോദിച്ചു.

“ഞാൻ പറയട്ടെ. അയാൾ ഒരു ഭരണി നിറയെ മദ്യംകൊണ്ടുവന്നു. ഞങ്ങളത് മുഴുവൻ കുടിച്ചു. പക്ഷേ രക്തം ഒഴുകിപ്പോവുന്നുണ്ടായിരുന്നു. മുറി മുഴുവൻ രക്തം ഒഴുകിപ്പരന്നു.” ബർലക്ക് പറഞ്ഞു: “ഇവൻ ഇന്ന് മരിക്കും. ഒരു കുപ്പിയിൽ മധുരമുള്ള വല്ലതും കൊണ്ടുവരൂ.” പിന്നീടവർ വീണ്ടും മദ്യംകൊണ്ടുവന്ന് കുടിച്ചുകൊണ്ടേയിരുന്നു.

“നിങ്ങൾക്ക് വേദനിച്ചോ എന്ന് പറ” ഒലെനിൻ ഒരിക്കൽക്കൂടെ ചോദിച്ചു.

“വേദനിച്ചു. ഇടയ്ക്കുകയറി പറയാതെ ഞാൻ പറയുന്നത് കേൾക്ക്. ഇടയ്ക്കുകയറി പറയുന്നതെനിക്ക് ഇഷ്ടമല്ല. ഞാൻ സംസാരിച്ച് കഴിയുന്നവരെ ശ്രദ്ധിച്ചിരിക്ക്. ഞങ്ങൾ നേരംവെളുക്കുന്നതുവരെ മദ്യപിച്ചുകൊണ്ടിരുന്നു. അവസാനം ഞാൻ അടുപ്പിൻതിണ്ണയിൽ കിടന്ന് ഉറങ്ങിപ്പോയി. നേരം വെളുത്തപ്പോൾ എനിക്ക് നിവരാൻ കഴിഞ്ഞില്ല.”

“ഭയങ്കര വേദനയായിരുന്നോ?” ഒലെനിൻ ചോദിച്ചു. അയാൾ ചിരിക്കുന്നുണ്ടായിരുന്നില്ല. അയാളുടെ ഹൃദയം ദുഃഖഭാരംകൊണ്ട് കനത്തിരുന്നു.

“വെടിയുണ്ട അവിടെത്തന്നെ തറച്ചുകിടന്നു. ഇപ്പോഴും അത് നിങ്ങൾക്ക് തൊട്ടറിയാം!” കുപ്പായം നീക്കി അയാൾ തന്റെ പുറം അവർക്ക് കാണിച്ചുകൊടുത്തു. തൊലിക്കടിയിൽ എല്ലിനടുത്തായി ഒരു വെടിയുണ്ട ഉരുണ്ട് കളിക്കുന്നുണ്ടായിരുന്നു.

“അത് ഉരുണ്ട് കളിക്കുന്നതൊന്ന് തൊട്ട് നോക്കിയേ.” ഒരു കളിപ്പാട്ടംകൊണ്ട് കളിക്കുമ്പോലെ അയാൾ അത് തൊട്ടുനോക്കി.

“ഇപ്പോഴത് പിറകിലേക്ക് പോയി.”

“ലുകാഷ്ക രക്ഷപ്പെടുമോ?” ഒലെനിൻ ചോദിച്ചു.

“ദൈവത്തിനറിയാം! ഇവിടെ ഡോക്ടറില്ല. ഒരു ഡോക്ടറെ കണ്ടെത്താൻ ആളുകൾ പോയിട്ടുണ്ട്.”

ഒരു ഡോക്ടർ എവിടെയുണ്ടാവും? ഗ്രോഡ്നോയിൽ?”

“അവിടെയൊന്നും കിട്ടില്ല. ഞാനായിരുന്നു സാർ ചക്രവർത്തിയെങ്കിൽ നിങ്ങളുടെ റഷ്യൻ ഡോക്ടർമാരെയെല്ലാം ഞാൻ തന്നെ തൂക്കിക്കൊല്ലുമായിരുന്നു. അവർക്കറിയാവുന്നത് മുറിച്ചുമാറ്റൽ മാത്രമാണ്. നമ്മുടെ ബക്ലാഷ്കയെ നോക്കൂ. അവർ അയാളുടെ കാല് മുറിച്ചുമാറ്റി. അതിനർഥം അവർ വിഡ്ഢികളാണെന്നാണ്. ബക്ലാഷ്കയ്ക്ക് ഇനിയെന്ത് ചെയ്യാൻ കഴിയും? പക്ഷേ കുന്നിൻമുകളിൽ യഥാർഥ ഡോക്ടർമാരു

ണ്ട്. എന്റെ സുഹൃത്ത് പോർചിക്കിന് ഒരു സാഹസികയാത്രയ്ക്കിടയിൽ നെഞ്ചിൽ മുറിവേറ്റു. നിങ്ങളുടെ ഡോക്ടർമാർ അയാളെ ഉപേക്ഷിച്ചതാണ്. പക്ഷേ കുന്നിൻമുകളിൽനിന്ന് ഒരാൾവന്ന് അയാളെ സുഖപ്പെടുത്തി. അവർക്ക് പച്ച മരുന്നുകളറിയാം."

"വിഡ്ഢിത്തം പറയാതെ. ഞാൻ തലസ്ഥാനത്തുനിന്നും നല്ല ഒരു ഡോക്ടറെ ഇങ്ങോട്ടേയ്ക്ക് അയയ്ക്കാം." ഒലെനിൻ പറഞ്ഞു.

"വിഡ്ഢിത്തം" ഇറോഷ്ക ചിരിച്ചുകൊണ്ടു പറഞ്ഞു. "വിഡ്ഢിത്തം? ഡോക്ടറെ അയക്കുന്നു! നിങ്ങളുടേത് നല്ല ഡോക്ടർമാരായിരുന്നെങ്കിൽ കൊസാക്കുകളും ചെചനിയന്മാരും നിങ്ങളുടെ അടുത്തേക്ക് ചികിത്സയ്ക്കായിവരും. പക്ഷേ ഇവിടെ നിങ്ങളുടെ ഓഫീസർമാർ തന്നെയാണ് കുന്നിൻമുകളിലേക്ക് ഡോക്ടർമാർക്കുവേണ്ടി കയറി ചെല്ലുന്നത്. നിങ്ങൾ വിഡ്ഢികളാണ്."

ഒലെനിൻ ഒന്നും പറഞ്ഞില്ല. താൻ ജീവിച്ചിരുന്ന ലോകത്ത് മുഴുവനായും വിഡ്ഢികളാണെന്നും അവിടേക്കാണ് താൻ തിരിച്ചുപോകുന്നതെന്നും അയാൾ അംഗീകരിക്കുകയായിരുന്നു.

"ലുകാഷ്കയ്ക്ക് ഇപ്പോൾ എങ്ങനെയുണ്ട്?" അയാൾ ചോദിച്ചു.

"മരിച്ചതുപോലെ കിടക്കുന്നു. തിന്നുന്നില്ല കുടിക്കുന്നുമില്ല. വോഡ്ക മാത്രമേ അയാളുടെ ശരീരത്തിലിപ്പോൾ കയറുന്നുള്ളൂ. വോഡ്ക കഴിക്കുന്ന കാലത്തോളം പ്രശ്നമില്ല. എനിക്ക് ഭയങ്കര സങ്കടമുണ്ട്. അവനൊരു നല്ല കുട്ടിയായിരുന്നു. ധീരൻ, എന്നെപ്പോലെ. ഞാനും ഒരിക്കലതുപോലെ മരിക്കാൻ കിടന്നതാണ്. സ്ത്രീകളെല്ലാം കരയാൻ തുടങ്ങി. എന്നെ കുരിശിന്റെ അടുത്തായി കിടത്തി. അവർ ആചാരങ്ങളെല്ലാം ചെയ്യാൻ തുടങ്ങി. ഞാൻ ഉച്ചത്തിലെന്തൊക്കെയോ പറയാൻ ശ്രമിച്ചു. പക്ഷേ അവർ ശ്രദ്ധിക്കുന്നുണ്ടായിരുന്നില്ല. ഞങ്ങളുടെ പള്ളിയിലെ മുതിർന്ന വൈദികൻ എത്തി. എന്നെ കുഴിച്ചുമൂടാൻ അവർ തയാറെടുക്കുകയായിരുന്നു. അവർ പറഞ്ഞു: 'അവിശ്വാസികളോടുകൂടെ ചേർന്ന് ഇയാൾ വൃത്തികെട്ടിരിക്കുന്നു. ഇയാൾ സ്ത്രീകളുടെ കൂടെ രമിച്ചു, ജനങ്ങളെ നശിപ്പിച്ചു, വ്രതമെടുത്തില്ല, ബലാലായ്ക വായിച്ചു.' 'കുമ്പസാരിക്കൂ' അവർ പറഞ്ഞു. ഞാൻ കുമ്പസാരിക്കാൻ തുടങ്ങി. 'ഞാൻ പാപം ചെയ്തു.' പുരോഹിതൻ ചോദിച്ചതിനെല്ലാം 'ഞാൻ പാപംചെയ്തു' എന്ന് ഞാൻ മറപുടി പറഞ്ഞു. അയാളെന്നോട് ബലാലായ്കയെക്കുറിച്ച് ചോദിച്ചു. 'എവിടെയാ ശപിക്കപ്പെട്ട സാധനം?' അയാൾ ചോദിച്ചു. 'അത് എന്റെ മുന്നിൽ കൊണ്ടുവന്ന് എറിഞ്ഞുപൊട്ടിക്കൂ.' പക്ഷേ ഞാൻ പറഞ്ഞു 'എനിക്കത് കിട്ടിയിട്ടില്ല' ഞാനത് പടിപ്പുരയിൽ ഒരു വലയ്ക്കുള്ളിൽ ഒളിച്ചുവെച്ചിരിക്കുകയായിരുന്നു. അവരത് കണ്ടെത്തുമെന്ന് എനിക്കറിയാമായിരുന്നു. അതിനെക്കുറിച്ച് അവർ പിന്നീടൊന്നും ചോദിച്ചില്ല. പക്ഷേ ഞാൻ രക്ഷപ്പെട്ടു അസുഖത്തിൽനിന്ന് ഞാൻ മോചനംനേടി. പിന്നീട് ഞാൻ ബലാലായ്ക അന്വേഷിച്ച് പോയപ്പോൾ – ഞാനെന്തായിരുന്നു പറഞ്ഞുവന്നത്? അയാൾ തുടർന്നു. 'ശ്രദ്ധിക്കൂ, ഓ! മറ്റു

ള്ളവരിൽനിന്ന് എപ്പോഴും അകന്നിരിക്കുക. അല്ലെങ്കിൽ നിങ്ങൾ എപ്പോഴും, ഏത് നിമിഷവും ആക്രമിക്കപ്പെട്ടേക്കാം. നിങ്ങളൊരു മദ്യപനാണ്. അതുകൊണ്ട് എനിക്ക് നിങ്ങളെ ഇഷ്ടമാണ്. നിങ്ങളെപ്പോലുള്ളവരാണ് കുന്നിൻമുകളിലേക്ക് പോകാൻ ഇഷ്ടപ്പെടുന്നത്. റഷ്യയിൽനിന്നും വന്നൊരാൾ മുൻപ് ഇവിടെ താമസിച്ചിരുന്നു. അയാൾ ഇടക്കിടയ്ക്ക് കുന്നിൻമുകളിലേക്ക് കുതിരസവാരിചെയ്യും. കുന്നിനെ തമാശയായി അയാൾ മൺകൂനയെന്നാണ് വിളിച്ചിരുന്നത്. എവിടെയൊരു കുന്ന് കണ്ടാലും അയാൾ അതിന് മുകളിലേക്ക് കുതിരസവാരി നടത്തും. ഒരിക്കൽ അയാൾ കുന്നിൻമുകളിലേക്ക് വളരെ സന്തോഷത്തോടെ സവാരി നടത്തുമ്പോൾ ഒരു ചെചനിയൻ അയാളെ വെടിവെച്ച് കൊന്നു! ഓ! ഈ ചെചനിയക്കാർ എത്ര കൃത്യമായാണ് വെടിപൊട്ടിക്കുക എന്നറിയുമോ? അവരിൽ ചിലർ എന്നേക്കാളും നന്നായി വെടിവെക്കും. ഒരാൾ അയാളുടെ അറിവില്ലായ്മകൊണ്ട് കൊല്ലപ്പെടുന്നത് എനിക്കിഷ്ടമല്ല. ചില സമയങ്ങളിൽ ഞാൻ നിങ്ങളുടെ പട്ടാളക്കാരെ നോക്കി അത്ഭുതപ്പെടാറുണ്ട്. അവർ ഒരുപാട് വിഡ്ഢിത്തങ്ങൾ ചെയ്യാറുണ്ട്. അവർ കൂട്ടം കൂട്ടമായാണ് പോവുക. കൂടാതെ കോട്ടിന് ചുവന്ന കോളർ തുന്നിപ്പിടിപ്പിക്കുകയും ചെയ്യും. പിന്നെയെങ്ങനെ കൊല്ലപ്പെടാതിരിക്കും. ഒരാൾ കൊല്ലപ്പെടും, അയാളെ വലിച്ചിഴച്ച് ഒരുവശത്താക്കി അവിടെത്തന്നെ വേറൊരാൾ നിലയുറപ്പിക്കും! എന്തൊരു വിഡ്ഢിത്തം!' ആ വൃദ്ധൻ തലകുലുക്കിക്കൊണ്ട് പറഞ്ഞുകൊണ്ടിരുന്നു. എന്തുകൊണ്ട് ഒറ്റയ്ക്കൊറ്റയ്ക്ക് പോയിക്കൂടാ? അങ്ങനെ പോയാൽ അവർ നിങ്ങളെ ശ്രദ്ധിക്കില്ല. ഇത് നിങ്ങൾ നിർബന്ധമായും ചെയ്യണം."

"ശരി, ഗുഡ്ബൈ. ദൈവം അനുഗ്രഹിച്ചാൽ നമുക്ക് ഇനിയും കാണാം." ഒലെനിൻ എഴുന്നേറ്റ് ഇടനാഴിയിലേക്ക് നടന്നുകൊണ്ട് പറഞ്ഞു.

നിലത്തിരിക്കുകയായിരുന്ന ഇറോഷ്ക എഴുന്നേറ്റില്ല.

"ഇങ്ങനെയാണോ ഗുഡ്ബൈ പറയുന്നത്?" വിഡ്ഢി! വിഡ്ഢി! എന്താ ഈ ആളുകൾക്കൊക്കെ സംഭവിക്കുന്നത്? നമ്മൾ സുഹൃത്തുക്കളായി. ഇപ്പോൾ ഒരുവർഷത്തോളമായി ഒരുമിച്ച് കഴിയുന്നു. എന്നിട്ട് "ഗുഡ്ബൈ" പറഞ്ഞങ്ങ് പോകുന്നു എന്താ ഇങ്ങനെ, എനിക്ക് നിന്നെ വളരെ ഇഷ്ടമാണ്. അതാണ് പറയുന്നത്. നീ എപ്പോഴും തനിച്ചാണ്. നീ കൂട്ടത്തിൽ ചേരാതെ ഒറ്റയാനായി നടക്കുന്നവനാണ്. എനിക്കിനി നിന്നെ ഓർക്കാതെ ഉറങ്ങാൻ കഴിയില്ല. എനിക്കിപ്പോൾ സങ്കടമുണ്ട്. ആ ഗാനത്തിലേതുപോലെ,

വളരെ കഠിനം പ്രിയസുഹൃത്തേ
മറുനാട്ടിലിങ്ങനെ ജീവിച്ചുതീർക്കാൻ.

"ശരി! ഗുഡ്ബൈ" ഒലെനിൻ വീണ്ടും പറഞ്ഞു.

ഇറോഷ്ക എഴുന്നേറ്റ് അയാളുടെ കൈ നീട്ടി. ഒലെനിൻ കൈപിടിച്ചുകുലുക്കി പോകാനൊരുങ്ങി.

"നിന്റെ മുഖം ഇങ്ങോട്ട് കാണിക്കൂ" ഇറോഷ്ക ഒലെനിന്റെ മുഖം രണ്ടുകൈയുംകൊണ്ട് പിടിച്ചു. തന്റെ നനുത്ത മീശയും ചുണ്ടുകളും

കൊണ്ട് അയാളെ മൂന്നുതവണ ചുംബിച്ചു. അയാൾ കരയാൻ തുടങ്ങി.

"എനിക്ക് നിന്നെ ശരിക്കും ഇഷ്ടമാണ്, ഗുഡ്ബൈ." ഒലെനിൻ വണ്ടിക്കകത്തേക്ക് കയറി.

"ഇങ്ങനെയാണോ പോകുന്നത്? എനിക്ക് ഓർക്കാനായി ഒന്നും തരുന്നില്ലേ? എനിക്ക് ഒരു തോക്ക് താ! നിനക്കെന്തിനാണ് രണ്ടെണ്ണം?" തേങ്ങിക്കൊണ്ട് അയാൾ ചോദിച്ചു.

"ഈ വൃദ്ധന് നിങ്ങളെന്തെല്ലാം നൽകി?" വന്യൂഷ പിറുപിറുത്തു. അയാൾക്ക് എത്ര കിട്ടിയാലും മതിയാവില്ല! തെണ്ടി. ഇവിടെ എല്ലാവരും ഇങ്ങനെയാണ്." പുതപ്പ് പുതച്ച് വണ്ടിക്കുള്ളിൽ കയറിക്കൊണ്ട് അയാൾ പറഞ്ഞു.

''നാവടയ്ക്ക് പന്നി'' ഇറോഷ്ക ചിരിച്ചുകൊണ്ട് പറഞ്ഞു "എന്തൊരു അൽപ്പൻ."

മര്യൻക പശുത്തൊഴുത്തിൽനിന്നും പുറത്തേക്ക് വന്നു. നിസ്സംഗയായി അവൾ വണ്ടിയിലേക്ക് നോക്കി. ബഹുമാനത്തോടെ ഒന്ന് കുനിഞ്ഞ് അവൾ വീടിനകത്തേക്ക് കയറിപ്പോയി. "ഗുഡ്ബൈ" കണ്ണിറുക്കി ചിരിച്ചുകൊണ്ട് വന്യൂഷ പറഞ്ഞു.

"വണ്ടി മുന്നോട്ട് പോകട്ടെ!" ഒലെനിൻ ദേഷ്യത്തോടെ പറഞ്ഞു.

"ഗുഡ് ബൈ! ഞാനൊരിക്കലും നിന്നെ മറക്കില്ല." ഇറോഷ്ക പറഞ്ഞു.

ഒലെനിൻ പിറകിലേക്ക് തിരിഞ്ഞുനോക്കി. ഇറോഷ്ക മര്യാൻകയോട് തന്റെ വ്യക്തിപരമായ കാര്യങ്ങൾ സംസാരിക്കുകയായിരുന്നു. ഇറോഷ്കയോ മര്യാൻകയോ ഒലെനിനുനേരെ നോക്കിയില്ല.

www.ingramcontent.com/pod-product-compliance
Lightning Source LLC
LaVergne TN
LVHW062350051026
849518LV00016B/779